பயணக் கதை

பயணக் கதை

யுவன் சந்திரசேகர்

எழுத்து பிரசுரம்

Title: Payana Kadhai
Author's Name: Yuvan Chandrasekar

Published by Ezutthu Prachuram

Ezutthu Prachuram
(An imprint of Zero Degree Publishing)
No.75 & 76, Ist Floor, Kuppusamy Street,
Balaji Nagar, Padi,
Chennai - 600050

Website: www.zerodegreepublishing.com
E Mail id: zerodegreepublishing@gmail.com
Phone: 89250 61999

Ezutthu Prachuram First Edition: December 2025
ISBN: 978-93-48439-07-9
TITLE NO EP: 611

Rs. **460**/-

Cover Design: Negizhan
Layout: Vijayan, Creative Studio
Printed at Manipal Technologies, India

அன்பு நண்பர்
கவிஞர் சுகுமாரனுக்கு

முன்னுரை

ஆரம்பிப்பதற்கு முன்னால் சில முன்குறிப்புகள் கொடுத்துவிடுவது உதவியாக இருக்கும். ஆனால், குறிப்புகள் மிகவும் விளக்கமாக இருந்தால் உபத்திரவமாகிவிடுமோ என்று கவலையாகவும் இருக்கிறது. இரண்டு முனைகளுக்கும் சமரசமாக, குறைந்தபட்சத் தகவல்களை, அத்தியாவசியமானவற்றை மட்டும், கொடுக்க முயற்சிக்கிறேன்.

முதலில் எங்கள் மூவரையும் அறிமுகப்படுத்த வேண்டும். அவையடக்கம் கருதி, என்னைப்பற்றிக் கடைசியில் சொல்கிறேன். அவையடக்கம் என்றால் 'வீசை[1] என்ன விலை' என்று கேட்கிற இஸ்மாயில் முதலில்.

இஸ்மாயிலைப் பொறுத்தவரை, அறிவினால் எட்ட முடியாதது எதுவும் இல்லை. 'தர்க்கத்துக்கு அப்பாற்பட்ட விஷயங்கள் சிலது நடந்துவிடுகிறதே'[2]

---

1. இப்படி ஒரு நிறுத்தல் அளவை இருந்தது இந்தத் தலைமுறைக்குத் தெரியுமோ என்னவோ. இஸ்மாயிலுக்குத் தெரியும். ரோம சாம்ராஜ்ய அளவை முறைகள், சோழர் காலத் தேர்தல் முறைகள், பண்டைய கிரேக்கத்தின் பண்டமாற்று முறைகள், பாண்டிய நாட்டு வரிவசூல் முறைகள் என்று சகலமும் சதா அவன் விரல் நுனியிலிருந்து சொட்டும்.

2. இந்த இடத்தில், அவசரமாக, சுகவனம் சொல்லும் நாலைந்து வாக்கியங்கள்: 'தர்க்கம் என்று தனியாக எதுவும் கிடையாது, தரிசனம் மட்டுமே உண்டு. ஒவ்வொரு கணமும் ஒரு தனித்துவமான தரிசனம். நம்முடைய வசதிக்காக, ஒரு குறிப்பிட்ட விதத்தில் இந்த தரிசனங்களைக் கோத்துக் கொண்டு போகிறோம். மற்றபடி, புறவயமான தர்க்கம் என்று எதுவுமே கிடையாது.' (இதையெல்லாம் கூட அவன் சொல்கிற

என்று கேட்டால், 'அதை விளக்குவதற்கான சரியான தர்க்க முறைமையை மனித மூளை இன்னும் கண்டுபிடிக்கவில்லை என்பதுதான் காரணம்' என்று முடித்துவிடுவான்.

ஆனால், மிக நல்ல நண்பன். நான் மட்டும் பழைய காலத்து எழுத்தாளனாய் இருந்திருந்தால், 'பலாப்பழத்தின் தோலும் சுளையும்போல' என்று எளிதாக உவமை சொல்லி விஷயத்தை முடித்திருப்பேன். இந்தக் காலகட்டத்தில் எல்லாமே சிடுக்காகி விட்டது. ஏகப்பட்ட நீர் ஓடித் தீர்ந்த நதியில் இப்போதுதான் மிதக்க ஆரம்பித்திருப்பவன் என்பதால், எளிமையாக எதைச் சொல்ல முனைந்தாலும் 'வேறு யாரோ முன்பே இதைச் சொல்லிவிட்டார்களோ' என்ற சந்தேகத்திலிருந்து என்னால் விடுபடவே முடிவதில்லை.

மனிதச் செயல்பாடுகள் - சாதாரணமாக மூக்கைச் சொறிவதிலிருந்து, பத்து நிமிடத்துக்கொருதரம் கைகழுவுவது, யந்திரத் துப்பாக்கியை எடுத்து ஒரே சமயத்தில் நூற்றுக்கணக் கானவர்களைச் சுட்டுத் தள்ளுவதுவரை - அனைத்துமே உளவியலின் பகுப்பாய்வுப் புலத்துக்குள் பொருத்தி சீர் பிரித்துவிடக் கூடியவைதாம் என்று உறுதியாக நம்புகிறவன் இஸ்மாயில்.

கடுமையான வாசிப்பு உள்ளவன். மேற்கண்ட பத்தியில் நான் நேரடியாகச் சொல்லிவிட்ட சமாசாரத்தை அவ்வளவு நேரடியாகச் சொல்லமாட்டான். டெஸ்மாண் மாரிஸ் முதல் எரிக் பெர்ன்வரை, எரிக் ஃப்ராமிலிருந்து ஜலாலுதீன் ரூமி வரை என்று ஏகப்பட்ட அலைச்சல் மேற்கொள்வான். அவனுடைய பிரசித்தமான மேற்கோளைச் சொல்லிவிட்டால் உடனடியாகப் புரிந்துவிடும். (இந்த இடத்தில் பழைய ஆட்கள் சுலபமாக 'உள்ளங்கை நெல்லிக்கனி' என்று சொல்லி

மாதிரியே பேச்சு மொழியில் எழுதத்தான் ஆசை. ஆனால், அதெல்லாம் நடைமுறை சாத்தியமா என்ன?)

இஸ்மாயில் : உளறாதே நண்பா. இந்த நிமிடத்தில் உள்ள சீதோஷ்ணமும் வெளிச்சமும், நாம் இருவரும் அனுபவம் கொள்ளும் இந்த வெளியும் பொதுவானவை அல்லவா? இந்தக் கருத்தொற்றுமையைத்தான் தர்க்கம் என்று சொல்கிறோம்.

சுகவனம் : ஓரேவிதமாக மொழியின் சிறையில் மாட்டிக்கொண்ட ஏகப்பட்ட மனங்கள் கொள்ளும் கருத்தொற்றுமைக்கு 'தர்க்கம்' என்று பெயர் சூட்டியிருக்கிறோமே தவிர, உண்மையில் அது அடிமை சாசனம் அன்றி வேறில்லை. வேறு விதமான தரிசனங்கள் கிடைத்தாலும், அவற்றை 'வெறும் மயக்கம்' என்று உதறுவதற்கு இந்த சாசனம் மனிதர்களைத் தயார்ப்படுத்திக்கொண்டே இருக்கிறது – சதா சர்வ காலமும். மற்றபடி இயற்கைப் போக்கின் நிஜமான தர்க்கத்தை அறியும் அளவு திராணியும் கொள்ளளவும் ஞானமும் கொண்டது அல்ல மனித மனம்.

முடித்துவிடுவார்கள். இந்தச் சிக்கலைத்தான் நான் முன்னமே குறிப்பிட்டேன். அது சரி, நெல்லிக்காய் தெரியும், நெல்லிக்கனி பார்த்திருக்கிறீர்களோ...?)

> *தனி மனத்தின் சமூக நடத்தையை ஆராய்வது உளவியல். கூட்டத்தின் மந்தை மனப்போக்கை ஆராய்வது சமூக வியல். இது மைக்ரோ - அது மேக்ரோ அவ்வளவுதான்.*

நான் எழுதுகிற கதைகளுக்கு, வாசிக்கிறவர்கள் மத்தியில் ஒரு விதமான வரவேற்பு கூடிக்கொண்டே வந்தாலும், இஸ்மாயிலிடமிருந்து ஒரு, ஒரே ஒரு, சிறு நல்ல வாக்கியம்கூட வாங்க முடிந்ததில்லை என்னால். அபூர்வமாக, 'நல்லாயிருக்கு' என்று ஆரம்பிக்கிற அபிப்பிராயம்கூட நேர் எதிராகப் போய் முடிந்துவிடும். இதெல்லாம் அவனையறியாமலே நடந்துவிடுகிறது என்று நினைக்கிறேன். சில நேரம் உச்சபட்ச வசவில் கொண்டுபோய் முடிப்பான்:

அப்பறம் ஒனக்கும் கிச்சனு[3]க்கும் என்னடா வித்தியாசம்?

ஆனாலும், என்மீதும், நான் எழுதுகிறவற்றின்மீதும் முழுமையான அவமரியாதை கொண்டவன் என்று சொல்லமாட்டேன். நான் இல்லாத சமயங்களில் என் கதைகளை மேற்கோள் காட்டிக்கூடப் பேசியிருக்கிறான் என்று நண்பர்கள் சொல்வார்கள். இஸ்மாயிலே மனம் நெகிழ்ந்த ஒரு சந்தர்ப்பத்தில் - இப்படி ஒரு சம்பவம் வெகு அபூர்வமாகத்தான் நடக்கும் - என்னிடம் சொன்னான்:

---

3. கிச்சனைப் பற்றிப் பிறகொரு சந்தர்ப்பத்தில் விரிவாகச் சொல்லலாம். இப்போதைக்கு அவனுடைய சிருஷ்டிகரத்தைப் பற்றி மட்டும் சுருக்கமாகச் சொல்லிவிடுகிறேன்.

   கோயமுத்தூர் ஜில்லாவில் ஏதோ ஒரு கிராமத்தைப் பூர்விகமாகக் கொண்டவன் கிச்சன். அவனுடைய ஊரில் ஒரு நாட்டுவைத்தியர் இருந்தார். கார்க்கோடனோ என்னவோ பெயர் சொன்னான். (எழுதும்போது ஞாபகமாகப் பெயரை மாற்றிவிட்டான்) பிரம்மச்சாரி; கருங்குரங்கு ஒன்றைச் செல்லமாக வளர்த்தாராம். பெண் குரங்கு. அந்தக் குரங்குடன் அவருக்குத் தாம்பத்திய உறவு (இப்படித்தான் கிச்சன் குறிப்பிட்டிருந்தான்) இருந்தது என்று ஊருக்குள் வதந்தி இருந்தது. நேரடியாகப் பார்த்துவிட்டான் ஒரு சிறுவன். அத்தோடு பேசும் சக்தியை இழந்துவிட்டான்.

   கிச்சன் இதை நீண்ட துணுக்காக எழுதி ஒரு வார இதழுக்கு அனுப்பினான். இரட்டைப்பக்க அளவில் அது பிரசுரமானது – கொஞ்சம் சுருக்கப்பட்டு. சில வாக்கியங்களும் வார்த்தைகளும் மாற்றப்பட்டு. கதையின் பிரசுர அளவைவிடப் பெரிய அளவு படத்துடன். பழம்பெரும் ஓவியர் குரங்குக்கு எடுப்பான முலைகளை வரைந்திருந்தார். குரங்கின் தலையைவிடப் பெரிய முலைகள். கிச்சன் அதை நூறு பிரதிகள் ஜெராக்ஸ் எடுத்தான். தெரிந்தவர்கள் அத்தனைபேருக்கும் விநியோகம் செய்து பாராட்டு வாங்கினான். எழுத்து வாழ்க்கையின் உச்சத்தைத் தொட்டுவிட்ட திருப்தி கிடைத்து விட்டதோ என்னவோ, பிறகு ஒரு வரியும் எழுதவில்லை அவன்.

> நான் வேணும்னே உன் கதைகளைத் திட்டுறேன்னு நெனைக்காதடா கிருஷ்ணா. இப்பொ இருக்கிற வாசகர்களும் பத்திரிகைகளும் பாராட்டினாப் போதும்னு நீ நினைக்கிறே. எந்தக் காலத்து எந்த மொழி வாசகனும்[4] ஒன் எழுத்தெப் பாத்து பிரமிக்கணும்னு நான் ஆசைப் படுறேன். சும்மா எலி வேட்டை, முயல் வேட்டையிலே திருப்திப்படுறவனை வேட்டைக்காரன்னு சொல்ல முடியுமா? நீ யானை, புலின்னு வேட்டையாடணும்டா கிருஷ்ணா. ஒன்னாலெ அது முடியும்.

நான் குளிர்ந்தே போனேன். இன்னொரு சந்தர்ப்பத்தில் மிகத் தீவிரமான குரலுடன் சொன்னான்:

> கிருஷ்ணா, நல்ல எழுத்துங்கிறது படிக்கிறவனை impress பண்றதுக்காக எழுதப்பட்டது இல்லே, தன்னை express பண்றதுக்காக ஒருத்தன் எழுதுறது.

சுகவனம் எதிர்முனையைச் சேர்ந்தவன். வேறு ஒரு நூற்றாண்டில் பௌத்த சந்யாசியாய் இருந்து முழைகளில் வசித்திருக்க வேண்டியவன் (என்று இஸ்மாயில் அவனைக் கேலி செய்வான்). பல நேரம் குழந்தை மாதிரி நடந்துகொள்கிறவன். உதாரணமாக, அவனுக்கும் இஸ்மாயிலுக்கும் நடந்த ஓர் உரையாடல்:

> ஏண்டா சுகவனம், பால் டேவிஸோடெ About Time படிக்கச் சொல்லிக்குடுத்தேனே, பொரட்டியாவது பாத்தியா?
>
> பால் டேவிஸோடெ About Time நான் இன்னும் படிக்கலே.

இப்படித்தான். முழுசாகப் பதில் சொல்வான். இந்த இடத்தில் உரையாடலை நிறுத்திவிட்டால், அப்புறம் இஸ்மாயில் எப்படி இஸ்மாயிலாக இருப்பான்? அவன் இப்படி முடிப்பான்:

> நீ பரவாயில்லடா. இந்தக் கிருஷ்ணன் பயலெ மாதிரி அரெகொறையாப் படிச்சுட்டு கதை எளுதி உளர்றதுக்கு, படிக்காமெயே இருக்குறது எம்புட்டோ உத்தமம்.
>
> நீ என்னதான் சொன்னாலும், நான் கிருஷ்ணன் பக்கம் தான். சரியோ தப்போ, அவனாலெ எழுத முடியுதா

4. இந்த ஒரு வாக்கியத்தில் நான் கிறங்கிவிட்டேன். என்னுடைய இருபத்திச் சொச்சம் சிறுகதைகளும் அறுபத்திச் சொச்சம் கவிதைகளும் லத்தீன், ஸ்பானிஷ், மாண்டரின், நார்வீஜியன் மற்றும் ஹீப்ரு மொழிகளில் மொழி பெயர்க்கப்பட்டுப் பிரசுரமாகி, அவற்றில் ஒரு வார்த்தைகூட வாசிக்க இயலாத போதும். வெறும் அச்சுப் பிரதியை மானசீகமாகக் கண்டதில் ஆனந்தப் பெருமூச்சு மடையுடைத்து வெளியேறியது.

இல்லியா? நீயும்தான் இவ்வளவு பேசுறே, ஒரு வரியாவது உன்னாலே எழுத முடிஞ்சிருக்கா? கணிசமான அளவு பொய்யும், தந்திரமும், ஜாலமும், அசட்டுத்தனமும் சேந்தாதான் ஒருத்தன் எழுத்தாளனாக முடியும், காவிய காலத்திலேயும் இப்பிடித்தான். அது ரம்மியமாவும் ரஞ்சகமாவும் இருந்தா எல்லாருக்கும் பிடிச்சுப்போகுது. அவ்வளவுதான். உன்னெ மாதிரி சதா யோசிச்சுக்கிட்டும் பேசிக்கிட்டும் இருந்தா மூளைகளோடதான் சகவாசம் வச்சிக்கிற முடியும். ஒரேயொரு பெருமூச்சைக்கூட அடுத்தவன்கிட்டேர்ந்து வர வைக்க முடியாது.

என்றான் சுகவனம். இந்த மாதிரிப் பேசும்போது, தன் வாழ்நாள் முழுவதும் இஸ்மாயிலிடம் எனக்காக வக்கீல் வேலை பார்ப்பதற்காகவே பிறவி எடுத்தவன் மாதிரி அப்படியொரு நிதானமும் பரிவும் நிம்மதியும் அவன் வாக்கியங்களிலும் முக பாவத்திலும் இருக்கும்.

சுகவனத்திடம் எனக்குப் பிடித்த இன்னொரு சங்கதியும் உண்டு. குட்டிக் கதைகள் ஏகப்பட்டது சொல்வான். எல்லாமே மனித மனத்தின் புதிர் இடுக்குகளையும் அவற்றில் ஒளி பாயும் போது திரண்டு எழும் கனிவையும் சுட்டும் கதைகள்.[5] கருட புராணம், நாரத புராணம் தொடங்கி, புத்த ஜாதகக் கதைகள், ஈசாப் கதைகள், விவிலியக் கதைகள், ஸூஃபி ஞானக் கதைகள், ஜென் புதிர்க்கதைகள், முல்லா நஸீருத்தின் கதைகள், பல்வேறு மாநில நாட்டுப்புறக் கதைகள் என்று மிகப் பெரிய

---

5. ஸ்ரீ ஷிரடி பாபாவின் வரலாற்றிலிருந்து அவன் சொன்ன ஒரு கதை எனக்கு ஆயுள் முழுவதும் மறக்காது. பாபா ஜீவியவந்தராய் இருந்த காலகட்டம். அவரைப் பார்க்கப் பெருந்தகை ஒருவர் வந்திருக்கிறார். அவர்கள் இருந்த இடத்தின் சுவரில் ஒரு பெரிய சைஸ் பல்லி துள்ளாட்டம் போட்டுக் கொண்டு திரிகிறது. இங்குமங்கும் பாயவும் உத்தரத்திலிருந்து சுவருக்கும் சுவரிலிருந்து ஜன்னல் கட்டைக்கும் சாடவுமாய் பெரும் கோலாகலம். எல்லாரும் பேச்சை நிறுத்திவிட்டுக் கொஞ்சநேரம் பல்லியையே பார்த்துக் கொண்டிருந்தார்கள். வந்தவர் வாய் திறந்தார்:

   என்ன, இன்றைக்கு ஒரே கொண்டாட்டமாய் இருக்கிறதே?

   பாபா பதிலளித்தாராம்:

   சும்மாவா, அவளுடைய சகோதரி இன்றைக்கு வரப்போகிறாள் அல்லவா?

   யாருக்கும் ஒன்றும் புரியவில்லை.

   கொஞ்ச நேரம் கழித்து அவுரங்காபாதிலிருந்து ஒரு வெல்ல வியாபாரி பாபாவைப் பார்க்க வந்தார். தலைச்சுமையாக சிறு மூட்டை ஒன்றைச் சுமந்து வந்திருந்தார். இறக்கி வைத்துவிட்டு, பாபாவை நமஸ்கரிக்கிறார். வெல்ல மூட்டைக்குள்ளிருந்து ஒரு பல்லி குடுகுடுவென்று இறங்கி ஓடியது. சுவரில் திரிந்த பல்லியுடன் சேர்ந்துகொண்டது.

   இரண்டும் சேர்ந்து கும்மாளத்தைத் தொடர்ந்தன.

கதைக் களஞ்சியம் அவன். அந்தோனி டி மெல்லோ என்ற யேசுசபைப் பாதிரியார் தொகுத்த குட்டிக்கதைத் தொகுப்புகள்மீது அபாரமான ஈடுபாடு கொண்டவன்.

'கதைகள்மீது இவ்வளவு பற்று உள்ளவனால் ஏன் எழுத முடியவில்லை' என்பது எனக்கு மாபெரும் ஆச்சரியமாய் இருந்து வந்தது. சுகவனமே ஒரு நாள் அதைத் தீர்த்துவைத்தான்:

> நெறையக் கீர்த்தனைகளும் ராகங்களும் தெரிஞ்சு வச்சிருக்கார்ங்குறதாலேயே ஒருத்தர் வித்வான் ஆயிற முடியுமாடா..?

சுகவனத்தின் கதைப் பட்டியலில் இதை விட்டுவிட்டேன். கர்நாடக சங்கீதத்தில் பெரும் ஈடுபாடு கொண்டவன் என்பதால், பழைய காலத்து வித்வான்கள் வித்வாம்சினிகள் பற்றி ஏகப்பட்ட சம்பவத் துணுக்குகள் சொல்வான். நாங்களெல்லாம் புரிந்தும் புரியாமலும் சிரிப்போம்.[6]

> ...இஸ்மாயில் கூடத்தான் யோசிக்கிறதுலே கெட்டிக்காரனா இருக்கான். அதுக்காக, அவனாலே எழுதிற முடியுமா? அதுக்கெல்லாம் ஒருமாதிரியான கிறுக்குத்தனம் வேணும்டா.

எனக்குச் சுளீரென்றது. நல்லபடியாகப் போய்க்கொண்டிருந்த வசனம், கடைசி வரியில் திசைமாறிவிட்டதே என்று பட்டது. என் முகம் மாறிவிட்டிருக்க வேண்டும். சுகவனம் அவசரமாகச் சொன்னான்:

> கிருஷ்ணா, நான் கேலிக்காகவோ, உன்னைப் புண்படுத்து றதுக்காகவோ இப்பிடிச் சொல்லலேடா. புத்திமேல உள்ள இறுக்கமான கட்டுப்பாடு கலைஞ்சு ஒருவிதமான பித்துநிலைக்கிப் போகணும்... அப்பத்தான் காட்சிகள் மேலெயும் சப்தங்கள் மேலெயும் உள்ள பிடிப்பு தளர்ந்து சம்பவத்தைப் பெரிசாக்கியும் குறுக்கியும் வேறவேற விதமாக் கலைச்சும் நடத்திப் பாத்துக்க முடியும். அப்பிடிச் செய்யும்போது சம்பவத்துக்குள்ளெ இருக்கிற கால அடுக்கு குலைஞ்சு இனம்புரியாத திகைப்புநிலைக்குப் போயிரும். இதெல்லாம் நடக்காம எழுதுறது வெறும் கதை. இலக்கியமாகாது...

---

6. அரியக்குடி ராமானுஜ ஐயங்காரிடம் ஒரு ஜமீன்தார் கேட்டாராம்:

   சாமி, வராளிக்கும் புன்னாகவராளிக்கும் என்ன வித்தியாசம்?

   அரியக்குடி உடனடியாகப் பதிலளித்தார்:

   கரண்டிக்கும் பாதாளக் கரண்டிக்கும் உள்ள வித்தியாசம்தான்.

நான் அவன் முகத்தையே பார்த்துக்கொண்டிருந்தேன். என் முகத்தில் அவனுக்கு மட்டுமே தென்பட்ட ஏக்கம் எதையோ அவன் இனம் கண்டிருக்க வேண்டும்.

> ...இஸ்மாயில் சொல்றதையெல்லாம் ஸீரியஸா எடுத்துக்காதே. உன்னோடெ எழுத்திலே ஒரிஜினலான ஸ்பார்க் இருக்கு. மொழியிலே, ரொம்பப் பேருக்கு வாய்க்காத சரளம் இருக்கு. இதெல்லாம்விட, எழுத்தோட தொனியிலேயும் பொருளடக்கத்திலேயும் அடிப்படையான நேர்மையும் வெகுளித்தனமும் இருக்கு. தெரியாததெ உளர்றதில்லே நீ. தத்துவப் பினாத்தலும், அழுவாச்சித்தனமும் அறவே இல்லே... இந்தக் காலகட்டத்தோடெ முக்கியமான எழுத்தாளனா உருவாகுறதுக்கான எல்லாக் காரணங்களும் உன் எழுத்திலேயும் இருக்கு, இன்னிக்கி இருக்கிற சூழல்லேயும் இருக்கு. இந்த மாதிரிச் சுனை திறக்குறது எல்லாருக்கும் எல்லாச் சமயத்திலெயும் நடந்துறாது. தைரியமா எழுது.

முதுகில் பிரியமாய்த் தட்டினான் சுகவனம். நான் மிகவும் நெகிழ்ந்திருந்தேன். என் இளம் வயதில் இறந்துபோன அப்பா, நண்பனின் வடிவில் எதிரில் வந்து உட்கார்ந்திருக்கிறார் என்றே பட்டது. கண்களில் கசிவை உணர்ந்தேன்.

அன்றிரவில்தான் நாவல் எழுத வேண்டும் என்ற ஆசை என்னுள் துளிர்விட்டது. ஆனால், அதற்கப்புறம் ஏழெட்டு வருடங்கள் காத்திருக்க வேண்டியிருந்தது - எனது முதல் நாவலைத் தொடங்க. எழுத ஆரம்பித்தபோதும் எனக்குத் தெரியாது நான் எழுத ஆரம்பித்திருப்பது ஒரு நாவல் என்று.

ஏற்கனவே சொன்ன அளவில், என்னைப் பற்றியும் நிறையத் தெரிந்திருக்குமே உங்களுக்கு?

மேற்கொண்டு விபரங்களை உரிய சந்தர்ப்பங்களில் சொல்லிச் செல்கிறேன். இந்த நூலை எழுத நேர்ந்த சந்தர்ப்பம் பற்றி நாலைந்து வாக்கியங்கள் சொல்லிவிட்டால், நேரே பிரதிக்குள் நுழைந்துவிடலாம்.

வருடத்தில் ஒரு முறை நாங்கள் மூவரும் சேர்ந்து நீண்ட தூரப் பிரயாணம் மேற்கொள்வது வழக்கம்.[7] எங்கே செல்வது

---

7. மேற்படிப் பயணங்களின் முக்கியத்துவம் அவற்றை மேற்கொண்ட நாட்களில் எனக்குத் தெரிந்திருக்கவில்லை. பிற்பாடு, புனைகதைகளை எழுதித் தள்ளியபோது, அவற்றில் நிகழ்த்திக்காட்ட வேண்டிய இடங்களையும்

என்பதை இஸ்மாயில் முடிவு செய்வான். ஒரு முறை பௌத்தத் தலங்களாக விஜயம் செய்தோம். இன்னொரு முறை தெற்குக் கர்நாடகத்தின் சமணத் தலங்கள். வேறொரு முறை ஸ்ரீநகர் சென்று தங்கி பஹல்காம் குல்மார்க் ஸோனமார்க் என்று இயற்கையின் பேரழகும் பனியும் விரவிக்கிடக்கும் உல்லாசத் தலங்கள். இன்னொரு முறை அஜந்தா, எல்லோரா என்று ஓவியப் பயணம். மற்றொரு முறை டார்ஜீலிங் - கேங்டாக் வரை - மங்கோலிய முகங்களைத் தரிசித்தபடி.

வரைபடத்தை வைத்துக்கொண்டு பயணப் பாதையை முடிவு செய்வது, ஒவ்வோர் இடத்திலும் செலவழிக்க வேண்டிய நாட்களை வரையறுப்பது, பயணச் சீட்டுகள் முன்பதிவு செய்வது, தங்குமிடங்கள் ஏற்பாடு செய்வது என்று எல்லா ஏற்பாடுகளையும் சுகவனம் என்ற பூமித்தாய் பார்த்துக்கொள்வாள்.

நான் எப்போதும் தார்மீக ஆதரவை மட்டும் நல்குவேன்.

உண்மையில், பிரயாணத்தின் விளைவாகப் பார்க்கக் கிடைக்கும் புதுப்புது நிலவெளிகள் மனிதர்கள் சீதோஷ்ணத்தின் உச்ச நிலைகள் இவற்றைவிட, திரும்பிப் பார்க்கும்போது, இடைவெளியில்லாமல் பேசிக்கொண்டே இருக்கும் சுகத்துக்காகத்தான் போகிறோம் என்று தோன்றுகிறது. பெரும்பாலும் இஸ்மாயில்தான் ஓயாமல் பேசுவான். விதவிதமான துறைகள் விதவிதமான கோணங்கள் என்று வெகு சுவாரசியமாய் இருக்கும் அவன் பேச்சு.

உரிய இடங்களில் சுகவனம் குறுக்கீடு செய்வான். நான் அதீதமான புத்துணர்ச்சியுடன் பிரயாணம் செய்வேன் - சும்மா கேட்டுக்கொண்டிருப்பதற்கு அதிக வலு தேவையில்லை பாருங்கள்.

தவிர, எதிராளியின் பேச்சில் கவனம் குவிந்திருக்கும் அதே சமயத்தில், மனத்தின் இன்னொரு பகுதி தன்னிச்சையான சஞ்சாரத்தில் ஈடுபட்டிருக்கும். அடுத்த ஒரு வருடத்துக்கான உற்சாகத்தையும் இளமையையும் மீட்டுத் தந்துவிடும் இது போன்ற பயணங்கள். அதை விடுங்கள், கறாராகப் பத்து மணிக்கு ஆஜராகி ஐந்து மணிவரை மாங்குமாங்கென்று குப்பை கொட்டிவிட்டு இருட்டும் நேரத்துக்கு வீடு திரும்பி என்று ஒரே தடத்தில் துரிதமாகச் சுற்றிக்கொண்டேயிருக்கும் செக்கு

வேளைகளையும் செறிவாகவும், நூதனமாகவும் ஆக்குவதற்கு, பயண ஞாபகங்கள் மிக மிக உதவிகரமாக இருந்தன. அது போகட்டும், புதிய இடங்களில் இருக்க நேரும்போது, நமது மனமும் புதிதாகிவிடுகிறது இல்லையா?

மாட்டுக்குப் பத்து நாள் ஓய்வு கிடைக்கிறதா இல்லையா?

இதில் எதிர்மறையான அம்சம் ஒன்றும் இருக்கிறது. இந்த முறை[8] டெல்லியும் அதன் சுற்றுப்புறமும் ஆகிய மொகலாய சாம்ராஜ்ய எச்சங்கள் என்று முடிவானவுடன் சுகவனம் அந்த அம்சத்தைக் குறிப்பிட்டுப் பேசினான்:

இஸ்மாயில், ஒவ்வொரு வாட்டியும் சாதாரணமாப் பேச ஆரமிச்சு சண்டையிலே கொண்டுபோய் நிறுத்திர்றோம்டா.

அதற்கு முழுமுதல் காரணம் இஸ்மாயில்தான் என்பதுதான் மூவருக்குமே தெரியுமே. இஸ்மாயில் உடனடியாகச் சொன்னான்:

அதுக்காக ஊமைக்கோட்டான்களாப் பிரயாணம் பண்ண முடியுமாடா? அதுக்கு உள்ளூர்லெயே இருந்துறலாமே? என்னடா கிருஷ்ணா சொல்றே?

நான் வழக்கம்போலப் பேசாமலிருந்தேன். மூவரும் கொஞ்ச நேரம் அமைதியாக இருந்தோம்.

இறுகியிருந்த இஸ்மாயிலின் முகம் மெல்லத் தளர்கிறது. குறுஞ்சிரிப்பு ஒன்று படர்கிறது. நான் உள்ளுக்குள் ஆசுவாசமானேன் - வெளியூர் செல்வது கிடக்கட்டும், உள்ளூரில் மனஸ்தாபம் இல்லாமல் சந்தித்துக்கொள்வது முக்கியம். இல்லையா...? இஸ்மாயில் சொன்னான்:

சுகு, இதுக்கு ஒரு வழி இருக்குடா.

தலைகுனிந்து உட்கார்ந்திருந்த சுகவனம் நிமிர்ந்தான்.

சொல்லு.

---

8. பயணம் நடந்து முடிந்து வருடங்கள் ஓடிவிட்டன. அந்தச் சமயத்தில், நான் சிறுகதைகளும் கவிதைகளும் மட்டுமே எழுதிக்கொண்டிருந்தேன். நாவல் என்ற மகா வடிவத்தின்மீது ஆசையும், அதன் நுட்பங்கள் பற்றிய தெளிவின்மையும் என்னைச் சூழ்ந்திருந்த நாட்கள்.

நாங்கள் திரும்பிவந்த பிறகு நான் இரண்டு நாவல்கள் எழுதி, அவை பிரசுரமும் ஆகிவிட்டன.

சமீபகாலமாக, எழுதுவதிலும் பிரசுரிப்பதிலும் சோர்வு தட்டியிருக்கிறது. இதை writer's block என்று சொல்வார்களாமே – இஸ்மாயில் சொன்னான். ஒரு நாள், பொழுதுபோகாமல், வாசித்த புத்தகங்கள் நிரம்பிப் பரணில் கிடந்த அட்டைப் பெட்டிகளை இறக்கிக் குடைந்துகொண்டிருந்தபோது, இந்தச் சரக்கு சிக்கியது. மேற்படிப் பயணம் முடிந்து வந்தவுடன் தனித்தாள்களில் எழுதி நான் கோத்துவைத்திருந்த பிரதி. எடுத்துத் தூசி தட்டி வாசிக்க ஆரம்பித்தேன்.

இரண்டு நாவல்கள் எழுதுவதற்கான துணிவு இந்தப் பிரதியிலிருந்துதான் கிடைத்தது என்று இப்போது தோன்றுகிறது. மூன்றுபேருக்குமே, இதைப் பிரசுரிப்பதற்கான எண்ணம் இல்லாமல் போனது ஏன் என்று ஆச்சரியமாகவும் இருக்கிறது.

இந்தக் கிருஷ்ணன் பய மட்டும்தான் கதை எழுதணுமா? நாம எல்லாம் வெங்கப் பயகளா?

சுகவனம் சிரித்தான். நானும் சந்தோஷமாகச் சிரித்தேன்.

இந்த வாட்டி நாமளும் ஆளுக்கொரு கதை சொல்வோம். என்ன சொல்றே?

ஆகா. பிரமாதமான யோசனையா இருக்கே!

ரெண்டே கண்டிஷன்தான். புதூசா, தானா உருவாக்கின கதையைத்தான் சொல்லணும். ரெண்டாவது, கதை சொல்லாத நேரத்திலே அமைதியா இருந்து யோசிச்சிக் கிட்டிருக்கணும். வேற எதுவுமே பேசக்கூடாது. சரியா?

அபாரமான யோசனை என்று பட்டது. நானுமே எனது முதன்முதல் குறுநாவலை எழுதுகிற திட்டத்தில் இருந்தேன். பத்திரிகையாளன் ஒருவனைப் பற்றியது.[9] இந்தப் பிரயாணத்தில் இவர்கள் இருவரிடமும் கதையைப் பற்றிய முதல்கட்டக் குறிப்புகளைச் சொல்லி நாலு நல்ல வார்த்தைகள் வாங்கிவிட வேண்டும் என்று உத்தேசித்திருந்தேன்...

ஆக, மூன்று பேர் தனித்தனியாகச் சொன்ன குறுநாவல்களின் தொகுப்புதான் இந்நூல். அவரவர் மனப்போக்குப்படி வளர்ந்து வந்த கதைகள். சென்னை சென்ட்ரல் நிலையத்தில் கிராண்ட் ட்ரங்க் எக்ஸ்பிரஸ் புறப்பட்ட வேளையில் தொடங்கியவை. பனிரண்டாவது நாள் காலையில், சென்னை திரும்பும் தமிழ்நாடு எக்ஸ்பிரஸ் பெரம்பூர் நிலையத்தைக் கடந்தபோது மூன்று கதைகளும் முடிந்திருந்தன.[10]

---

9. ‘பாதையும் பயணமும்’ என்று தலைப்பு வைக்க உத்தேசம். பத்திரிகையாளனின் தனி வாழ்க்கை, பொது வாழ்க்கை அனுபவங்களைக் கோத்துச் செல்ல விருப்பம். கதையின் மெல்லிய கோட்டு வடிவம் மனத்தில் உருவானவுடனே தலைப்பும் இட்டுவிடுவது என் வழக்கம். இஸ்மாயில் இதைத் தவறு என்பான். ‘கதையைத் தன்னிச்சையாக நகரவிடாமல் ஆழ்மனத்தைக் கட்டுப்படுத்தும், தலைப்பின் வரையறையைத் தாண்டி நிகழ்வுகளைப் போக விடாது’ என்றெல்லாம் சொல்வான். அதற்கென்ன செய்வது, நம்முடைய எண்ணங்களெல்லாம் நம்மிடம் ஒரு வார்த்தை கேட்டுக்கொண்டா உதிக்கின்றன?

10. ’பதினோரு பயண இரவுகள்’ என்று தலைப்பு வைக்கச் சொன்னான் இஸ்மாயில். ’ஆயிரத்தோரு அராபிய இரவுகளின் சாயலில் உள்ள பெயர்’ என்று நான் நிராகரித்தேன்.

    அதுவேதாண்டா. நடுவுலெ உள்ள ரெண்டு சைபரையும் எடுத்துட்டா மொதல்லெயும் கடைசியிலெயும் மிஞ்சுற ஒரே ஆள் நான்தான்ங்குறதுக் காகத்தான் இந்தப் பேரு.

இடைவெளியில்லாமல் தொடர்ந்து சொல்லப்பட்ட கதைகள் அல்ல இவை. ஒரு கதை முடிந்துதான் மற்றது என்ற கிரமப்படி சொல்லப்பட்டவையும் அல்ல. வெவ்வேறு நாட்களில் வெவ்வேறு பொழுதுகளில், வெவ்வேறு இடங்களில் தொடரப்பட்டவை. ஒன்றின் ஊடாக இன்னொன்று அறுத்துப் பாய்ந்தவை. இவையெல்லாமே மேவப்பட்டு, ஒருவிதமான சீர்மை செயற்கையாக உருவாக்கப்பட்டு, தொகுக்கப்பட்டவை.

நினைவின் வேகம், பேச்சின் வேகம், நேர்ப்பேச்சின் ஏற்ற இறக்கங்கள், குறுக்கீட்டில் அறுபட்டு மீண்டும் கோக்கும் நீர்ப் பரப்பின் விசைகொண்ட போக்கு என்று மனிதக் குரல்கள் கொள்ளும் எதையுமே கொள்ளாதது அல்லவா எழுத்து? பேசும் மனத்தில் ஒரே சமயத்தில் ஊடாடும் பல்வேறு குரல்களை ஒரே தருணத்தில் எதிரொலிக்க முடியாத நேர்கோட்டுத் தன்மையின் தளைக்குள் சிக்கியதும்கூடத்தானே? இதைத் தாண்டுவது அவ்வளவு சுலபமா என்ன?[11]

மூவரில் எழுத்துப் பழக்கம் உள்ளவன் நான் மட்டுமே. ஆகவே, இந்தக் கதைகளை எழுத்துவடிவமாக்கும் பொறுப்பு என்னிடம் வந்து சேர்ந்தது. ஆரம்பத்திலேயே இந்த முடிவை எடுத்துவிட்டோம் என்பதால், நான் சொல்கிற கதையை மட்டும் நானாகச் சொல்லிவிட்டு, அவர்கள் சொலகிற கதைகளைத் திறந்த பேனா மற்றும் குறிப்பேட்டுடன் கேட்டு வந்தேன். என் சக்திக்கும் ஞாபகசக்தி[12]க்கும் உட்பட்டு, தகவல்கள் எதுவும் விடுபட்டுப் போகாமல் எழுதியிருக்கிறேன். கதைகளின் உள்ளோட்டத்துக்கு அவரவர் பொறுப்பு. எழுத்தின்

நானும் சுகவனமும்தான் அந்த இரண்டு பூஜ்யங்கள் என்று விளக்க வேண்டியதில்லை. இஸ்மாயில் தன் வழக்கமான கறார்க் குரலில் இதைச் சொல்லவில்லை என்பதால் மூவரும் சேர்ந்து சிரித்தோம்.

11. 'நகுலனின் புனைகதைகள், ப சிங்காரத்தின் ஒரு சில அத்தியாயங்கள், சார்வாகனின் 'உத்தரீயம்' என்ற சிறுகதை போன்ற முயற்சிகள் இந்தத் தடையை ஓரளவுக்கேனும் எதிர்கொண்டு வெல்லவும் முயன்றவை' என்று இஸ்மாயில் சொல்வான்.

12. பாராட்டுவதற்குரியதாக என்னிடம் இஸ்மாயில் காணும் ஒரே அம்சம் இது. அவன் சொல்கிற கரடுமுரடான கோட்பாடுகளையும் தகவல் துணுக்குகளையும்கூட, கொஞ்சமும் அடிபிறழாமல் திருப்பிச் சொல்ல முடியும் என்னால். எனது பன்னிரண்டாவது வயதில் காலமான என் அப்பாவிடம் 'ஏக சந்தக் கிராஹி' என்று விருது வாங்கியிருக்கிறேன். 'ஒரு முறை கேட்டாலே மனனம் செய்துவிடுபவன்' என்று பொருள். அந்த மாதிரிக் கெடுபிடியான சமாசாரங்களை எழுதுவதற்கான மொழியும் எனக்குக் கைவந்திருக்கிறது என்பது சுகவனத்தின் கருத்து. 'நெருங்கிய நண்பர்கள், அன்பின் மிகுதியால் அப்படித்தான் சொல்வார்கள். இதையெல்லாம் உண்மை என்று எடுத்துக்கொள்ள வேண்டியதில்லை' என்பது என் பிற இலக்கிய சகாக்களின் கருத்து.

பலவீனங்களுக்கு நான் மட்டுமே பொறுப்பு.

அப்புறம், மொழி நடை. பல்வேறு சூழ்நிலைகளில், பல்வேறு காலகட்டங்களில், பல்வேறு வாழ்க்கைத் தரங்களில் நடமாடும் மனிதர்கள் அத்தனைபேரும் ஒரே விதமான மொழியில் ஒரே மாதிரியான பாவத்தில் பேசிக்கொள்கிறார்களே என்று உங்களுக்குத் தோன்றலாம். உங்கள் மனக்குறை நியாயமானதுதான். சில விற்பன்னர்கள் இருக்கிறார்கள் - நீங்கள் சொல்வதை உங்கள் மொழியிலும், தாங்கள் சொல்வதைத் தங்கள் மொழியிலும், மற்றவர் சொல்வதை மற்றவர் மொழியிலும் எழுத வல்லவர்கள். எனக்கு அந்த மாதிரியான பாண்டித்தியம் கிடையாது. ஒருவிதமாக எழுத வரும். அந்த விதமாக எழுதியிருக்கிறேன். அவ்வளவுதான்.

நாங்கள் பல வருட நண்பர்கள். மூவருக்கும் ஒரு சொல்லில் விளங்கிவிடக்கூடிய பலவும், பாவம், வாசகர்களுக்குத் தெரிவதற்கில்லையே. எனவே, விளக்கமாக அடிக்குறிப்புகள் கொடுத்திருக்கிறேன். ஓரிரு சந்தர்ப்பங்களில், அத்தியாயங்கள் அளவுக்கே அடிக்குறிப்புகளும் நீண்டுவிட்டன - தவிர்க்கவியலாதபடி. ஆனால், அடிக்குறிப்புகளை விலக்கிவிட்டுப் படிக்கும் முடிவையும் ஒரு வாசகர் மேற்கொள்ளலாம். இழப்பு எதுவும் நேர்ந்துவிடாது என்றே எண்ணுகிறேன்.

இறுதியாக, இரண்டு விஷயங்கள்.

1. இது இந்த நூலின் முதற்படி மட்டுமே. இஸ்மாயிலும் சுகவனமும்கூட இன்னமும் எழுத்து வடிவத்தில் பார்க்கவில்லை. அவர்கள் படித்து முடிவுசெய்த பிறகு, மேலும் சில நெருங்கிய நண்பர்களும் படித்து தீவிரமும் ஆழமும் கொண்ட கருத்துகள் சொல்லிக் குற்றுயிராக்கிய பிறகு மீந்து நிற்கும் வடிவம்தான் பிரசுரமாகும்.

2. எழுதியதை நானே ஒரு முறை முழுக்க வாசித்துப் பார்த்தேன். இப்போதைவிட, சொல்லக் கேட்கும்போது இந்தக் கதைகள் பேரழகுடன் இருந்தன என்பதைக் கட்டாயம் குறிப்பிட வேண்டும்.

அன்புடன்,

கிருஷ்ணன்

நான்
[அதாவது, கிருஷ்ணன்]

பாதையும் பயணமும்

1

...அன்றிரவு கனவு. கிட்டத்தட்ட அதிகாலையில். கனவு முடிந்து விழித்தபோது கடிகார ரேடியம் நாலு முப்பது என்று காட்டியது. எனக்குக் கடுமையாக வியர்த்திருந்தது. குளிர்பதன அறையில் அவ்வளவு வியர்க்க வேண்டுமென்றால் எவ்வளவு கொடூரமான காட்சியாய் இருந்திருக்க வேண்டும்? பதறித்தான் விழித்தேன். ஆனால், அதற்கு முன்பே வெகுநேரம் நீண்டுவிட்டது கனவு.

கனவுகள் சில விநாடிகள் மட்டுமே நீடிக்கும் என்று எங்கோ வாசித்திருக்கிறேன் — கனவுகளின் நிறம் கறுப்பு வெள்ளை என்றும்தான். இது வண்ணக் கனவு. ஆனால், வண்ணங்களை ரசிக்க இயலாதபடி இருந்தது காட்சியின் பயங்கரம். சுமார் அரைமணிநேரம் நீடிக்க வேறு செய்தது...

ஒரு கிழவனாரைப் போலீஸ் பிடித்து வந்திருக்கிறது. சீருடையையும் நடையுடை பாவனைகளில் தெரிந்த மமதையையும் வைத்து போலீஸ் என்று சொல்கிறேன். ஆனால், தொப்பிகள் வேறு மாதிரி, கூம்பு வடிவத்தின் தலையைப் பாதியாய் வெட்டிய பள்ளத்தின்

நடுவில் இன்னொரு குட்டிக் கூம்பு முளைத்ததாக, இருக்கின்றன. அரைக்கால் டவுசர் அணிந்திருக்கிறார்கள். குதிரை முகச் சதையை இறுக்கி காக்கி நிற அகலப் பட்டியைச் சுற்றிச்சுற்றிக் கட்டியிருக்கிறார்கள்.

கிழவரை பூட்ஸ் கால்களாலும் லத்திக் கம்புகளாலும் சாத்து சாத்தென்று மொத்துகிறார்கள். கொடுவாயில் ரத்தம் வழிய நிமிர்ந்து பார்க்கிறார் அவர். பின்னந்தலையில் பாய்ந்து மிதிக்கிறது ஒரு பூட்ஸ் கால். கிழவரின் முகம் கருங்கல் பாவிய தரையில் மோதி உயர்கிறது. சில்லு மூக்கு உடைந்துவிட்டது போலும், மூக்கிலிருந்தும் ரத்தம் வழிகிறது.

நான் எங்கிருந்து பார்க்கிறேன் என்பது தெளிவாக இல்லை. ஆனால், எல்லாம் துல்லியமாகத் தெரியும், கேட்கும் தொலைவில் இருக்கிறேன் என்பது உறுதி. பார்வையை மெல்ல நகர்த்துகிறேன். இவ்வளவு நேரம் கவனத்தில் படியாத கம்பி அழிகள் தென்படுகின்றன.

அழிகளுக்கு இந்தப்புறம், கண்ணாடி அணிந்த இளைஞன் ஒருவன். சாயல் தெரியாதபடி, முகத்தில் நிழல் படிந்திருக்கிறது. தோளில் துணிப்பை. இடதுகையில் சிறு நோட்டுப் புத்தகம். வலது கையில் பேனா. பார்த்துக் கொண்டே இருப்பவன், நோட்டுப்புத்தகத்தைத் திறந்து அவ்வப்போது ஏதோ குறித்துக்கொள்கிறான். எத்தனை மிதிகள், எத்தனை அடிகள் என்ற புள்ளிவிபரமோ என்னவோ.

அவன் உணர்ச்சியேயில்லாமல் பார்த்துக்கொண்டிருப்பது எனக்குச் சங்கடமாக இருக்கிறது. ஆனால், அதுவும் ஒருவிதத்தில் சரிதான். போலீஸ்காரர்களை எதிர்த்து இவன் ஒருத்தனாய் நின்று என்ன செய்துவிட முடியும்? நடுவில் கம்பி அழிகள் வேறு. ஆனால், இந்தக் காட்சிக்கு சம்பந்தமில்லாதவன் மாதிரி அல்லவா உட்கார்ந்திருக்கிறான்? அதுசரி, நானும் அப்படித்தானே இருக்கிறேன். ஆனால், அவன் காட்சிக்குள்ளே இருக்கிறானே. ஆனால், ஆனால், காட்சிக்குள் இல்லாமல் நான் மட்டும் இவ்வளவு துல்லியமாய் கண்டு கேட்டு உணர முடியுமா என்ன?

போகட்டும், இதோ நான் கலங்குகிறேனே. அவனும் ஒரு சொட்டுக் கண்ணீர் விடலாமே? அல்லது, ஒருவேளை, கண் சுரக்காமல் பார்த்தால் காட்சிகள் இன்னமும் தெளிவாய்த் தெரியுமோ?

அலறல் அதிகரிக்கிறது. கவனம் மீண்டும் கிழவர் மேல் படிகிறது. அவரை மல்லாத்திப் போட்டிருக்கிறார்கள். வலது முன்னங்காலை ஒரு போலீஸ்காரன் பிடித்துக் கொண்டிருக்கிறான். இடது காலை மற்றொருவன் அழுத்திப் பிடித்திருக்கிறான். மூன்றாமவன், அவரது வலது தொடையை முழங்காலால் அழுத்திக்கொண்டிருக்கிறான்.

வலதுகாலை முன்புறமாக இழுத்து மடக்க முயல்கிறான் முதல்வன். கிழவரின் அலறல் உச்சத்துக்குப் போகிறது. மளார் என்று முழங்கால் முறிகிறது. கிழவர் உயிர் போகிற மாதிரிக் கதறி அடங்குகிறார்.

நெஞ்சுக்குள் கடுமையான உதறலுடன் அந்த இளைஞனைப் பார்க்கிறேன். இப்போது அவன் எழுந்து நின்றிருக்கிறான். முகத்தில் வெளிச்சம் படிந்திருக்கிறது. ஐயையோ... நான் தான் அது...[13]

பெரிய தங்கை ஆத்மலதாவின் திருமணம் முடிந்து மூன்றாவது வாரத்தில் அப்பா காணாமல் போனார். நாலைந்து மாதங்கள் பலவிதமாகத் தேடியும் அப்பா கிடைக்கவில்லை.

அப்பா இல்லாத வீடு சிறுகச் சிறுக எங்களுக்குப்

---

13. இதுதான் நான் சொல்லவிருக்கும் கதையின் ஆரம்பக்காட்சி என்பது பல் துலக்கும்போது முடிவானது. ஆனால், நான் கண்ட இந்தக் கனவை, கதையின் நாயகனும், பத்திரிகையாளனுமான ஜீவரத்தினத்தினுடையது என்பதாக அமைக்கவிருக்கிறேன்.

கிழவரின் பார்வையில் கதையைச் சொல்லப் போவதில்லை. ஒரேயொரு அத்தியாயம்தான் அவர். வேடிக்கை பார்த்த இளைஞன் வழியாகத்தான் கதையைச் சொல்ல வேண்டும். அதற்கு இரண்டு காரணங்கள். இந்தக் கனவு தொடர்ந்திருந்தால் கிழவர் இறந்திருப்பார். அத்துடன கதை முடிந்துவிடும். தவிர, இளைஞன் வழியாகக் கதை சொல்வதில் எனக்குப் பல அனுகூலங்கள் இருக்கின்றன. அவனுக்கு என்னுடைய சாயலையும், வயதையும் வழங்கிவிட்டால், என்னுடைய அனுபவங்கள் பலவற்றையும் அவனுடையவையாகச் சொல்லிச் செல்லும் சௌகரியம் உண்டு. 'பாதையும் பயணமும்' என்ற பெயரில் அவன் எழுதிய பத்திரிகைத் தொடரின் கட்டமைப்பு கொண்டதே இந்தக் குறுநாவல்.

இரண்டாவது காரணம், உள்ளுணர்வு சுட்டும் விதமாகக் கதைசொல்ல விரும்புகிறவன் நான். எனது உள்ளுணர்வை, கதை நாயகனின் உள்ளுணர்வாக மாற்றிவிடும் பட்சத்தில், கதைசொல்லும்போது யதார்த்தமாகச் செயல்பட ஏதுவாய் இருக்கும். தவிர, நான் இஸ்மாயில் போல அறிவார்த்தத்தின் வழியாகவோ, சுகவனம் போல மிகையுணர்வு கொண்ட மிருதுவான கனவுகள் வழியாகவோ கதைகளை நகர்த்துபவனில்லை.

பார்க்கப்போனால், செவ்வியல், நவீனத்துவம் என்ற இரண்டு மகா தளங்களின் பிரதிநிதிகளாக அவர்கள் இருவரும் இருக்கிறார்கள். நான்? வழக்கம் போல இரண்டுங்கெட்டான். எதிலுமே சேர்த்தியில்லாதவன் – அதன் காரணமாகவே கதைசொல்வதற்கு அதிகத் தகுதியுள்ளவனாக நினைத்துக் கொள்கிறவன்!

பழகலானது. திடீர் திடீரென்று யாராவது நினைத்துக்கொண்டு அழ ஆரம்பிப்பதும், மற்றவர்கள் பின்தொடர்வதும் அநேகமாக நின்றே போயின. புதுவிதமான சுதந்திரம் ஒன்று எல்லாரிடமும் தொற்றியது. இத்தனைக்கும் அப்பா ஒரு சொல் சொல்ல மாட்டார், பாவம்...

சாத்வீகமாக, ரிஷிபத்தினி மாதிரி, கால்களைக் கட்டிப் பந்தாக உருட்டிவிடப்பட்ட பூனை மாதிரி, இத்தனை நாளும் இருந்துவந்திருந்த அம்மாவுக்குள் பதுங்கியிருந்த சர்வாதிகாரியை அனுபவம் கொள்ளத் தொடங்கினோம். அப்பா கைவசம் இருந்தபோது செயல்படாதிருந்த மாயப் பிரம்பு அம்மாவின் கையில் ஏறியதும் துள்ளி விளையாடத் தொடங்கியது.

எப்படியோ, ‘அப்பா இனி வரமாட்டார்’ என்ற கருத் தொற்றுமை வீட்டில் அனைவருக்குள்ளும் நிதானமாக, உறுதியாக உருவாகி வந்தது — ஒருவருக்கொருவர் பகிர்ந்துகொள்ளாமலே . . .

> அந்த ஊரில் பார்த்தேன், சோமு மாதிரியே இருந்தது.
>
> இன்ன ஊரில் இன்னார் சோமுவெப் பார்த்தாராமே, அடுத்த வாரம் வீட்டுக்குத் திரும்பீருவேண்டு சொன்னாராமே சோமு...
>
> நேத்து நெலக்கோட்டெப் பக்கம் ஆக்ஸிடென்ட்டு ஆயிருச்சாமே. தவறிப்போன நாலுபேத்துலெ ஒரு பாடி அடையாளம் தெரியலையாமுல்ல...

என்றெல்லாம் செய்தி சொல்லி, எங்கள் முகபாவங்களைக் கூர்ந்து கவனிக்கிற நலம்விரும்பிகள் குறைந்துவிட்டார்கள். அப்பாவின் தலையணையைத் தம்பி சுயம்புநாதனும், போர்வையை நானும் எடுத்துக்கொண்டோம். சின்னத் தங்கை பிராணப் பிரியா பெரியவர்களின் பொருட்களில் பங்கு கேட்கும் வயதை எட்டவில்லை. சூப்பிய விரலை எடுக்காமலே எங்களை வேவு பார்த்துக்கொண்டு நடமாடினாள்.

இன்னும் நாலைந்து வருடம் போனால், அப்பாவுடைய சட்டைகளெல்லாம் எனக்குக் கச்சிதமாக இருக்கும் என்று அம்மா சொன்னாள். ‘சேரும், ஆனால் நான்தான் பார்ப்பதற்கு பி.யூ. சின்னப்பா மாதிரித் தெரிவேன்’ என்று நினைத்துக் கொண்டேன். சொல்லவில்லை. சொன்னால், இதைத் தொட்டு மிகப் பெரிய சண்டை வருவதற்கு வாய்ப்பிருந்தது.

அப்பா காணாமல் போய் மூன்று வருடங்கள் கழித்து அவருடைய பெட்டியைக் குடையும் வாய்ப்பு கனிந்தது.

பித்தளைப் பூட்டுடன் பரணில் கிடந்த பெட்டி அது. கறுப்பு நிறத் தகரப் பெட்டி. ஒரு முழு ஆளை உள்ளே போட்டு மூடிவிட முடியும். அதைத் திறக்கும்போது யாரையும் அருகில் நிற்க விடமாட்டார் அப்பா. அவர் இருந்ததுவரை வழக்கமாகப் படுக்கும் அறையில் பெஞ்சின்மீது கிடந்தது. அம்மாவே ஒருநாள் கண்டுபிடித்துச் சொன்னாள்:

> இந்தப் பெட்டி எப்பிடி எடத்தெ அடைச்சிக்கிட்டு ஒக்காந்திருக்கு பாரு. வீரணனைக் கூப்பிட்டு சேந்தியிலே ஏத்தி விட்றணும்.

எங்கள் வீட்டின் முன் பின் புறங்களில் நின்றிருந்த நாலைந்து தென்னைகளைப் பராமரிக்கும் பொறுப்பும், உடல்வலு தேவைப்படும் காரியங்களும், வீரணன் வசம் ஒப்படைக்கப் பட்டிருந்தது. அந்த நாளில் மதுரையின் வெளிவிளிம்பாக இருந்த ஆனையூர் கிராமத்திலிருந்து அன்றாடம் நகருக்குள் வந்து தொழில் நடத்திய மரமேறி அவர்.

வீரணன் என்னையும் ஒரு கை பிடிக்கச் சொன்னார். மிகக் கனமான பெட்டி. இரண்டுபேரும் தலையால் முட்டுக் கொடுத்துப் பரணில் ஏற்றுவதற்குள் பெரும்பாடாகிவிட்டது. எதிர்முனையில் பிடித்துக்கொண்டு உத்தரவுகள் பிறப்பித்த வீரணனிடமிருந்து ஆவிபோலக் கிளம்பிய புகையிலை — வெற்றிலை நெடி வேறு.

மறுவருடக் கடைசியில் தங்கை தலைப் பிரசவத்துக்காகப் பிறந்த வீடு வந்தாள். இரண்டு முழு வருடங்கள் காக்கவைத்துத் தரித்த சூல் என்பதால், வீடு திருவிழாக் கோலம் கொண்டது. அப்பா பறித்துக்கொண்டுபோன சிரிப்பு, முழு வீச்சில் வீட்டுக்குள் கரைபுரண்டது. பிறக்கப் போகும் குழந்தையைப் பற்றியே எல்லாரும் எந்நேரமும் பேசிக்கொண்டிருந்தோம்.

'குழந்தைக்குத் தூளி கட்டுவதற்குக் குறுக்குக் கழி வேண்டுமே' என்று அம்மாவுக்கு ஞாபகம் வந்தது. வீட்டில் ராசியான கழி ஒன்று உண்டு. கடைசியாக, சின்னத் தங்கை பிறந்தபோது தூளியில் கட்டியது. கணுக் கணுவாகப் பிரித்தது போன்ற வடிவத்தில் ஒவ்வொரு கணுவுக்கும் ஒவ்வொரு நிறம் பூசி வழுவழுவென்று இருக்கும் கழி. எங்கெங்கு தேடியும் கிடைக்கவில்லை. பரணில் ஏறித் தேடச் சொன்னாள் அம்மா. அங்கேயும் கிடைக்கவில்லை.

அப்பா பெட்டியிலே இருக்கான்னு பாக்கவாம்மா? என்று கேட்டேன். உடனடியாகச் சம்மதித்தாள். அப்பாவின் அலமாரியைக் குடைந்து சாவியைக் கண்டுபிடித்துக் கொண்டுவந்தாள். அந்தப் பெட்டிக்குள் இருக்கும் சமாசாரங்கள் தொடர்பாக, என்னை மாதிரியே அவளுக்கும் ஆர்வம் இருந்ததோ என்னவோ.

பெரிதாக ஒன்றும் சிக்கவில்லை. கொஞ்சம் புத்தகங்கள் — தனித்தனிப் பழுப்புத்தாள்களாகப் பிரிந்துவிட்ட, சணலால் குறுக்காகக் கட்டி வைத்திருந்த, இரண்டு நூல்கள் உள்பட. நுட்பமான துளைகள் ஏகப்பட்டவை விழுந்த புத்தகங்கள். ஒன்று மஹாபாரதம் விராட பர்வம். மற்றது 'ஸ்திரீகளுக்குண்டாகும் ரகஸ்ய வியாதிகளும், அதற்கான கைவைத்திய சாஸ்திரமும்.' முதல் பக்கத்தில் பூ அலங்காரமெல்லாம் செய்த கையெழுத்தில் 'விஜயா' என்று பொறித்திருந்தது. 'ய'வுக்குத் திலகம் வைத்த மாதிரி ராமபாணம் துளைத்திருந்தது.

கனத்த இரும்புப் பூட்டுகள் நாலைந்து. கன்றுக்குட்டிகள் தாயிடம் பால் முட்டிவிடாமல் தடுப்பதற்காகப் பூட்டும் வாய்க் கூடுகள் இரண்டு. சுருளாக இருந்த தாம்புக் கயிறு. கறுப்பு நிறத்தில் ஏகத்துக்கும் தூசி தங்கிய கம்பளி. யானைப்பல் ஒன்று. முழுக்கக் காலியான சின்னஞ்சிறு அத்தர் சீசா. மொத்தத்தில் பெட்டி, காலப் பெட்டகம் மாதிரி இருந்தது. கிராமத்திலிருந்து நகரத்துக்கு இடம்பெயர்ந்த குடும்பம் என்பதற்கான சான்றுகள் அத்தனையும் அந்தப் பெட்டிக்குள் பத்திரமாகியிருந்தன.

'இந்தப் பெட்டியை எதற்காக பூதம் காக்கிற மாதிரிக் காவல் காத்தார் அப்பா' என்று ஆச்சரியமாக இருந்தது எனக்கு.

ஆனால், காரணமில்லாமல் இல்லை. சமதளமாக விரிக்கப்பட்ட கறுப்பு நிறப் பாலித்தீன் விரிப்புக்கு அடியில் அப்பாவின் நாட்குறிப்புப் புத்தகங்கள் இருபத்திச் சொச்சம் இருந்தன. ஒவ்வொன்றும் தனித்தனியாகக் கண்ணாடித்தாள் உறைகளில் செருகி பெட்டியின் ஆழத் தரையில் பரவலாக அடுக்கப்பட்டிருந்தன.

'தூளிக் கம்பு பெட்டிக்குள் இல்லை' என்று தெரிவித்ததும் அம்மா நகர்ந்துவிட்டாள். அப்பாவின் நாட்குறிப்புகளை எடுத்துக் கொண்டு கீழே இறங்கினேன். என்னுடைய புத்தக அலமாரியில் அடித்தட்டில் — இந்தத் தட்டுக்கு மட்டும் நகரும் கதவுகள் தனியாக உண்டு — பதுக்கி வைத்தேன்.

வரிசைக்கிரமமாகப் படிக்காமல், மனத்துக்குப் பட்ட டைரியை எடுத்து, மனத்துக்குப் பட்ட பக்கத்தை விரித்துப் படிப்பதைப் பழக்கமாக்கிக்கொண்டேன். இரவில் எல்லாரும் உறங்கியபின் அப்பாவின் தனி உலகத்துக்குள் பிரவேசிப்பேன். கடிகாரமுள் அடுத்தடுத்த நிமிடங்களை நோக்கி நகர, நான் அதிவேகமாக எதிர்ப்புறம் சுழன்று அறுபதுகளிலும் எழுபதுகளிலும் நிதானமாக நடந்து செல்ல ஆரம்பிப்பேன்.

மிகச் சரியாக, தன் திருமணம் நிகழ்ந்த ஆண்டிலிருந்து நாட்குறிப்பு எழுத ஆரம்பித்திருக்கிறார் அப்பா. 1960இல். சில விஷயங்கள் ஆச்சரியமாக இருக்கின்றன. நாட்குறிப்புப் புத்தகங்கள் அத்தனையுமே பச்சைநிற வழுவழு அட்டை கொண்டவை. எல்லாமே, ஒரே அளவு கனபரிமாணம் உள்ளவை. எதிர்ப்பக்க மூலைகள் இரண்டிலும் பொன்னிற உலோகக் காப்புகள் கொண்ட குப்தா அண் கோ எக்ஸிக்யூட்டிவ் டயரிகள். ராயல் சைஸ். எல்லாவற்றிலுமே ஞாயிற்றுக் கிழமைக்கு முழுப் பக்கம் ஒதுக்கப்பட்டிருந்தது.

சுதந்திரப் போராட்டத்தின் ஆயாசம், பூர்விக நூற்றாண்டுகளின் பாசி என்று பல்வேறுவிதமான சுமைகளை ஒதுக்கிவிட்டு, தமிழ்ச் சமூகம் பெயரளவிலாவது நவீனமடைய ஆரம்பித்திருந்த காலகட்டம் அது. சுப்பிரமணியன், கணேசன், சிவஞானம், ஆண்டியப்பன் என்கிற மாதிரிப் பெயர்களை விடுத்து முதலியார் சமூகத்திலும் ரமேஷ்களும், சுரேஷ்களும் பிறக்க ஆரம்பித்திருந்தார்கள். ஆனால், அப்பா வித்தியாசமான சிந்தனைகள் உள்ளவர். எங்கள் பெயர்களையே பாருங்களேன், ஜீவ ரத்தினம், ஆத்ம லதா, சுயம்பு நாதன், பிராணப் பிரியா...

ஆரம்ப வருடங்களில் சின்னஞ்சிறு குறிப்புகள் மட்டுமே இருந்தன. அவற்றில் சில அந்தரங்கமானவை. இதையெல்லாம் தான் எழுதி வைத்திருக்கிறார் என்று தெரிந்திருந்தால் ஒருவேளை இவற்றைத் தொடவே அனுமதித்திருக்க மாட்டாள் அம்மா.

ஆனாலும், அப்பா காணாமல் போனபிறகு, அம்மாவிடம் சில நுட்பங்களும் காணாமல் போய்விட்டன. விளக்கு வைத்த பிறகு நகம் வெட்டக் கூடாது, செவ்வாய்க்கிழமை முடிவெட்டப் போகக் கூடாது, வாசல் படியில் உட்காரக்கூடாது, பல்தேய்க்காமல் காபி குடிக்கக் கூடாது என்று ஏகப்பட்ட நிபந்தனைகள் வழியாக எங்களை வளர்த்த அம்மா, அவற்றில் பலவற்றையும் தானே செய்யுமளவு மறந்துபோனாள்...

திருமணமான புதிது என்பதால் அம்மாவைப் பற்றிய சுருக்கமான குறிப்புகள். சில சமயம் ஒரு பக்கத்தில் ஒரே ஒரு வரி மட்டும் இருக்கிறது.

... என் சுசீலா அறிவுள்ளவள்...

1960 டிசம்பர் இருபத்தாறாம் தேதிக் குறிப்பு இது. '61 பிப்ரவரி பதினேழாம் தேதிக் குறிப்பு,

... பின்னழகு இரண்டும் வெறியூட்டுபவை...

என்று மட்டும் இருக்கிறது.

‘63ஆம் வருட டைரியில் சற்று நீண்ட குறிப்புகள் தென்பட ஆரம்பிக்கின்றன. பெரும்பாலும் இயற்கை வர்ணனைகள், சிறு சிறு சம்பவங்கள் என்று வேறு ஓர் அப்பா தெரிய வருகிறார். எங்களிடம் பேசும்போது இல்லாதிருந்த அப்பா.

முன் தினம் நடந்தவற்றை மறுநாள் அதிகாலையில் பதிவு செய்யும் பழக்கம் கொண்டிருந்திருக்கிறார். சிறுவனாக இருந்த போது நானே பல நாள் பார்த்திருக்கிறேன். விடிகாலையில், அரிக்கேன் விளக்கு வெளிச்சத்தில், எங்களுக்கு முதுகைக் காட்டி அமர்ந்து, அப்பா மும்முரமாக எழுதிக்கொண்டிருப்பார். நீள் ஓரங்கள் இரண்டிலும் அழுத்தமான சிவப்புக் கரை கொண்ட கறுப்பு முரட்டுத் துணிப் போர்வை இரண்டு தோள்களையும் மூடியிருக்கும். அலுவலக வேலை எதையோ பார்க்கிறார் என்று நினைத்துக்கொள்வேன். பூர்வ ஜென்மக் காட்சிபோல மங்கலாக இருக்கிறது, அதெல்லாம். ‘63 செப்டம்பரில் ஒரு குறிப்பு:

> ...லேசாக மழை பெய்து ஓய்ந்திருந்தது. பொழிந்தது வெறும் தண்ணீரா என்ன? புலன்களுக்குத் தென்படாமல் விகசித்திருக்கும் பெருங்கருணையின் அன்பு அல்லவா அது? உயிர்ப்பொருட்களுக்கும் ஜடப்பொருட்களுக்கும் பொதுவாகச் சொரியும் பேராதரவு அல்லவா? இதிலும் ஒரு வித்தியாசத்தை நேற்றுக் கண்டுபிடித்தேன். ஜடப் பொருட்களுக்கு உடல் மட்டும் நனைகிறது. உயிர்ப் பொருட்களுக்கு உடல் மட்டுமல்லாது, உள்ளுக்குள்ளும் எதுவோ நனைகிறது. அழுத்தமான தூறலில் வேகமாக ஓடிவந்து திண்ணையில் ஏறி நின்று காதுகள் சடசடக்கத் தலையையும் உடலையும் உதறிக்கொண்ட அந்தப் பழுப்பு நாயின் கண்களில் என்னவொரு மினுக்கம்?

‘67 டிசம்பரில் ஒரு நீண்ட குறிப்பு என்னைக் கவர்ந்தது.’

> ...வெறும் பதினேழு கல் தொலைவில் இப்படி ஒரு பசுங்கடல் விரிந்திருப்பது தெரியாமல் ஜனங்கள் மோட்டார்களில் ஏறி தார்ச்சாலையில் பறக்கிறார்களே. தான் சுவாசிப்பதற்கான விஷத்தைத் தானே உற்பத்தி செய்துகொள்ளும் மௌடீகக் கூட்டமாக ஆகிவிட்டதே மனித சமூகம்.
>
> இதோ, கண்ணுக்கெட்டிய தூரம் பரந்திருக்கும் வயல் மீது காற்று மிதந்து செல்கிறது. அதன் பாதையை மறிக்காது தலைதாழ்த்தி வழிவிடுகின்றன நாற்றுகள். தொலைவில், துலக்கமற்ற வெற்றுருவங்களாக இரண்டு பெண்கள். வெற்றிலை போடுவதற்காக நிமிர்ந்திருந்தார்கள் போலும். மீண்டும் குனிந்து களை பிடுங்க ஆரம்பிக்கிறார்கள். வளைந்த முதுகுகளில் ஒரு கோடிப் பசித்த வயிறுகளைச்

சுமந்து குனிந்திருக்கும் அவர்களின் பாதம் தொட்டு வணங்கவேண்டும் போலிருக்கிறது.

‘விவசாயத்தை விட்டு பாரதம் விலகிக்கொண்டே போகிறது. எந்திரங்களின்மீது உள்ள காதல் பெருகிக்கொண்டே வருகிறது’ என்று தலசயனம் போனவாரம் புலம்பிக் கொண்டிருந்தான். சர்வோதய இயக்கத்தின் மீது அபிமானம் கொண்டவன் அவன். ‘இந்தத் தேசத்தின் எல்லாக் கெடுதிகளுக்கும் ஜவாஹர்லாலின் தவறான அணுகுமுறைதான் காரணம்’ என்று குற்றம் சொன்னான். ‘மேற்கத்திய வாழ்முறைமீது பெரும் மோகமும் மயக்கமும் உள்ளவரிடம் சுதந்திர இந்தியாவை ஒப்படைத்தது மாபெரும் தவறு’ என்கிறான்.

எனக்கு ஒரு கேள்வி இருக்கிறது. தேசத்தின் ஆன்மா உறுதியாக இருந்திருக்கும் பட்சத்தில் தனி மனிதர் ஒருவரின் விருப்பங்கள் இவ்வளவு வேகமாகச் செயலுருவம் அடைந்துவிட முடியுமா? பலதார மணத்துக்கும், சுதந்திரமான பாலுறவுக்கும் இந்திய மனம் எப்படித் தன்னிச்சையான எதிர்ப்பைப் பேணி வருகிறது?

ஆக, குற்றம் நேருவினுடையது மட்டும் அல்ல. பாரதப் பொதுமனத்தின் பலவீனமும்தான் பொறுப்பு.

மதுரைக் கலெக்ட்டர் அலுவலகத்தில் குமாஸ்தாவாக இருந்தவர் அப்பா. கை சுத்தமானவர் என்று சக ஊழியர்கள் அவரை ஒதுக்கியே வைத்திருந்தார்கள். ஆரம்பத்தில் அப்படி இல்லையாம்; நாளாக நாளாக இவரை விலக்க ஆரம்பித்துவிட்டார்கள். அப்பாவின் டைரியில் சற்று நீளமான பதிவுகள் தோன்ற ஆரம்பிக்கும்போதே, உயரிய லட்சியங்கள், உன்னத நிலைகள் பற்றிய பேச்சும் ஆரம்பிக்கிறது. ‘தான் வாழப் பிறரைச் சுரண்டுவது தவறு’ என்று நாலைந்து வெவ்வேறு குறிப்புகளில் பார்த்தேன்.

எழுபதுகளின் ஆரம்பத்தில், அலுவலகத்தில் தன்னுடைய நிலை பற்றி மனம் புழுங்கும் குறிப்புகள் சில தென்படுகின்றன. ‘71 பிப்ரவரியில் அப்பா எழுதியிருக்கிறார்:

... நான் கையூட்டு வாங்குவதில்லை என்பது ஊரறிந்த விஷயம். இதன் காரணமாக, பணம் பெயராத பிரிவுகளில் என்னைப் பணியமர்த்துவதும், சாதாரண எழுத்தரான எனக்குத் தனியறை வழங்குவதும் சரிதான். அதில் எனக்கும் ஆட்சேபமில்லை. ஆனால், என்னைத் தீண்டத்தகாதவனாக நடத்துவது ஏன் என்பதுதான் புரிய மாட்டேனென்கிறது. தேநீர் அருந்தப் போனால், எனக்கு

முன்பாகச் சென்றிருக்கும் சக ஊழியர்கள் நான் வருவதைக் கண்டதும் முகத்தைத் திருப்பிக்கொள்கிறார்கள். மனத்தின் ஆழத்தில் வலிக்கிறது.

கையூட்டு தொடர்பாக அவர்களுடைய நிலை குறித்து எனக்கு ஒரு புகாரும் இல்லை. நான் வாங்க மாட்டேன், அவ்வளவுதான். என்னுடைய நிலை தொடர்பாக அவர்களுக்கு இவ்வளவு குரோதம் ஏன் இருக்கிறது?

இன்னொரு இடத்தில்,

...நேற்று மேலமடை நிலத்தைப் பதிவு செய்துவிட்டுத் திரும்பினேன். குஞ்சிதபாதம் உடன் வந்திருந்தான். கீழ் மட்டத்திலிருந்து, மேல்மட்டம்வரை என்று சொல்லி மொத்தமாக ஒரு தொகையை அங்குள்ள கடைநிலை ஊழியர் கேட்டு வாங்கினார். நானும் அரசு அலுவலர் என்பதால் கொஞ்சம் குறைத்துக்கொண்டார். என் கையால் கொடுக்க எனக்கு விருப்பமில்லை. குஞ்சுவிடம் தந்து கொடுக்கச் சொன்னேன்.

திரும்பும் வழியில் குஞ்சு சொன்னான். 'இதுக்கே இப்பிடி ரோசப்படுறியே சோமு, வீடு கட்ட ஆரமிச்சவுடனே பாரு, ஒரு வராந்தா கட்டுற செலவு லஞ்சத்திலேயே போயிரும்.' சொல்லிவிட்டுச் சிரித்தான். என்னால் சிரிக்க முடியவில்லை. அவன் தொடர்ந்து சொன்னான். 'லஞ்சம் வாங்காமெ இருக்கிறது முளுக்க முளுக்க நம்ம விசயம். இருந்துறவும் முடியும். குடுக்காமெ இருந்துற முடியுமா? நீயெல்லாம், இந்தக் காலத்திலே வாள வேண்டிய ஆளே கெடையாது சோமு.'

வாஸ்தவம்தான்...

அம்மாவுடன் அப்பாவுக்கு இருந்த உறவை மிகுந்த காதல் வயப்பட்டது என்று சொல்ல மாட்டேன். ஆனால், உரசல்கள் இல்லாத வாழ்க்கை. சதா உரையாடியவாறே இருக்கும் தம்பதி அல்ல. அதற்காக, பாராமுகமாக விலகிச் செல்பவர்களும் அல்ல. இப்படித்தான் அறிந்து வைத்திருந்தேன் என்பதால், அம்மாவைப் பற்றிய குறிப்பு ஒன்று என்னை வெகுவாகச் சங்கடப்படுத்தியது.

...சுசீலாவுக்குத் தன் நிறம் பற்றிப் பெருமிதம் இருக்கிறது. இது பிற பெண்களின் நிறத்தைப் பற்றி அவள் உதிர்க்கும் சொற்களிலும், வெறும் பார்வையிலுமே தெரிகிறது.

அவளிடம் பலமுறை சொல்லித் தோற்றுவிட்டேன் — தோலின் நிறத்தில் ஒருவருடைய தனிப்பெருமை என்று எதுவும் கிடையாது, பார்க்கப்போனால், கருமையான நிறம் உள்ளவர்களுக்கு சரும வியாதிகள் வருவதற்கான வாய்ப்பு குறைவு, நிறம் மட்டாக இருப்பதை அங்கக் குறைவு என்பதுபோல மதிப்பிட வேண்டியதில்லை, என்றெல்லாம். ஆனால், சுசீலா சுசீலாதான்.

பின் தூங்கி முன் எழும் உதாரண மனைவியாக இருக்க விரும்புகிறாள் அவள். எனக்கு ஆழ்ந்த தொந்தரவைத் தரும் விஷயம் அது என்று சொன்னால் கேட்டுக்கொள்ள மறுக்கிறாள். நானும் சொல்லிச் சொல்லி அலுத்துவிட்டேன். நூலகத்திலிருந்து நான் எடுத்துவரும் நூல்களை வாசித்துப் பார், தினசரிப் பத்திரிகையை மேலோட்டமாகவாவது படி, அக்கம் பக்கப் பெண்களிடம் வம்பு பேசாதே, குழந்தைகள் மிச்சம் வைக்கும் உணவை 'வீணாகிறதே' என்று நீ விழுங்கி வைக்காதே — உன் சாப்பாடு இரண்டு மடங்காக ஆகிவிடக் கூடும்...

பழைய நூற்றாண்டைச் சேர்ந்த பத்தினித் தெய்வமாகப் பிடிவாதமாக அவள் இருப்பதில் எனக்கு இரண்டு ஐயங்கள் உண்டு. ஒன்று, தனக்குள் குமிழியிடும் ஆக்ரோஷத்தை ஏதோ விதமாக அடக்கி வைக்கும் யுக்திதானோ இது என்பது. இரண்டாவது, இப்படிப் பணிவிடையும் பணிவுமாக இருப்பதன் மூலம் என் குற்றவுணர்ச்சியைக் கிளறிவிட்டு சதா தன் கட்டுப்பாட்டில் வைத்திருக்க விரும்புகிறாளோ என்பது. தன்னியல்பாகவே, தனது பாரம்பரியத்திலிருந்து சுவீகரித்துக் கொண்ட சுபாவத்தின் பிரகாரம் நடந்துகொள்கிறாள் என்று தோன்றவே மாட்டேனென்கிறது, ஏனோ.

எதுவானாலும், வர வர சுசீலா மாபெரும் அலுப்பாகி விட்டாள்.

நண்பர்களுடன் வெகுநேரம் பேசிக்கொண்டிருந்துவிட்டுத் திரும்பிய அன்று, திடீரென ஓர் எண்ணம் தோன்றியது. நான் பிறந்த தேதியில் அப்பா என்ன எழுதியிருக்கிறார் என்று பார்க்க வேண்டும். அப்பா என்னை ஏமாற்றவில்லை. 27.06.1961 குறிப்பு இதோ:

...பிரசவ அறைக்கு வெளியில் நின்றுகொண்டிருந்தேன். என்னுடைய புலன்கள் அத்தனையும் காது மடல்களில்

வந்து குவிந்துவிட்ட மாதிரி உணர்வு. சுசீலாவுக்கு ஜோசியத்தில் அபார நம்பிக்கை. நாலைந்து ஜோசியர்களிடம் கேட்டுவிட்டாள். எல்லாருமே, குழந்தைகள் எண்ணிக்கையையும், ஆண் எத்தனை பெண் எத்தனை (இதிலும் அவர்கள் ஆளுக்கு ஒருவிதமாகச் சொன்னார்கள்) என்றும் தெரிவித்தார்களே தவிர, 'தலைச்சன் என்ன குழந்தை' என்ற இவள் கேள்விக்குப் பதில் சொல்லவில்லை. என் அம்மா சொல்லும் பழமொழி நினைவு வந்தது. 'நிச்சயமா ஆம்பளைப் பிள்ளையேதான், தப்பினாப் பொம்பளைப் பிள்ளே'.

கடந்த ஆறு மாதங்களாய் எனக்குள் அவ்வையாரின் பாட்டு நாள் தவறாமல் ஓடிக்கொண்டுதான் இருக்கிறது. 'அரிது அரிது மானிடராய்ப் பிறத்தல் அரிது'...

...ஞாபகத்தில் ஓடும் பாட்டை வெட்டுகிற மாதிரிப் பிரசவ அறைக்குள் 'விர்ரா விர்ரா' என்று கூவுகிறது என் முதல் குழந்தை. அது பூமிக்கு வந்து சேர்ந்தாகி விட்டது. வெளியில் காத்திருக்கும் தகப்பனை நோக்கிக் குரலும் விடுத்துவிட்டது. ஆனால், எனக்குத் தெரியாது, அது ஆணா பெண்ணா?

செவிலி வெளியில் வந்து சொல்கிறார். 'ஆம்பளைப் புள்ளேங்க, அவுங்க அம்மா மாதிரி நல்ல செகப்பு'.

என் மனத்துக்குள் எதுவோ ஒன்று கைகூப்பிக் குவிந்தது — இலக்கற்ற திசையில் வீற்றிருக்கும் உருவற்ற பேரருளை நோக்கி. கலீல் கிப்ரான் குழந்தைகள் சம்பந்தமாகத் தன் ப்ராஃபெட்டில் எழுதியவை நினைவில் ஓடுகின்றன... சில தீர்மானங்களை எடுத்துக்கொள்கிறேன்.

1. வித்தைக்காரன் கரடியைப் பழக்குவது மாதிரி என் குழந்தையை வளர்க்க மாட்டேன்.

2. வழங்கிப் பெறுவதல்ல சுதந்திரம், எந்நேரமும் எல்லாரி டமும் இருப்பதுதான், சௌகரிய அசௌரியங்கள் கருதி நாமாகத் தளைகளை விரும்பி அணிந்துகொள்கிறோம் என்பதை அவனாகப் புரிந்துகொள்ளும் விதமாக நடந்துகொள்வேன்.

3. 'செய் — செய்யாதே' என்ற இருமுனைகளுக்கிடையில் ஊசல் புரியும் வெற்றுப் பெண்டுலமாக அவனை நடத்த மாட்டேன்.

4. தோற்றுப்போன என் கனவுகளை நிறைவேற்றப் பிறந்த சாதனமாக அவனைக் கருத மாட்டேன்.

5. உணவின் ருசி முதல், இறையன்பு வரை எல்லாவற்றையும் அவன் தானாகவே வரித்துக்கொள்ளவும் மறுத்துத் தள்ளவும் உதவிகரமாக உடன் இருப்பேன்.

ஹூம். இவையெல்லாம் என்னுடைய முடிவுகள். இலட்சியங்கள். அவனுடைய தாயார் என்ன முடிவுகள் எடுத்து வைத்திருக்கிறாளோ? அவன் பூமிக்கு வருவதில் அவளுடைய பங்கு பாதிக்கும் பல விழுக்காடு அதிகமல்லவா?

நீ என்னவாய் உருவாகி எப்படி மலர்ந்தாலும் என் இதயபூர்வமான ஆசிகள் என்றென்றும் உனக்கு உண்டு மகனே...

மற்ற அப்பாக்கள் போல இல்லையே என் அப்பா, பாராமுகமாக, விட்டேற்றியாக இருக்கிறாரே என்று எத்தனையோ நாள் யோசித்து மறுகியிருக்கிறேன். அந்த நாட்களுக்கான பிராயச்சித்தம் மாதிரி இப்போது நெஞ்சுக்குள் பொருமியது. கண்கள் கலங்கிவழிந்தன. நிதானமாகத் துடைத்துக்கொண்டேன் — மற்றவர்கள் தூங்கிக்கொண்டுதானே இருக்கிறார்கள்.

சாதாரணமாகச் சற்று சிடுசிடுவென்று இருக்கிறவர் மாதிரித் தெரிவாரே தவிர, குழந்தைகளிடம் சற்றும் வன்முறை செலுத்தாதவர் அப்பா. நான் தலைமகன் என்பதால் என்னிடம் சற்று விசேஷமான அக்கறையும் அன்பும் செலுத்தினார் என்று தான் இப்போது நினைத்துப் பார்க்கையில் தோன்றுகிறது.

அப்பா எங்களிடம் கலகலவெனப் பேசிய நினைவு ஒன்று கூட இல்லை. ஆனால், அவர் கடிந்துகொண்ட ஞாபகமும் இல்லை. எந்நேரமும் தனக்குள்ளேயே புதைந்து கிடக்கிற, எதிர்ப் படுவது யாருடைய குழந்தைகளோ என்பதுபோலப் பார்க்கிற அப்பா.

இப்போதுதான் உறைக்கிறது — அந்த சிறப்புக் குறிப்புகூட எனக்கு மட்டும்தான். என் தம்பி தங்கைகள் பிறந்தபோது வெறும் செய்தியாக மட்டும் பதிவு செய்திருக்கிறார். முதல் குழந்தை என்பதால் நான் வழங்கிய எதிர்பார்ப்பும் பரபரப்பும் அடுத்தடுத்துப் பிறந்த குழந்தைகளின் விஷயத்தில் அவருக்கு இல்லாது போயிருக்கலாம்.

என்றாலும், என் மூத்த தங்கையைப் பற்றி இரண்டு குறிப்புகள் உள்ளன. முதலாவது, அவள் ருதுவாகிய மறுநாள் தேதியிட்ட குறிப்பு.

...சுசீலாவின் விருப்பப்படி, ஆத்மலதா பருவமெய்திய நிகழ்ச்சி, ஊர்கூடி விருந்துண்ட மாபெரும் வைபவமாகக் கொண்டாடப்பட்டது. கூசியபடி நாற்காலியில் உட்கார்ந்திருந்த குழந்தையைப் பார்க்கும்போது வயிற்றைப் பிசைந்தது. பிரசவ வார்டின் கட்டிலில் தாயருகில் அவள் படுத்துக் கிடந்ததை நேற்றுத்தான் பார்த்த மாதிரி இருக்கிறது. மடமடவென வளர்ந்து பொங்கிவிட்டாள் குழந்தை.

பிறந்த சற்று நேரத்தில் கட்டிலுக்குக் கொண்டுவரப்பட்ட குழந்தையின் பிறப்புறுப்பில் வெள்ளை வெளிப்பட்டிருந்ததைக் கண்டு அன்று அதிர்ந்துவிட்டேன். நெருப்பில் வதங்கிய இலைபோல வெளிறியிருந்த சுசீலா இதமாகச் சிரித்தபடி சமாதானம் சொன்னாள் — பெண்குழந்தைகளுக்கு இது சகஜம்தானாம். பிற்காலத்தில் அவளுடைய வளர்ச்சிப் பருவங்கள் சீராகவும் தவறாமலும் வரவிருப்பதற்கு அறிகுறியாம் இது. அவளுக்கு அவளுடைய தாயார் சொல்லியிருப்பாள் போலும்.

பாரதி கொண்டாடிய மகா சக்தியின் ஒரு துளி என் வழியாகத் தரை மேவியதில் பேருவகை எனக்கு. மனித குலம் தன்னை விரிவுபடுத்திக்கொள்ளும் செயல்பாட்டில் இன்னொரு கண்ணி வந்து சேர்ந்தாகிவிட்டது.

இரண்டாவது குறிப்பு வேறொரு டைரியில் இருக்கிறது.

...இன்று அலுவலகம் விட்டு வீடு திரும்பியவனை குழந்தை ஆத்மா எதிர்கொண்டாள். தாயார் கோவிலுக்குப் போயிருக்கும் செய்தி சொன்னாள். தானாகவே சமையலறைக்குள் சென்று எனக்குக் காபி கலந்து கொண்டுவந்தாள்.

ஈன்ற பொழுதிற் பெரிதுவந்தேன் நான்.

ஆண் குழந்தையும் பெண் குழந்தையும் சமம் என்பதில் எனக்குக் கொஞ்சமும் சந்தேகமில்லை. ஆனால், அவையிரண்டும் ஒரு தகப்பன் மனத்தில் விளைவிக்கும் உணர்வுகள் ஒருபோதும் ஒன்று அல்ல.

அப்பாவின் கடைசிக் குறிப்பு வெகு நீளமானது. ஒரு முழுக் கதை மாதிரி. பக்கங்களின் உச்சியில் அச்சாகியிருந்த வருடம் மாதம் தேதி கிழமை விளிம்புகளைப் பொருட்படுத்தாது நீண்டிருந்தது. வழக்கமான விசாலம் இல்லாமல் நுணுக்கி நுணுக்கி எழுதியிருந்தார் அப்பா. அந்தக் குறிப்பு எழுத ஆரம்பித்த தேதி, 1980 மே பதினெட்டு. இருபத்தேழாம் தேதி வரை நீண்டிருந்தது.

பக்க அளவு கருதி[14] இத்தோடு நிறுத்திக்கொள்கிறேன். அப்பா எழுதிய அந்த நீண்ட குறிப்பை வாசிப்பதற்கு நீங்கள் அடுத்த வாரம் வரை காத்திருக்க வேண்டும்.

... சந்திப்போம் ...

---

14 அடுத்தவர் கதை சொல்லும்போது குறுக்கே பேசக்கூடாது என்றுதான் விதி. சொல்பவர் 'இப்போதைக்கு அவ்வளவுதான்' என்று அறிவித்துவிட்டால், அபிப்பிராயங்களும் ஆலோசனைகளும் சொல்லலாம் என்று இரண்டாவது நாளே திருத்தம் கொண்டுவந்துவிட்டோம்.

இந்தத் தொடரின் அத்தியாயங்கள் நீளமாக இருக்குமோ, சொல்லும்போது உறுத்தாத நீளம் எழுத்துக்கே உரித்தான விரைணைகளும் வர்ணனைகளும் சேரும்போது தர்க்கவிரோதமாக ஜாஸ்தியாய்த் தெரியுமோ, பத்திரிகைத் தொடரின் ஓர் இதழ் பகுதி என்ற வகையில் சற்று அதிகம்தானோ என்று எனக்குள் தயக்கம் உதித்து கூடிக்கொண்டே போனது. நண்பர்களிடம் சொன்னேன். மிக ஆறுதலான வாக்கியத்தை, வழககம்போல, இஸ்மாயில் உதிர்த்தான்:

> ஒனக்கு சுருக்கமாவும் கச்சிதமாவும் சொல்லத் தெரியலேங்குறதுதான் ஊருக்கே தெரியுமே.

சுகவனம் அவனை முறைதது்விட்டு என்னிடம் சொன்னான்:

> அது ஒண்ணும் பிரச்சினையில்லேடா. ஒவ்வொரு அத்தியாயத்தையும் ரெண்டாப் பிரிச்சிறலாம். அவ்வளவுதானே . . .

சொல்லிவிட்டுக் கண்மூடி யோசித்தவன்,

> ... ஆனா, வாசிப்பிலே உண்டாகிற ஒருமையை அது குலைச்சிர்றதுக்கும் வாய்ப்பிருக்கு. விட்ரு, இப்பிடியே இருக்கலாம். நல்ல தொடர்னா, கூட நாலு பக்கத்தை ஒதுக்கித்தான் தொலையட்டுமே. குடியா முழுகிரும்?...

என்று சிரித்தான். இஸ்மாயில் தனக்கும் இந்த உரையாடலுக்கும் சம்பந்தமே இல்லை என்கிற மாதிரி வேறு திக்கில் பார்த்துக்கொண்டிருந்தான். சுகவனம் அவனை ஜாடையாய்ச் சுட்டியபடி,

> ...ஒரேயடியாத் தர்க்கத்தைக் கட்டிக்கிட்டு அழவேண்டாம்டா கிருஷ்ணா. தலைவிதியா நமக்கு? நாம என்ன சிலபேர் மாதிரி self proclaimed intellectualsஸா?

என்று மேலும் சிரித்தான். இஸ்மாயில் திரும்பி அவனை முறைத்தான். பிறகு அவனும் சிரித்தான். நானறிய, இஸ்மாயில் கடைசி வாக்கியம் உதிர்க்காத ஒரே சந்தர்ப்பம் அது.

2

பழைய புத்தகக் கடையில் ஒரு புத்தகம் கிடைத்தது. முதலும் முடிவும் இல்லாதது. பதினேழாம் பக்கத்திலிருந்து நூல் ஆரம்பிக்கிறது. *'அத்தியாயம் — 1'* என்று தலைப்பிட்டிருக்கிறது. எனவே, புத்தகத்தின் முகப்புப் பக்கம் மற்றும் முன்னுரையோ அணிந்துரையோ சேர்த்து பதினாறு பக்கங்கள் விடுபட்டிருக்கின்றன. நூலாசிரியர் விபரம், பிரசுரத் தகவல்கள் என எதுவுமே இல்லை. புத்தகத்தின் மத்தியில், மொட்டைத் தலை யோகியின் புகைப்படம் வழுவழு தாளில். பெருத்த வயிற்றுடன், கழுத்தில் தொங்கும் ஒற்றை ருத்திராட்சத்துடன், உடம்பு முழுக்க விபூதிப் பட்டைகளுடன், சின்முத்திரை பிடித்த வலதுகையைப் பாம்புப் படம் போலத் தொடையில் இருத்தி. மறுகையை மடிக் குழியில் கிடத்தி, மணைப் பலகையில் உட்கார்ந்திருக்கிறார்.

நூற்றெழுபத்தி மூன்றாம் பக்கத்துக்குப் பிறகு தாள்கள் இல்லை. முதலும் முடிவுமற்ற அநந்தப் புத்தகம். முதுகில் கறையான் அரித்த தடங்கள். எதிரெதிர்ப் பக்கங்களின் உச்சியில் *'அமர வழி'* என்று தலைப்பு மட்டும் அச்சாகியுள்ளது. *'ஆமாம், அமர வழி, நிற்க வழி, நடக்க வழி, படுக்க வழி...'* என்று மனம் கேலியாய் அடுக்கிக் கொண்டிருந்தபோதே, கைகள் அனிச்சையாய்ப் பக்கங்களைப் புரட்டி

வந்தன. கடைசிப் பக்கத்தில் அரைகுறையாய் நின்றிருக்கும் அந்தப் பாடல் கண்ணில் பட்டதும் செவிட்டில் அறைந்த மாதிரி உணர்ந்தேன்.

பல்லவி

வழியுண்டு பதறாதே மனமே – நீ
வாகான தியானத்தைப் பழகுவாய் தினமே

(வழி)

அனுபல்லவி

திசையற்றுத் திரிந்தவர்கள் கோடி – ஆன்ம
விசையற்ற சருகுகளாய் உதிர்ந்தவர் பலகோடி (வழி)

சரணம்

நெருப்பினைப் புசித்து நித்தமும் செரிக்கலாம்
நீரினைத் தழுவியே நிதானமாய் மரிக்கலாம்
காற்றினைப் பகுத்துப் பாத்திகளாய்ப் பிரிக்கலாம்
ககனமென விரிந்தே கலக லெனச் சிரிக்கலாம் (வழி)

மீதிப் பாடலை வாசிக்க ஆசை முட்டியது. வழியேது?

நாளை ஜோதிலிங்கத்திடம் விசாரிக்கவேண்டும். இது மாதிரிப் புத்தகங்கள் அநேகம் வாசித்தவன் அவன்.

...அப்பாவின் நாட்குறிப்பிலிருந்து.

காணாமல் போன அப்பா பற்றியும், அவர் எழுதிய நீண்ட குறிப்பு பற்றியும் சென்ற இதழில் குறிப்பிட்டிருந்தேன் அல்லவா, விட்ட இடத்திலிருந்து தொடர்கிறேன். உண்மையில் இந்தக் குறிப்பை முழுமையாகத் தருவதற்கு ஒரே காரணம்தான் உண்டு. என்னை மிகவும் கவர்ந்த ஒன்று என்பது!

இதோ, என் அப்பா திரு. சோமசுந்தரம் எழுதிய நாட்குறிப்பு, அதன் மூலப் பிரதியை நான் தொகுத்திருக்கும் வடிவில்.

...வட கர்நாடகத்தின் மேல் முனையில், மங்களூரிலிருந்து சுமார் இருநூறு கி மீ தொலைவில், கோவாவை நோக்கி நீண்டிருக்கும் நெடுஞ்சாலையில் கோகர்ணம் என்ற ஸ்தலம் இருக்கிறது. ராவணன் கைவசமிருந்த ஆத்ம லிங்கம் விநாயகரின் தந்திரத்தால் பிரதிஷ்டை ஆகியிருக்கும் ஸ்தலம் என்கிறது புராணக் கதை.

நான் போனபோது கோவில் பூட்டியிருந்தது. ஐந்து மணிக்குத் தான் திறப்பார்களாம். மேற்கு நோக்கிய கோவிலின் இரண்டு சிறகுகளாக நீண்டிருந்த கடைவீதி. கோவிலின் இடதுபுறம் உள்ள கடைகளை வேடிக்கை பார்த்துக்கொண்டே போனேன்.

வாடிக்கையாளர்கள் பெரும்பாலும் வெளிதேசத்தவர்கள். ஆண்கள் முழுமையாகத் திறந்த மார்புடனும் பெண்கள் பாதிக்கும் மேல் திறந்த மார்புடனும் நடமாடினார்கள். வழக்கமாக இதுபோன்ற சுற்றுலாத்தலங்களில் திரிகிற யாசகக் கூட்டம் இந்த ஊரில் இல்லவே இல்லை என்பது எனக்குப் பெரும் ஆச்சரியமாக இருந்தது. வியாபாரிகள்கூட யாரையும் வற்புறுத்தி அழைக்கவில்லை. விசித்திரமான அமைதியின் முதுகுத்தண்டில் எறும்புகள்போல ஊர்ந்துகொண்டும் நின்றுகொண்டும் இருந்தனர் சகலரும்.

சாதாரண கண்ணாடிக் கற்களைப் பவழமென்றும், கோமேதகமென்றும் உடைந்த ஆங்கிலத்தில் விளக்கி விற்பனை செய்கிற நரிக்குறவப் பெண்கள். உலகின் பல மொழிகளிலும் பிரசுரமான புத்தகங்கள் காட்சிக்கு இருந்த பழைய புத்தகக் கடை. பித்தளை தாமிர சாமான்கள் ஒருபுறமும், ருத்திராட்சங்கள் மறுபுறமும் பரப்பி அமர்ந்திருக்கும் மூதாட்டி — சம்பிரதாயமான கன்னடப் பூர்வகுடிப் பெண் மாதிரிச் சேலை அணிந்திருந்தாள். தமிழக கிராமப் பெண்கள் பொது இடத்தில் குளிப்பதற்காக, பிதுங்கி மேலெழும் நெஞ்சு வரை உள்பாவாடையை இறுக்கிக் கட்டுவது மாதிரி.

இன்னும் ஒரு மணி நேரம் கழிக்க வேண்டும். தரிசனம் முடித்துவிட்டு, ராத் தங்கலுக்கு கொல்லூர் செல்வதாகத் திட்டமிட்டிருந்தேன்.

கடைகளின் இடைவெளியில் உள்ளடங்கியிருந்த ஒரு வீட்டின் தாழ்வாரத்தில் உட்கார்ந்தேன். அதிகாலையில் எழுந்து பயணம் தொடங்கிய பாதங்களில் லேசாக வலி அழுந்தியிருந்தது.

என்னை நோக்கி நடந்து வந்தார் அந்தக் கிழவர். தமக்குப் பொருத்தமற்ற காலகட்டத்தில் நடமாட நேர்ந்த மாதிரித் தயங்கிய நடை. பிறந்ததிலிருந்தே முக க்ஷவரம் செய்யாதவர் போல கூம்பு வடிவமாய் நெஞ்சைத் தாண்டி இறங்கிய தாடி. முழுக்க வெளுத்திருந்தது. மோவாயை ஒட்டிய பகுதியில் மஞ்சள் பூத்திருந்தது. வெற்றுடம்பில் பரவலாக வியர்வை முத்துக்கள். மாசி மாதத்தின் முற்பகுதியில் இவ்வளவு வெக்கை இருக்க வேண்டியதே இல்லை — கடற்கரைப் பிரதேசம் அல்லவா, உப்புக்காற்று. உஷ்ணம் இல்லை. ஈரப் பதமும் இல்லை.

காவி நிற ஒற்றை வேட்டி கட்டியிருந்தார். தொப்புளுக்குச் சற்று மேலாகத் தொங்கிக் கிடந்த, கழுத்திலிருந்து இறங்கிய சிவப்பு நிறக் கயிற்றில் கோத்த, பருத்த உத்திராட்சம்.

'என்னப்பனே, ஷண்முகா' என்று உரத்துப் பெருமூச்சு விட்டபடி, நான் இருந்த திண்ணையில் தாமும் உட்கார்ந்தார்.

தமிழ் ஒலி கேட்ட ஒரு கணத்தில் அந்தக் கடைவீதி தன் அந்நியத்தன்மையை முழுக்க இழந்து வெகு சுவாதீனமான இடமாக மாறியது. கிழவரிடம், 'நானும் தமிழ்நாட்டவன்தான்' என்று தெரிவிக்க ஆசை எழுந்தது எனக்குள்.

சாமிக்கு எந்த ஊரு?

ராமநாதபுரம் பக்கம். தர்ப்ப சயனம்.

அப்பிடி ஒரு ஊரு இருக்கா என்ன?

ஆமா. தமிழ்லெ திருப்புல்லாணி ண்டு சொல்வாங்ய.

ஓஹோ. இந்தப் பேரெக் கேள்விப்பட்டிருக்கேன்.

இங்கெ ராவணென் கதைண்டா, அங்கே ராமரு கதெ.

ம்.

நானும் பல ஊர் பாத்திருக்கேந் தம்பி நீங்க எந்தூரூண்டீங்ய?

மதுரெ.

ஆ... ங். மருதெ. நம்மூரப்பக்கந்தேன். ஊருல்லாம் அப்பிடியப்பிடியே இருக்கா, ரெம்பவும் மாறீருச்சா?

அதெப்பிடி சாமி மாறாமெ இருக்கும்?

அதானே? அதெ விடுங்க, நான் சொல்ல வந்தது என்னான்டா, இந்த மாரி ஸ்தலம் எல்லாத்துக்கும் ஒரு புராணக் கதெ இருக்கு. சிலது நம்புற மாரி இருக்கும். மத்ததெல்லாம் அப்பட்டமாப் புளுகுண்டு கேட்டவொடனே தெரிஞ்சுரும்...

சிரித்தேன். தாடி மீசைப் புதருக்குள் கிழவருடைய உதடுகளிலும் சிறு சலனம் இருந்த மாதிரி ஓர் அசைவு.

... நம்புற கதைகள்லெயும் ஒரு கொழப்பம் இருக்கத்தேன் செய்யிது. கோயில் மொதல்லே வந்ததா, கதெ மொதல்லே வந்ததா ண்ற மாதிரி. கோளி முந்தியா முட்டெ முந்தியா ண்டு என்னாத்தெக் கண்டுபிடிக்கிறது?... போகட்டும், ஒங்களுக்கு மருதேலே எங்கிட்டு?

புதூரு.

அட, நம்ம கோசாகுளம் புதூரரா?

ஆமா.

நெருங்கின ஆளாயிட்டீங்யளே? நம்ம தலைவரு செல்லையாக் கோனாருக்கும் அந்த ஏரியாதேன்...

அரசியல் இயக்கங்கள், சாதிச் சங்கங்கள், மத அமைப்புகள் என்று எதிலுமே 'செல்லையா' என்று ஒரு தலைவரின் பெயரை நான் கேள்விப்பட்டது கிடையாது. கிழவர் யாரைச் சொல்கிறார் என்று திகைப்பாக இருந்தது.

...அந்த நாள்லெ அங்கிட்டெல்லாம் ஒரே வனாந்தரமாக் கெடக்கும். ஆனாலும் அந்த எடம் பத்திரமில்லேன்னு அளகர்கோயில் மலைமேலெதான் கூடுவோம்.

ம்.

அங்கிணெ ஒரு பட்டமாரு இருந்தாரு. வங் கிளடு. அவருக்கு எங்க மேலே ஒரு அபிமானம். 'ஏதோ எங்களெ மாருதி விருத்தாப்பியாள் செய்ய முடியாத புண்ணிய காரியத்தே ஒங்களெ மாருதி பாலகாள் செய்றீங்கள். பெருமாளோட ஆசீர்வாதம் என்னிக்கும் உண்டுடா அம்பீ...'ண்டு சொல்லி மடெப்பள்ளிலேருந்து சுடச்சுடப் புளிச்சோறும் தயிர்ச்சோறும் கொண்ணாந்து தருவாரு.

ம்.

நம்ம கோனாரு கொஞ்சம் வேகமான ஆளு. திடீல்னு ஒரு நா முன்னங்கையைக் கீறி ரத்தத்துமேலெ எங்க எல்லார்ட்டெயும் சத்தியம் வாங்குனாரு. 'சொகந்தரம் வராமெ நம்ம கோஸ்டியிலெ எவனும் கலியாணம் கட்டப் புடாது' ண்டு. இது நடந்து ரெண்டே மாசத்துலே எல்லாப் பயலும் களி திங்கப் போயிட்டான். அப்பறம் எவெம் பொண்ணு குடுப்பான்?

ஜெயிலுக்கா போனாங்க?

பின்னே? வெறுஞ் செயிலு இல்லே தம்பி, வெள்ளெக்காரன் செயிலு. பிட்டியெக் களட்டீருவான். செக்கிளுக்கணும், கம்பிளி தெய்க்கணும், உரிச்ச தோல்லெ உப்புக் கரைசலெ ஊத்தித் தடியாலே ஓயாமெ அடிச்சு அடிச்சுப் பதப்படுத்தணும். இதுபோக அவிங்யளுக்கு வெறி கிளம்புறப்ப பூட்சுக் கால்லெ மிதியும் ஒதையும் வாங்கணும். வெள்ளெக்காரனெ வுடவும் உள்ளூர்க் கங்காணிக

இன்னம்புட்டு வேகமா இருப்பாங்ய...

ம்.

அந்த நாள்லெ டட்லி தொரெண்டு ஒரு அதிகாரி இருந் தான். மருதெ சில்லா முளுக்க அவம் பேரெச் சொன்னா அலறும். அப்பிடியாக்கொத்த கொடுபாதகென். சொகந்தரத்துக்காகப் போராடி செயிலுக்குப் போற தியாகிகளெக் குத்துசிரும் கொலையுசிருமாத்தேன் வெளியெ விடுவான். அவனுக்குப் பிடிச்ச சித்ரவதெ என்னா ண்றீங்ய... சொன்னா அரண்டு போவீங்ய...

கிழவர் என் கண்களை உறுத்துப் பார்த்தார். அவரது முகத்தில் தசை தெரியுமிடங்களில் தட்டுப்படும் தோல் சுருக்கங்களையும், பல் வரிசையில் கிடந்த இடைவெளிகள் மற்றும் காறையையும் வைத்துப் பார்த்தால் எண்பது வயதிருக்கலாம் என்று எனக்குத் தோன்றியது. ஆனால், ஒளி மங்காத கண்கள். தீர்க்கமான பார்வை.

...ஒரு கொட்டாங்கச்சிக்குள்ளெ பிள்ளெப் பூச்சியைப் பிடிச்சுவிட்டுர்றது. அதெக் குத்தவாளி வகுத்தோட சேத்துக் கட்டிர்றது. பிள்ளெப் பூச்சி பாத்திருக்கீங்யல்லே?

ம்.

ஒரு மடத்துலெ நிண்டு தொலையாது சனியென். எங்கூருப் பக்கம் ஆத்தாமாருக வெசமஞ் செய்யிற பிள்ளெகளெ அப்பிடித்தான் வைவாக. ‘சும்மா ஏன் கொடையிறே, பிள்ளெப்பூச்சியாட்டம்’ ண்டு. இருட்டுக்கும், கொட்டாங் கச்சிக்குள்ளாறெ இருக்குற இம்புட்டோண்டு எடத்துக்கும் பயந்துக்கிட்டு பிள்ளெப்பூச்சி கொடைய ஆரமிச்சிரும் ...அது எங்கிட்டுப் போய்க் கொடையும் பாவம், தொப்பிள்தானே கொஞ்சம் எதம்பதமா இருக்கும், பிடிபட்டவனுக்கு பயத்திலே வகுறு கல்லு கணக்கா இறுகியிருக்குமால்லியா?...

அடிவயிற்றில் நூதனமான சங்கடத்தை உணர்ந்தேன். தொப்புளைத் தொட்டுப் பார்த்துக்கொள்ள வேண்டும் என்று வலது கை ஆள்காட்டி விரலில் துடிப்பு எழும்பியது.

...அந்த டட்லி நாயெப் போட்டுத் தள்ளிறணும்னுதேன் கோனாரு திட்டம் போட்டாரு. அவெம் பாருங்க, தனீ ஆளாத்தேன் திரிவான். எந்நேரமும் குருதெயிலேதேன் போவான். வாரத்திலே ரெண்டு நாளாச்சும் அளகர் கோயில் பக்கம் வருவான். இங்கிட்டு மூணுமாவடி தாண்டி ஒரு குடுசெயிலே உள்ளூருப் பொட்டெ நாயி ஒண்ணு கெடந்துச்சு. வெள்ளெக்காரனுக்கு முந்தி விரிச்சா

என்னமோ கடவுளுக்கே விரிச்சுக் காட்டுன மாதிரி ஒரு பெருமெ அதுக்கு...

கிழவருக்கு இப்போது எண்பது[15] என்றால், மேற்படி சமாசாரங்கள் நடந்த காலகட்டத்தில் இருபது வயது இருக்கலாம். அறுபது வருடத்துக்கு முன்னால் நடந்த சம்பவத்தைச் சொல்லும்போது, கிழவரின் குரலில் அதிகரித்து வந்த ஆவேசமும், கண்களில் கனத்துவந்த சிவப்பும் ஏதோ போனவாரம்தான் எல்லாம் நடந்து முடிந்தது என்கிற மாதிரிப் பக்கத்தில் தெரியச் செய்தன.

...இவென் வாற வளியிலே அருவாளோடெ ஆளுக்கொரு மரத்திலே ஏறி ஒக்காந்துக்கிற வேண்டியது. அப்பல்லாம் அங்கிட்டு ஒரே காடுதானெ. திருப்பாச்சேத்தியிலேருந்து ஒரு டசென் வீச்சருவா அடிச்சுக் கொண்டாந்து சேக்குறது எம் பொறுப்பு. எங்க தாய்மாமென் ஒராளு போலீஸ் லாக்காலெ இருந்தாரு. வெறும் ஜவான்தேன். போறவர்ற வளியிலே அவரு பேரெச் சொன்னம்ண்டா, நமக்கு ஒரு தொந்தரவும் இருக்காது. எங்க மாமென் பாக்குறப்பல்லாம் எனக்கு புத்தி சொல்வாரு, 'சொயராச்சியம் அது இது ண்டு கெட்ட சகவாசம் வச்சிக்கிறாதறா மாப்ளே, அதுலெல்லாம் உள்ளெ மொளெஞ்சிட்டா அப்பறம் ஆயுசுக்கும் வெளியெ வந்துக்கிற முடியாது' ண்டு. அவரு மக சடங்காறதுக்காகக் காத்துருந்தாரு, எந் தலையிலே கட்டிவைய்க்க...

தீர்க்கமான நாசியும் சாறு நிரம்பிய உதடுகளும் தட்டை நெற்றியும் எண்ணெய் பூசிய வெண்கல நிறத்துக்கு நகர்ந்துகொண்டிருந்த சருமமும் கொண்ட இளம் பெண் எங்களைக் கடந்து போனாள். இருவரையும் பார்த்து மலர்ந்த புன்னகை ஒன்றை உதிர்த்தபடி நடந்தாள். பதிலுக்குப் பிரியமாய்ச் சிரித்தார் கிழவர்.

...கிரீஸ்காரி போல. மூக்கெப் பாத்தீங்யள்ளே? சிற்பத்திலெ அடிச்ச மாருதி இருக்கால்யா?... எங்கிணெ விட்டேன்?

வீச்சருவா...

ஆமா ஆமா. ம்... திட்டமெல்லாம் நல்லாத்தேன் போட்டோம். இடுப்புவார்லெருந்து துப்பாக்கியெ அந்தப் பய எடுக்கமுன்னெ அவந் தலையிலெ குதிச்சு அமுக்க வேண்டியது. குருதெ மெரண்டு ஓடீரும். கீளெ

15 இந்தச் சந்திப்பு 1970களின் ஆரம்பத்தில் நடப்பதாகத்தான் அமைத்திருக்கிறேன். பத்திரிகையாளனுக்கு என் வயதேதான் நிர்ணயித்திருக்கிறேன் அல்லவா? பின்னால், வேறு வேறு சம்பவங்களுக்கு நகரும்போது, காலக் கிரமத்தில் குழப்பம் ஏற்படாமல் இருப்பதற்காக இந்த ஏற்பாடு. வருஷக் கணக்குகளைப் பற்றிக் கவலைப்படாமல் என் போக்கில் சொல்லிக் கொண்டே போகலாமே. – கிருஷ்ணன்.

> விளுந்தவனெக் கையெக் காலெக் கட்டி அங்கிணயே ஏதாச்சிம் மரத்திலெ தூக்கிற வேண்டியது. நம்ம பொம்முவெ அவிங்ய தூக்கலே?...

கிழவர் பெருமூச்சு விட்டார். கொஞ்சநேரம் மௌனம்.

விசித்திரமான வடிவங்களில் உடம்பு முழுக்கப் பச்சை குத்திய இளைஞனுடன் பசைபோட்டு ஒட்டிய மாதிரி ஒருத்தி அப்பிக்கொண்டு நடக்கிறாள். பிராயம் எய்தி சில வருடங்களே ஆகியிருக்கும் — கடந்த வருடங்களில் நாள் தவறாமல் அணிந்துவந்த மார்க்கச்சைத் துறந்திருந்தாள். பெரும்பகுதி வெளித்தெரிந்த வெண்ணிற இளம் மார்பில், மேலும் வெளிறிய வெண்மையாய்க் கச்சுத் தடம்.

> ... அதாம் போச்சே. அம்புட்டும் போச்சு.

கிழவர் மீண்டுவிட்டார்.

> ஏன், என்னாச்சு?
>
> திர்நவேலிக்காரப் பாப்பான் ஒரு பய எல்லாக் காரியத்தெயும் கெடுத்தே போட்டான்.
>
> ஒங்களெக் காட்டிக் குடுத்துட்டாரோ?
>
> சேச்சே. அப்பிடியாக்கொந்தவன் இல்லே. அவனும் நம்மளோடெ சேந்தவன்தேன். என்னா, கொஞ்சம் முந்திக்கிட்டான், அம்புட்டுத்தேன்.
>
> டட்லி தொரெயெ அவர் கொன்னுப்புட்டாரோ?
>
> ரெம்ப அவசரப்படுறீங்ய தம்பி. கதெ சொல்றவென் நானு. நீங்க ஒங்க இஷ்டத்துக்கு முடிக்கப் பாக்குறீங்களே?

கிழவர் சிரித்தார். நானும் அசட்டுத்தனமாகப் புன்னகைத்து வைத்தேன்.

> சொல்லுங்க.
>
> அந்தாளு என்னா செஞ்சுப்பிட்டான், திர்நவேலிக் கலெக்கிட்டரெச் சுட்டுக் கொண்டுப்பிட்டான். வெள்ளெக்காரம் பேரு ஆஸ் தொரே. நாங்க வேலையிலெ எறங்கத் திட்டம் போட்டது இருபத்தியேளாம் தேதியா. பத்து நாள் முந்திக்கிட்டான் அந்தப் பாப்பான். அதுனாலெ என்னா ஆயிப்போச்சு, எல்லா ஊருப் போலீஸையும் உசுப்பிவிட்டமாரி ஆயிருச்சு.
>
> ம்.

மலையிலெருந்து எறங்குறோம், போலீஸ் வளெச்சுருச்சு. செயிலுக்குக் கொண்டுபோயி அடி பிரிச்சு எடுத்துப்பிட்டாங்யெ. எங்க மாமென் ஒரு ஆளூ ஜவானா இருந்தாருண்டு சொன்னனால்லியா, மேலதிகாரிக கையப் பிடிச்சு காலெப் பிடிச்சு எம் பேரெ மட்டும் குத்தப் பட்டியல்லே இருந்து எடுக்க வச்சிட்டாரு. நான் சின்னப் பயலாம். வாயிலே வெரலெ வச்சாக் கடிக்கத் தெரியாதாம். வெவரந் தெரியாமெப் போயிச் சிக்கீட்டெனாம்.

நல்லவேளையாப் போச்சு.

என்னாத்தெ நல்ல வேளெ? புரியாமெப் பேசாதீங்ய தம்பி.

கிழவரின் குரல் தடித்தது. பழுப்பு நிறமாய்க் கனிந்திருந்த முகத்தில் உபரியாக ஒரு பளபளப்பு கூடியது.

ஆயுசு முளுக்க நினைச்சு நினைச்சுப் புளுங்குற மாதிரி ஒண்ணு நடந்திருச்சு, அதெப் போயி நல்லவேளே ண்றீங்ய?

நீங்க என்ன சொல்றீங்கன்னு புரியலே.

சரி விடுங்ய. யாருக்குமே கொளப்பம் வர்ற சங்கதிதேன் இது... நீங்க என்னா செய்வீங்ய, பாவம்.

கிழவர் உடனடியாகப் பழைய கனிவுக்குத் திரும்பிவிட்டார். சிறு குழந்தையிடம் பேசும் தொனி வந்திருந்தது அவருடைய குரலில். திணறுகிற பாவத்தில் சொன்னார்:

...நம்ம சேக்காளிகளெல்லாம் நாந்தேன் காட்டிக் குடுத்த வெண்டு சந்தேகப்பட்டுப் போட்டாங்ய. பொறுத்துக்கிற முடியாமெ நான் ஊரெவிட்டே ஓடீட்டென். இங்கிட்டு கர்நாடகத்துலே வந்து மலங்காட்டுக்குள்ளெ திரியிறது, கூலி வேலைக்கிப் போறது ண்டு தலெமறைவாயிட்டேன். இதெயெல்லாம் விடப் பெரிய வங்கொடுமெ ஒண்ணு நடந்து போச்சு தம்பி.

அது என்ன?

இந்தியாவுக்குச் சொகந்தரம் கெடைச்சுப் போச்சு தம்பி.

இதில் கொடுமையான சமாசாரம் என்ன இருக்கிறது? என் குழப்பம் அதிகரித்தது. இவ்வளவு நேரம் கேட்டும், கிழவர் கதை சொல்லும் விதம் எனக்கு முழுமையாகப் பிடிபடவில்லை என்று தோன்றியது.

அந்தி நெருங்குவதன் காரணமாகக் காற்றில் வெக்கை குறையும் என்று நான் நம்பியதற்கு மாறாக, இன்னும் கூடியிருந்தது.

> ...எனக்கு அம்பத்தேளு வயசு. அளகாப் பேரக் கொளந்தையளோடெ தீவாளி கணக்காச் சொகந்தர நாளெக் கொண்டாடியிருக்க வேண்டியவென். செயில்லெருந்து உசிரோடெ வெளிய வந்துருந்தம்னா புது ராசாங்கத்திலே தியாகிப் பட்டம் வாங்கியிருப்பம். நிச்சியம் நமக்குத் தூக்கோ தீவாந்தரமோ குடுத்திருக்க மாட்டாங்யளே. நாம என்னா கொலையா செஞ்சுட்டம்? திட்டம் போட்டவிங்யளோடெ திரியத்தானே செஞ்சம்?
>
> ம்.
>
> நம்ம தலெயளுத்து பாரு, ஊர் ஒலகமெல்லாம் கொண்டாட்டமா இருக்கு, நம்ம மட்டும் தீக்கோளி கணக்காத் தலையெ மண்ணுக்குள்ளெ ஊணி அவமானப் பட்டுக்கிட்டுக் கெடந்தம். இந்த மாதிரிப் பெறவி எவனும் எடுக்கக் கூடாது தம்பி.

பேச்சின் தொடர்ச்சி போல எழுந்தார். நின்றவாறே தனது கடைசி வாக்கியங்களை என்னிடம் வழங்கினார்.

> ...கோயிலுக்குள்ளெ போனமா சாமியெப் பாத்தமான்னு திரும்பீருங்ய. இங்கிட்டு உள்ள பூசாரிக அநியாயத்துக்குத் துட்டுப் புடுங்குவாங்ய.

இடையில் சிறிது நேரம் கறுத்திருந்த கிழவரின் முகம், பழைய நிறத்துக்குத் திரும்பியிருந்தது. வயதுக்கு ஒப்பாத விசையுடன் அவர் நடந்து செல்வதைப் பார்த்துக்கொண்டேயிருந்தேன்.

ஒரு கணம் பொறாமையாக இருந்தது. வரலாற்றின் பார்வையில் நல்லவரோ, கெட்டவரோ, வென்றவரோ, தோற்றவரோ, அதெல்லாம் யாருக்கு வேண்டும்? நான் வாழ வேண்டிய வாழ்க்கையை தான் வாழும் மனிதர் என்று பட்டது. இரைப்பையும் பிறப்புறுப்பும் மரண பயமும் இல்லாது, இறக்கைகள் மட்டுமே கொண்ட பறவை. 'அது சரி, மேற்சொன்ன எதுவுமே இல்லாது போனால், இடம்பெயர்வது எதற்காக?' என்றொரு கேள்வி எழத்தான் செய்கிறது. ஆனால், வெறும் தர்க்கத்தின் கேள்வி அது.

அளவற்று விரிந்திருக்கும் பிரபஞ்சத்தில் தடையின்றிப் பறந்து செல்வதுதானே ஒரு பறவையின் வாழ்முறை? அதுதானே என்னுடைய ஏக்கம்? அந்த மனிதர் என் பெயரைக்கூடக் கேட்டுக்கொள்ளவில்லை, பார். பெயர்களுக்குப் பொருள் எதுவும் இல்லாத பிரபஞ்சத்தில் வசிக்கக் கிடைத்துவிட்டது அவருக்கு. அல்லது, பொருட்களுக்குப் பெயர்ச்சொற்கள் தேவைப்படாத பிரபஞ்சத்தில்...

ஒரேயொரு முடிவை எடுத்துவிட்டால் போதும். மறுகணம் எல்லாவற்றிலிருந்தும் விடுபட்டுவிடலாம். ஆகப் பெரியது போலத் தோன்றுகிறதே தவிர, சின்னஞ்சிறு முடிவுதான் அது. கூடிய சீக்கிரம் எடுத்துவிட வேண்டியதுதான்...

யதேச்சையாகச் சந்திக்க நேர்ந்த ஒரு கிழவர் மட்டுமே என் அப்பா வீட்டைவிட்டு வெளியேறக் காரணம் என்று நான் நம்பவில்லை. பல்வேறு விதமான அகக் குழப்பங்கள் அவரை அலைக்கழித்து வந்தன என்பது நான் முன்னமே சொன்ன குறிப்புகளின் வழி தெரியத்தானே செய்கிறது? அவருடைய டைரிகள் அனைத்தையும் படித்து முடித்தபோது, அப்பாவிடம் முன்னெப்போதையும்விட மிகப் பிரியமாக உணர்ந்தேன்.

ஆனால், எல்லாவிதத்திலும் மிதமான வாழ்க்கைச் சூழல் அமைந்த அப்பாவுக்கு, எல்லாவற்றையும் விட்டு நீங்கும் ஆசை ஏன் உதித்தது? இன்றுவரை புரியாத சங்கதி இது.

வாழ்வின் புதிர்த் திருப்பங்களை வேடிக்கை பார்ப்பவனாக என்னை உருவாக்கிய முதல் சந்தர்ப்பமும் அதுதான். அவற்றை நினைவுகூர்ந்து ஒரு சரத்தில் கோக்க முடியுமா என்று பார்ப்பதே இந்தத் தொடரின் நோக்கம்.

உண்மையாகவே நடந்த சம்பவங்களை எழுதுவதில் சில நடைமுறைச் சிரமங்கள் உள்ளன. நான் துப்பறியும் சிங்கம் இல்லை என்பதால், என்னுடைய ஞாபகத் தொகுப்பு தவிர, நான் எழுதப் போகிறவற்றுக்கு ஆதாரம் எதுவும் கைவசம் கிடையாது. ஆனால், பொய்யுரைக்க மாட்டேன்.

படிச்சவன் சூதும் பாவமும் பண்ணினால்
போவான், போவான், ஐயோவென்று போவான்

என்ற மஹாகவியின் வாக்கை, தொழிலின் அடிப்படை எச்சரிக்கையாகக் கொண்டவன் நான்.

மேலும், இதில் வரவிருக்கிறவர்களில் மிகச் சிலராவது உயிருடன் இருப்பவர்கள். புகழின் உச்சத்தில் இருந்து தமிழகம் முழுவதும் அறியப்பட்டவர்கள். பெரும் உழைப்பும், கவனமும், தியாகங்களும் ஈந்து அவர்கள் ஈட்டிய பிம்பத்தைக் குலைப்பது அல்ல என் நோக்கம் — ஊரறிந்த ஒய்யாரக் கொண்டைகளுக்குள்ளே திரிகிற ஈரும் பேனும் பற்றிச் சில வார்த்தைகள் சொல்வது மட்டுமே.

சம்பந்தப்பட்டவர்களின் பெயர்களையும், சம்பவத் தருணங்களையும் பெருமளவு மாற்றியே சொல்லவிருக்கிறேன்.

கூடுமான வரை, ஒரிஜினல் நபருக்கு ஏகப்பட்ட தவறான அடையாளங்களை வழங்கும் உத்தேசமும் உண்டு.

ஆகவே, வாசக யூகங்களுக்கு நான் பொறுப்பாளியல்ல. அவர்கள் கண்டுபிடிக்கும் பெயர்களையும், நபர்களையும், மனித மனம் தனது கேளிக்கைக்காக உற்பத்தி செய்துகொள்ளும் தமாஷ்கள் என்றே கருதுவேன்.

காவியா இதழ் வாசகர்களுக்கு என் அன்பும் வணக்கமும் நன்றியும்.

...சந்திப்போம்...

3

...நாள்கணக்காக மிதந்து கொண்டிருக் கிறேன். அடர்நீலப் பரப்பில் என்னை விதைத்து வெளிர்நீல விதானம் கொண்ட மூடியால் அடைத்துப் போட்டிருக்கிறது. தண்டு நீருக்குள் புதைந்திருக்க, கொண்டை மட்டும் வெளித்தெரியும் தாவரம்போல, நின்றவாறு மிதக்கிறேன். நீந்தி வெளியேறிவிடாதிருக்க நாலாபுறமும் என்னைச் சுற்றிப் போடப்பட்ட பிரம்மாண்ட வேலிவட்டமாகத் தொடுவானம் சூழ்ந்திருக்கிறது. சூரியன் மறைந்து வெகுநேரமாகிவிட்டது. வெளிச்சம் மட்டும் பூசணமாகப் பூத்திருக்கிறது. திசைகள் நிதானத்தில் இல்லை.

இது சமுத்திரமில்லை. பசி மீறும்போது அருந்தும் நீர் கரிக்கவில்லை. தவிர, அக்கம்பக்கத்தில் அலைகள் மறியாத சமதரை. ஆனால், மேற்பரப்புதான் சாந்தமாக இருக்கிறதேயொழிய, கால்கள் தொடும் இடத்தில் நீரில் அசாத்தியமான துடிப்புகள் இருப்பது பீதியைக் கூட்டுகிறது.

வெறும் கோடாய்க் கிடந்த தொடுவானத்தில் சிறு சலனம் தென்படுகிறது. அவ்வளவு தொலைவிலொன்றும் இல்லை. என் ஆசையின் வேகத்தைவிடப் பல மடங்கு மந்தமான விசையுடன் என்னை நெருங்கி வந்தது ஒரு படகேதான். செலுத்தி வருவது, ஆழ்கடலில் தன்னந்தனியாக மீன்பிடிக்க வந்த யாரோ தைரியசாலி.

படகின் விளிம்பில் மண்டியிட்டுக் குனிந்து வலது கையை நீட்டுகிறான். நான் பற்றுகிறேன். எண்ணெய் தடவிய மாதிரி வழுக்குகிறது. மீண்டும் பற்றுகிறேன். மீண்டும் வழுக்குகிறது. உணர்ச்சியேயில்லாமல் தொடர்ந்து கையை மட்டும் நீட்டிக்கொண்டிருக்கிறான் அவன். உயிராசை சற்றும் குன்றாமல் பற்றிப் பற்றி வழுக்குகிறேன். முடிவற்று நீளும் மரண விளையாட்டை வேடிக்கை பார்க்க வந்த நிலா சோகையாகக் காய்கிறது.

பொழுது புலர்வதற்கான அறிகுறிகள் உதயமாகின்றன. நாங்கள் இருவரும் பிறந்ததே இதற்காகத்தான் என்பதுபோன்ற கடப்பாட்டுடன் அதே செயல்பாட்டில் அதே நிலையில் இருந்துகொண்டேயிருக்கிறோம்...

Adamos Georgiou எழுதிய Again and again என்ற கிரேக்க நாவலிலிருந்து.

என் பத்திரிகையாள வாழ்க்கையில் நான் சந்தித்த புதிரை முதலில் சொல்கிறேன்.

கல்லூரியில் பட்டம் படித்தபோது எனக்குப் படிப்பில் அவ்வளவாக ஆர்வம் செல்லவில்லை. சுற்றி வளைப்பானேன், பெண்கள்மீது உருவாகியிருந்த தனிக் கவனம் என்னை சதா சர்வகாலமும் பீடித்திருந்தது. அதிலும், முகம் தென்படாது உடம்பை மட்டும் — சொல்ல வேண்டுமா என்ன, வெற்றுடம்பு தான் — காட்டி என்னை மூச்சுத் திணற வைத்த அந்தப் பெண்ணை நான் வாழ்நாள் முழுக்கச் சந்திக்க இயலாமலே ஆகிவிட்டது.

அம்மா பார்த்து எனக்கு மணம் செய்து வைத்த பெண் நிச்சயம் என் கனவுகளில் நிரம்பியிருந்தவள் இல்லை. ஆனாலும், இவள் வந்து சேர்ந்த மாத்திரத்தில் என்னை அல்லும் பகலும் அலைக்கழித்த பிம்பம் காற்றில் திறந்து வைத்த கற்பூரம் மாதிரிக் காணாமல் போனது ஒரு பேராச்சரியம்.

ஆக, தேர்வுக்காகப் படிக்கத் திறக்கும் ஒவ்வொரு புத்தகத்தின் ஒவ்வொரு தாளிலும் மதர்த்த மார்புகளும், ரோமம் அடர்ந்த பிறவிப் பிளவும் தெரிந்தால் என்னத்தை மார்க் வாங்குவது? கண்ணுக்குத் தெரியாத பேரருள் என்னை எப்படியோ ஒவ்வொரு தேர்விலும் தேற வைத்து வந்தது. என்ன, வேலை கொடுப்பவர்களிடத்தில், அந்தத் தேர்ச்சிக்கு எந்தப் பெறுமானமும் கிடையாது.

முதல் வகுப்புக்கும் அப்பால் மதிப்பெண்கள் வாங்கித் தேறி, மதுரைப் பல்கலைக்கழகத்தில் வணிக நிர்வாகவியல் படிக்கச் சேர்ந்தவனும், என் நெருங்கிய நண்பனும், என் எதிர்காலம் பற்றிப் பெரிதும் கவலைப்படுபவனுமான சதாசிவத்திடம் ஒருமுறை கேட்டேன்:

> சதா, இன்னம் கொஞ்சம் படிச்சிருந்தா நல்ல மார்க்கு வாங்கியிருக்கலாமோடா?

அவன் வழக்கம்போலப் பொறுமையாக பதிலளித்தான்:

> நீ படிச்ச படிப்புக்கு ஃபெயிலாகாமத் தப்பிச்சதே பெரியவுங்க செஞ்ச புண்ணியம். மார்க்கெப் பத்தியெல்லாம் பேசாதே. ரொம்ப ஜாஸ்தி.

அவன்தான் இதழியலில் டிப்ளமோ படிக்குமாறு ஆலோசனை சொன்னான். அதுவும் ஒரு பேருக்குத்தானாம். தமிழில் பிழையில்லாமல் எழுதத் தெரியும், ஆங்கிலத்தில் சரளமாகப் பேசவும் எழுதவும் எனக்கு இருக்கும் திறன் சாதாரணமாக எல்லாருக்கும் இருப்பதில்லை என்கிற மாதிரித் தகுதிகள் போதுமாம். மெற்றாஸ் மாதிரி ஊரில் சர்வ சாதாரணமாக ஸெட்டில் ஆகிவிடலாமாம்.

என்னுடைய ஆங்கிலம் சம்பந்தமாக எனக்கு ஒருவிதமான பெருமிதம் உண்டு. முதலில் நாலைந்து தமிழ்ப் பத்திரிகைகளில் வேலை பார்த்து, பணியின் நெளிவு சுளிவுகள் தெரிந்த பிறகு ஆங்கிலப் பத்திரிகைக்கு மாறினேன். பிறகுதான் தெரியவந்தது, அங்கு உள்ள நெளிவுகளும் சுளிவுகளும் வேறு மாதிரியானவை என்று. சந்தர்ப்பம் வாய்க்கும்போது அவற்றையும் சொல்வேன்.

இரண்டே வருடங்கள். மிக நல்ல ஊதியத்தில் தமிழ்ப் பத்திரிகை ஒன்றில் வாய்ப்பு வந்தபோது, மீண்டும் தாய் மொழிக்குத் தாவிவிட்டேன். தற்சமயம், அரசியல் — புலனாய்வு வாராந்தரியான 'பருந்துப் பார்வை' யின் இணை ஆசிரியராக இருந்துவருகிறேன் என்பதுதான் உங்களுக்கே தெரியுமே.

ஆக, வைகை எக்ஸ்ப்ரஸ்ஸில் ஏறி மெற்றாஸ் கிளம்பும்போது — அப்போது சென்னை கிடையாது — மறுமாதம் முதல் தேதி கைநிறையச் சம்பளம் வாங்கப் போகிறோம் என்ற கனவின்மீது தான் பிரயாணம் தொடங்கினேன்.

மெற்றாஸின் விஸ்தீரணமும், ஜனங்களின் விட்டேற்றியான மனோபாவமும் மூன்றே நாளில் என்னைச் சோர வைத்தன. அதைவிடவும், நான் சென்று பார்த்த பத்திரிகை ஆசிரியர்களின்

எதிர்வினைகள். நாளுக்கு ஒன்று என நாலைந்து பத்திரிகை அலுவலகங்களுக்குச் சென்று வந்தேன். வியாபாரமாக நடத்தப்படும் பத்திரிகைகளில் ஒன்றுக்கொன்று பெரிய வித்தியாசம் இல்லை என்பதை ஆரம்பத்திலேயே நான் புரிந்துகொள்ளப் பேருதவியாக இருந்த நாட்கள் அவை.

மாநகரத்தின் நடுவில் இருந்த வாராந்தரி அலுவலகத்துக்குப் போனதை முதலில் சொல்கிறேன். பாரம்பரியம் மிக்க பத்திரிகை. ஆசிரியரும் தமிழ்நாடு முழுக்கத் தெரியவந்தவர். 'பேசும்போதே கவிதையாகக் கொட்டுகிறவர்' என்று பெயர் வாங்கியவர். புதிய வகைக் கவிதைமுறை ஒன்று உருவாகி, அறச் சீற்றமும் தத்துவ விசாரமும் காதல் உணர்வும் இலக்கணத்தைப் பொருட்படுத்தாத வேகத்துடன் பொங்க ஆரம்பித்த பின்பும் நிலை மண்டில ஆசிரியப்பா, அறுசீர்க் கழி நெடிலடி விருத்தம், கொச்சகக் கலிப்பா என்று இயற்றித் தள்ளியவர். அந்தக்கால தமிழ் சினிமாவில் இவர் எழுதி, இரண்டு தமிழ்ப்படங்களுக்கு மட்டுமே இசையமைத்த வேங்கட சுப்பாராவ் மெட்டமைத்து, பி லீலா பாடிய,

ஊர் வந்து சேர்ந்தேன்
உளம் வரக் காணேனே

என்ற பாடல் அறுபதுகளின் ஆரம்ப வருடங்களில் மிகவும் பிரசித்தி பெற்றிருந்தது.

கால் மணி நேரம் மட்டுமே காக்க வைத்துவிட்டு ஆசிரியர் அறைக்குள் அனுப்பிவிட்டார் காவலர். ஆசிரியர் அப்போது தான் வெற்றிலையை வாய்முழுக்க அடைத்திருந்தார். கைகளை உதறித் தோள்துண்டில் துடைத்துக்கொள்ளும்போது நுழைந்தேன். எண்ணெய்ப் பலகார மணம் அறைக்குள் நிரம்பியிருந்தது. முழுக்க வழுக்கையாகிவிட்ட தலை. பின்னந்தலையில் சிறு சிண்டு வைத்துக்கொள்ளும் அளவுக்கு மட்டும் முடி எஞ்சியிருந்தது — சுழல் நாற்காலியில் திரும்பியபோது கவனித்தேன். மைதானம் போன்ற நெற்றியில் புதுமை மங்காத வெண்ணீற்றுக் கோடுகள் மூன்று. அது விபூதியில்லை, முகப் பவுடர் என்று பிற்பாடு சக பத்திரிகையாளர் ஒருவர் விளக்கும் வரை பெருவியப்பாக எனக்குள் தங்கியிருந்த வெண்மை அது.

என்னை உட்காரும்படி தலையமர்த்திவிட்டு, தன் கையில் இருந்த கைப்பிரதியை உற்றுப் பார்த்துக்கொண்டிருந்தார். பிற்பாடு யோசித்துப் பார்த்தபோது, அது அவர் படிப்பதற்காக எடுத்துக்கொண்ட அவகாசம் இல்லை, ஊறும் வெற்றிலையை நன்கு மென்று சுவைப்பதற்காக மேற்கொண்ட இடைவேளை என்று புரிந்தது. சாறு நிரம்பிக் குதம்பும் வாயிலிருந்து உதிர்ந்த சொற்கள் சற்றுக் கொழகொழவென்று இருந்தன.

ஒழ்கழுக்கு மழூயையேவா, மழூயை ழிய்யாவா?

அப்பாவுக்குப் பூர்விகம் நிலக்கோட்டைப் பக்கம்.

அப்பிழி வா வழிக்கி, கிழாமமா?... தூ.

தவறாக எடுத்துக்கொண்டுவிட வேண்டாம். என் பதிலுக்கான எதிர்வினை அல்ல, தாம்பூலச் சக்கையில் சேராமல் நின்ற தும்பு எதையோதான் துப்பினார். பிறகு வாயைக் குதப்பி வலது உள்ளங்கையில் வாங்கினார். பெரிய சைஸ் கோலிக்காய் பருமனுக்கு உருண்டை திரண்டிருந்தது. அமிதமாகச் சிவப்புப் புள்ளிகள் கொண்ட பச்சை உருண்டை. அதை ஒருதடவை உற்றுப் பார்த்துவிட்டு, மேஜைக்கடியில் உருட்டிவிட்டார்.

ஆமா.

ஒரு ஏக்கராலெ நெல்லு போடணும்னா எத்தனை கட்டு நாத்து வேணும் தெரியுமா?...

நான் மௌனமாக இருந்தேன். என் அப்பாவுக்கே தெரியுமா என்று தெரியவில்லை.

...போகட்டும், நாகணவாய்ப் புள் எப்பிடிச் சத்தம் எழுப்பும் தெரியுமா?

அந்தப் பறவைக்கு நடைமுறைப் பெயர் ஏதாவது இருக்கத் தானே செய்யும்? அந்தப் பெயரில் சொன்னாலும், பறவை ஒலியை வார்த்தையாக எப்படிச் சொல்வது? நானும்தான் என்ன, விகடம் செய்ய வாய்ப்புக் கேட்டா வந்திருக்கிறேன்?

...சரி, மதுரை மீனாட்சியம்மை மேல ஒரு பிள்ளைத் தமிழ் இருக்கே, எழுதினவர் யார் தெரியுமா?

என் பதில்தான் உங்களுக்கே தெரியுமே. தொடர்ந்து, மடை திறந்தது. பத்திரிகையாளனாவது சாதாரண விஷயமில்லை, தெய்வ சேவைக்கும் தேச சேவைக்கும் ஈடான பவித்திரம் கொண்டது, சும்மா இதை வெறும் உத்தியோகம் என்று நினைத்து வந்து சேர்கிறவர்களால்தான் பத்திரிகா தர்மமே நசித்துக்கொண்டு வருகிறது, கண்ணையும் காதையும் திறந்து வைக்காமல் இரவல் அபிப்பிராயங்களை மண்டை முழுக்க நிரப்பிக்கொண்டு வருகிறவர்கள் தானும் கெட்டு, பத்திரிகையுலகத்தையும் கெடுத்து விடுகிறார்கள்...

எழுந்து வணக்கம் சொன்னேன். தற்செயலாக மேஜைக்குப் பக்கவாட்டில் பார்வை படிந்தது. நாலைந்து தாம்பூல உருண்டைகள் சுவரையொட்டிக் கிடந்தன. அரைக்கதவைத் திறந்து வெளியேறி, கனவில் நடக்கிற மாதிரி மந்தமாக நடந்து, பேருந்து நிறுத்தத்தில்

வந்து நின்றபோது, என் தலைக்குள் ஙொய்யென்று ரீங்கரிக்கிற மாதிரி கனத்தது. கண்ணை மூடினால் உருண்டைகள் மிதந்தன.

அடுத்ததாக, எழும்பூருக்கு அருகில், சிந்தாதிரிப்பேட்டையில், முதல் மாடியில் அமைந்த அலுவலகத்துக்குப் போனேன். மீன் மார்க்கெட் தெரு. சற்று முன் உயிர்விட்டனவும், வெகுகாலம் முன்பே இறந்து உப்போடு காய்ந்தனவுமான மீன்களின் நெடி அடர்ந்த தெரு. தரைத்தளத்தில் இருந்த கடையிலிருந்து கிளம்பிய கருவாட்டு மணம் அலுவலகம் முழுவதும் நிரம்பியிருந்தது.

ஆசிரியருக்கு இரட்டைநாடி சரீரம். நாற்காலி கொள்ளாத உடல். சராசரியை விட உயரமான ஸ்டூல்மீது அமர்ந்திருந்தார். ராவண சபையில் அனுமார் அமர்ந்த கோலம் என்று பின்னர் ஒருநாள் எனக்குத் தோன்றி, நானாகச் சிரித்துக்கொண்டேன்.

ஆசிரியர் தமிழ்மீது அடங்காத பற்றுள்ளவர். நம்முடைய இதயமெல்லாம் லப் — டப் என்று அடிக்கிறதாகப் பாடப் புத்தகம் சொல்கிறதல்லவா? அவருடைய இதயம் 'த — மிழ்' என்று அடித்துக்கொள்வதாக எழுதியேயிருக்கிறார். இப்படிப்பட்ட பற்றாளருக்கு, எதுகை மேல் தீராத மோகம். எல்லா நேரத்திலும் அது சாத்தியமில்லை என்பதால், முதல் அட்சரத்துடன் நிறுத்தித் திருப்திப்பட்டுக்கொள்வார். க னாவுக்குக் க னா வருகிற விதமாக நீண்ட வாக்கியங்கள் எழுதுவதில் விற்பன்னர். அடுக்கும் சவுகரியத்துக்காக வடமொழிச் சொற்களைப் பயன்படுத்துவதில் தவறில்லை என்று உள்ளூற நம்பினாரோ என்னவோ. 'களவாணிக் கர்த்தபங்கள், ரீங்கரிக்கும் ரிஷபங்கள்' என்று சொற்றொடர்களைப் பிரமாதமாக அமைப்பார். அவருடைய அரசியல் கட்டுரை ஒன்றின் தலைப்பு, 'சும்மா கிட, சுவானமே.'

தமது பத்திரிகையில் கேள்வி — பதிலும் எழுதி வந்தார். அதாவது, கேள்விகளையும் அவரே எழுதிக்கொண்டார் என்று ஒரு தகவல் உண்டு. கேள்வியாளர் பட்டியலிலும் அடுக்குமானம் தவறாது. சோமு — சோமங்கலம், விசுவநாதன் — விருதுநகர் என்று. உதாரணக் கேள்வி — பதில் ஒன்று.

கே: எல்லார் ஈசுவரி — எம்மெஸ் ராசேசுவரி — ஒப்பிடுக?

ப: அது தேனில் ஊறிய தெம்மாங்கு, இது பாலில் கரைந்த பலாச்சுளை.

இன்னொரு உதாரணம்.

கே: தமிழகத்துக்கு விமோசனம் கிடைக்குமா?

ப: தமிழகம் தாழ்ந்திருக்கிறதென்று தரங்கெட்ட தரப்பினராம் அபலை அனாதைகள், உணர்வு கெட்ட உலுத்தர்கள், பிதற்றும் பித்தலாட்டப் பிலாக்கணங்களுக்கு பதில் பகர நானென்ன நா நாகரிகமற்ற நாதாரியா?

இந்தக் கேள்வி பதில்களையெல்லாம் நூலாகத் தொகுத்து வெளியிட ஆவலாக இருந்தார். ‘அந்த நூலுக்கு சாகித்திய அகாடமி விருது ஈட்டுவது சாத்தியமா’ என்றும் பார்ப்பவர்களிடமெல்லாம் விசாரித்துவந்தாராம். ‘முயற்சி செய்யலாம், ஆனால் வாய்ப்பு குறைவுதான்’ என்று மற்றவர்கள் சொன்னதால், தமிழக நூலகங்களுக்கு அரசாணைப்படி ஒரு நூல் வருவது குறைந்துபோனது.

சரி, தமது பத்திரிகையில் ஒரு தொடர் எழுதி விருது வாங்கிவிடலாம் என்று உத்தேசித்தார். நாலாவது அத்தியாயம் பிரசுரமான அதே இதழில் அட்டைப்படமாக வந்துவிட்டார், பாவம். கறுப்புக் கட்டத்துக்குள் மலர்ந்து சிரிக்கும் அவரது புகைப்படத்தைப் பார்த்தபோது அவரைப் பார்க்கப் போன நாள் நினைவு வந்தது...

நான் என்னைப் பற்றிய அறிமுகமாக கிட்டத்தட்ட நாற்பது வாக்கியங்கள் பேசியிருந்தேன். அவர் பொறுமையாகக் கேட்டுக் கொண்டார். பிறகு, மூன்றே ஷரத்துக்களில் அந்தச் சந்திப்பை முடித்து வைத்தார்.

1. தற்சமயம் வேலெ ஒண்ணும் காலியில்லே — உங்க ஊர்லெயே இருந்துக்கிட்டு ஏதாவது செய்தி எழுதி அனுப்புங்க. பிரசுரமாச்சுன்னா, உரிய சன்மானம் அனுப்பி வைக்கிறோம்.

2. நம்ம மாமனாருக்குத் திருவள்ளூர்லே மிளகா மண்டி இருக்கு, நல்ல எளவயசுக் கணக்கப்பிள்ளெ வேணும்னு கேட்டுக்கிட்டிருந்தாரு, அங்கே வேணா வேலைக்கிச் சேத்துவிடட்டுமா?

3. மொதல்லே சீவரத்தினம்ங்கிறெ பேரெ உயிர்மாணிக்கம்னு மாத்துங்க — தமிழ்நாட்டுலே இருந்துக்கிட்டு அதென்னா வடவர் மொளிப் பேரு?

படியிறங்கும்போது, உயிர்மாணிக்கத்துக்கு எதுகை அடுக்கும் பொறுப்பை நான் எடுத்துக்கொண்டேன்.

இதற்கிடையில் சித்தப்பாவின் சக ஊழியரும் நண்பருமான ஒருவர் ‘எனக்குத் தெரிந்த பத்திரிகை ஒன்று இருக்கிறது, அங்கே

போய்க் கேட்டுப்பார்க்கிறாயா' என்று விசாரித்தார். பிறகு அந்தப் பத்திரிகை ஆசிரியரைப் பற்றி விரிவாகச் சொன்னார்.

அந்த ஆசிரியரும் தெற்கிலிருந்து வந்தவர்தானாம். நாகர்கோவில்காரர். டேவிட் வேதபாலன் ஜெபக்குமார். பல்வேறு புனைபெயர்களில் எழுதியவர். இடதுசாரிப் பார்வை கொண்டவர். 'பிதாவே, தெரிந்தே செய்கிறார்கள் — இவர்களைத் தண்டியும்' என்ற பெயரில் அவர் எழுதிய கட்டுரை, மத உணர்வுகளைப் புண்படுத்துவதாக இருக்கிறது என்று கைது செய்யப்பட்டு, நாலைந்து நாள் ஜெயிலில் இருந்துவிட்டுத் திரும்பினார். அதன் காரணமாக மாநிலம் தழுவிய புகழ் பெற்றார். பொதுவிநியோகத் துறையில் நடக்கும் ஊழல்கள் பற்றிய கட்டுரை அது...

சித்தப்பாவும் நானும் அமைதியாகக் கேட்டுக்கொண்டிருந் தோம். அன்று தெரியவராத வேறு பல விஷயங்களை நான் பத்திரிகையாளனாக ஆன பிறகு தெரிந்துகொண்டேன். 'தமிழ் நாட்டில் குடிதண்ணீரை விலைகொடுத்து வாங்கும் நிலை வரவிருக்கிறது' என்று 1980களிலேயே ஆரூடம் எழுதியவர் திரு. டேவிட். 'நீரின்றி அமையுமோ?' என்ற தலைப்பில் நான்கு பகுதிகளாகப் பிரசுரமான கட்டுரை அது. தமிழ்நாட்டில் உள்ள நீர்நிலைகளின் எண்ணிக்கை, பராமரிப்பின்மையால் அவை சீரழிந்து கிடக்கும் நிலை, நீர் நிர்வாகத்தில் அரசு இயந்திரம் தோல்வியுறும் இடங்கள், பொதுமக்களின் அக்கறையின்மை என்று தீர்க்கமான கட்டுரை. குறைகளைச் சுட்டிக்காட்டுவதோடு நின்றுவிடாமல், அவற்றைக் களைவதற்கான ஆலோசனைகளையும் பட்டியலிட்டிருந்தார். முழுமையாக இல்லாவிட்டாலும், அவற்றில் எழுபது சதவீதமாவது அக்கறையாகச் செயல் படுத்தியிருக்கும் பட்சத்தில் கேரளத்தையும் தெற்குக் கர்நாடகத்தையும்போல நீரும் பசுமையும் நிரம்பிய பிரதேசமாகத் தமிழகம் விளங்கியிருக்கும் என்பது உறுதி.

மேற்சொன்ன கட்டுரையை எழுத ஒரு வருடம் பிடித்ததாகவும், தமிழ்நாடு முழுக்கப் பிரயாணமும், நீர்வள நிபுணர்களுடன் ஆழ்ந்த விவாதங்களும் தாம் மேற்கொண்டதாகவும் திரு. டேவிட் எழுதியிருந்த குறிப்பைப் பார்த்து நான் மலைத்துப் போனதும் பசுமையாக நினைவிருக்கிறது. நான் இன்றளவும் உளமாற வியந்து போற்றும் கட்டுரை.

நேரிலும் ஒருமுறை பார்த்திருக்கிறேன் — அவர் பேசிய அரங்கக் கூட்டம் ஒன்றுக்கு யதேச்சையாகப் போக நேர்ந்த போது. முழங்காலைத் தாண்டி இறங்கும் ஜிப்பாவும் துல்லிய வெள்ளை வேஷ்டியும் அணிந்திருந்தார். நெடுநெடுவென்ற உயரம். ஒலிவாங்கியைப் பொருத்தும் தண்டு அவருடைய

நெஞ்சுயரத்துக்கும் கீழே இருந்தது. ஆனால், பெருக்க வேண்டாத கார்வையும் உரப்பும் கொண்ட கணீர்க் குரல். முழுக்க நரைத்த, ஒட்டக் கத்தரிக்கப்பட்ட மீசை. கைகளை வெகுவாக ஆட்டி ஆட்டிப் பேசினார். உச்ச ஸ்தாயியில் 'எதிர்க்குரல் இல்லாத மொண்ணைச் சமுதாயத்தை உருவாக்குவதுதான் அவர்கள் நோக்கம். அதற்காகவே சனங்களை மேய்ச்சல் பழக்குகிறார்கள். ஆமாம், மேய்ச்சல் பழக்குகிறார்கள்...' என்று கூவியது இன்னமும் என் செவிகளில் ரீங்கரிக்கிறது.

பின்னாட்களில் கட்சித் தலைமையுடன் கருத்து வேறுபாடு எழுந்தமையால், திரு. டேவிட் கட்டம் கட்டப்பட்டார். பத்திரிகைத் துறையிலிருந்து விலகினார். பிறகு என்னவானார் என்பது பற்றிய தகவல்கள் தெரியாமலே போயின. 'நீரின்றி' கட்டுரையை எழுதிய காலத்திலேயே அவருக்கு வயது சுமார் அறுபது இருக்கலாம். கட்டுரை வந்து கிட்டத்தட்ட முப்பது வருடங்கள் ஓடிவிட்டனவே...

சரி, விட்ட இடத்துக்கு வருவோம். நண்பர் சொன்ன தகவல்களைப் பொறுமையாகக் கேட்டுக்கொண்ட சித்தப்பா, நிதானமான குரலில் கேட்டார்:

> அதெல்லாம் சரியப்பா, சம்பளம் எம்புட்டுத் தருவாங்க? அதுல்லே முக்கியம்?

> பெரிய சம்பளமெல்லாம் தருவாங்கன்னு தோணலே, அருணகிரி. தங்குறதுக்கு இடமும், சாப்பாடும் குடுத்துரு வாங்க. கைச்செலவுக்கு அம்பது நூறு குடுப்பாங்கன்னு நினைக்கிறேன். சும்மா இருக்குறதுக்கு அனுபவமாவது சேருமா இல்லியா?

நல்லவேளை, சித்தப்பா சாதகமான பதிலைச் சொன்னார்:

> அதெல்லாம் சரிப்பட்டு வராதப்பா. எங்க அண்ணிக்கி யாரு பதில் சொல்லுறது? 'அனுபவத்தெ ஒலையிலே போட்டு ஆக்க முடியுமா' ண்டு கேக்கும்.

என்றார். குறைந்த சம்பளம் என்றால், என்னைப் பராமரிக்கும் பொறுப்பு தம் தலையில் நிரந்தரமாக விடிந்துவிடும் என்று பயந்தாரோ என்னவோ.

இன்னும் இரண்டு மூன்று நாள் இருந்து பார்த்துவிட்டு ஊருக்குத் திரும்பிவிடலாம் என்று முடிவெடுத்தேன். சித்தப்பா கிளம்பச் சொல்லும்வரை காத்திருக்க வேண்டாமே?

அப்போதுதான் நான் சொல்லப் போகும் திருப்பம் நிகழ்ந்தது. மனம்போன போக்கில் நகர்ப்பேருந்து ஏறி, இஷ்டப்பட்ட இடத்தில்

இறங்கி சும்மா நடந்துகொண்டிருந்தேன். மனத்தின் ஒருபகுதி கனத்தும், மறுபகுதி தக்கைபோல லேசாகியும் விசித்திரமான மனநிலை. இடிக்கிற மாதிரி ஒட்டி வந்து தாண்டிப்போன ஆட்டோவிலிருந்து கெட்ட வார்த்தையும் எச்சில் துமிகளும் தெறித்து முகத்தில் படிந்தன.

மாநகரத்தின் சலனங்கள் அனைத்திலும் ஒருவித நிர்த் தாட்சண்யமும் குரூரமும் நிரம்பியிருக்கிற மாதிரிப் பட்டது. நுங்கம்பாக்கம் ரயில் நிலையத்தின் அருகில், எதிர்ச்சாரியில் உள்ள சுடுகாட்டிலிருந்து புகை சுழன்று மேலேறுவதைக் கண்டேன். சுற்றிலும் இருக்கும் சகலமும் அபத்தமாகப் பட்டது ஒரு கணம். அதே நிலையில் மூழ்கியிருக்க விருப்பமில்லாதவனாய் விறுவிறுவென்று நடந்தேன்.

அமிஞ்சிக்கரைப் பகுதி. யதேச்சையாக அந்தப் பெயர்ப் பலகை கண்ணில் பட்டது. சற்றுப் பெரிய கட்டடம். தரைத் தளத்தில் நாலைந்து கார்கள் நின்றுகொண்டிருந்தன.

முதல் தளத்தில் பத்திரிகை அலுவலகம். ‘அட, உள்ளே போய் ஒரு கல்லைத்தான் வீசிப் பார்ப்போமே’ என்று அசட்டுத் தைரியத்துடன் மேலேறிப் போனேன். முதல் படியில் நிலவிய நம்பிக்கை சுதி குறைந்துகொண்டே வந்து, கடைசிப் படி சேர்ந்தபோது ‘இறங்கித் திரும்பிவிடலாமா’ என்று மனம் தொய்ந்தது.

அதற்குள் காவலர் என்னைப் பார்த்துவிட்டார். விபரம் கேட்டு, காத்திருக்கச் சொல்லிவிட்டு, ஆசிரியரிடம் அனுமதி கேட்டுவரப் போனார்.

மாதமிருமுறை வெளியாகிய, சோதிடத்துக்குப் பெயர்போன பத்திரிகையின் அலுவலகம் அது. உயிர்மாணிக்க ஆலோசனை போல, இவரும், ‘எண்சோதிடப் பிரகாரம் ‘ஜ்ஜீவ ரத்த்தினன்’ என்று பெயர் வைத்துக்கொண்டால்தான் ராசி’ என்கிற மாதிரி ஏதாவது சொல்லித்தொலைப்பாரோ என்று மெல்லிய பதட்டத்துடன் காத்திருந்தேன்.

ஆசிரியர் பக்திக் கட்டுரைகளுக்குப் பெயர் போனவர். பக்தி என்றால் சாதாரண பக்தி அல்ல — கேதார்நாத்திலிருந்து, உள்ளூர் நடைபாதை முத்தாலம்மன் வரை அவர் விஜயம் செய்து எழுதாத கோவிலே கிடையாது. தரமான சுற்றுலாக் கையேடு போன்று, போக்குவரத்து தங்குமிடம் ஆகும் செலவு சாப்பாட்டு வசதிகள் என அத்தியாவசியமான தகவல்களோடு எழுதப்பட்ட கட்டுரைகள். ஒவ்வொரு தலத்திலும் தினசரிப் பிரசாதம் என்ன, சிறப்புப் பிரசாதம் என்ன என்ற விவரங்கள் தனிப் பட்டியலாக

எழுதியிருப்பார். உபரியாக, எந்தெந்தக் கோவில்களில் தமக்கு அருள் வந்தது என்கிற செய்தியும் உண்டு.

நேரில் பார்த்தபோது, அவரே பிரசாதப் பிரியர் என்பது கண்கூடாகத் தெரியவந்தது. அவ்வளவு பிரம்மாண்டமான தொந்தியை வேறெவரிடமும் நான் கண்டதில்லை. எட்டுமுழம் வேஷ்டியை ஒற்றையாய்ப் பிரித்துக் கட்ட வேண்டிய அளவு மகத்தான தொந்தி. நான் பார்க்கும்போதும் எதையோ அரைத்துக் கொண்டேதான் பேசினார். சிரிப்பு நடிகராகத் தகுதியுள்ள முகபாவம்.

நடு நெற்றியில் மிகப் பெரிய வில்லையாகக் குங்குமம் அப்பியிருந்தார். அது உதிர்ந்துவிடாதபடி பாதுகாப்பதற்காகப் போட்ட மாதிரி படுக்கைவசமாக மேலும் கீழும் குங்குமத்தின் குறுக்காகவும் விரல் பருமன் விபூதிக் கோடுகள். அறை வாசலில் முக்காலியில் இருந்த காவலரும் வேஷ்டியும் குங்குமப்பொட்டுமாகத்தான் இருந்தார்.

பத்திரிகை ஆசிரியர் அறைமாதிரியே இல்லை. மூன்று புறச் சுவரிலும் ஏகப்பட்ட கடவுள் படங்கள். ஏதோ ஆசிரமத்தின் பூஜை அறைக்குள் நுழைந்துவிட்ட மாதிரி ஊதுபத்தி, சாம்பிராணி, கதம்பமாகப் பூக்கள், எதிரிலிருந்த ஆசிரியரிடமிருந்து கிளம்பும் ஜவ்வாது மணம் என்று, கொஞ்சம் பழகும் வரை மூச்சுத் திணறியது எனக்கு.

ஆனால், நான் பார்த்தவர்களிலேயே மிகுந்த பரிவுடன் பேசிய ஒரே ஆத்மா அவர்தான். இத்தனைக்கும் அவரிடம் என்னைப் பற்றி அதிக விவரங்கள் தெரிவிக்கவில்லை. பார்த்த மாத்திரத்தில் எனக்குள் ஒருவிதமான அவநம்பிக்கையும் அருவருப்பும் ஊற்றெடுத்துப் பெருகியதுதான் காரணம். சொன்னால் நம்பமாட்டார்கள் யாரும், என்னுடைய கல்வித் தகுதி என்ன என்றுகூட விசாரிக்கவில்லை அவர்.

பின்னாட்களில் அவரைப் பற்றி எத்தனையோ சமாசாரங்கள் கேள்விப்பட்டேன் — அண்டை மாநில அமைச்சரும், தேசிய அளவில் பிரபலஸ்தருமான அரசியல்வாதியின் பினாமி இவர், தென்னிந்தியத் திரையுலகில் நுழைகிற புதுமுக நடிகைகளைத் தன் முதலாளிக்கு ஏற்பாடு செய்கிற பொறுப்பையும் வகித்தவர், படையலைத் தான் ருசிபார்த்துவிட்டே பகவானுக்கு அளித்த சபரி மாதிரியான பக்திமனம் கொண்டவர், இதில் கொண்ட அடங்காத ஆர்வம் காரணமாகத் திருமணமே செய்துகொள்ளாதவர், தம்மிடம் இருக்கும் செல்வத்தின் அளவு தமக்கே தெரியாதவர், சொந்தமாக ஒரு வாக்கியம்கூட எழுதுவதில்லை, பிரயாண விவரங்களைக் கேஸட்டில் பேசிப் பதிவு செய்ததைச் சொந்தச்

சரக்கும் சேர்த்துக் கட்டுரையாக மாற்றித் தந்தவர் பாவப்பட்ட உதவி ஆசிரியர் ஒருவர் என்றெல்லாம் வண்டிவண்டியாக.

இந்தத் தகவல்களுக்கும், பக்தி ஒப்பனைக்கும் பொருத்தமேயில்லாத ஒரு வேலையை அன்று செய்தார்.

> நம்ம பத்திரிகையில் வேலை காலி இல்லே — அதுக்காக இப்பிடி முகம் கூம்பாதே தம்பி. மத்தவங்களை நம்பி உயிர்வாழ்ற மாதிரி எந்தப் பிராணியையும் படைக்கலே அவன். ஆனா, அவனை நம்பாதவுங்களைச் சும்மா விடவும் மாட்டான்...

என்று என்னிடம் சொல்லிக்கொண்டே, தொலைபேசியை எடுத்து எண்களைச் சுழற்றினார். எண் கிடைக்கவில்லை போல. என்னைப் பார்த்துப் புன்னகைத்துக்கொண்டே இன்னொரு எண்ணைச் சுழற்றினார்.

> ...ஆரம்பத்திலே தினசரிப் பத்திரிகைலே வேலைபார்க்குறது தான் நிறைய அனுபவத்தைக் குடுக்கும். அலையுறதுக்கு மட்டும் சொணங்காமெ இருந்தேன்னா, சீக்கிரமே என்னை மாதிரிப் பெரிய பத்திரிகையாளராயிறலாம்...

என்று சொல்லிக்கொண்டிருக்கும்போதே தொடர்பு கிடைத்து விட்டது போலும். உரத்த குரலில் பேசினார்:

> ...அருணாசலம், நான் ஒரு பையனை அனுப்புறேன். வேலைக்கிச் சேத்துக்கோ. நமக்கு ரொம்ப வேண்டியவுங்க வீட்டுப் பையன். என் மகன் மாதிரின்னு வச்சிக்கயேன். மெற்றாஸ்ல அவன் கஷ்டப்படாத அளவுக்குச் சம்பளம் போட்டுக் குடு. நாளைக்கிக் காலையிலெ வருவான். என்னா ?...

மறுமொழிக்கு ரொம்ப அவகாசமெல்லாம் கொடுக்கவில்லை. தொலைபேசியை லொட்டென்று வைத்துவிட்டு என்புறம் திரும்பினார்.

> ...அவ்வளவுதானே. இதுக்குப்போயி ஏன் இப்பிடிப் பேயறைஞ்ச மாதிரி இருக்கே சொல்லு. உன் வயசிலே தான் நான் கும்மாணத்திலேர்ந்து கிளம்பி வந்தேன். உன்னளவு தைரியம்கூடக் கிடையாது. நேராப் படியேறி வந்து ‘வேலை குடுறா’ ன்னு கேக்கிறியே. நானெல்லாம் எவ்வளவு கஷ்டப்பட்டிருப்பேன். பிளாட்பாரத்திலே தூங்கியிருக்கேன். எச்சிச் சோறு சாப்பிட்டிருக்கேன். ஓட்டல்லெ சாப்புட்டுப்புட்டு பில் குடுக்காமெ அடி வாங்கி மாவரைச்சிருக்கேன். அந்தக் காலத்திலெல்லாம் எலக்ட்ரிக் கிரைண்டர் கிடையாது... ஹா ஹா... பிக்பாக்கெட்

தொழில்லெ எறங்கிறலாமான்னுகூட யோசிச்சேன்னாப் பாரேன்... ஹாஹ் ஹாஹ் ஹா...

சிரிப்பு அடங்குவதற்குள்ளாகவே, சுழல் நாற்காலியில் வலதுபுறம் சுழன்று திரும்பினார்.

சற்றுக் குனிந்து, பக்கவாட்டில் இருந்த மேஜைத் திறப்புக்குள் கை நுழைக்க முயற்சித்தார். தொந்தி அனுமதி மறுத்தது. மிகுந்த சிரமப்பட்டு கை நிறையக் கற்கண்டு அள்ளினார். கரடுமுரடான கச்சாக் கற்கண்டு. நிரம்பிய உள்ளங்கையை என்னிடம் நீட்டினார். ஒரேயொரு கட்டி எடுத்துக்கொண்டேன். மிச்சத்தைத் தன் வாய்முழுக்க நிரப்பிக்கொண்டார். சற்றே குனிந்து நிமிர்ந்ததால் போலும், ஏகத்தாறாய் மூச்சு வாங்கியது.

அதன்பிறகு நாலைந்து வாக்கியங்கள். வலது கையை நீட்டி இறுக்கிப் பிடித்துக் குலுக்கி வழியனுப்பி வைத்தார்.

மறுநாளே வேலைக்குச் சேர்ந்தேன். லாட்டரி முடிவுகளை வெளியிடுவதற்காகவே நடந்த தினத்தாள் அது. மொத்த ஆறு பக்கங்களில் நாலு பக்கம் இதற்கே சரியாய்ப் போய்விடும். மீதி உள்ளவற்றில் ஒரு பக்கம் சினிமாச் செய்திகள். ஐந்தாவது பக்கத்தில் யாராவது பிரபலங்களைப் பற்றி வில்லங்கமான செய்திகள் வெளியாகும்.

கிடைத்த செய்தியை எழுதாமல் இருப்பதற்கென்றே தனியாகச் சம்பாத்தியம் உண்டு என்று நான் தெரிந்துகொண்டது அங்கேதான். குறுகிய காலத்திலேயே கைநிறையச் சம்பாதிக்கவும் முடிந்தது. இதெல்லாம் இல்லாமல், ‘சம்பளம் மட்டும் வாங்கியே வாழ்க்கையைச் செம்மையாக நடத்த முடியும்’ என்ற தைரியம் வருவதற்கு மேலும் இரண்டு வருடங்கள் ஆகின.

இதில் துக்ககரமான சங்கதி ஒன்றும் மிச்சமிருக்கிறது. முதல் சம்பளம் வாங்கிய அன்று, ஒரு கிலோ இனிப்பு வாங்கிக் கொண்டு அவரைப் பார்க்கப் போனேன். அலுவலக வாசலில் ஊழியர்கள் கூட்டமாக நின்று பேசிக்கொண்டிருந்தார்கள். அன்றைய மாலைத் தினசரிகளில் இரண்டாவது தலைப்புச் செய்தியாகியிருந்தார் அவர்.

என் பத்திரிகையாள வாழ்க்கையைத் துவக்கி வைத்த, பிம்பத்துக்கும் நிஜமான ஆளுக்கும் அகழிபோன்ற இடைவெளி இருக்க முடியும் என்ற ஆரம்பப் பாடம் கற்றுக்கொடுத்த, ஊருக்கு எப்படியோ — எனக்கு மகானுபாவரான வழிகாட்டி, அலுவலகத்தில் இருக்கும்போதே நுரையீரலில் ரத்தக்குழாய் வெடித்து இறந்துபோனார்.

...சந்திப்போம்...

4

மிகச் சிறிய ரயில் நிலையம். எல்லா நிலையங்களிலும் நின்று செல்லும் பாஸஞ்சர் ரயிலோ, தொடர்ந்து ஊர்ந்து அலுத்த சரக்கு ரயிலோகூட நின்று செல்லும் அருகதையற்றது. ஒரே ஒரு கட்டடம். அதன் முன்வாசல் சார்ப்பில் தொங்கும் தண்டவாளத் துண்டு. கிராதிக் கதவுக்கு வெளியில், மனிதப் பாதமே படாதது மாதிரி வெறிச்சோடியிருக்கும் திறந்த அறை. அதன் ஒரு பக்கச் சுவரில் இரண்டு ஆள் நுழையுமளவு பெரிய துவாரம் இருக்கிறது.

நடைமேடையாகக் கிடக்கும் செம்மண் தரை நீண்டு சரிந்து முடியுமிடத்தில் தலைவிரிகோலமாக நிற்கிறது கொன்றை மரம். அதன் காலடியில் படுக்கை மாதிரி மஞ்சள் பூக்கள் உதிர்ந்துகிடக்கின்றன. மரத்துக்குக் கொஞ்சம் தள்ளி லெவல் க்ராஸிங். பக்கவாட்டில் திறக்கக் கூடிய வெண்ணிறக் கதவுகள் அகலத் திறந்து கிடக்கின்றன.

எதிர்ப்புறம், தண்டவாளத்துக்கு மறுகரையில், வெட்டவெளியாக இருக்க வேண்டாம் என்ற ஆறுதல் கருதி, சிறு குட்டை. அதன் நீர் செம்மண் நிறத்தில் கலங்கி இருக்கிறது. முள்ச்செடிகளால் விளிம்பு கட்டிய குட்டை. சும்மா நிற்பதை முழுநேரத் தொழிலாகக் கொண்ட கொக்குகள் நாலைந்து குட்டையின் செந்நிறத்துக்கு சவாலாக நிற்கின்றன.

நிலையத்தின் பெயரை, வவ்வால் மாதிரித் தொங்கும் கறுப்பு எழுத்துகளில் சுமந்த மஞ்சள் சிமெண்ட்டுப் பலகை நின்றிருக்கிறது. ஆங்கிலத்தில் உள்ள வார்த்தை அழிந்துபோய் இருக்கிறது.

ரயில் வந்து நின்ற சில விநாடிகளில் சுற்றுப்புறத்தை இவ்வளவு நுட்பமாக எப்படிக் கவனித்தேன் என்பதை விட, நான் வந்த அதிவேக ரயில் இந்த நிலையத்தில் ஏன் நின்றது என்பதுதான் எனக்குள் மிகப் பெரிய ஆச்சரியமாக நிரம்புகிறது.

நான் ஒருவன் மட்டுமே இறங்கியிருந்தேன். வற்றாத நதி மாதிரிப் பாய்ந்த சிறுநீர்த் தாரையின் சீரான ஒழுங்கில் கவனம் முழுக்கக் குவிந்திருந்த நேரத்தில் சந்தடியில்லாமல் ரயில் கிளம்பிவிட்டிருக்க வேண்டும். உறுப்பை உதறி உள்ளாடைக்குள் பொதிந்துகொண்டு திரும்புகிறேன் — கடைசிப் பெட்டியின் கறுப்புச் சதுரம் மகத்தான பெருக்கல் குறியைக் காட்டியவாறு நிலையத்தை நீங்குகிறது.

நான் ஓடுகிறேன். வண்டி வேகமெடுக்கிறது. தொடுவானம் வரை துரத்திச் செல்கிறேன். சதுரத்தின் விளிம்புகள் அதே அளவில் இருக்க, ரப்பர்ச் செருப்பு அணிந்த காலில் கருங்கல் ஜல்லிகள் இடற, நானும் ஓர் அதிவேக ரயிலும் ஓடிக்கொண்டேயிருக்கிறோம்...

உளவியல் நிபுணர் டாக்டர் லீலா மேத்தாவின்
Visions and Therapies என்ற நூலிலிருந்து.

மெற்றாஸில் நான் முதன்முதலாக வந்து இறங்கியது 1981இல். எவ்வளவுதான் விரிந்த பிறகும், தனது பூர்வோத்திரமான கிராமத்தை இன்னமும் பத்திரமாகப் பேணி வரும் மதுரை மாதிரி இல்லை மெற்றாஸ். இதன் விஸ்தீரணம் பயமுறுத்தியது. ஜனங்களின் விட்டேற்றித்தன்மை அச்சுறுத்தியது. அவர்களின் பேச்சுமொழி, அதில் புழங்கும் சொற்கள், சட்டென்று பொங்கும் வன்மம் என்று எல்லாமே என்னை ஊருக்குத் திரும்பும் முடிவை நோக்கி உந்தின. ஏதோ ஒரு சந்தர்ப்பத்தில், எதிர்பார்த்திராத இடத்தில் எதிர்ப்பட்டு,

நம்ம சோமு மயென் மூத்தவென்தானப்பா நீ?

என்று விசாரிக்கும் வயோதிக் குரலுக்காக உள்ளூற ஏங்கிப் புழுங்கினேன்.

ஆனால், வேறு வழியில்லை. இந்த ஊரில்தான் இருந்து

ஏதாவது செய்தாக வேண்டும். வெறுமனே பிழைப்புத் தேடுவது என்பதைத் தாண்டி, நான் சம்பாதிப்பது அத்தியாவசியம் என்கிற எல்லைக்குக் குடும்பப் பொருளாதாரம் நகர்ந்துவிட்டது.

மெற்றாஸில் என்னை உச்சபட்சமாக மிரட்டிய சங்கதி, மின்சார ரயில். இமைக்கும் நேரம் நின்று கிளம்பும் ராட்சத வாகனத்தில் மின்னல்போல ஏறவும் இறங்கவும் செய்யும் மாந்தரின் வேகம் மேலும் அதிகமாய் மிரட்டியது.

வேலை தேடிக் கிளம்பி வந்தவன் சென்று சேர்ந்த இடம் அம்பத்தூரின் உட்பகுதியில் இருந்த ரங்கநாதனின் அறை. முதல் பத்திரிகையில் வேலை கிடைத்த பிறகு ஒரு வருடம் முழுக்க அவனுடன்தான் தங்கியிருந்தேன். அவனது பிரியம் அபூர்வமானது. செக்கச் செவேலென்று ரோஜா இதழ் மாதிரி இருப்பான். பார்வைக்கு மட்டும் அல்ல, சுபாவத்திலுமே மிருதுவானவன்.

ரங்கநாதன் என் வகுப்புத் தோழன். இரண்டாம் வருடம் படிக்கும்போதே வங்கித் தேர்வு எழுதி, பட்டம் பெற்ற மாத்திரத்தில் தேசியமய வங்கியின் அம்பத்தூர்க் கிளையில் குமாஸ்தாவாகச் சேர்ந்திருந்தான். வேலையில் சேர்ந்து இருபது வருடம் கழித்து தலைமைக் குமாஸ்தாவாக உயர்ந்தான். நல்ல படிப்பாளி. திறமைசாலி. தொடர்ந்து பதவி ஏணியில் ஏறியிருந்தால் 'இந்நேரம் உதவிப் பொதுமேலாளராக ஆகியிருக்கலாம்' என்று அவனே சொல்வான். அவ்வாறு ஆக விடாமல் தடுத்தவை இரண்டு சமாசாரங்கள். ஒன்று அவனது வாசிப்பு.

எந்நேரமும் தத்துவம் விஞ்ஞானம் உளவியல் என்று வாசிக்கக் கூடியவன். தமிழ் சினிமாவின் மிகையுணர்ச்சிக் காட்சிகளைப் பார்த்துக் கண்ணீர் மல்கிக் கொண்டிருந்த என்னை அந்த நாட்களில் மலரத் தொடங்கியிருந்த இந்திய நவீன சினிமாவின் பக்கம் திருப்பியவன் அவன்தான். ஷியாம் பெனகல் கிரீஷ் காஸரவள்ளி மணி கவுல் என்று அது ஒரு தனிப் பட்டியல்.

கல்லூரி நாட்களில் நான் கொஞ்சம் எழுதவும் செய்வேன். அதிகமில்லை, காதல் கவிதைகள்தான். ஒரே ஒரு வருடம் சற்றுத் துணிச்சல் வந்த காரணத்தால், சிறுகதை என்ற பெயரில் நாலு பக்கம் எழுதி கல்லூரி மலருக்குக் கொடுத்தேன். நடை பாதையில் கிடக்கும் அநாதைப் பிணத்தை சொந்தச் செலவில் எரியூட்டும் ரிக்ஷாக்காரரின் கதை. மூன்று பக்கங்கள்.

அந்தக் கதைக்கு இரண்டு எதிர்வினைகள் வந்தன. ஒன்று ஆறுமுகத்திடமிருந்து. அவனுக்கு ஓவியம் வரைவதில் பெரும் ஈடுபாடு. அவன் என்னிடம் சொன்னான்:

மாப்ளே, ஒங் கதைகளுக்கெல்லாம் நான்தாண்டா படம்

போடப் போறேன். சுஜாதா — ஜெயராஜ் மாதிரி நாமளும் பெரிய ஜோடி ஆயிறலாம்.

இரண்டாவது எதிர்வினை, ரங்கநாதனிடமிருந்து:

உன் கதையின் கருவில் நீ பார்த்த அத்தனை தமிழ் சினிமாக்களின் செயற்கைத்தன்மையும் ஒட்டியிருக்கிறது. நான் இந்தக் கதையைப் பொருட்படுத்தவே மாட்டேன். ஆனால், உன் மொழி இருக்கிறது பார், அது நேரடியாகவும் நேர்மையாகவும் இருக்கிறது. முறையான வாசிப்பு இருந்தால் நிஜமாகவே நீ எழுத்தாளனாக முடியும்.

முறையான வாசிப்பு என்று அவன் நினைத்த பிராந்தியத்துக்குப் பழக்கினான். ஹெமிங்வே, ஃபாக்னர், காம்யு, ரிச்சர்டு பாக் என்று விதவிதமான அந்நிய எழுத்தாளர்கள். விபூதிபூஷன், பைரப்பா, பஷீர் என்று உள்நாட்டு எழுத்தாளர்கள். கு ப ரா, லா ச ரா, நகுலன், ஜி நாகராஜன் என்று தமிழ் எழுத்தாளர்கள்.

இன்றுவரை படிக்கவும் செய்கிறேன். கதைகள் எழுதுவதில் மட்டும் ஆர்வம் போய்விட்டது. ஏன் என்று என்னை நானே பலமுறை கேட்டுக்கொண்டதும் உண்டு. ஜேவி பிரகாஷை மாமண்டூர் மோட்டலில் சந்தித்தபோது புதிர் அவிழ்ந்தது. கல்லூரியில் மிகப் புகழ்பெற்ற பாடகனாக இருந்தவன் அவன். எதிர் மேஜையில் உட்கார்ந்து சாப்பிட்டுக்கொண்டிருந்தான். அருகில் சென்று நலம் விசாரித்தேன். அவனுக்கு என்னை ஞாபகமிருந்தது. ரிக்‌ஷாக்காரர் கதைதான் காரணம்.

பிரபலமான டயர் நிறுவனத்தில் விற்பனை மேலாளராக இருக்கிறானாம். சினிமாவில் சேர்ந்து முன்னணிப் பின்னணிப் பாடகன் ஆவான் என்று நாங்களெல்லாம் எதிர்பார்த்ததைச் சொன்னேன். இப்போதும் பாடுகிறானா என்று கேட்டேன். நிறுத்திவிட்டானாம். அவன் சொன்ன காரணம் அப்போது விசித்திரமாகத் தெரிந்தாலும், எனக்கும் பொருந்துவதுதான்:

நல்ல ம்யூசிக் நெறையாக் கேக்க ஆரமிச்சேன். பாடுறது தன்னாலே கொறைஞ்சு போச்சு.

போகட்டும், மெற்றாஸுக்கும் ரங்கநாதனுக்கும் திரும்புவோம். இந்த மாநகரத்தை நான் ரங்கநாதன் மூலமாகப் பரிச்சயம் கொள்ள நேர்ந்தது ஒருவிதத்தில் நல்லதாகப் போயிற்று. நடைமுறை வாழ்வில் அப்பாவி ஜீவனாக — ‘எதற்குமே உதவாத’ என்று சொல்வாள் அவன் மனைவி ருக்மணி — புத்தகங்களிலும் கருத்துகளிலும் மட்டுமே தன் சாகசங்களை மேற்கொள்கிற மகா

தீரனாக என் முன் நின்ற ரங்கநாதன் மாநகர வாழ்க்கையின் இடர்களுக்குள் புண்படாமல் நெளிந்தும் வளைந்தும் ஊர்ந்து செல்கிற வல்லமையை எனக்குக் கற்பித்தான்.

அவன் உதவிப் பொதுமேலாளர் ஆகாததற்கான இன்னொரு காரணம் பாக்கி இருக்கிறது அல்லவா? முந்தின பத்தியில் நான் குறிப்பிட்ட ருக்மணியேதான்.

எதிர்மறையான பெண்மணி என்று அவளைச் சொல்லமாட்டேன். சற்றுப் பிடிவாதமானவள் என்று வேண்டுமானால் சொல்லலாம். ஆனால், அதையும்கூடக் குறையாகச் சொல்வதற்கில்லை — உங்களுக்குக் கிடையாதா, எனக்குத்தான் கிடையாதா? செல்லுபடியாகக் கூடிய இடங்களில் அகங்காரத்தையும் மூர்க்கத்தையும் காட்டாவிட்டால் நாமெல்லாம் மனிதப் பிறவியில் சேர்த்தியா?

அந்தத் தம்பதியின் உண்மையான பிரச்சினை, அடிப்படையிலேயே இருவரும் எதிரெதிர்த் துருவங்கள். இவனுக்கு லா ச ரா பிடிக்குமா, ருக்மணிக்கு லக்ஷ்மி பிடிக்கும். ('ரெண்டுபேரும் பொம்பளையைப் பத்தியும் அடுப்பங்கரையைப் பத்தியும்தானே எளுதுராங்க' என்று ஒப்பிட வேறு செய்வாள்!) தொடர்ந்து படித்து இவன் ஓரான் பாமுக், ஸரமாகோ (அந்தப் பெயரை 'ஸரமாகு' என்று உச்சரிக்கச் சொல்லித் திருத்துவான் ரங்கநாதன்) என்று நகர்ந்து வந்தபோது ருக்மணியும் சும்மா இருக்கவில்லை. சிவசங்கரி, அனுராதா ரமணன் வழியாக ரமணி சந்திரன், உமா பாலகுமார், காஞ்சனா ஜெயதிலகர் ('இவர்களெல்லாம் யார்' என்று என்னிடம் சதா வியப்பான் ரங்கநாதன்) என்று வந்து சேர்ந்தாள். இவனுக்கு விஸ்வநாதன்— ராமமூர்த்தி, ஆரம்ப கால இளையராஜா பிடிக்குமா, அவளுக்கு சங்கர் — கணேஷ், பிற்பாடு தேவா பாட்டுகள் என்றால் உயிர். இவன் அந்த்தோனி குயின், ஓமர் ஷரீஃப், அல் பாசினோ, மார்கன் ஃப்ரீமன் கட்சி. அவள் ஜெய்சங்கர், ரவிச்சந்திரன், சிவகுமார் வழியாக விஜய்காந்த்திடம் வந்து செட்டில் ஆனாள்.

ருக்மணியின் தம்பி சீனிவாசன் இன்னும் ஓர் எட்டு வேகமாக நடந்தவன். மதுரை நகரின் ஒரே ஒரு வார்டில் மட்டும் செயல்பட்டு வந்த ரசிகர் மன்றம் ஒன்றில் செயலாளராக இருந்தான். தோரணம் கட்டவும், கட்டவுட்டுக்குப் பாலபிஷேகம் செய்யவும், மன்ற டிக்கட் விற்பனையில் கைகொள்ளாமல் காசு பார்க்கவும், கணக்கில்லாமல் எதிரிகள் சம்பாதிக்கவும் என்று பம்பரமாகச் சுழன்றான்.

இவர்களுக்குச் சமமாகத் தன்னால் இருக்க முடியாமல் போனதே என்று ரங்கநாதன் எந்நேரமும் புழுங்குவான். அபூர்வ

மாக நாங்கள் ஒன்றாய் இருந்து குடிக்கவும் நேரும் நாட்களில்,

'நல்லவிதமாக் கடவுள் நம்பிக்கைகூட எனக்கு இல்லாமப் போச்சேடா, ஜீவா. இங்க பாரு, வெறுங்கையோட இப்பிடிக் கேணையா மிஞ்சிப் போனேனே.' என்று குமுறுவான். குடித் துணையாக இருக்கும் உருளைக் கிழங்கு வறுவலின் காரப் பொடித் துகள்கள் ஒட்டிய அவனது உள்ளங்கையை வெறித்துப் பார்ப்பது தவிர வேறென்ன செய்ய முடியும் என்னால்?

சொல்ல வந்ததை விட்டு எங்கோ போய்விட்டேன். தன்னியல்பாக அதிகாரி ஆகி மேலும் மேலும் பதவி உயர்ந்து சென்றிருக்க வேண்டிய ரங்கநாதன், எழுதிய எல்லாத் தேர்வுகளிலும் தோல்வியுற்றான். 'அதீதப் பதட்டத்துடன் தேர்வெழுதப் போவதுதான் பிரச்சினையோ' என்று அவனிடம் நான் விவாதித்த சந்தர்ப்பத்தில், ஒருமணி நேரப் பேச்சுக்கும் குடிக்கும் பிறகு, சொன்னான்:

> எம் பொண்டாட்டியெப் பழி வாங்குறதுக்கு வேற வழி தெரியலடா எனக்கு.

நான் இதை எதிர்பார்த்திருக்கவில்லையா, சற்று அதிர்ந்துதான் போனேன்.

நாலைந்து வருடங்களுக்கு முன்பு ஒருநாள் — மிகச் சரியாகத் தேதி நினைவிருந்தாலும் சொல்வதற்கில்லை — சனிக்கிழமை மதியம் ஒன்றே முக்கால் மணி என்று மட்டும் சொல்வேன் —ரங்கநாதனை கடற்கரை மின்ரயில் நிலையத்தில் சந்தித்தேன். நியாயமாகப் பார்த்தால் இந்த அத்தியாயத்தை அந்த இடத்திலிருந்துதான் ஆரம்பித்திருக்கவேண்டும்.பூர்வ குறிப்புகள் கொஞ்சம் இருந்தால் புரிந்துகொள்ள வசதியாக இருக்குமே என்று ஆரம்பித்தவன் சற்று நீளமாகச் சொல்லிவிட்டேன்.

தவறாமல் புதுப்பித்து வரும் மின்ரயில் சீஸன் டிக்கட் என்னிடம் இருக்கிறது. ஆனால், நகருக்குள் அலையும்போது பெரும்பாலும் இருசக்கர வண்டியில்தான் செல்வேன். அன்று காலையில் வீட்டிலிருந்து கிளம்பும்போதே முன் சக்கரம் பங்ச்சராகிவிட்டது. சரி, ஒரு நாள்தானே என்று ரயிலேறி விட்டேன். ரங்கநாதனின் நினைவு இல்லாமல் என்னால் மின்சார ரயிலைப் பார்க்கவே முடிந்ததில்லை.

மெற்றாஸுக்கு வந்த புதிதில், மின்ரயிலைப் பார்த்து நான் மிரள்வேன் என்று சொன்னேனில்லையா, உண்மையில், மெற்றாஸ் என்ற பேரரக்கனின் ஆன்மா, ரயில் என்ற பெயரில்

தூல வடிவம் கொண்டு தடதடதடவென ஓடிக் கடக்கிற மாதிரி பிரமை தட்டும் எனக்கு. ஒரு நிமிடம் மட்டுமே நின்று புறப்படும் ரயிலில், அவ்வளவு ஜனம் நெரியும் ரயிலில், எடுத்த எடுப்பிலேயே வேகம் கொள்ளும் ரயிலில், துரிதமாக ஏறி இறங்குவது எப்படி என்று மலைப்பேன் என்றும் முன்னமே சொன்னேனே?

'மேற்சொன்ன எதுவுமே காரணமில்லை, மதுரை நகரத்துக்கும் மெற்றாஸுக்கும் இடையில் கால உணர்வில் மகத்தான வேறுபாடு இருக்கிறது. அதுதான் உன்னால் பொருந்திப் போக முடியாததற்குக் காரணம்' என்று ரங்கநாதன் ஒருமுறை விளக்கிச் சொன்னான். மதுரையில் மெல்ல ஊர்ந்து செல்லும் காலம், மதறாஸில் இறக்கை கட்டிக்கொண்டு பறக்கிறதாம்.

இரண்டே வருடங்கள். கதவுக்கு அருகில் தொங்கிக்கொண்டு பறக்கும் அளவுக்கு சரளமானேன். கைப்பையையும் மணிப் பர்ஸையும் காபந்து பண்ணியவாறே கூட்டத்துக்குள் துளைந்து உள்புறம்வரை செல்லும் உத்தியெல்லாம் தானாகவே பழகிவிட்டது. இதெல்லாம் யாருக்குமே கைவரக்கூடிய வித்தைதான். என்ன, தாட்சண்யத்தைக் கொஞ்சம் உதறவேண்டும். அவ்வளவு போதும்.

ஒரு முறை, கிண்டியில் ரயில் நின்றபோது எதிர்ப்புறம் குதித்து இறங்கப் போன வாலிபன் என் காலை மிதித்துவிட்டான். அவன் விலாவில் முழங்கையால் ஓர் இடி கொடுத்தேன். கீழே கால் பதிந்ததும் ரயில்பாதைச் சரளையில் ஒன்றை எடுத்துக்கொண்டு நிமிர்ந்தவன்,

சோத்தெத் துண்றியா, பீயெத் துண்றியா?

என்று என்னை விசாரித்தான். மின்னல் வேகத்தில் பதில் கொடுத்தேன்:

நீ துண்றதெத்தான்.

ஆனால், அந்த நாள் முழுக்க எனது வாக்கியம் என்னோடு இருந்து தொந்தரவு செய்தது. மாநகரம் தன் கொடுக்குகளால் கொட்டிக்கொட்டி என்னையும் விஷ ஜந்துவாக்கிவிட்டதோ என்று துக்கமாக இருந்தது.

தொடர்ந்த வருடங்களில் சிறுகச் சிறுக இந்த மாதிரி விஷயங்களுக்குப் பழகிவிட்டேன். அதிலும் வீடு கிழக்குத் தாம்பரத்திலும், நான் வேலை பார்த்த பத்திரிகை அலுவலகம் புரசைவாக்கத்திலும் இருந்ததா, தினசரி மின் ரயிலில் முக்கால் மணி நேரத்துக்குக் குறையாமல் போய்வர வேண்டியிருந்தது.

ஒவ்வொரு நிலையமும் ஒவ்வொருவிதமான மனிதர்களுக்கு சரணாலயமாக இருப்பதையும் அதையொட்டி அந்த

நிலையத்துக்கு ஒரு குணபாவம் உருவாகியிருப்பதையும் கண்டுபிடித்தேன். ஒன்றில் பார்வையற்றவர்கள், இன்னொன்றில் ஜேப்படிக்காரர்கள், மற்றொன்றில் நரிக்குறவர்கள். இன்னும், அலிகள் (கடந்த சில வருடங்களில் அவர்களுக்குக் கிடைத்த ஒரே முன்னேற்றம், அவர்களின் பெயர் 'அரவாணி' என்றாகி, அதுவும் கவுரவமாக இல்லை என்ற பொது அபிப்பிராயத்தின் பேரில் 'திருநங்கை' என்று உருப் பெற்றிருப்பது மட்டும்தான்), பழைய நூற்றாண்டுகளின் ஞாபகத்தில் அதிகாரம் செய்யும் பிராமணர்கள், விற்பனையாளர்கள், தமிழிலும் பிரபலம் ஆகிய தெலுங்குப் பாடல்களை ஆர்மோனிய உதவியுடன் பாடுகிற குடும்பங்கள், பீஹாரிலிருந்து வந்த ரயில்பாதைப் பணியாளர்கள், ஓடும் ரயிலில் மத்தளமும், ஓரிரு கம்பி வளையங்களும் கொண்டு சின்னஞ்சிறுமிகளைக் கூத்தாட்டுபவர்கள் என்று வெவ்வேறு விதமான கூட்டத்தினர் வெவ்வேறு நிலையங்களில் குழுமுவார்கள்.

அதேபோலக் காட்சிகள். மாதம் ஒருமுறையாவது ரயில் பாதையோரம் கிடக்கும் சடலத்தைப் பார்க்க நேர்ந்துவிடும். என்ஜினுடன் இணைந்த பெட்டியில் எதிர்க்கதவோரம் நின்று கொண்டு வந்த ஒரு நாளில், நீட்டிய முகத்தில் மட்டும் அடி வாங்கி மல்லாந்து விழுந்து அசைவிழந்த ஆடு ஒன்றைப் பார்த்தேன். விரைந்து வந்த ரயிலுக்குப் பின்புறத்தைக் காட்டியபடி சாவகாசமாக நடந்துசென்று ரத்தக் குவியலாகக் குப்புற விழுந்து கிடந்த நடுவயதுக்காரர் — காதுகேட்க உதவும் கருவி பல அடிகள் தள்ளி தெறித்துக் கிடந்தது. கையில் பிடித்த செல்ஃபோனுடன் கால்கள் இரண்டையும் பிரக்ஞையையும் இழந்து தண்டவாளத்தருகில் கிடந்த இளைஞன்.

உச்சமாக, எழும்பூர் நிலையத்தின் நடைபாதைப் பாலம் அருகில் தூக்கு படுக்கையில் கிடந்த வாலிபனின் பிரேதத்தைப் பார்த்தேன். அடிபட்டவன் இல்லை, மெனக்கெட்டு உயிர் இழந்தவன் என்று தோன்றியது — உடம்பில் காயம் ஏதும் இல்லை. கழுத்திலிருந்து தலை மட்டும் துணிக்கப்பட்டிருந்தது. கிடத்திய துப்புரவு ஊழியர் கலையுணர்வு மிக்கவர் போலும் — பரக்கத் திறந்த விழிகள் கொண்ட தலையை இறந்தவனின் கவட்டில் வைத்திருந்தார். மூன்று நாட்களுக்கு என்னால் சாப்பிட முடியவில்லை...

ஸாரி. திரும்பவும் தள்ளிப் போய்விட்டேன். மாநகரம் தரும் அழுத்தம் அந்த மாதிரியானது. மற்றபடி, இந்தத் தொடரில் பொருந்தக்கூடிய ஒரு சம்பவத்தைச் சொல்வதுதான் என் நோக்கம். வேறேதுமில்லை.

அன்று வெயில் சற்று அதிகமாக இருந்தது என்பதோடு, நான் பேட்டி காணச் சென்ற தொழிலதிபர் என்னைச் சரியாக நடத்தவில்லை என்பதில் அவமான உணர்ச்சியும் எரிச்சலும் எனக்குள் மண்டியிருந்தது. அவரைச் சொல்லிக் குற்றமில்லை — மூதாதைகள் பொறுப்பாகத் தொழில் செய்து மலையாய் ஈட்டி வைத்த பணமும் மமதையும் உச்சந்தலையில் உட்கார்ந்து அழுத்தும்போது என்னதான் செய்வார், பாவம்?

ஸீஸன் டிக்கட் உபயத்தில், நின்றுகொண்டிருந்த ரயிலில் ஏறி உட்கார்ந்தேன். வேர்க்கடலைப் பையனிடம் 'வேண்டாம்' என்று தலையசைத்துத் திரும்புகிறேன், ரங்கநாதன் உள்ளே ஏறி வந்தான்.

ஆச்சரியப் பார்வைகளும், ஆரம்ப உபசார வார்த்தைகளும் தீர்ந்த பிறகு சாவகாசமான உரையாடல் ஆரம்பித்தது. ரங்கநாதன் தன் மனைவி மற்றும் மைத்துனன் பற்றிக் கவலையாகப் பேசிக்கொண்டே வந்தான். சீனிவாசன் இப்போது பதவி உயர்ந்துவிட்டான். மன்றத்தின் மாவட்ட அமைப்பாளராகி விட்டான். மன்றத்தின் சார்பாக நடக்கும் புதுப்பட ரிலீஸ் வைபவங்களிலும், அடிதடிகளிலும் முன்னணியில் தலைமை தாங்கி நின்று பங்கேற்கிறான். தற்சமயம், ஏதோ தகராறாம். நேற்றிரவு சகோதரி வீட்டுக்கு வந்திருக்கிறான்.

ரங்கநாதனின் ஒரே மகள் சவுமியா பட்டப் படிப்பு முடிப்பதற்காகக் காத்திருக்கிறார்கள் எல்லாரும். ஜாதகப் பொருத்தம் மிக விசேஷமாக இருப்பதாகவும், திருமணத்துக்குப் பிறகு அமோகமாக இருப்பார்கள் என்றும் குறைந்தது நாலு ஜோஸியர்கள் உறுதியாகச் சொல்லியிருக்கிறார்கள் — என்று ருக்மணி அடித்துச் சொல்கிறாள். இதைச் சொல்லும்போது, ரங்கநாதன் ஜன்னல் வழியாக வெளியில் பார்த்தான். கைகள் லேசாக நடுங்கிக்கொண்டிருந்தன.

சைதாப்பேட்டை நிலையத்திலிருந்து ரயில் கிளம்பும்போது என் புறம் திரும்பினான். கடுமையாகச் சிவந்து கலங்கியிருந்தன கண்கள். என் கையைப் பற்றிக்கொண்டு,

> ஆக, என் குடும்பத்துலெ இன்னும் தனியாயிருவேண்டா ஜீவா...

என்று தழுதழுத்தான். நான் கிண்டியில் இறங்கத் தயாரானேன்.

> ...வீட்டுக்கு வாயேண்டா என்னோடெ.

என்று இறைஞ்சும் குரலில் சொன்னான் ரங்கநாதன். நானுமே சற்றுக் கலங்கித்தான் இருந்தேன். சவுமியா அபாரமான அழகும் அறிவும் கொண்ட சாந்த சொரூபி. சிறுமியாக அவள் கவுன்

அணிந்து திரிந்த நாட்கள் என் கண்களுக்குள் பத்திரமாக இருக்கின்றன. உடனடியாக சம்மதித்தேன்.

கிண்டியில் நாலைந்து பேர் ஏறினார்கள். தூய வெள்ளை நிறத்தில் வேஷ்டியும் பருத்தித் துணிச் சட்டையும் அணிந்த ஒருவன் எங்கள் எதிரில் காலியாய் இருந்த இருக்கையில் வந்து அமர்ந்தான். பார்த்த மாத்திரத்திலேயே 'அவன் இவன்' என்று குறிப்பிடத் தக்க முகபாவம். செல்ஃபோனைக் காதையொட்டிப் பிடித்த இடது முன்னங்கையில் ஆழமான நாலைந்து வெட்டுத் தழும்புகள்.

சட்டைப்பைக்குள்ளிருந்து எடுத்த கைக்குட்டையால் முகத்தைத் துடைத்தபடி செல்ஃபோன் பேச்சைத் தொடர்ந்தான். கிட்டித்த பற்களுக்கிடையில் தணிவான குரலில் பேசினான். உற்றுக் கவனித்தால் மட்டுமே புரிகிற மாதிரி. நாங்கள் மௌனமானோம். ரங்கநாதன் வெளியில் விரையும் காட்சிகளில் ஈடுபட்டான். பட்டுப்பாவாடையும் பஃப் கை சட்டையும் ஜிமிக்கியும் கொலுசுமாக சவுமியா கம்பி மத்தாப்பு சுழற்றுவதைப் பார்த்தபடி எதிரில் இருந்தவனின் பேச்சில் அமிழ்ந்தேன்.

> ...ஆமா. ரயில் ஏறிட்டன். மவுண்ட்டு தாண்டீருச்சு. சின்ராசு வந்துட்டானா. செல்லப்பாண்டி?... என்னாது, திரிசூலமா? ஏன், இம்புட்டு நேரம் ஊம்பிக்கிட்ருந்தானாமா? வெட்டி யாத் திரிஞ்ச கூதியான்களுக்கு ஒரு பொளைப்பெக் கை காட்டுனம் பாரு, எம் புத்தியெச் செருப்பால அடிக்கணும். என்னா, காரு நிக்கிதா? முட்டுச் சந்துன்னு சொன்னானெப்பா? எதுத்த வீட்லயா, சரி சரி. சாமானெல் லாம் பார்வெயிலே படாமெ வச்சிருக்கீகல்ல? ஆள் நட மாட்டம் அதிகம் இருக்கா அங்கிட்டு? டேசன்ல கார்மேகம் நிக்கிறானா? இந்தா வந்துருவேன். சரி நீ வையி. பெறகு பேசலாம்...

பேசும் நேரம் முழுக்க அவன் கண்கள் பெட்டிக்குள் அலை பாய்ந்து துழாவின. செல்ஃபோனைத் தன் சட்டையின் நெஞ்சுப் பகுதியில் தேய்த்துத் துடைத்தான். இதற்குள் மீண்டும் அது ஒலித்தது.

> ...சொல்றா. ஆமா, நைட்டு மதுரைக்கிப் போயிறணும். என்னாது, பொம்பளையாளுகளா? இருக்கட்டும், இருக்கட்டும். குறுக்க வந்தா அவளுகளையும் போட்ற வேண்டியதுதான்.

வண்டி பல்லாவரத்தில் நின்றது. நிறையப் பேர் இறங்கி அநேகமாக முழு வண்டியுமே காலியானது. ரங்கநாதன் இப்போது கண்மூடித்

தனக்குள் ஆழ்ந்திருந்தான். நான் அடக்க அடக்க மேலெழும் பெருமூச்சுகளைக் கொண்டு, சிறுமியாக எனக்குள் பதிந்திருக்கும் சவுமியாவின் பிம்பத்தைக் கலைக்க முயன்று கொண்டிருந்தேன்.

எதிர் இருக்கை செல்ஃபோன் மீண்டும் ஒலித்தது. எனக்கு அந்த நபரின் முகத்தையும், குரலையும் சகித்துக்கொண்டது போதும் என்று தோன்றியது. எழுந்து நடந்து கதவருகில் நின்றேன். வெம்மையான காற்று முகத்தில் மோதியதை ஏனோ ஆறுதலாக உணர்ந்தேன்.

சானடோரியம் நிலையத்தில் இறங்கி, இடதுபுறம் வாகனப் பாதுகாப்பு நிலையத்தை நோக்கி நடந்தோம். வண்டியை எடுத்துக்கொண்டு வந்த ரங்கநாதன் சிட்லபாக்கத்தை நோக்கித் திரும்புவதற்குப் பதிலாக பூண்டி பஜார் திக்கில் செலுத்தினான். இடதுபுறம் காஸிம் பாவா கடைக்கு முன்னால் நிறுத்தினான்.

பாவா எங்கள் இருவருக்கும் நண்பர். சாயங்காலங்களில் கூட்டம் நெரியும் பழக்கடை நடத்துகிறவர். பின்புறம் எந்நேரமும் மிக்ஸி ஓசை கேட்கும். ஜூஸ் குடிக்க வருகிறவர்களுக்காக நாலைந்து குட்டை மேஜைகளும் நாற்காலிகளும் கிடக்கும். 'ஒரு ஈ கூடப் பறக்காத ஜூஸ் கடை இந்தியாவிலேயே உங்களுது மட்டும்தான் பாய்' என்று ரங்கநாதன் உல்லாசமாய் இருக்கும் போது சொல்வான்.

பாய் இல்லை, 'வெளியூர் போயிருக்கிறார்' என்று கல்லாவில் இருந்த புதுப்பையன் சொன்னான். ஆளுக்கொரு அன்னாசி ஜூஸ் போடச் சொன்னோம். அவனே இறங்கி வந்து போட்டான். தொழில் பழகாத கைகள் மிகுந்த சிரமத்துடன் அன்னாசியைத் துண்டுகளாக்கின. காத்திருக்கும் வேளையில் ரங்கநாதன் மௌனமாகவே இருந்தான். அவன் வழக்கமாகச் சொல்வதுதான்:

> பேச்சுத் துணைக்கி ஏகப்பட்ட சிநேகிதங்க கிடைச்சுரு வாங்கடா ஜீவா. ஒரு வார்த்தைகூடப் பேசாமெ சும்மா பக்கத்திலே உட்கார்ந்திருக்கிறதுக்கு நண்பன் கிடைக்கிறது தான் அபூர்வம்.

ஜூஸ் குடித்தபிறகு ரங்கநாதன் உற்சாகமாகிவிட்டான். அரை மணிநேரம் போல அங்கேயே உட்கார்ந்து பேசிக்கொண்டிருந்து விட்டு, சிட்லபாக்கம் நோக்கிப் புறப்பட்டோம். 'குறுக்கே ராமகிருஷ்ணாபுரம் வழியாகச் செல்லும் பாதை சீர்கெட்டிருக்கிறது, சானடோரியம் போய் மெயின் ரோடிலேயே போவோம்' என்று சொல்லியபடி வண்டியை உதைத்துக் கிளப்பினான் ரங்கநாதன். ஆமையைவிடக் கொஞ்சம் அதிகமான வேகத்தில்

வண்டி ஓட்டுகிறவன் அவன் — மற்ற விஷயங்களில் நிதானமாக இருந்துகொண்டு, இதில் மட்டும் வேகம் காட்ட முடியுமா என்ன?

வழியில் எங்களைத் தாண்டி அதிவேகமாக ஒரு போலீஸ் வாகனம் விரைந்தது. நாங்கள் போய்ச் சேர்ந்தபோது, அந்த வாகனம் ரங்கநாதன் வீடு இருந்த முட்டுச் சந்தின் வாசலில் நின்றிருந்தது.[16]

...சந்திப்போம்...

16 சமீபத்தில்தான் நடந்த சம்பவம் என்பதாலும், ஏற்கனவே ஆழமாகப் புண்பட்டு நடைப்பிணமாக வாழ்ந்துவரும் ஆன்மாவைப் பொதுப் பார்வைக்கு இன்னொருமுறை அடையாளம் காட்டுவது தார்மீகமில்லை என்பதாலும், நடந்த சம்பவத்தின் இடம் வேளை பெயர் போன்ற சகலத்தையும் கவனமாக மாற்றியிருக்கிறேன் – வழக்கம்போல. ரயிலில் எதிரே உட்கார்ந்து செல்ஃபோன் பேசிய நபர் மட்டும் முற்றிலும் உண்மை – ஜீ.

5

படுத்திருக்கும் தோரணையையும் செக்கச் செவேலெனப் புடைத்திருக்கும் புட்டத்தையும் பார்த்தால் பெண்ணுடம்பு போலத்தான் தெரிகிறது. காலங்காலமாக அதே நிலையில் படுத்திருக்கிறது. புரண்டு படுக்காதா என்ற ஏக்கத்துடன் காலங்காலமாக அதே இடத்தில் நின்றுகொண்டிருக்கிறேன். என் ஏக்கத்தை உள்ளூர அறிந்தது மாதிரி, அது இம்மிகூடப் புரளாமல் படுத்திருக்கிறது.

செம்மண் தரை. வெற்றுத்தரையில் படுத்தால் மிருதுவான முலைகளில் கீறல் விழாதா என்று கவலையாக இருக்கிறது. யாரென்றே தெரியாதவளைப் பெயர் சொல்லிக் கூப்பிடுவது எப்படி? இருக்கும் சீரைப் பார்த்தால், நான் கூப்பிட்டாலும் அவள் திரும்பிப் பார்க்கமாட்டாள் என்று படுகிறது.

நான் நகராவிட்டால், தானும் அசைய மாட்டாள் என்பது உறுதியாகத் தெரிகிறது. அந்த இடத்தைவிட்டு அகன்றுவிடலாம் என்றால், ம்ஹூம். கால்கள் பெயர மறுக்கின்றன. வேர் பிடித்துவிட்டது போலும்.

இப்போது காட்சிக்குள் இன்னோர் உருவம் நுழைகிறது. எனக்கு முதுகைக் காட்டியபடி, நகரும் திரை மாதிரி, பக்கவாட்டில் நெருங்குகிறது. நடுராத்திரி இருட்டு நிற உடம்பு. முழு நிர்வாணம் என்பதால் என்புறம் திரும்பக் கூச்சமாகக்கூட இருக்கலாம்.

ஆனால், பின்புறத்தையும் நடையின் அழுத்தத்தையும் வைத்து உறுதியாகச் சொல்லலாம் — அது ஆணேதான்.

அவனுக்காகவே காத்திருந்த மாதிரிப் பெண்ணுடல் சலனம் கொள்கிறது. அருகில் வந்து அவள் இடுப்பில் கை பதிக்கிறான். அரிசியும் காபித்தூளும் கலந்த மாதிரி வெள்ளை வெளேரென்ற பெண்ணுடம்பில் அடர்நிறக் கை படிகிறது. அவனுக்கு எதிர்ப்புறம் புரள்கிறாள். அதாவது, நான் நின்றிருக்கும் கோணத்தில், குப்புறக் கிடந்த பலகை எதிர்ப்புறம் நோக்கித் திரும்பிச் செங்குத்தாகக் கிடக்கிறது.

அவன் நான் நிற்பதை உணர்ந்தவன் மாதிரி திடீரென்று என்னை நோக்கி முகத்தைத் திருப்புகிறான். அட, வாசகம்!...

விழிப்புத் தட்டிவிட்டது. மூத்திரம் முட்டுகிறது.

ஸ்ரீரங்கத்தில் காவிரிக் கரைமீது அம்மா மண்டபம் தாண்டி மேலும் ஒரு கி.மீ. தொலைவு நடந்தால், ஒரு சுடுகாடு வருகிறது. அதற்கு எதிர்ப்புறம் காவிரியாற்றில் அநுசூயா தேவி நடிக்கும் காட்சியைப் படமாக்குகிறார்கள்.

அநுசூயாவுக்கு அறிமுகம் தேவையில்லை. இருபத்தேழு வயது உடம்பும், பதின்மூன்று வயது முகமும், ஒடுங்கிய இடையும், அநாவசியமாய் சதா இமைத்துக்கொண்டே இருக்கும் கண்களும், மெலிதாக அதைத்த கன்னத்தில் சிரிக்கும்போது விழும் சிறு குழியும், மெனக்கெட்டு அடுக்கிய மாதிரி வரிசை கோத்து உள்புறம் ஒடுங்கிய பற்களும், வாய் திறந்தால் கொட்டும் மழலையும், அதன் இனிமையை அதிகரிப்பதற்கென்று சற்றே அதிகமாய் வெளித்தெரியும் சிங்கப் பற்களும் என்று அவள் திரையில் தோன்றியதுமே உன்மத்தம் தலைக்கேறிக் கூச்சலிடும் ரசிகர் மந்தை தமிழ்நாடு முழுவதும் இருந்தது. அவளுடைய கட் — அவுட்டுக்கு சூடம் கொளுத்தவும், சிதறுகாய் அடிக்கவும் என்று அமர்க்களப்படுத்துகிறவர்கள்.

மார்பில் இறுக்கும் உள்பாவாடையுடன் நீராடியவாறே அநுசூயா பாடும் பேறு பெற்ற ஸ்தலமாக இன்றுமுதல் இந்த சுடுகாட்டுக்கரை மாறவிருக்கிறது.

'ஒரு குளியல் காட்சியை எடுப்பதற்கு இவ்வளவுதூரம் வருவானேன்' என்றுதானே கேட்கிறீர்கள்? சுலபமாக பதில் சொல்லிவிட முடியும்.

அ. இயக்குநர் சசிதரனுக்கு இந்த இடம் மிகவும் பிடித்து விட்டது.

ஆ. தயாரிப்பு நிர்வாகியும் திருச்சிக்காரருமான தேனீ நாகராஜன் இந்த இடத்தை சிபாரிசு செய்திருக்கிறார். காரணம், படத்தின் இறுதிக் காட்சி சுடுகாட்டில் நடப்பது. இந்தப்புறம் குளியல் காட்சியை எடுத்துவிட்டு, எதிர்ப்புறம் சுடுகாட்டுக் காட்சியை எடுத்தால் நாள், செலவு, அலைச்சல் எல்லாம் மிச்சம்.

இ. இதைத்தான் முதல் காரணமாகச் சொல்லியிருக்க வேண்டும். குளிப்பது, முத்தம் பெறுவது, வன்புணர்ச்சிக்கு இலக்காவது போன்ற அந்தரங்கமான காட்சிகளை ஜன நடமாட்டமே இல்லாத இடத்தில்தான் எடுக்க வேண்டும் என்பது அநுசூயாவின் நிபந்தனை. 'போன மாதப் படப் பிடிப்பில் நீச்சலுடையில் நடித்தாளே, அது பெசண்ட் நகர் கடற்கரையில் ஊரே பார்க்க நடந்த படப்பிடிப்பு தானே' என்றெல்லாம் கேட்க முடியாது. தவிர, 'இங்கேயும் தான் படப்பிடிப்பை வேடிக்கை பார்க்கக் குறைந்தது நூறுபேராவது திரண்டிருக்கிறார்களே' என்றும் கேட்க முடியாது. அநுசூயா சொன்னால் சொன்னதுதான். தமிழ்த் திரையுலகின் முதல் இடத்தில் உள்ள நடிகை என்றால் சும்மாவா?

நான் போய்ச் சேர்ந்தபோது, காலை உணவுக்காகப் படப் பிடிப்பை நிறுத்தியிருந்தார்கள். அதிகாலையில் ரயிலில் வந்து இறங்கி, நிலையத்துக்கு எதிரில் உள்ள விடுதியில் பல்தேய்த்துக் குளித்துவிட்டு ஓடிவருகிறேன்.

இந்த நிகழ்வைப் பற்றி எழுத நான் வரவேண்டியதே கிடையாது. மாணிக்கவாசகம்தான் எங்கள் பத்திரிகையின் சினிமா நிருபர். 'இந்தப் படம் சம்பந்தமான எந்த ஒரு நடவடிக்கையிலும் வாசகத்தின் தலை தென்படக் கூடாது' என்று அநுசூயா கட்டளை இட்டுவிட்டாள். அதுதான் நான் வரக் காரணம். கட்டளைக் கதையைப் பிறகு சொல்கிறேன்.

திருச்சிக்கு அருகில் உள்ள ஆலை ஒன்றிலிருந்து சுத்திகரிக்கப் படாத கழிவுநீரைக் காவிரிப் படுகையில் வெளியேற்றுகிறார்கள் என்றும், அதைப் பற்றி விசாரித்து எழுத வேண்டும் என்றும் எங்களுக்கு வேண்டுகோள் வந்திருந்தது.

எங்கள் பத்திரிகையில் சின்னஞ்சிறு பேட்டிகள், நாலுவரிக் கதைச் சுருக்கம், ஏராளமான வண்ணப் படங்களுடன் கிட்டத் தட்ட இரண்டரை வருடங்களாக வெற்றிகரமாக வெளியாகி

வந்த ‘படப்பிடிப்பில் ஒரு நாள்’ தொடரில் இந்தப் படத்தைப் பற்றி எழுதுவதற்காகத் தயாரிப்பாளர் தரப்பு அழைப்பு விடுத்து, இரட்டைப்பக்க விளம்பரத்துக்கு முன்பணமும் கொடுத்திருந்தது. நிருபரின் போக்குவரத்துச் செலவு, தங்கும் படி, உபரி சன்மானம் எல்லாம் தனி. இரண்டு கடமைகளையும் ஒன்றாய்ச் சுமந்து கொண்டு வந்திருக்கிறேன். வாசகம் சொல்வான்: ‘ஆடு மேச்ச மாதிரியும் ஆச்சு, அண்ணனுக்குப் பொண்ணு பாத்த மாதிரியும் ஆச்சு.’

ஆக, வாசகமும், ஆசிரியரும் வேண்டிக்கொண்டதற்கு இணங்க நான் வந்திருக்கிறேன். உண்மையில், வாசகமுமேகூட வரவேண்டியதில்லை. படத்தின் மக்கள் தொடர்பு அலுவலர் தருகிற தகவல்களைத்தான் எழுதப் போகிறோம், அவர்கள் கொடுக்கும் படங்களைப் பிரசுரிக்கப் போகிறோம். நாம் நேரில் போக வேண்டிய அவசியமேயில்லை. என்றாலும், பத்திரிகை தர்மம் என்று ஒன்று இருக்கிறதல்லவா.

இயக்குநர் சசிதரன் துறைக்குப் புதியவர். தாழையூத்துக்காரர். சொந்தப் பெயர் பாலகுருசாமி. புனே இன்ஸ்ட்டிட்யூட்டில் திரைப்படம் இயக்கும் கலை படித்துவிட்டு, வங்காளத்தின் புகழ்பெற்ற இயக்குநர் பிமலேந்து மித்ராவிடம் மூன்று படங்களுக்கு உதவி இயக்குநராகப் பணியாற்றியவர். குருநாதர் இயக்கிய, ‘கங்கைத்தாயே, இந்த அழுக்கையும் ஏற்றுக்கொள்’ என்ற படம் கேன் விழாவில் சிறப்பு விருது பெற்றது. அரங்குகளில் திரையிடப்படுவதற்கு முன்பே சர்வதேசப் படவிழாக்களில் பங்கேற்று அந்நியச் செலாவணியையும் வசவுகளையும் வாரிக் குவித்தது.

‘கங்கைத்தாயே...’ கங்கைக் கரைப் படகோட்டி ஒருவனுக்கும், சிறுநகரில் தொழில்புரியும் வேசிக்கும் இடையில் நிலவும் காதலின் கதை. நீர்ப் பிரவாகத்தின் இழுவைக்கிணங்கித் தானாய் நகரும் படகில் அவர்கள் புணரும் காட்சி இந்திய மென்மனத்தைப் புண்படுத்திவிட்டதாகப் பெரும் பரபரப்பை ஏற்படுத்தியது. இந்தியத் திரையரங்குகளில் அந்தக் காட்சி நீக்கப்பட்டுத்தான் பின்னர் வெளியானது. படம் சரியாக ஓடவும் இல்லை. இருந்தாலும், உலகப் படவிழாக்களில் பார்த்த மென்மனங்கள் பெரிய அளவில் புழுதியைக் கிளப்பின.

அது மாதிரிப் படங்கள் எடுத்து, தமிழ்த் திரையுலகத்தின் கலைச் சிகரமாகத் திகழும் உத்தேசத்துடன்தான் வந்து சேர்ந்தார் சசிதரன். இங்கு ஏற்கனவே ஏழெட்டு சிகரங்கள் இருப்பது, அவர்கள் தின்றுபோட்ட எச்சம்தான் மற்றவர்களுக்குக் கிடைக்கும் என்பதெல்லாம் மனம் சோர வைத்துவிட்டது. தமது லட்சியப்

படத்தை எடுக்க வேண்டுமானால், வேறு நாலைந்து பேரின் லட்சியப் படங்களை எடுத்தாகவேண்டிய நிர்ப்பந்தம்.

நாலு பாட்டு, இரண்டு சண்டை, தனி ட்ராக்கில் அசட்டு நகைச்சுவை என்று அபூர்வமான படங்கள் குறைந்தபட்சம் நாலு எடுத்து, அவை வெற்றியும் பெற்றால்தான் இவருடைய பிழைப்பு ஓடும். ஆகவே, தமது முதல் படத்துக்காக,

மாமா மாமா கிட்டே வா –
மல்லாந்து படுத்துக்கிறேன் முத்தம் தா

என்ற பல்லவியைத் தொடர்ந்து, அநுசூயா தண்ணீரில் மல்லாந்து படுக்கும் காட்சியை எடுக்க வந்திருக்கிறார்...

மக்கள் தொடர்பு கதிரேசன் முகம் மலர்ந்து சிரித்தபடி வரவேற்றார். அவருடைய உத்தரவுப்படி எனக்கும் பிளாஸ்டிக் தட்டில்பொங்கலும்வடையும்வந்தன.சும்மாசொல்லக்கூடாது, நல்ல ருசி.

எதிர்ப்பக்கம் பார்த்தவாறு 'ஹலோ' சொன்ன இயக்குநரிடம் அறிமுகப்படுத்தினார் கதிரேசன். இதற்கெல்லாம் அவமானம் கொள்ளக் கூடாது. எங்கள் தொழிலில் சர்வ சகஜம் இது. கவனமாய் ஞாபகம் வைத்திருந்து, பின்னர் எப்போதாவது பழிவாங்கவும் செய்வோம்.

அருகில் நின்றிருந்த சிறுமி முகம் பார்க்கும் கண்ணாடியை வாகாகப் பிடித்திருக்க, தன் புருவத்தைச் சிறு துணியால் ஒத்திக்கொண்டிருந்தாள் அநுசூயா. குளியல் காட்சிக்குப் புத்தாடை, உதட்டுச்சாயம், அழுத்தமான ஒப்பனை என்று உட்கார்ந்திருந்தாள். 'முகம் நனையாமல் குளிப்பாள் போல' என்று நினைத்துக்கொண்டேன். சிரிப்பு வந்தது. அவள் பார்வையில் படாத கோணத்தில், சற்றுத் தொலைவில் நாற்காலியை இழுத்துப்போட்டு உட்கார்ந்தேன். ஏதோ ஒரு வகுப்பில் படித்த பழம்பாடல் ஞாபகம் வந்தது.

கொம்புளதற்கைந்து முழம், குதிரைக்குப் பத்து முழம்
வெம்புகரிக் காயிரந்தான் வேண்டுமே – வம்புசெறி
தீங்கினர்தம் கண்ணில் தெரியாத தூரத்தே
நீங்குவதே நல்ல நெறி.

இந்த முன்ஜாக்கிரதையுணர்வு இல்லாமல் போனதுதான் வாசகத்தின் தவறு. திருநெல்வேலிப்பக்கம் உள்ள புராதன கிராமத்திலிருந்து மதறாஸ் வந்தவன் வாசகம் என்கிற மாணிக்க வாசகம். அநியாய வெகுளி. அவன் கண்களிலேயே இது

வெளிப்படையாகத் தெரியும்.

வாசகம் அளவு கறுப்பான சருமம் கொண்ட இன்னொரு மனிதரை நான் இதுவரை பார்க்கவில்லை. பளபளக்கும் கறுப்பு. எரியும் விறகுக்கட்டையில் நீர் ஊற்றி அணைத்தவுடன் ஈரமாய் மினுங்கும் கறுப்பு மாதிரி. சுருட்டை முடி. தட்டை நெற்றியும் சுவர் மூக்கும் வெளேரென்ற பற்களும் இல்லாவிட்டால், ஆப்பிரிக்கப் பூர்வ குடி என்றே யாரும் நம்பிவிடுவார்கள். நன்கு புடைத்த, வெளுத்த விழிகள்.

ஊரிலிருந்து அவன் புறப்பட்டு வந்தது சினிமாவில் நடிக்கும் எண்ணத்துடன். கடைசிவரைக்கும் அது முடியாமல் போனது. ஆனால், திரையுலகம் அவனைக் கைவிடவில்லை. வாய்ப்புத் தேடி அலைந்த நாட்களில் கிடைத்த தொடர்புகள் சற்றும் வீணாகாத விதத்தில், சினிமா நிருபரானான்.

எங்கள் அறைக்கு அடிக்கடி வந்து தங்குவான் — குடிப்பதற்காக. பெரும்பாலும், சொந்தச் செலவில் குடிக்கமாட்டான் வாசகம். கஞ்சன் என்பதால் அல்ல, அன்றாடச் சாப்பாட்டுக்கே கஷ்டப்பட்ட குடும்பத்தில் பிறந்தவன் என்பதும், தாராளமாகச் சம்பளம் தருகிற ஒரு வேலை, நாளது தேதிவரை அவனுக்குக் கிடைக்கவில்லை என்பதும்தான் காரணம். மற்றபடி, ‘மலினமான எண்ணங்களே இல்லாத உத்தமன்’ என்று நானே அவனுக்குச் சான்றிதழ் தருவேன்.

ஒருமுறை, குடி முற்றிய பிறகு, எங்கள் ஐவருக்கும் பிறருடைய முன்னிலை சம்பந்தமான கூச்சமும், தன்னிலை சம்பந்தமான கற்பிதங்களும் அகன்ற பிறகு, வாசகம் உணர்வெழுச்சியால் ததும்பினான்:

> ...சொன்னாவடே. எல்லாப் பயலுவளும் சொன்னாம். ‘லே மக்கா, வண்டியேறாதலே. பயபுள்ள இப்பிடிச் செக்கச் சிவீர்ன்னு கெடக்குதியே. ரிஃப்ளெக்ட்டரு வெளிச்சமெல்லாம் ஒம் மேல பட்டுத் திரும்பிச்சுன்னா, காமெரா பொசுங்கிப் போவுமேடே. அது ரிஸ்க்குல்லா...’

சுந்தரராஜனுக்குப் புரையேறியது. உச்சந்தலையில் ஓங்கி ஓங்கி அறைந்துகொண்டு, கண் நிரம்பிய கண்ணீருடன் தொடர்ந்து சிரித்துக் குலுங்கினான்.

> ...இந்தத் தாயளி, பாளாப்போன அருமெநாயகம்தானடே காரியத்தெயே கெடுத்தவன்.
>
> அது யாரு?
>
> சேவியர்ஸ்லெ எனக்கு வாத்தியா இருந்த மூதி. ஹெமிஸ்ட்ரி

> படிப்பிச்சவன்.

> அப்பிடி என்ன செஞ்சாரு.

> வருசையா இருபத்தஞ்சு பேரு வரைக்கிம் சொன்னாம் பாத்துக்கோ. அவிங்யல்லாம் கரேர்னு இருந்தவிங்யதானாம். பெரிய பெரிய நடிகனானவிங்ய. ஆம்பளெ கறுப்பா இருந்தா சினிமாக்காரனுவொ கவலெப்பட மாட்டாவளாம். அப்பிடியே வேணும்னா, ஒடம்பு முளுக்க செகப்புப் பவுடரெ அப்பி விட்ருவாங்யளாம். என்னெய மாதிரி மேதெயல்லாம் வருசாவருசம் பிறக்குறதில்லையாம். தாயளி என்னல்லாம் சொல்லி உசுப்பி விட்டாம்ங்கே?... அவெம் பாத்த பார்வெ, எம் படிப்பே ஒப்பேறிப் போச்சு...

சுந்தரராஜன் உருண்டு உருண்டு சிரிக்க ஆரம்பித்தான். வாசகத்தின் பேச்சோ, நெல்லைத்தமிழின் ஏற்ற இறக்கங்களோ, அவன் பேசுகிற விஷயத்தின் உட்பொருளோ இல்லை காரணம். சிரிக்கக் கிடைக்கும் சந்தர்ப்பத்தை வீண்போக விடமாட்டான் சுந்தரராஜன். *இருவார அரசியல்* இதழ் ஒன்றில் உதவி ஆசிரியராக இருப்பவன்.

> அப்பிடித்தாண்டா கவுரவமாப் பேரு சொல்வானுக. 'கீளெ எறங்கிப் போயி டீ வாங்கிட்டு வாடா' ன்னா வாங்கிட்டு வரணும். 'எஞ் செருப்பெத் தொடைச்சு வையி'ன்னா வைக்கணும். அதான் நம்ப பொளெப்பு.

என்று அடிக்கடி சொல்வான். எதற்கும் புண்கொள்ளாமல் சிரிக்கும் அவனைப் பார்த்தால் சில சமயம் பொறாமையாகக் கூட இருக்கும். சிரிப்பு சற்று ஓய்ந்ததும், கேட்டான்:

> அது சரிடா வாசகம், இப்பிடி ஒன் மேல அந்தாளுக்கு அப்பிடியொரு நம்பிக்கை வர்றதுக்கு ஏதாச்சும் காரணம் இருந்துருக்கணுமே?

> அந்தக் கோராமெயே ஏம்லே கேக்கெ? அது ஒரு பெரிய்ய கதெ.

முதல் மாடியில் இருந்த ஆறு அறைகளுக்கும் பொதுவாய் இருந்த கழிவறைக்குப் போயிருந்த சண்முகசுந்தரம் திரும்பி வருவதற்காகக் காத்திருந்தான் வாசகம். இடையில் இரண்டு மிடறுகள் விழுங்கவும் செய்தான். சண்முகம் திரும்பியதும், சுந்தரராஜன் ஆவலாய்க் கேட்டான்:

> சொல்றா.

> ஆண்டுவிளா எளவுக்கு நாடகம் போடணும்னுதாம் மக்கா சீண்ட்ரம் ஆரமிச்சுச்சு.

ம்.

இந்துப் புராணக் கதெ எதையாச்சும் போடணும்னு திட்டம்.

ம்.

தொயந்து யோசிக்கோம், ஒண்ணும் அடெபடலே. கடேசிலே, நாந்தாம் சும்மாயிருக்க மாட்டாமெ, 'அப்பென் ஆத்தாகிட்டெ முருகென் கோவிச்சுட்டுப் போற கதையெப் போடலாம்' னு சொல்லித் தொலைச்செனு. 'பாரத நாட்டு ஜனங்களுக்குக் கொஞ்சமும் கிடைக்காமெப் போன நிம்மதிதான் நானப்பளம்'னு வர்ற மாதிரி வசனம் எளுதிப்பிடலாம்னு முடிவு செஞ்சம். அப்பத்தான் என் வாக்குலெ சனி வந்து ஒக்காந்திருச்சு.

சொல்லு.

முருகன் சடைச்சிக்கிட்டுப் போறப்ப எல்லாரும் சமாதானம் செய்யுதாவளா இல்லியா?

ஆமா, அவ்வயார்கூட வருவாங்களே?

நாஞ் சொன்னேன், 'முருகனோட தாய்வளிப் பாட்டன் வந்து சமாதானம் செய்யிதாரு. அவருக்கு வளுக்கெத்தலெ அடிச்சு, கைபிலெ கம்பெக் குடுத்து நிப்பாட்டிறலாம் — காந்தி சாடைக்கி.' இந்த ஒரு யோசனே சொன்னதுக்காகத்தாம் அந்தப் பாவிமட்டெ என்னைக் 'கலைஞ்சன் கலைஞ்சன்'னு போட்டுத் தாளிச்சிருச்சு. என் குடியையே கெடுத்து இப்பிடிக் கொண்ணாந்து விட்ருச்சு.

அவரு யாரு, முருகனோட தாத்தா?

அவருதான் தட்செனு. அவரு யாகம் பண்ணுறப்ப மருமகப் பிள்ளெயே மொறையா அளைக்கலேன்னு ஆவலாதி வந்துச்சால்லியா?

சுந்தரராஜன் விட்ட இடத்திலிருந்து சிரிக்கத் தொடங்கினான். சண்முகசுந்தரம் ஸீரியஸாய்க் கேட்டான்:

அவரெத்தான் ஈஸ்வரன் நெத்திக்கண்ணெத் திறந்து எரிச்சுட்டாருல்லப்பா?

ஏலே, என்ன கூறுல்லாமெக் கேள்வி கேக்கே? அதுக்குப் பெறகுட்டு சமரசமாயி, எல்லாம் ஒண்ணுமண்ணா ஆயிருச்சில்லா? அரியது கேட்கின் நெடிவடிவேலோய் ...

கர்ண கடூரமாக உச்சஸ்தாயியில் எடுத்தான் வாசகம். சுந்தர ராஜன் தொடர்ந்து உருண்டான்...

பெசன்ட் நகர் கடற்கரையில் அநுசூயா நீச்சலுடையில் குளித்த படப்பிடிப்புக்கு வாசகம் போயிருக்கிறான். ஒவ்வொரு டேக் முடிந்த பின்னும், உதவிப் பெண் விரித்துப் பிடிக்கும் குடைக்குக் கீழ் உள்ள பிரம்பு நாற்காலியில் டர்க்கிஷ் டவல் போர்த்தியவண்ணம் வந்து உட்கார்ந்துகொண்டாளாம் அநுசூயா.

வாசகத்தின் போதாத காலம் ஒவ்வொருமுறை அவள் தண்ணீரிலிருந்து எழுந்து வரும்போதும், இவனுடைய பார்வையும் அவளுடைய பார்வையும் நேருக்கு நேர் சந்தித்திருக்கின்றன. இவனைப் பார்க்கும்போதெல்லாம் காறிக்காறித் துப்பி விட்டு, தலையை வெடுக்கென்று திருப்பிக்கொண்டாளாம். அன்றைய படப்பிடிப்பு முடிந்து கிளம்பும்போது, மக்கள் தொடர்பு அலுவலரைக் கூப்பிட்டு, வாசகத்தைச் சுட்டிக்காட்டித் தடை விதித்தாள். அவர் நேரே இவனிடம் வந்து தெரிவித்துவிட்டார்.

கலங்கிய கண்களுடன் அலுவலகம் வந்து சேர்ந்தான் வாசகம். இதெல்லாம் நடந்தது போன மாதம்.

மூன்றாவது நாள் அலுவலகத்துக்குத் தொலைபேசியில் பேசினேன். 'பத்திரிகைக்காரன் என்று சொன்னதும் தொழிற்சாலைக்குள் நுழைய அனுமதி மறுத்துவிட்டார்கள், வெளிப்புறத்தைத்தான் படமெடுக்க முடிந்தது, கழிவுநீர் ஆற்றில் கலக்கும் இடத்தை எதிர்க்கரையில் இருந்துதான் படமெடுக்க முடிந்தது, இக்கரையில் அந்த இடத்தை நெருங்க முடியாதபடி சுற்றுச்சுவர் நீர்மட்டத்தை ஒட்டிப் போகிறது, கிராம ஜனங்கள் தொழிற்சாலையைப் பற்றி வாய்திறக்க மறுக்கிறார்கள், ஒவ்வொரு வீட்டுக்கும் மாதாந்திரம் கவரில் பணம் போவதாக உள்ளூர் இளைஞன் ஒருவன் ரகசியமாகச் சொல்கிறான்' என்றெல்லாம் விளக்கமாக ஆசிரியரிடம் தெரிவித்தேன்.

அவர் பதிலுக்கு இன்னொரு செய்தி சொன்னார். நான் பார்த்த படப்படிப்பிலிருந்து பாதியில் புறப்பட்டு அநுசூயா நேரே சென்னை திரும்பினாளாம். தன்னுடைய காதலனும், முன்னணி நடிகனுமான தேவேந்தர் வீட்டுக்கு இன்று அதிகாலை போயிருக்கிறாள். 'அவர்கள் இருவரும் காதலிக்கிறார்கள்' என்ற கிசுகிசுவை முதன்முதலில் வெளியிட்டதே எங்கள் பத்திரிகை தான். வாசகம் கொண்டுவந்த தகவல் அது. 'சாவித்துவாரம்' என்ற புனைபெயரில் போட்டோம். முறைப்படி மறுத்து அறிக்கை வெளியிட்டார்கள் இருவரும் — தனித்தனியாக.

தேவேந்தர் தாமரை மலர் மாதிரி இருப்பான். கன்னடத்துக்காரன். சற்றுப் பெண்மை தொனிக்கும் முகம்,

உடல் அசைவுகள். தமிழ் சினிமா நாயக மரபுப்படி, உணர்ச்சி மயமான மனிதனாக மட்டுமே அவனுக்குக் கிடைத்த வேடங்கள் அமைந்தன. அவன் குமுறி அழாத படமே கிடையாது. நிஜ வாழ்க்கையில் கல்லுளி மங்கன் என்று சொல்வார்கள்.

தேவேந்தர் வீட்டு போர்ட்டிகோவில் நின்று அநுசூயா ஒருமணி நேரம் சத்தம் போட்டிருக்கிறாள். அவன் கைகளை நெஞ்சில் கட்டிக்கொண்டு பால்கனியில் பொறுமையாக நின்று பார்த்துக்கொண்டிருந்தானாம்.

தொண்டை கட்டும்வரை கத்திவிட்டு, காரில் ஏறி விர்ரென்று புறப்பட்டுவிட்டாள் அநுசூயா. அதற்குள் ஓரிரு நிருபர்கள் ஸ்தலத்துக்கு வந்து சேர்ந்திருந்தார்கள். ஒவ்வொரு பத்திரிகை அலுவலகத்தையும் தேவேந்தரின் மேனேஜரும், அநுசூயாவின் மேனேஜரும் தனித்தனியாகத் தொலைபேசியில் அழைத்து 'இந்த சம்பவம் பற்றி செய்தி வெளியிட்டுவிட வேண்டாம்' என்று காலையிலிருந்து மன்றாடிக்கொண்டிருக்கிறார்கள்.

இனிமேல்தான் இருக்கிறது, நான் திகைப்படைந்த புதிர்த் திருப்பம்.

அன்று சாயங்காலம் வெளியான மாலைமுரசில், தமிழகத்தின் பிரபல நடிகை அநுசூயாவும், 'முன்னணிப் பத்திரிகையாளர்'ரான மாணிக்கவாசகமும் மாலையும் கழுத்துமாக நிற்கும் புகைப்படம் வெளியாகியது. திருநீர்மலையில் மாலை மாற்றிக் கொண்டார்களாம். மணமகன் சார்பில் பத்திரிகை நண்பர்கள் நாலைந்துபேரும், நடிகையின் தரப்பில் ஒப்பனை உதவியாளரான சிறுமியும் மட்டுமே கலந்துகொண்ட எளிமையான திருமணம். மணப்பெண்ணைவிட மணமகன் ஏழு வயது இளையவர் என்று சொன்னது செய்தி.

நான் ஊர் திரும்பிய பின், பத்துப்பனிரெண்டு நாள் கழித்து, வேலையை ராஜினாமா செய்யவும் எங்களிடம் நேரில் விடை பெற்றுச் செல்வதற்காகவும் அலுவலகம் வந்தான் வாசகம். அவனைச் சுற்றிப் பதினைந்தடி தொலைவுக்கு உயர்தரமான நறுமணம்வீசியது.எல்லாரும்அவனைச்சூழ்ந்துகொண்டார்கள். பரபரப்பு சற்று ஓய்ந்ததும், என்னைத் தன்னுடன் வரும் படி வேண்டினான்.

வாசலில் காத்திருந்த படகுக் காரில், ஐந்து நட்சத்திர ஓட்டல் ஒன்றின் உணவகத்துக்கு அழைத்துச் சென்றான். தனியாக ஒரு மூலையில் உட்கார்ந்து வெகுநேரம் பேசிக்கொண்டிருந்தோம். வாசகம் மூன்று செய்திகள் சொன்னான்:

1. இன்னமும் வாசகத்தைப் படுக்கையறைக்குள் அனுமதிக்கவில்லை அவனது புது மனைவி. எந்நேரமும் குப்புறப்படுத்து அழுதுகொண்டேயிருக்கிறாள் என்பது அவளது அந்தரங்க உதவியாளினி ஷீலா சொல்லும் தகவல். இவன் ஹாலில் உள்ள பிரம்மாண்ட ஸோஃபாவில் உறங்குகிறான்.

2. தேவேந்தர் வீட்டு வாசலில் தான் கத்தியது செய்தியாக வரும் அதே பதிப்பில் தனது திருமணச் செய்தியும் வந்தாகவேண்டும் என்று அவசரப்பட்டாள் அநுசூயா. இவனை மெற்றாஸ் முழுக்கத் தேடிப்பிடித்து அழைத்து வரச் சொன்னாளாம்.

3. இன்னொரு தகவலும் சொன்னான். பிறகு, 'இதை யாரிடமும் சொல்லவேண்டாம்' என்று கெஞ்சலாக வேண்டிக் கொண்டான். (இதெல்லாம் இருபத்தைந்து வருடப் பழங் கதை, சம்பந்தப்பட்டவர்களைத் தவிர மற்ற அனைவருமே மறந்துவிட்டிருக்கக் கூடியது. நானும் சம்பந்தப்பட்டவர்களின் அசல் பெயர்களைக் குறிப்பிடாமல்தானே சொல்கிறேன்.)

   கழிவறையில் தேவேந்தரின் படத்தைத் தரையில் கிடத்தியிருக்கிறாளாம் அநுசூயா. முன்னர் வீட்டு ஹால் சுவரில் மாட்டியிருந்த, கண்ணாடிச் சட்டமிட்ட, ஆளுயரப் படம். கோபம் முற்றிவிடும் தருணங்களில், இவனை அழைத்து, தானும் எதிரில் நின்றுகொண்டு அந்தப் படத்தின்மீது சிறுநீர் கழிக்கச் சொல்கிறாள்.

   வாசகம் சொன்ன ஒரு வாக்கியம் இன்னும் நன்றாக நினைவிருக்கிறது. 'மொத்தத்திலே, ஏஞ் சக்கரையெ அவ பத்துப் பன்னெண்டு மட்டம் பாத்துப்புட்டா மக்கா. நான் அவ சினிமாலெ காட்டுனதெப் பாத்ததோடெ சரி.'

சிரித்தான். பில் வந்தது. கிட்டத்தட்ட என் ஒருவாரச் சம்பளம். தன் மணிப்பர்ஸிலிருந்து எடுத்து பில் இருந்த வெள்ளித்தட்டில் வைத்தபோது வாசகத்தின் முகத்தில் ஒளிர்ந்த பெருமிதம் இன்றும், இந்த வரியை எழுதும் இந்தச் சமயம் உள்பட, என் கண்ணில் நிரந்தரமாக இருக்கிறது.

மிகச் சரியாக ஆறு வாரங்கள் நீடித்தது அந்த மண உறவு. 'அநுசுயா தேவியின் முதல் கணவன்' என்ற வரலாற்றுப் பெருமை மட்டும் மிஞ்சியது வாசகத்துக்கு. அதன் பிறகு, முழுநேரக் குடிகாரனாகப் பணிபுரிந்து வருகிறான். இன்னும்

ஏழு பிறவிகளுக்குக் குடித்துக்கொண்டேயிருந்தாலும் வற்றாத செல்வத்தை ஜீவனாம்சமாக அளித்திருக்கிறாள் அநு.

அநுசூயா? அவள் கதையை இவ்வளவு நேரடியாகச் சொல்ல முடியாது. ஏகப்பட்ட திருப்பங்களும் எண்ணற்ற கணவர்களும் கொண்ட வாழ்க்கை. திரும்பித் திரும்பிக் கழுத்து நொந்துவிடும் நமக்கு.

அநுசூயா பாதியில் கிளம்பி வந்த படத்தைப் பற்றியும் ஒரு வார்த்தை சொல்ல வேண்டாமா? கடைசிவரை வெளியாகவே முடியாத அளவு சிக்கல்களில் மாட்டிக் காணாமல் போனது அது. ‘மாமா மாமா கிட்டே வா’ பாடல் மட்டும் படுபயங்கர ஹிட்டாகி, பட்டிதொட்டியெல்லாம் ஒலித்தது.

...சந்திப்போம்...

6

நேற்றிரவு இணையத்தைத் துருவிக்கொண்டிருந் தேன். எனக்கு மிகவும் பிடித்த பொழுதுபோக்கு இது. இலக்கில்லாமல் எதையேனும் தேடப்போக, எதிர்பாராத ஏதோவொன்று சிக்கும். பிறகு அதன் பிடியில் நாம் சிக்கி இன்னும் இன்னும் என்று வேறு திசையில் பரவசமாய்த் தேடித் தொடர்வோம். நேற்றுக் கிடைத்த துணுக்கு இது.

> *... துன்பத்தில் சிக்கியவர்களைக் காப்பாற்ற ராஜு கிரிகரி ஓடும்போது, எதுவுமே அவரைத் தடுக்க முடியாது. இந்த மனோபாவம், 16 உயிர்களைக் காத்தது. 1988 ஜூலை எட்டாம் தேதி பெருமண் பாலத்திலிருந்து அஷ்டமுடிக் காயலுக்குள் வீழ்ந்த, துரதிர்ஷ்டம் பீடித்த, ஐலண் எக்ஸ்ப்ரஸ் ரயிலில் பயணம் செய்தவர்கள் அவர்கள்.*
>
> *அந்த விபத்தில் 106 பேர் இறந்துபோனார்கள். திரு. கிரிகரியும் அவரது சக ஊழியர்களும், அந்தப் பகுதியில்தான் பணிபுரிந்துகொண்டிருந்தனர். அள்ளிவந்த மணலை வண்டியிலிருந்து இறக்கும் பணி. ரயில் பெட்டிகள் ஏரிக்குள் தலைகுப்புறக் கவிழ்வதைப் பார்த்தவுடன் பாய்ந்து வந்தார்கள். துழாவுநீச்சல் தெரிந்தவர்கள் என்பதால், ரயில் பெட்டிகளுக்குள் சடுதியில் நுழைந்துவிட்டார்கள்.*
>
> *‘கிட்டத்தட்ட ஐம்பதுபேரை மீட்டேன். அதில்,*

ஒரு குழந்தை உட்பட, பதினாறுபேரை உயிருடன் மீட்டேன். அன்று நான் காப்பாற்றிய ஒருவர் — அவரைப் பற்றிய தகவல்களை நான் வெளியில் விடக்கூடாது என்று கட்டளை — மாதாமாதம் 500 ரூபாய் அனுப்பிக்கொண்டிருக்கிறார், இன்றுவரை.' என்கிறார் திரு. கிரிகரி.

(http://www.hindu.com

2010/07/08/stories/2010070855600300.html)

அ

என்னால் என்றுமே மறக்க முடியாத பயணங்களில் ஒன்று அது. அலுவல்ரீதியாக பெங்களூர் போனவன், சொந்த வேலையை முன்னிட்டு அங்கிருந்தே கொல்லம் சென்றுகொண்டிருந்தேன். இரவில் நல்ல உறக்கம்.

அதிகாலைக் கேரளத்தின் பசுமையையும் குளுமையையும் பார்வை முழுக்க உடம்பு முழுக்க அருந்தி நிரப்பியபடி வேடிக்கை பார்த்துக்கொண்டிருந்தேன். ஒட்டப்பாலத்தில் ஒரு நிமிடம் ரயில் நின்று கிளம்பியபோது அந்தப் பெண் உள்ளே ஏறி வந்தாள்.

பெட்டியின் முதல் பகுப்பில் அமர்ந்திருந்த பயணச்சீட்டுப் பரிசோதகரிடம் 'இடம் வேண்டும்' என்றாள். அவர் 'காலி இல்லை' என்றார். நான் இருந்தது இரண்டாவது பகுப்பு என்பதால் அவர்களுடைய உரையாடல் தெளிவாகக் கேட்டது.

இனிமையான குரல் அவளுக்கு. அமர்ந்திருக்கும் பரிசோதகருக்கு அருகில் நின்றபோது உயரமான பெண்ணாகத் தெரிந்தாள். ரோஜா நிறச் சேலையில் பேரழகாக, அவளே ஆளுயர ரோஜா மாதிரித்தான் இருந்தாள்.

அவசரமாகப் போயாக வேண்டுமாம். தந்தி வந்ததால் கிளம்பிப் போகிறாள். திருவனந்தபுரத்தின் மிகப் பெரிய ஹோட்டல் நிறுவனத்தில் வரவேற்பாளினி வேலைக்கு நேர்காண அழைத்திருக்கிறார்கள். டிக்கெட் பரிசோதகரின் உதவியை வாழ்நாள் முழுவதும் மறக்க மாட்டாள்.

நிரடாத ஆங்கிலம். குரல் சாதாரணமாக ஒலித்தாலும், கண்களில் அபாரமான இறைஞ்சல் இருந்தது. அவ்வளவு பெரிய கண்களை அதற்குமுன் நடிகை ஸ்ரீவித்யாவிடம் மட்டும்தான் பார்த்திருக்கிறேன். பொதுவாக, பகல் நேரத்தில் முன்பதிவுப் பெட்டிகளில் பிற பயணிகள் ஏறிப் பயணம் செய்வது சகஜமாக

நடப்பதுதான். பெரும்பாலான சோதகர்கள் கண்டுகொள்ளவும் மாட்டார்கள். இருந்தாலும், இவள் அனுமதி வேண்டுகிறாள் என்பது அவளை நோக்கி என்னை மேலும் ஈர்த்தது.

பரிசோதகர் தன் கையிலிருந்த அட்டையை மறுபடி பரிசோதித்தார். 'இரண்டாவது பகுப்பின் நடுப் படுக்கை ஒன்று திருச்சூரில் காலியாகிறது. அதன்பிறகு அவள் எடுத்துக்கொள்ளலாம்' என்று தெரிவித்தார். அவள் சம்மதித்தாள். அவர் ரசீது எழுதத் தொடங்கினார்.

எங்கள் பகுப்பில் இருந்த எட்டுப்பேரும் ஆண்கள். ஒரு பெண் எங்கள் மத்தியில் வந்து அமர்ந்ததும் அந்தப் பகுப்பின் பிரகாசம் சடாரென்று அதிகரித்துவிட்ட மாதிரிப் பட்டது. ஒவ்வொரு முறையும் அவள்மீது என் பார்வை பதிந்து மீண்டவுடன் மற்ற முகங்களைப் பார்ப்பேன். ஓரிருவராவது அவளை வெறித்துக்கொண்டிருப்பார்கள்.

சுளீரென்ற அழகு. தந்த நிற முன்னங்கைகள். ஒன்றில் தங்கநிறக் கடிகாரமும், மற்றதில் தடிமனான ஒற்றை வளையலும் அணிந்த எளிமை. திருத்தப்படாத பிசிறுகளுடன், இயற்கையாகவே வில்போன்ற வடிவத்தில் அமைந்த புருவங்கள். அவளுடைய ஆகிருதிக்குப் பொருத்தமான விகிதத்தில் அமைந்த சிறு மார்புகள். யதேச்சையாகத் திரும்பும் சந்தர்ப்பங்களில் பளீரென்று ஒளிர்ந்து மறைந்த, மடிப்பில்லாத, இடுப்பு.

எல்லாரும் தன்னை வெறிக்கிறார்கள் என்பது அவளுக்கும் உள்ளூரத் தெரிந்திருக்க வேண்டும். இல்லாவிட்டால், பாவனைகளில் அவ்வளவு நளினமும் நாசூக்கும் அமரிக்கையும் சாதாரணமாக யாருக்கும் கூடிவிடாது.

பெண்களுக்கான ஆங்கில இதழ் ஒன்றைத் தன் அழகிய தோல்பையிலிருந்து எடுத்துப் படிக்க ஆரம்பித்தாள். மணிக் கணக்காக நிலை மாறாதபடி அமர்ந்திருந்த விதம், தான் உத்தேசிக்கும் பணிக்கு அவள் எவ்வளவு பொருத்தமானவள் என்பதை உணர்த்தியது.

தொடக்கத்திலிருந்த விறுவிறுப்பு மெல்லத் தளர்ந்து, அவளைப் பார்ப்பதைவிட அதிகமான நேரம் ஜன்னல் வழியே பார்க்கத் தொடங்கினேன். தற்செயலாகக் கைக் கடிகாரத்தில் பார்வை பதிந்தது. பன்னிரண்டு ஐம்பது. இன்னும் முக்கால் மணிநேரம்கூட இல்லை — கொல்லம் வந்துவிடும். சிகரெட் பற்ற வைக்கலாமே என்று ஓர் எண்ணம் இயல்பாகத் துளிர்விட்டது. அப்போதெல்லாம் ரயில்களில் சிகரெட் பிடிக்கத் தடை கிடையாது.

பெட்டியின் கதவருகில் சென்று சிகரெட் பற்றவைத்தேன். முதல் கொத்துப் புகை வெளியேறியபோது ரயில் பெருமண் பாலத்தில் நுழைந்தது. அஷ்டமுடிக் காயலின்மீது அமைந்த பாலம். உப்பங்கழிக் குளிர்ந்த காற்றின் முதல் தவணையை ஆனந்தமாய் முகத்தில் வாங்கிய மறு விநாடியில் நான் தூக்கியெறியப்பட்டேன்.

என்ன நடக்கிறது என்பதையறியாமலே நீருக்குள் அமிழ்ந்து கொண்டே போனது நினைவிருக்கிறது. முதல் பதட்டத்தில் நாலைந்து மிடறு விழுங்கி விட்டேன். லேசாகக் கரித்தது நீர். அதற்குள் உடம்பும் மனமும் சுதாரித்துக்கொண்டன. மேற் பரப்புக்கு மீண்டபோது, பேரலை எழும்பி என்னைக் கரை நோக்கி விசையுடன் நகர்த்தியது.

நான் வந்த பெட்டி உட்பட ஒன்பது பெட்டிகள் ஏரிக்குள் தலைகீழாய்ப் பாய்ந்ததால் உண்டான அலை அது என்பது பின்னால்தான் தெரியவந்தது.

மீண்டும் உள்ளிழுத்த நீரை எதிர்த்து உதைப்பதற்கு வசதியாக, காலில் இருந்த ஹவாய்ச் செருப்புகளை உதறினேன். நேற்றிரவு கழற்றிப்போட்ட ஷூக்களை, இறங்குவதற்குச் சற்று முன்னால் அணிந்துகொள்ளலாம் என்று திரும்ப அணியாமல் இருந்தது நல்லதாய்ப் போயிற்று. இளம் வயதிலேயே என்னை வற்புறுத்தி அப்பா கற்றுத் தந்த நீச்சலின் புண்ணியத்தில், கரை நோக்கி முன்னேறினேன். யுகங்கள் போலத் தோன்றிய சில நிமிடங்களை உதைத்து நீந்திய பிறகு, தரை காலில் தட்டுப்பட்டது. உடம்புக்குள் முறுக்கியிருந்த சகலமும் எதிர்ப்புறம் சுழன்று தளர்கிற மாதிரி உணர்ந்தேன்.

இதற்குள் கரையில் ஆட்கள் கூடிவிட்டார்கள். கிராமத்தவர் நீருக்குள் பாய்ந்து மீட்பு வேலைகளில் ஈடுபட்டிருந்தார்கள். மீண்டும் நீருக்குள் பாய்ந்து மற்றவர்களின் உதவிக்குப் போகிற அளவு என் உடம்பில் தெம்பில்லை. போய்ப் பயனும் இருக்காது. ஏழெட்டு நிமிடங்கள் நீருக்குள் அமிழ்ந்துகிடந்த யாருமே உயிருடன் மிஞ்சியிருக்க மாட்டார்கள். சடலங்களைத் தொட்டுத் தூக்குவதற்குத் தனித் திராணி வேண்டும். எனக்குக் கிடையாது.

அந்தரத்தில் தொங்கிக்கொண்டிருந்த ரயில்பெட்டியைப் பார்த்தபோது பயங்கரமாய் உணர்ந்தேன். உடம்புக்குள் மின்சாரம் போல விதிர்ப்பு ஓடி அடங்கியது.

அப்போதுதான் என்னுடைய நிலை உறைத்தது. எல்லாம் போயிற்று. ஊர் திரும்புவதற்குக் கால்சட்டை ரகசியப் பையில் காசு இருக்கிறதுதான் — ஆனால், அத்தனையும் நனைந்தல்லவா

இருக்கிறது. ஆனால், ஆனால்... நான் உயிருடன் இருக்கிறேனே.

என் பெட்டியில் இருந்த மற்றவர்களில் யாரும் தப்பியிருப்பார்கள் என்று தோன்றவில்லை. அதிலும், பதிவுப் பட்டியலில் இடம்பெறாத அந்த அழகி இறந்த தகவல்கூட உறுதிப் படாது. காற்றில் கரைந்து காணாமல் போன கற்பூரதேவதை ஆகிவிட்டாள் அவள். அவளுடைய பேரழகும் ஒப்பனையும் நயமான ஆங்கிலமும் வெறித்துப் பார்த்துக் கிறங்கிய ஆண் முகங்களும் எல்லாமே அபத்தமாய்ப்பட்டன இப்போது.

மனம் இரண்டாகப் பிளந்தது. 'உயிருடன் தப்பிவிட்டேன்' என்று பேராறுதல் கொண்டது ஒரு பகுதி. மற்றது, தப்பிப் பிழைத்திருப்பதை எண்ணிக் குற்றவுணர்ச்சியும், அவமான உணர்வும் கொண்டது. இடது கண்ணின் ஆழத்தில் தொடங்கி, பின்மண்டையிலும் இடது தலையின் உட்புறம் முழுவதும் ரணமாய்த் தகித்த ஒற்றைத் தலைவலி என்னைத் தொற்றியது அன்றுதான்.

ஊர் திரும்பி, பல மாதங்கள், பல நூறு மாத்திரைகளைக் காவு கொண்ட பிறகுதான் அவை சற்று மங்கத் தொடங்கின.

மனநல நிபுணரிடம் சிகிச்சை மேற்கொண்ட நாட்களில் என்னைப் படுத்தியெடுத்தது அந்த அழகியின் முகம். நான் சில மணி நேரம் மட்டுமே ஆவலாய்ப் பார்த்து ரசித்த, சாதாரணப் பயணமென்றால் பின்னாட்களில் மறந்தே போயிருக்கக் கூடிய முகம்தான் அது. நேரங்கெட்ட நேரங்களில் என் மனத்திரையில் தோன்றி, இறைஞ்சும். 'நீ மட்டும் தப்பிவிட்டாயே பழிகாரா' என்று குற்றம் சாட்டும்.

பல தருணங்களில், தண்ணீருக்குள் மூழ்கிக் கிடந்து கெஞ்சும். முகம் நீருக்குள் அமிழ்ந்திருக்கும் — என்னைப் பழிசுமத்தும் கண்கள் மட்டும் நீரின் மேற்பரப்புக்கு வந்து மிதக்கும். முகத்துடன் அவற்றைப் பிணைத்த ரத்தநிற நாளங்கள் தாமரைக் கொடியின் தண்டுபோல நீருக்குள் அசையும்.

இத்தனைக்கும், நிஜத்தில், அந்த முகம் நீரில் மூழ்கிக் கிடப்பதை நான் கண்ணால் காணவேயில்லையே. வடிவத்தையும் வசீகரத்தையும் இழந்து, ஊதிப் பெருத்து, மீன்கள் குதறிய விகாரமாக மாறியிருக்கக்கூடிய அந்த முகம், என் நினைவின் ஆழச் சுனையில் கொஞ்சமும் சிதையாது மிதந்து துன்புறுத்தியது.

இதை எழுதும் சந்தர்ப்பத்தில், வேறொரு சங்கதி நினைவு வருகிறது. பாணதீர்த்தத்தில் மூழ்கி இறந்த வ வே சு ஐயரின் உடலை

ஓரிரு நாட்கள் கழித்துத்தான் மீட்க முடிந்ததாம். 'அவருடைய கண்களை மீன்கள் தின்றிருந்தன' என்று அவரது சீடர் சுத்தானந்த பாரதியார் எழுதிய வரிகளைவிட்டுப் பார்வையை அகற்ற முடியாமல் தவித்திருக்கிறேன்.

ஆனால், நான் பார்க்கக் கிடைக்காத விகார முகம் என் அனுமானம்தானே. சிகிச்சை முடிவு நெருங்கும் நாட்களில் அந்த முகம் சிறுகச் சிறுகத் தேய்ந்து வந்தது. அதன் பிம்பத்தை வெகு சுலபமாக விலக்கிவிட்டு, வெற்றிகரமாகத் தன் பீடத்தில் அமர்ந்துகொள்ளத் தொடங்கியது நான் இன்றுவரை பசுமையாக நினைவில் வைத்திருக்கும் அழகிய முகம்.

சமீப நாட்களாக, ஒரு சந்தேகம் வந்து சேர்ந்திருக்கிறது. அந்த ஒரிஜினல் முகத்தில் மூக்குத்தி இருந்ததா? மனத்தின் ஆழத்தில் ரகசியமாக ஒரு வழக்கு நடந்து வருகிறது. 'ஒற்றைக்கல் மூக்குத்தி இருந்தது' என்று ஒரு தரப்பும், 'இல்லை, வெற்று நாசிதான், உன் பிரமையில்தான் மூக்குத்தி வந்து சேர்ந்திருக்கிறது' என்று எதிர்த்தரப்பும் ஓயாமல் வாதிடுகின்றன.

சிகிச்சையின் ஆரம்ப நாட்களிலேயே மருத்துவர் கேட்ட கேள்வியை இன்னும் நான் மறக்கவில்லை. 'அந்தப் பெண்மணி காப்பாற்றப்பட்டும் இருக்கலாமே?' இல்லை, இன்றுகூட, நான் அப்படி நம்ப மாட்டேன். துயர் உறுவதில் பேரானந்தம் கொள்ளாத மனிதப் பிறவி இருக்குமா என்ன!

எப்படியோ, தன்னிச்சையான இடைவேளைகளில் தவறாமல் வந்து தரிசனம் அளித்துவிட்டுப் போகிறாள் அந்த அழகி. சில வேளைகளில், தன் சேடியர் போல இன்னும் இரண்டு பெண்முகங்களை அருகில் இருத்திக்கொள்கிறாள். அவற்றில் ஒன்று தேவகியினுடையது.

ஆ

தேவகி. என் கல்லூரித் தோழன் ராமமூர்த்தியின் சொந்தத் தங்கை. ஆறுபேர் பிறந்த குடும்பத்தின் ஒரே பெண்குழந்தையான கடைக்குட்டி. தாய் தந்தை உள்பட அத்தனைபேரும் சிவப்பாக இருக்கும் குடும்பத்தில் இவள் மட்டும் தவறிப் போய்க் கன்னங்கரேலென்று பிறந்தாள். 'வீட்டில் எல்லாரும் அவளை 'அது, இது' என்றுதான் குறிப்பிடுவார்கள்' என்று எங்களிடம் சொல்லி வருத்தப்படுவான் ராமமூர்த்தி. அவனுக்குத் தங்கையிடம் அபாரப் பிரியம்.

தேவகி அப்படி நினைக்கவில்லை. மற்றவர்களிடம் காட்டும் அதே தொலைவை ராமமூர்த்தியிடமும் காட்டினாள். பெரும்பாலும் ஒற்றைச் சொற்களில்தான் பேசுவாளாம்.

தகப்பனார் கிருபா நகர் வட்டாரத்தின் கீர்த்திபெற்ற புரோகிதராக இருந்தார். நன்கு சம்பாதிக்கவும் செய்தார். கடைசிப் பிரசவத்தில் பெண்குழந்தை பெற்றெடுத்த தாயார்க்காரி, குழந்தைக்குப் பெயர் இடும் வைபவத்துக்கு முந்தின நாள் இரவில் தூக்கிட்டுத் தற்கொலை செய்துகொண்ட பிறகு, மறுமணம் என்ற யோசனையே இல்லாமல் வாழ்க்கை நடத்தினவர்.

நாவற்பழம் மாதிரி மினுங்கும் கண்களில் நிரந்தரமான துக்கம் பளபளக்க வளையவரும் தேவகியை என் மார்போடு இறுக்கி ஆறுதல் சொல்லவேண்டும் என்று பலநாட்கள் பரபரத்திருக்கிறேன். கடுமையான ஆசாரம் அனுசரித்த குடும்பம். என்போல வீடு தேடி வரும் நண்பர்களுக்குத் திண்ணையிலும் வராந்தாவிலும் மட்டுமே அனுமதி. வீட்டின் உட்புறம் எப்படி இருக்கும் என்றே எங்களில் யாருக்கும் தெரியாது.

லேடி டோக் கல்லூரியில் சிறப்புக்கணிதம் படித்த தேவகி, கடைசி வருடம் படிக்கும்போது காணாமல் போனாள். ராம மூர்த்தி கிட்டத்தட்ட ஒருவாரம் கலங்கிய கண்களோடே இருந்தான். பிறகு மெல்ல மெல்ல சமநிலைக்குத் திரும்பினான். என்றாலும், தங்கையைத் தேடுவதற்குக்கூட யாரும் முயற்சி எடுக்கவில்லை என்பதை சந்தர்ப்பம் கிடைக்கும்போதெல்லாம் என்னிடம் சொல்லிப் புலம்புவான்...

எனக்குக் கிடைத்த மூன்றாவது வேலை, மாதாந்தரி ஒன்றில். ஆசிரியர் இளைஞர். புதிதாக ஏதாவது செய்ய வேண்டும் என்ற ஆர்வம் உள்ளவர். ஒருமுறை ஆசிரியர் குழுக் கூட்டத்தில் ஒரு யோசனை சொன்னார். இந்தியாவின் பல மாநிலங்களிலும் உள்ள விபசாரத் தலங்களில் சிக்கியிருக்கும் தமிழ்ப் பெண்கள் பற்றி ஒரு தொடர் செய்தால் என்ன?

பொறுப்பு என் தலையில் விழுந்தது. பம்பாயின் காமாட்டிபுரா, கல்கத்தாவின் ஸோனா காச்சி, டெல்லியின் ஜீ பி ரோடு, புவனேஸ்வரத்தின் மாலி ஸாஹி, ஆந்திராவின் பெத்தாபுரம், குடிவாடா என்று ஊர் ஊராக, மாநிலம் மாநிலமாகத் திரிந்து செய்திகள் சேகரித்தேன், பேட்டிகள் எடுத்தேன். மேற்கொண்டு ஊர்களையும் பகுதிகளையும் சொல்ல மாட்டேன். மேற்சொன்னவையெல்லாம் உலகுக்கே தெரிந்தவை என்பதால் நானும் குறிப்பிட்டேன். மற்றபடி, இந்தியாவின்

விபசாரத் தலங்களுக்கான வழிகாட்டி மரமாக இந்தத் தொடர் ஆகிவிடக் கூடாது அல்லவா...

அவ்வளவுதான். மேற்கொண்டு என்ன நடந்தது என்பதை நீங்களே யூகித்திருப்பீர்கள். தமிழ் சினிமாவின்மீது எனக்கு இருந்து வந்த இரண்டாம் பட்சமான அபிப்பிராயம் ஓரளவாவது நீங்கிய சந்தர்ப்பம் அது. மனித மனம் புழுங்கி மறுகக் கூடிய எத்தனையோ சந்தர்ப்பங்களை வெற்றிகரமாகப் பதிவு செய்திருக்கிறது தமிழ் சினிமா என்றுதான் நினைக்கிறேன். ஆனால், நிஜ வாழ்க்கையின் வலி தத்ரூபமாகத் தென்படுகிற விதமாக அவற்றைக் காட்டத் தெரியவில்லை — செயற்கையான மிகையுணர்ச்சியில் தோய்த்து, தமாஷாக்கி விடுகிறார்கள்.

தேவகிக்கும் என்னை அடையாளம் தெரிந்துவிட்டது. தான் அங்கு சந்தோஷமாகவே இருப்பதாகச் சொன்னபோது அவளுடைய கண்களில் மிச்சமிருந்த பளபளப்பு, உண்மைதான் சொல்கிறாள் என்று உறுதிப்படுத்தியது. 'இங்கே என்னைப் பார்த்ததை ஊரில் யாரிடமும் சொல்லாமலிருந்தால் நன்றியுள்ளவளாக இருப்பேன்' என்று உணர்ச்சியே இல்லாத குரலில் வேண்டிக்கொண்டாள். நான் என்ன விஷயமாக வந்திருக்கிறேன் என்று விசாரித்தாள்.

என்னுடைய அலுவல் ரீதியாக வந்திருக்கிறேன் என்று சொன்னதை அவள் நம்பவில்லை — அவளுடைய தொழில் ரீதியாக வந்திருந்தாலும் தப்பில்லை என்று தெரிவித்தாள். நேற்றுத்தான் மருத்துவரிடம் காட்டி சான்றிதழும் வாங்கி வந்திருக்கிறாளாம்; யாரோ ஒருத்தியிடம் போவதற்கு, தன்னோடு இருப்பது எவ்வளவோ பாதுகாப்பானது என்று அவள் சொன்னபோது, என் ஆழ்மனத்தில் ஏதோவொன்று நடுங்கிக் குமுறியதை எப்படி மறப்பது?

இ

சேடியைப் போல வந்து நிற்கும் இன்னொரு பெண்முகத்துக்கு, மேற்சொன்ன இருவரைவிடவும் வயது மிகவும் குறைவு.

ஆந்திரத்தில் என் ட்டி ராமராவின் மந்திரிசபையை ஆளுநரின் உதவியுடன் கவிழ்த்துவிட்டு, பாஸ்கரராவ் என்ற உட்கட்சி எதிரி முதல்வராகப் பதவியேற்க முனைந்த சமயம். மத்தியில் ஆளும் கட்சியாக இருந்த காங்கிரஸ் அவரைப் பின்னாலிருந்து இயக்கியது என்று வதந்திகள் உலவின. நான் வேலை பார்த்த அரசியல் புலனாய்வு இதழ் என்னை ஹைதராபாதுக்கு அனுப்பியது.

வழக்கமாக உள்ளூரில் செய்தி சேகரிக்க ஆட்டோ பிடித்துப் போனால், 'டவுன் பஸ்ஸில் போவதற்கென்ன' என்று எரிந்து விழும் ஆசிரியர், என்னை அனுப்பிய தினத்தில் மிக நல்ல மனநிலையில் இருந்தார் போல. ஹைதராபாதில் தம்முடைய நண்பர் ஒருவரிடம் பேசி, மூன்று நட்சத்திர ஓட்டலில் அறை போட்டுக் கொடுத்திருந்தார்.

பகல் முழுக்க இவர் வீட்டு வாசல், அவர் வீட்டு வாசல், ராஜ் பவன் வாசல் என்று தெருவில் காத்திருப்பதில் உண்டாகும் அலுப்பு கொஞ்சநஞ்சமல்ல. இதில், யாராவது ஒரு நிருபருக்கு ஏதாவது ஒரு செய்தி கிடைக்கும் — எட்டு கிலோமீட்டர் தள்ளி இருக்கும் ஒரு பங்களாவில் எம்எல்ஏக்களை காட்சிப்படுத்தப் போகிறார்கள், பத்திரிகையாளர்களை வரச் சொல்கிறார்கள் என்று.

அடித்துப் பிடித்துக்கொண்டு ஓடுவோம். அவரவருக்குக் கிடைத்த டாக்ஸிகளிலும் ஆட்டோக்களிலும் தொற்றி ஏறும் போது போர்முனைக்கு அவசரமாய்க் கிளம்பும் சிப்பாய்கள் மாதிரி இருக்கும்.

சொல்லப்பட்ட பங்களா இழவுவீட்டின் தனிமையும் அமைதியும் கொண்டு நின்றிருக்கும். அங்கு போனவுடன், 'இல்லை, என்ட்டிஆர் ஆதரவு எம்எல்ஏக்கள் கர்நாடகத்தின் மலை வாசஸ்தலத்தில் பத்திரமாகக் குவித்து வைக்கப்பட்டிருக்கிறார்கள்' என்று செய்தி கிடைக்கும்.

உடம்புக்குள் விறுவிறுவென்று சுரந்து ரத்தஓட்டத்தில் கலந்த சகலமும் மெல்லமெல்ல வடிந்திறங்கும் உணர்வு தட்டும். உடம்பைவிட மனம் அதிகமாக அசதி கொள்ளும்.

இதற்கிடையில் 'ராயலசீமையில் கலவரம் வெடித்துவிட்டது' என்று இன்னொரு வதந்தி கிளம்பும். ஒரு கோஷ்டி பத்திரிகையாளர்கள் நேரடி விஜயம் செய்யப் புறப்பட்டுப் போவார்கள். எஞ்சியவர்கள் தவத்தைத் தொடர ராஜ்பவனுக்கும் பஞ்சாரா ஹில்ஸுக்கும் பிரிந்து செல்வோம்.

இரவில் ஓட்டல் அறைக்குத் திரும்பும்போது உடலும் மனமும் கெஞ்சிக்கொண்டிருக்கும். படுத்தவுடன் உறக்கம் தழுவிக்கொள்ளும். இரண்டு நாட்கள் இப்படிக் கழிந்தன.

மூன்றாவது நாள், காலை சுமார் எட்டு மணி இருக்கும். வெளியில் செல்லக் கிளம்பி மாடியிறங்கி வந்தேன். ஓட்டல் வரவேற்புப் பகுதியில் அமர்ந்திருந்த சிறுமி கண்ணில் பட்டாள்.

அலங்கரிக்கப்பட்ட, சரவிளக்குகள் தொங்குகிற விதானத்தை ஆசையாக வேடிக்கை பார்த்துக்கொண்டிருந்தாள்.

அபாரமாக மலர்ந்த கண்கள். பதினாலு பதினைந்து வயதிருக்கலாம். புத்தம் புதிய செருப்புகளை முன்னால் கழற்றி வைத்துவிட்டு, அடர்த்தியான மெத்தை கொண்ட ஸோஃபாவின் நுனியில் உட்கார்ந்திருந்தாள். இரண்டு கைகளையும் மடியில் புதைத்துக்கொண்டு விதானத்தின் ஒவ்வொரு அங்குலமாகப் பார்வையை நகர்த்தினாள். உயர்ந்த மோவாய்க்கட்டையின் கீழ் பளீரென்று ஒளிர்ந்த வெண்ணிறத் தொண்டைக்குக் கீழே புதுக்கருக்கு அழியாத நெக்லஸ் மின்னியது. காதிலும் கைகளிலும் கிடந்த பொன் நகைகளும் புதியவைதாம் போல. சரிகை மினுங்கிய ஸல்வார் கமீஸ் அணிந்து நிமிர்ந்திருந்த உடம்பின் நெஞ்சுப் பகுதியில் மெலிதாகப் புடைத்திருந்த சின்னஞ்சிறு குமிழ்கள்.

வரவேற்பில் வேறு யாரும் இல்லை. ஹோட்டல் நிர்வாகியான இளைஞனிடம் பேசியவாறு அவன் நீட்டிய பதிவுப் புத்தகத்தில் தலைகுனிந்து எழுதிக்கொண்டிருந்த கிழவர் மட்டுமே இருந்தார். முதல் பார்வைக்கே அவர் உள்ளூர்க்காரர் இல்லை என்று பட்டது. உடையும் தொப்பியும் உள்ளூர்க்காரர்கள் அணிவது போல இல்லை.

நான் படியிறங்கிய ஒலி கேட்டு மூன்று பேரும் திரும்பிப் பார்த்தார்கள். அத்தனை படிகளை இயல்பாக இறங்கி வந்தவன், அவர்களின் கவனம் என்மீது குவிந்ததாலோ என்னவோ, கடைசிப்படியில் கால் இடறிக்கொண்டேன். அந்தப் பெண் சடாரென்று எழுந்து நின்று என்னை நோக்கிக் கையை நீட்டினாள் — ‘ஜாக்கிரதை’ என்கிற மாதிரி. கிழவர் அவளை ஒரு தடவை பார்த்துவிட்டுத் தொடர்ந்து எழுதலானார்...

அன்றையப் பொழுது முழுவதும் ராஜ்பவன் வாசலிலேயே இருக்க நேரிட்டது. முன்னிரவில் ஓட்டலுக்குத் திரும்பியபோது அந்தச் சிறுமி என்னுடைய அறை இருந்த வராந்தாவின் மறு கோடியில் நின்று ஆளுயர ஜன்னல் வழியாக சாலையைப் பார்த்துக் கொண்டிருந்தாள். வராந்தாவின் கடைசி அறை என்னுடையது.

நான் நடந்துவரும் ஒலி கேட்டுத் திரும்பிப் பார்த்தவள், வெகுநாள் அறிமுகம் மாதிரி மலர்ந்து சிரித்தாள். நானும் சிரித்தேன். அழகான கண்கள் அவளுக்கு. குழந்தைமை முற்றாக உதிர்ந்திராத முகம்.

மறுநாளும் அதே இடத்தில் நின்றிருந்தாள். மூன்றாவது நாளும்தான். ஏழு நாட்கள் இதே மாதிரிக் கழிந்தன. மாறாத

சிரிப்புடன் அவள் நின்றிருப்பது என் வருகையை எதிர்பார்த்துத் தான் என்று நாலாவது நாள் முன்னிரவில் திரும்பும்போது எனக்குத் தோன்றியது. ஐந்தாவது நாள் அவள் அந்த இடத்தில் நிற்க வேண்டுமே என்று வலுவான எதிர்பார்ப்பு எனக்குள் ஊறியது. சிறுகச் சிறுக அவள் என் உலகத்தின் பகுதியாக மாறிக்கொண்டு வருவது எனக்கே ஆச்சரியமாக இருந்தது.

ஏழாவது நாள், அவள் என்னைப் பார்த்துச் சிரித்ததோடு, ஒரு வாக்கியம் பேசவும் செய்தாள். தெலுங்கு வாக்கியம்:

நாளைக்கு நாங்கள் காலி செய்துவிடுவோம்.

அட்லனா?...

என்றவாறே, சாவித்துவாரத்தில் சாவியை நுழைத்தேன். இன்னும் ஓரிரு வாக்கியங்கள் அவளிடம் பேச வேண்டும் போலிருந்தது. எனக்கு ஓரளவு தெலுங்கு பேச வரும்.

...எங்கே, உங்கள் தாத்தாவை நான் ஒருநாளும் பார்க்க வில்லையே?

அவள் கலகலவென்று சிரித்தாள். எனக்குத் தர்மசங்கடமாக இருந்தது.

அவர் என்னுடைய தாத்தா இல்லை...

தொடர்ந்து சிரித்தாள். வாய்விட்டு, சத்தமாக அவள் சிரித்த போதுகூட என் கேள்வியின் அசட்டு அம்சமாக எதையும் நான் யூகித்திருக்கவில்லை.

...என்னுடைய கணவர். நாளை விமானத்தில் நாடு திரும்புகிறார்.

பளாரென்று அறை வாங்கிய மாதிரி உணர்ந்தேன். அந்தப் பெண்ணின் முகத்தை மேற்கொண்டு பார்க்க இயலவில்லை. அவளுக்குப் புரியுமா என்று சற்றும் யோசிக்காது,

ஓ. குட் பை தென்.

என்று ஆங்கிலத்தில் விடைகொடுத்துவிட்டு என் அறைக்குள் புகுந்து கதவைச் சாத்திக்கொண்டேன். காலணிகள் தப் தப் என ஓசையெழுப்ப அவள் வராந்தாவில் நடந்துபோகும் ஒலி கேட்டது.

அந்த முகத்தையும் அந்த உரையாடலையும் எப்படி மறப்பது, சொல்லுங்கள்?

...சந்திப்போம்...

7

மலைத் தொடரின் பகுதியாக உள்ள குன்றின் தொப்புள் துவாரம் போலத் தென்படுகிறது அந்தக் குகையின் நுழைவாயில். உள்ளே நுழையும்போது, விசித்திரமான உணர்வு தட்டியது. தாயின் கருப்பைக்குள் மீண்டும் நுழைவது மாதிரி, அதன் இருட்டும் வெதுவெதுப்பும் வாஞ்சையும் என்னை மீண்டும் சூழ்ந்துகொள்வது மாதிரி.

இன்னொரு உவமையும் தோன்றியது, ஈரக்கசிவு மண்டிய தரையைப் பார்த்தபோது — வெறியடங்கியபின் சாந்தமாகத் தொடைவிரித்து உட்கார்ந்திருக்கும் அரக்கியின் புழைக்குள் போல என்று. உறுமல்களும் ஒலிப்பான்களின் கதறல்களும் குகையின் விதானத்திலும் பக்கச்சுவர்களிலும் பட்டு எதிரொலிப்பதை அரக்கர் உலகத்தின் பேரோசைகளாகவே உருவகித்துக்கொள்கிறேன்.

கருப்பையின் மறுபுறம், குன்றின் முதுகுப்புறம், வெளியேறும் போது நான் பிறப்பதற்கு முன்பிருந்த உலகத்துக்குள் வெளியேறுகிற மாதிரி உணர்கிறேன்.

இமாலயத்தின் பசுமை பரந்துகிடக்கிறது. பூலோகத்தின் பகுதி அல்ல, சொர்க்கத்தின் உதாரண நிலம் அது என்றே நம்புகிறது மனம். நகரச் சாலைகளில் மூச்சிரைக்க விரையும் காலம், இந்த மலைப்பாதையில் நத்தைபோல ஊர்கிறது. இல்லை இல்லை, நத்தை இல்லை, ந பிச்சமூர்த்தியின் கவிதையில் வருகிற, ‘அசைவா அமைதியா என்னாப் புதிரான இயக்கம் கொண்ட’ தேவாங்கு.

தொண்டையை நீங்கும் வார்த்தைகள் முற்றாக வற்றி, மௌனத்தின் மடிப்புக்குள் தானே உயர்ந்து புரண்டு மறிந்து தானே அடங்கும் சொல்லலைகள். வெளியில் கேட்கும் சகல ஓசைகளும் வெளியில் மட்டுமே கேட்கின்றன. உள்ளுக்குள் பேரமைதி நிலைகொண்டிருக்கிறது. இயற்கையின் திரட்சியில் திகைத்து, செயல்மனம் தன்னை முற்றாகக் கரைத்து அழித்துக்கொண்டதால் உருவான பேரமைதி...

— மூத்த பத்திரிகையாளரும், விமான விபத்தில் காலமானவரும், என் ஆசான்களில் ஒருவருமான அமரர். திரு. அமுதவாசகனின் 'காஷ்மீரப் பயணக் கட்டுரை'யிலிருந்து.

அ

அலுவல் சார்ந்து எத்தனையோ பேரைப் பேட்டி எடுத்திருக்கிறேன். ஆர்வமாகப் பேட்டிகொடுக்கும் புதுமுக நடிகை முதல், நின்று பேசவே பிடிக்காமல் என்னை உதறி விலகிச் சென்ற பாதாளச் சாக்கடைத் தொழிலாளிவரை விதவிதமான மனிதர்கள். தமிழ்நாட்டில் பிறந்த தமிழராக இருந்தும் எல்லாப் பதில்களையும் நுனிநாக்கு ஆங்கிலத்தில் உதிர்த்த பிரபல இயக்குநர் முதல், போதைப் பொருள் கடத்தியதற்காகப் பிடிபட்டு காவலில் இருந்தபோது, மழலைத் தமிழில் பதில் சொன்ன நைஜீரிய இளைஞன் வரை.

அவர்களில் சிலரிடமாவது, 'உங்கள் வாழ்வின் மறக்க முடியாத சம்பவம்?' என்று ஒரு கேள்வியும் கேட்டிருக்கிறேன். சிலர் இட்டுக்கட்டிச் சொல்வார்கள். கண்களைப் பார்த்தாலே தெரிந்துவிடும் — புளுகுகிறார்கள் என்று. மிகச் சிலர் ஆத்மார்த்தமாகச் சொல்வார்கள். முன்னங்கை ரோமங்கள் குத்திட்டு நிற்பதைப் பார்த்து நமக்கும் புல்லரித்துவிடும். என்றோ எங்கோ நடந்த நிகழ்ச்சியை மானசீகமாக இப்போது இன்னொரு தடவை வாழச் செய்துவிட்டோமே, இந்தக் கேள்வியைக் கேட்டுத் தொலைத்திருக்க வேண்டாமோ என்று உள்ளூறப் புழுங்கிய சந்தர்ப்பங்களும் உண்டு.

இந்தத் தொடரை எழுத ஆரம்பித்து, இவ்வளவு தூரம் ஓடிவந்த பிறகு, சற்றுமுன், என்னை நோக்கிக் கண்ணுக்குக் கண் பார்த்தது அந்தக் கேள்வி. அபத்தமாக உணர்ந்தேன். மறக்க முடியாமல் தங்கியிருப்பவற்றைத்தானே வாராவாரம் எழுதிவருகிறேன் — பிறகு எதற்குப் பிரத்தியேகமான அழுத்தத்துடன் ஓர் உபரிக் கேள்வி?

இல்லை, அது அவசியம்தான். தொழில்ரீதியாக எதிர்கொண்ட நிகழ்ச்சிகளுக்கும் நபர்களுக்கும் நிகராக வேறுவிதமான சம்பவங்களும் ஆட்களும் என் மனத்துக்குள் மண்டிக்கிடக்கிறார்கள். தேனடையின் அறைகளுக்குள் நுழைந்து நுழைந்து வெளியேறும் தேனீக்கள் மாதிரி என் சிந்தனையில் நிரம்பி நிரம்பிக் கலைகிறார்கள்.

இவர்கள் யாருமே பிரபலஸ்தர்கள் அல்ல. நடைமுறை வாழ்வின் முட்டுச் சந்துகளில் விதிவசமாகச் சிக்கிய சாமானியர்கள். இந்தத் தொடரின் சில பகுதிகளிலாவது, நான் சொல்லப் போகும் நபர்களை அடையாளம் தேடிக் கண்டுபிடித்துக் கிளுகிளுக்கும் சிரமமும் பரவசமும் வாசகர்களுக்குக் கிட்டாது. மிகச் சிறந்த உதாரணம், ஜெயராமன்.

கல்லூரி நாட்களில் என்னுடைய வகுப்புத் தோழன் அவன். ஜெய்ஹிந்துபுரத்திலிருந்து வருபவன். பரம்பரையாகப் பால் வியாபாரம் செய்து வந்த குடும்பம். சிறுவயதிலிருந்தே நாள் தவறாமல் பால் கறந்ததால் வலது கைக் கட்டைவிரலின் பின்புறக் கணு சற்றே பின்னோக்கிப் பெருத்திருக்கும். ஜெயராமன் அருகில் வந்தாலே ஒருவித எண்ணெய், மற்றும் பால் வாசனை கலந்து மணக்கும். பச்சைக்கரை போட்ட நாலுமுழ வேஷ்டியும், இஸ்திரி போடாத சட்டையும், நன்கு தேய்ந்த ஹவாய்ச் செருப்பும், துணித் தோள்ப்பையுமாகக் கல்லூரி வந்து சேர்வான். 'மாட்டுத் தரகன் மாதிரியே இருக்கிறான்' என்று பையன்கள் அவன் முதுகுக்குப் பின்னால் கேலி பேசுவார்கள்.

நிதானமான பையன். யாரிடமும் அதிகம் பேசமாட்டான். நான், ரங்கநாதன் உள்ளிட்ட மிகச் சிலரிடம் மட்டுமே நட்பாகப் பழகுவான். நாங்கள் விழுந்து விழுந்து சிரிக்கும் சந்தர்ப்பங்களில் கூட, புன்னகைக்க மட்டுமே செய்வான்.

எங்கள் குழாத்தில் சேராத பிற மாணவர்களிடம் ஜெயராமன் பற்றி விதவிதமான வதந்திகள் உலவின. கல்லூரி நிர்வாகத்தின் உளவாளி அவன்; போட்டுக்கொடுப்பதற்காகவே எல்லாரையும் சதா வேடிக்கை மட்டும் பார்த்துக்கொண்டிருக்கிறான் . . . நாசித் துவாரங்களில் எவ்வளவு முடி முளைத்து நீட்டிக்கொண்டிருக்கிறது பார்த்தாயா? பொம்பளை ஷோக்குப் பிடித்து அலைகிறவன்; அடிக்கடி 'போய்வருகிற'வன்... பால்ய விவாகம் நடந்து இப்போதே ஒரு சிறுமியுடன் குடித்தனம் நடத்தி வருகிறான்...

இன்னும் என்னென்னவோ செய்திகள், பேச்சுகள். நண்பர்களாய் இருப்பவர்கள் துருவிக் கேட்க விரும்ப மாட்டோம்.

நண்பர் அல்லாதவர்களுக்கு தைரியம் கிடையாது. தன்னைப் பற்றி உலவும் வதந்திகளில் ஓரிரண்டாவது ஜெயராமன் செவிகளிலும் விழுந்துதானே இருக்கும்? அவன் அதையெல்லாம் பொருட்படுத்திய மாதிரித் தெரியவில்லை. மிதமான மதிப்பெண்கள் வாங்கித் தேறிவந்தவன் என்பதால், ஆசிரியர்களோ நிர்வாகமோ அவனை விசேஷமாகக் கவனித்ததில்லை.

ஒரு தடவை, மதுரைக் கல்லூரியில் நடந்த அனைத்துக் கல்லூரிப் போட்டிகளில் பங்கேற்கப் போயிருந்தோம். நான் கட்டுரைப் போட்டியில் கலந்துகொள்வதாக இருந்தேன். இந்த மாதிரி சங்கதிகளுக்கெல்லாம் சாதாரணமாக உடன்வராத ஜெயராமன், அவனுடைய வீட்டுக்கு அருகில் என்பதாலோ என்னவோ, எங்களுடன் வந்திருந்தான்.

திடீரென்று எனக்குத் தலைசுற்றல் அதிகமாகி வாந்தி எடுக்கத் தொடங்கினேன். போட்டிக்கட்டுரை சரியாக எழுதவரவில்லை என்ற மனஅழுத்தம்கூடக் காரணமாய் இருந்திருக்கலாம். (ஜெயராமனின் வீட்டுக்குப் போய்த் திரும்பியபோது எனக்கு இரண்டாம் பரிசு கிடைத்த தகவலை நண்பர்கள் சொன்னது வேறு கதை.)

யாருமே எதிர்பாராத வண்ணம், ஜெயராமன் என்னைத் தன் வீட்டுக்கு இட்டுச் சென்றான். அவன் தாயார் துவர்ப்பும் கசப்பும் கலந்த கஷாயம் எதையோ பித்தளை லோட்டாவில் கொடுத்து, உபரியாக ஒரு தேக்கரண்டி ஜீனியும் கொடுத்தார்கள். என் வயிற்றில் தொற்றியிருந்த நோவு அரைமணி நேரத்தில் விட்டுவிட்டது.

ஜெயராமனின் தகப்பனார் மதுரையில் அவர்களுடைய சாதி வட்டாரங்களில் முக்கியப் பிரமுகர். அரசியலில் நுழைய சந்தர்ப்பம் பார்த்துக்கொண்டிருக்கிறார் என்று செய்தி இருந்தது. எல்லாக் கட்சிகளிலும் அவருக்குத் தொடர்புகளும் வரவேற்பும் இருந்தது என்றும் சொல்வார்கள். மேடைகளில் முழங்குவதற்கு வாகான குரல் உள்ளவர் என்பது வீடு இருந்த வளாகத்துக்குள் நுழைந்தவுடனே தெரிந்தது. காரணமில்லாத அச்சமும் எனக்குள் தொற்றியது.

வெற்று உடம்பில் பளிச்சென்று பன்னிரண்டு திருமண் சின்னங்களோடு சாய்வு நாற்காலியில் அமர்ந்து, பார்க்க வந்தவர்களுடன் உரத்துப் பேசிக்கொண்டிருந்தார். எதிரில் நாற்காலிகளில் சிலரும் முக்காலிகளில் சிலருமாக ஏழெட்டுப்பேர் இருந்தனர். அவர்களில் சீருடையில் இருந்த ஒரு காவல் அதிகாரியும் அடக்கம். விட்டுவிட்டுக் கேட்ட வார்த்தைகளை வைத்து, ஜெயராமனின் அப்பா ஏதோ மத்தியஸ்தம் செய்து

வைக்கிறார் என்கிற மாதிரிப் புரிந்துகொண்டேன். மற்றவர்கள் தலையாட்ட மட்டுமே செய்தார்கள்.

வீட்டின் முன்புறம் மைதானம்போலப் பரந்த திறந்த வெளியில், சுற்றுச்சுவரையொட்டிப் போடப்பட்ட கொட்டகையில் ஏழெட்டுப் பசுமாடுகளைக் கட்டிப் போட்டிருந்தது. கூரையற்ற வெளியில் பத்துப் பன்னிரண்டு எருமை மாடுகள் படுத்திருந்தன.

சாணமும், துளசியும் கலந்த மணம் வீடு முழுவதும் நிரம்பியிருந்தது. அந்த நாட்களில் மதுரை வீடுகளில் சர்வசாதாரணமாகியிருந்த மொஸைக் தரை இல்லை அந்த வீட்டில் — சாணி மெழுகிய மண் தரை. தகப்பனார் குரலைத் தவிர வேறு குரலே கேட்காத வீடு அது. ஜெயராமனின் மௌனம் இங்கிருந்து தான் ஊற்றெடுக்கிறது போல என்று நினைத்துக்கொண்டேன்.

சப்தம் மட்டும் இல்லை, சலனமும் இல்லாத வீடு. எல்லாமும், எல்லாரும் தத்தமது இடத்தில் உறைந்திருக்கிற மாதிரி. வீட்டில் இருந்த ஒரே நடமாட்டம், பணிப்பெண் என்று நான் யூகித்த ஒரு பெண்மணியுடையது. துள்ளித் துள்ளி நடந்த அந்தப் பெண்ணிடம் முதல் பார்வையிலேயே ஏதோ வித்தியாசம் தெரிந்தது. அவள் கழுத்தில் காதில் மூக்கில் கையில் என்று எங்குமே ஆபரணம் எதுவும் இல்லை என்பதுதான் அது. பார்த்த மாத்திரத்தில் முகத்தில் அறையும் வெறுமைக்குப் பொருத்தமற்ற உற்சாகம் அவளுடைய நடமாட்டத்தில் தெரிந்தது.

அந்தச் சமயம் நான் வேலையில் இருந்த நிறுவனம் தேசிய அளவில் பல்வேறு பிராந்திய மொழிகளில் தினசரிகளை நடத்தி வந்தது. தமிழில் அதன் ஞாயிற்றுக்கிழமைப் பதிப்புடன் வழங்கப்படும் இணைப்புப் புத்தகம் பிற வாராந்தரிகளுக்கு நிகரான வரவேற்பைப் பெற்றிருந்தது.

நான் தினப்பத்திரிகை நிருபராக இருந்தாலும், தமிழில் எனது எனது எழுத்துத் திறன் காரணமாகவும், இணைப்பின் பொறுப்பாசிரியருக்கு என்னை மிகவும் பிடித்திருந்ததாலும், வாரம் ஒரு கட்டுரை எழுதி வந்தேன். அதற்குத் தனியாகச் சன்மானம் வேறு ஏற்படுத்திக் கொடுத்திருந்தார் அவர்.

இந்நிலையில், ஒரு தொடர் எழுத உத்தேசித்தேன். தமிழகத்தின் மத்திய சிறைகளுக்குச் சென்று ஆயுட்கைதிகளின் பூர்விகத்தையும், தற்போதைய மனநிலையையும் விசாரித்து எழுதுவதாகத் திட்டம். 'பறக்க மறந்த வல்லூறுகள்' என்று பொறுப்பாசிரியர் தலைப்பிட்டார்.

வேலூர் சிறையில் எனக்கு அதிர்ச்சி காத்திருந்தது. 'நல்லாப் பேசுவான்' என்ற விளக்கத்துடன் கண்காணிப்பாளர் அழைத்து வரச் சொன்ன கைதி நான் மேலே விஸ்தாரமாகச் சொன்ன ஜெயராமனேதான். எனக்குப் பேச்சு வரவில்லை. நான் அடையாளம் கண்டது தவறோ என்றுகூட ஐயம் எழுந்தது. இல்லை, அவன் ஜெயராமன்தான்.

ஜெயராமன் சிறையில் இருப்பது எனக்கு ஆச்சரியமான விஷயம் இல்லை. தற்செயலாக அவனைச் சந்தித்ததில்தான் அதிர்ச்சி. என்ன பேசுவது என்று வாய் அடைத்துவிட்டது. அவன் எதற்காகச் சிறைக்குப் போனான் என்பது பற்றி ஒரு சிறு குறிப்பு கொடுத்துவிடுகிறேன்.

...மாநிலம் முழுவதும் பிரசித்தி பெற்ற இரட்டைக் கொலை வழக்கில்[17] ஜெயராமன் சிறைக்குப் போனதும் ஆயுள் தண்டனை பெற்றதும் எனக்கு முன்னமே தெரியும். ரங்கநாதனும் நானும் பலதடவை அதைப் பற்றி விவாதித்திருக்கிறோம். சாதுப் பூனையாகத் திரிந்தவனின் மன ஆழத்தில் இவ்வளவு வன்முறை இருந்திருப்பதைப் பற்றி வியந்திருக்கிறோம்.

அந்த இரட்டைக்கொலையை வைத்து ஒரு திரைப்படம் கூட வெளிவந்தது. 'பதினேழாம் மாதம்' என்று பெயர். 'தணிக்கை செய்தது போதாது' என்று பொதுநல வழக்குகள் போடப்படுவதற்குள், படம் நன்கு ஓடித் தீர்ந்திருந்தது. இடைக்காலத் தடையும், முடிவாக படத்தில் சில காட்சிகளை மட்டும் வெட்ட வேண்டும் என்று தீர்ப்பும் வந்து சேர்வதற்குள் தமிழ்நாட்டுப் பொதுமனத்தில் படத்தின் கதையும் காட்சிகளும் நன்கு பதிந்துவிட்டிருந்தன. கதை இதுதான்:

வீட்டில் பணி புரியும் இளம் விதவையிடம் நாயகனுக்குத் தொடர்பு இருக்கிறது. அவளைவிட இவன் பத்துப் பனிரெண்டு வயது இளையவன். கல்லூரி மாணவன். பெரும்பாலும் அவளுடைய வீட்டில்தான் தனியாகச் சந்திப்பார்கள். நாயகனின் வீட்டிலிருந்து இரண்டு தெரு தள்ளி உள்ள மாடிப் போர்ஷனில் அவள் குடியிருந்தாள்.

அந்தப் போர்ஷனுக்குப் பக்கத்து வீட்டில் மாடி எடுக்கக் கட்டடவேலை நடந்துவந்தது. ஒரு தடவை இவர்கள் முயங்கிக் கொண்டிருந்தபோது, கட்டட வேலைக்கு வந்திருந்த இளைஞன் பார்த்துவிடுகிறான். நாயகன் போனபிறகு நாயகி தனியாக

17 மாநிலம் முழுவதும் பிரசித்தி பெற்றிருந்த வழக்கில் தண்டனை பெற்றுத் தான் ஜெயராமன் சிறைக்குள் இருந்தான் என்பது உண்மை. அந்த வழக்கை அடிப்படையாக வைத்து ஒரு திரைப்படம் வெளியானதும் உண்மை. அவன் தகப்பனார் உள்ளிட்ட பிற விபரங்கள் மட்டும் மாற்றப்பட்டுள்ளன. – ஜீ

இருக்கும் மாடிக்குப் படியேறத் தொடங்குகிறான்.

இந்த இடத்தில் இடைவேளை.

மெல்ல மெல்ல நாயகி பழைய காதலனை விட்டு விலக ஆரம்பிக்கிறாள். இவன் எவ்வளவோ சொல்லிப் பார்க்கிறான். உச்சகட்டத்தில் நேருக்கு நேராய் மோதுகிறார்கள். 'அவனும் வந்துபோகட்டும், இன்னும் வேறு யார் வேண்டுமானாலும் வந்துபோகட்டும், எனக்கு ஆட்சேபணை இல்லை. உன்னைப் பிரிந்து என்னால் இருக்க முடியாது' என்று மன்றாடுகிறான்.

அவள் சிரிக்கிறாள். இவனை 'சின்னப் பையன்' என்று பல தடவை சொல்கிறாள். இவனுடைய ஆண்மையைக் கேலி செய்யும் விதமாக ஒரு வாக்கியம் பேசுகிறாள். பாய்ந்து கழுத்தை நெரித்துக் கொல்கிறான். பிணத்துடன் அவன் உறவு கொள்ளும் காட்சியை, அதை எவ்வளவோ சூசகமாக எடுத்திருந்த போதும், படத்திலிருந்து நீக்க வேண்டும் என்று கோரித்தான் வழக்குகள் அத்தனையுமே பதிவாயின.

பிறகு பிணம் இருக்கும் அறையிலேயே காத்திருக்கிறான். கட்டடத் தொழிலாளி படியேறி வந்து இவன் கையில் உள்ள நைலான் கயிற்றுக்குப் பலியாகிறான் . . . அப்புறம் டைட்டில் ஓடுவதும், துக்ககரமாக ஒரு தந்திவாத்தியம் பின்னொலிப்பதும் என்று படம் முடியும்...

ஜெயராமனுக்கும் என்னை உடனே அடையாளம் தெரிந்துவிட்டது என்பதை நாங்கள் தனியாக உட்கார்ந்து பேசத் தொடங்கிய பிறகு சொன்னான்.

உடன் படித்த காலத்தில் தெரியாத பல தகவல்களை இந்தப் பேட்டியை முன்னிட்டு அவன் சொல்லிக்கொண்டே போனான். அவனுடன் பிறந்தவர்களில் நாலு பேர் பெண்கள். இரண்டு ஆண்கள். அவர்களில் ஒருவர் மூத்தவர். சாமி கொண்டாடியாக இருந்தார்.

இவனை மாதிரித்தான், எல்லாருமே அமைதியானவர்கள் — வீட்டில் இருந்த ராணுவ ஒழுங்கின் காரணமாக.

அந்தக் கொலைகள் பற்றிக் கேட்கத் தொடங்கினேன். சற்றுத் தயக்கமாகத்தான் இருந்தது என்றாலும், வேறு வழி? ஆனால், ஜெயராமன் சரளமாகப் பேசினான்:

'பதினேளாம் மாதம்' பாத்தேல்ல?

ம்.

பத்திரிகைலே வந்ததையும், கோர்ட்டுல வளக்காடினதையும் அப்பிடியே எடுத்ததுதான் அது.

இதுவரை எங்களைக் கண்காணிக்க நின்றிருந்த காவலர், நாங்கள் அந்நியோன்னியமாகத்தான் பேசுகிறோம் என்பதில் ஆசுவாசம் அடைந்தவர் போல, பீடி குடிப்பதற்காக நகர்ந்து போனார்.

இப்பிடியெல்லாம் நடந்திருக்கவே வேணாம், ஜெயராமா.

என் குரல் தழுதழுத்தது. அவன் நிதானமாகச் சொன்னான்:

வாஸ்தவம்தான். நடந்துபோச்சே. எல்லாம் தலைவிதி. ஆனா, ஆரம்பத்திலே எனக்கு சங்கடமா இருந்தது வேற ஒரு சங்கதி.

சொல்லு.

வளக்கு நடக்குறவரை என் வீட்டு மனுசங்க எல்லாரும் வந்து வந்து பாத்தாங்க. ஜெயிலுக்குள்ளெ வந்ததுக்கப்பறம் ஒரு ஈக்குஞ்சு கூட வந்து பாக்கலே. இத்தனெ வருஷம் களிச்சு நான் பாக்கிற தெரிஞ்ச முகம் நீதான்...

அவன் குரல் முன்பைவிடவும் வறண்டிருந்தது. எனக்குக் கண் சுரந்தது. அவனையே உற்றுப் பார்த்தேன். அவன் ஜன்னல் வழியாகத் தெரிந்த மரத்தை உறுத்துப் பார்த்துக்கொண்டிருந்தான்.

...அப்பன் ஆத்தா மொதக்கொண்டு மொத்தக் குடும்பமும் காலெப் பிடிச்சுக் கெஞ்சினதாலேதானே பளியெ எம் மேல போட்டுக்கிட்டேன்?...

கனவில் பேசுகிறவன் மாதிரி அவன் குரல் ஆழத்துக்குப் போயிருந்தது. அவன் சொல்வது விளங்காமல் குழம்பினேன். திடீரென்று அவன் குரல் இன்னும் ரகசியம் கொண்டது.

...ஜீவா, நான் ஒண்ணு சொல்வேன். கேட்டுட்டு ஒடனே மறந்துருவியா?

நிச்சயமாடா.

எளுதிற மாட்டியே?... சத்தியம் பண்ணு.

நம்ம ஃப்ரண்ஷிப் மேல சத்தியமா.

'பதினேளாவது மாதம்' படத்திலெ ஹீரோவுக்கு என் வயசு இல்லையா?

ஆமா.

நிஜக் கதைலே அந்தாளுக்கு வேற வயசு.

என்னடா சொல்றே?

ஆமாடா, தொடுப்பு வச்சிருந்ததும் கொலை செய்யச் சொல்லி அருவாளெக் குடுத்து அனுப்புனதும் அந்தாளு. முட்டாத்தனமாக் காரியத்தெப் பண்ணீட்டு, எலி கணக்காப் பொறியிலெ மாட்டிக்கிட்டவென் நானு. இன்னிவரைக்கிப் பொம்பளை வாசனெ கெடைக்காமலே போச்சேடா...

எனக்குத் தூக்கிவாரிப்போட்டது. 'பதில் பேசாதே' என்று சைகை செய்தான் ஜெயராமன். பீடி மணம் கமறியது. திரும்பி வந்த காவலர் தொண்டையைச் செருமிக்கொண்டே நாங்கள் இருந்த அறைக்குள் நுழையும் ஒலி என் முதுகுப்புறம் கேட்டது.

ஆ

பிறகு வெகு நாட்களுக்கு, ஜெயராமனின் ஞாபகம் வரும் போதெல்லாம் உடம்புக்குள் பரபரபரவென வெந்நீர் ஓடுவது மாதிரி உணர்ந்திருக்கிறேன். தலைசுற்றல் காரணமாக அவனுடைய வீட்டுக்குப் போன ஒரே சந்தர்ப்பத்தில் பார்த்த பணிப்பெண்ணின் முகமும் உடம்பும் இன்னமும் பசுமையாக நினைவிருக்கிறது எனக்கு.

சிறையில் ஜெயராமனைப் பார்த்துவிட்டு வந்த பிறகு, சிலவேளை கனவுகளில் வந்து போனாள் அவள். ஜெயராமனுடன் நெருக்கமாக இருப்பாள். யாரோ வந்து அவனிடமிருந்து அவளைப் பறித்து இழுத்து முத்தமிடுவார். ஓரிரு தடவைகள் அந்த யாரோவும் அந்தப் பெண்ணும் இசகுபிசகாக இருக்கும் காட்சியும் வந்தது. உச்சமாக, ஒருநாள் அந்தப் பெண் எனக்கும் முத்தம் தந்தாள். அவளுடைய நெற்றியில் துலக்கமாக திருமண் சாத்தியிருந்தது. பதறிப் போனேன்.

எப்போதோ நடந்தது என்று சுலபமாக உதறிவிடுகிறோம். ஆனால், ஞாபகங்கள்தாம் எவ்வளவு ஆழத்தில், எவ்வளவு அழுத்தமாக வேர்பிடித்துவிடுகின்றன? முத்தம் என்றவுடன் வேறொரு காட்சி ஞாபகத்தில் மேலெழுந்து வருகிறது. அதையும் சொல்லி முடித்துவிட்டால், ஜெயராமன் கொடுத்த துக்கத்தின் அடர்த்தி சற்றுக் குறையவும் வாய்ப்பிருக்கிறது.

'86 ஏப்ரலில் சொந்த வேலை காரணமாக டெல்லிக்குப் போயிருந்தேன். சுயேச்சையான செய்தியாளனாகத் தொழில் புரிந்த என் நண்பன் துக்காராமின் அறையில்தான் தங்கினேன். ஆங்கில தினசரி ஒன்றின் சென்னை நிருபராக இருந்தபோது

பழக்கமான துக்காராம் மிகவும் கலகலப்பான மனிதன். கன்னடம் தமிழ் ஆங்கிலம் தெலுங்கு ஹிந்தி என்று ஐந்து மொழிகளில் அசாத்தியப் புலமை உள்ளவன்.

மிகமிகக் குறைவான தாடி மீசையுடன், உடம்பில் எங்குமே ரோமத் தடம் இன்றி, வெளுப்பாகத் தெரியும் மஞ்சள் நிறத்துடன், நடந்துவரும் பல்லி மாதிரி இருப்பான் துக்காராம். நெற்றியில் ஆரஞ்சு நிறச் செந்தூரம் நிரந்தரமாக இருக்கும். தீவிரமான ஆஞ்சநேய பக்தன். ஆனால், திருமணம் செய்து கொள்ளாமல் இருப்பதற்கு இது காரணம் இல்லை.

வாலிபத்தின் தொடக்கத்தில் யாரோ ஒருத்தியை ஒருதலையாய்க் காதலித்திருக்கிறான். அவள் மறுத்துவிட்டாள். இந்த விபரமெல்லாம் நன்கு தெரிந்தவனாய் இருந்தும், இவனது நண்பன் — 'அவன் பெயரை உச்சரிக்கக்கூட விருப்பமில்லை' என்றான் துக்காராம். 'கடாமீசை வைத்திருப்பான்' என்று அடையாளம் மட்டும் சொன்னான் — பெற்றோர் தேடித் தந்த மனைவியாக அதே பெண்ணைத் திருமணம் செய்துகொண்டானாம்.

காதல், நட்பு என்பதெல்லாம் வெறும் மிகையுணர்ச்சிகள் தாம், பயன்மதிப்பு கருதிய வணிகத் தொடர்புகள்தாம் என்ற நம்பிக்கைக்கு ஒரே நாளில் வந்து சேர்ந்துவிட்டான் துக்காராம். என்னிடம் அவன் அடிக்கடி சொல்லும் வாக்கியம் இது:

> த பார் ஜீவா, ஒன்னெ எனக்குப் பிடிக்கும். அதுக்காக நீ என் சிநேகிதன் என்று சொல்ல மாட்டேன்.

'இருக்கட்டுமே, நான் உன்னை சிநேகிதனாகத்தானே நினைக்கிறேன்' என்று நினைத்துக்கொள்வேன், நானும் சொல்லமாட்டேன்.

துக்காராமின் சிறப்பம்சம், அவன் சொல்லும் நகைச்சுவைத் துணுக்குகள். பெரும்பாலும் பெண்களையும் காமத்தையும் இழிவுபடுத்துபவை. உதாரணமாக, ஒன்று நினைவு வருகிறது:

முழுக்கப் பெண்கள் மட்டுமே பணிபுரியும் உணவகத்துக்கு ஒருவன் போனான். இடது மார்பில் பெயர் வில்லை அணிந்த இளம்பெண் இவனிடம் விசாரிப்பதற்காக மேஜையருகில் வந்து நின்றாள். நிமிர்ந்து பார்த்து இவன் கேட்டானாம் — 'அட, ராஜேஸ்வரியா, அடுத்ததுக்கு என்ன பேர் வச்சிருக்கே?'

இது அச்சில் எழுதக்கூடிய ரகம். நண்பர்கள் அவனை விசாரிப்பார்கள்:

> ஏண்டா துக்கா இப்பிடிப் பச்சையா இருக்கே?

துக்காராமின் பதில் விசேஷமானது.

அட, அந்த விஷயம் உனக்குத் தெரியாதா? என்னோட போன பிறவியைப் பத்திச் சொன்னதில்லையே உன் கிட்டே?

ம்ஹூம்.

முந்தின ஜன்மத்திலே ஆஸ்த்ரியாவிலே ஒரு யூதக் குடும்பத்திலே பிறந்தேன். தாடி மீசையெல்லாம் கடும் அடர்த்தியோடெ இருக்கும். சுருட்டுவேற ஏராளமாக் குடிப்பேன். என் ஃப்ரண்ட்ஸ் எல்லாம் கேலி பண்ணுவாங்க — 'நீ தன்பால் விழைவு உள்ளவன், ஆண்குறி மாதிரியே இருக்கு சுருட்டு, அதுனாலதான் விடாமெக் குடிக்கிறே' ன்னு —அந்தப் பிறவியிலே எனக்கு என்ன பேர் தெரியுமா?

சொல்லு.

ஸிக்மண்ட் ஃப்ராய்ட்...

நண்பர்கள் சிரிப்போம்.

...விளையாட்டுக்குச் சொல்லலேடா. *Three Essays on the Theory of Sexuality* எழுதின அதே கட்டைப்பேனாவாலேதான் இப்பவும் செய்திக் கட்டுரைகள் எழுதுறேன். ரொம்ப ராசியான பேனா. என்ன, புதுப்பொண்டாட்டியைப் புருஷன் படுத்தியெடுக்கிற மாதிரி, வார்த்தைக்கு வார்த்தை மைக்கூட்டைத் தொட்டுக்கிறணும்...

சிரிப்பொலி பன்மடங்கு அதிகரிக்கும்.

. . . அது சரி, அடுத்த பிறவியிலே யாராப் பிறக்கப் போறேன்னு கேக்கலையே?

சொல்லுடா.

ஐஸ்வர்யா ராயாப் பிறக்கணும்னு திட்டம் போட்டிருந்தேன். அந்தப் பொண்ணு அவசரப்பட்டு, நான் உயிரோடெ இருக்கும்போதே பிறந்து தொலைச்சிட்டா...

அறை குலுங்கும்...

'ஸ்ரீநகரில் ஒரு வேலை இருக்கிறது, வருகிறாயா?' என்று கேட்டான் துக்காராம். நானும் காஷ்மீர் பார்த்தில்லை. உடனடியாகச் சம்மதித்தேன். அந்தப் பயண அனுபவங்களை இன்னொரு சந்தர்ப்பத்தில் விரிவாகச் சொல்கிறேன்.

ஜம்முவரை ரயிலில் சென்று, அங்கிருந்து மலைப்பாதையில் பஸ் பயணம். நான்கு நாட்கள் பொழுது போனதே தெரியாமல் கழித்துவிட்டு, திரும்பி வரும்போதுதான் நான் சொல்லப்போகும் காட்சியைக் கண்டேன்.

ஜம்மு — ஸ்ரீநகர் மலைத்தடம் முழுக்கவே ராணுவத்தின் கட்டுப்பாட்டில் இருப்பது. க்வாஸிகுண்ட் — பனிஹால் இடையே ஜவஹர் குகைப் பாதை வருகிறது. சுமார் இரண்டரை முதல் மூன்று கிலோமீட்டர் நீளமுள்ள இருட்டுக் குழாய்ப்பாதை. இருவழித் தடமாய் உள்ள இரட்டைக் குழாய்கள். எந்நேரமும் ஈரம் கசிந்த தரையும், ஆங்காங்கே மங்கலாக எரியும் விளக்குகளைத் தோற்கடிக்கும் இருட்டின் அடர்த்தியும் கொண்டவை.

குகைப்பாதையின் நுழைவாயிலுக்குச் சற்றுத் தொலைவில் எங்கள் பேருந்து காத்து நின்றது. குழாய்களில் ஒன்றுக்குள் மராமத்துப் பணி நடக்கிறதாம். போகவும் வரவும் ஒரே துவாரம் தான். முன்னால் சுமார் ஐம்பது அறுபது வண்டிகள் காத்திருந்தன. பேருந்தின் மத்தியில் இடது சிறகு இரட்டை இருக்கையில் நானும் துக்காராமும். நான் ஜன்னலோரம்.

எங்களுக்கு முன்னால் இருந்த இருக்கையில் இரண்டு இளம் பெண்கள். அவர்களைப் பற்றி என் காதோரம் துக்காராம் கிசுகிசுத்ததைப் பத்திரிகைத் தொடரில் எழுதக் கை கூசுகிறது. வழக்கமான அவனது துடுக்குத்தனம் என்றுதான் எண்ணினேன். ஆனால், அதன் பிறகு, இருக்கை முதுகுகளின் இடைவெளியில் அவர்களது முகங்கள் நெருங்கியும் விலகியும் வேடிக்கை காட்டுவதை, தவிர்க்க முடியாமல் பார்க்கத் தொடங்கினேன்.

ராணுவ அதிகாரியின் அனுமதியின் பேரில் வண்டிகள் குகைக்குள் நுழைந்தன. முந்தின இரவில் கடும் மழை பெய்திருந்ததால், வழக்கத்தை விடவும் நிதானமாக ஊர்ந்து நகர்ந்தன. பேருந்துக்குள் அமானுஷ்யமான நிசப்தம் நிலவியது. பேருந்தின் தலைவிளக்குகள் முன்புறமும் பக்கவாட்டிலும் பட்டு உள்ளே எதிரொளித்த மங்கல் வெளிச்சத்தில் முன்னிருக்கைப் பெண்கள் இருவரும் உதடுகளைக் கவ்விப் பிணைந்ததைக் கண்டேன்.

இளம் வயதில் தொடங்கி எத்தனை முத்தக்காட்சிகள் பார்த்திருப்பேன். அவ்வளவு நீண்ண்ண்ட முத்தத்தை நான் பார்த்ததில்லை. என் இச்சையைப் பேய்த்தனமாகக் கிளறிவிட்ட நீலப்படங்கள்கூட எனக்குள் அப்படியொரு குதுகுதுப்பைக் கிளர்த்தியதில்லை.

இ

முந்தைய பத்தியின் கடைசி வாக்கியத்தை எழுதி முடித்தவுடன் தோன்றுகிறது — அப்படி எழுதியிருக்கக் கூடாது என்று. காரணம், இதே மாதிரியான இன்னொரு முத்தத்தை நான் யூகித்திருக்கிறேன்.

ஆனால், அந்தச் சம்பவத்தில் அழுத்தம் பெறுவது முத்தமல்ல — ஒரு தற்கொலை... அதையும் சற்று விரிவாகவே சொல்லிவிடுகிறேனே.

'90 களின் ஆரம்பத்தில் மோட்டார்பைக் வாங்கினேன். விலை கூடுதலான ஸ்போர்ட்ஸ் மாடல் வண்டி. சிறுவயதுக் கனவுகளில் ஒன்று. நெடுந்தூரம் போய்வர ஆசையாய் இருந்தது. காற்றினும் கடுகிப் பறந்து பார்க்கவேண்டும். கும்பகோணம்வரை போகத் திட்டமிட்டேன். புது வண்டியை எடுத்துக்கொண்டு கும்பகோணத்தைச் சுற்றிலுமுள்ள கோவில்கள் அத்தனைக்கும் போய்விட்டு வந்துவிடலாமே.

அந்தப் பிராந்தியத்தின் கோவில்கள்மீது எனக்கு அடங்காத மோகம் உண்டு. அவற்றின் விஸ்தாரம், பழமையும் வவ்வால் மணமும் நிறைந்த பிரகாரங்கள், சாதாரண நாட்களின் பகல் வேளைகளில் அவற்றில் நிரம்பியிருக்கும் ஏகாந்தம், உள்ளே நுழைந்தபின் வெளிவருவதற்கு மனம் சம்மதிக்காத வகையில் நிலவும் ஒருவித அந்தரங்கம் — எல்லாம் சேர்ந்து பக்தியைத் தாண்டியதோர் உணர்வு என்னைப் பொதிந்துகொள்ளும்.

கும்பகோணம் சென்று முன்பே பரிச்சயமான ஓட்டலில் அறை எடுத்துத் தங்கினேன். ஓட்டல் நிர்வாகி கலியமூர்த்தி எனக்கு நண்பராகியிருந்தவர். திருவாவடுதுறை செல்லும் வழியில் கோவிந்தாபுரம் தாண்டி ஆசிரமம் அமைத்திருக்கும் ஒரு சாமியார் பற்றிச் சொன்னார். நாலைந்து வருடங்களாக அங்கே இருந்தாலும் சமீபகாலமாக அவருடைய கீர்த்தி அதிகரித்து வருவதாகவும், தரிசிக்க வரும் ஜனங்களின் எண்ணிக்கை கூடுவதாகவும் சொன்னார்.

தமிழ்நாட்டுக்கும் சாமியார்களுக்கும் உள்ள உறவு பிரிக்க முடியாதது. அவர்களுக்கும் பத்திரிகைகளுக்கும் உள்ள உறவும்தான். நெருக்கடி நிலையின்போது சுற்றி வளைக்கப்பட்ட மெய்வழிச்சாலை ஆசிரமத்தில் தொடங்கி, இன்றுவரை பத்திரிகைகள் கொண்டாடித் தீர்க்கும் ஆசிரம வதந்திகளுக்குக் கணக்கேயில்லை. உண்மையின் சதவீதத்தைத் தீர்மானிக்க முடியாத, வெகு சுவாரசியமான, புனைவெழுத்தின் சாகசங்கள்

கொண்ட, எத்தனை சாமியார்க்கதைகளைப் படித்து வருகிறோம்.

என் நண்பரும் சக பத்திரிகையாளரும் எவர்சில்வர் பிறை தரித்த வெண்ணிற உருமால் அணிபவருமான சாலை இளங்கோவன் மனம் புழுங்கிச் சொன்னதும் நினைவிருக்கிறது.

> நம்ம முன்னோடிகள் கட்டிக்கிட்ட புண்ணியம்தாங்க அதெல்லாம். தொண்ணுத்தொம்போது சதவிகிதம் புளுகு. ஆண்டவரைப் பத்தி எவ்வளவு அவதூறா, அபாண்டமா எளுதித் தள்ளியிருக்கானுக. எல்லாம் அரசாங்கம் குடுத்த சங்கதிக...

'நான் தொழில் ரீதியாக வரவில்லை' என்று கலியமூர்த்தியிடம் சொல்லி விஷயத்தை முடித்துவிட்டேன். ஆனால், விதி வேறுவிதமாகத் தீர்மானித்திருந்தது போல.

மெயின்ரோடிலிருந்து,கலியமூர்த்தி குறிப்பிட்ட ஆசிரமத்துக்குத் திரும்பும் மண் பாதைக்கருகில் என் புதுவண்டியின் சக்கரம் பொத்துக்கொண்டு, காற்று முழுவதும் வெளியேறிவிட்டது.

அந்தி முற்றி இரவாகிவிட்ட வேளை. இடியும் மின்னலும் நிரம்பிய ஆகாயம், நான் சிக்கி நிற்பதற்காகக் காத்திருந்த மாதிரித் திறந்துகொண்டது. கனத்த மழைத்தாரைகள் தோளிலும் முதுகிலும் விரல்கள்போல அறைந்தன. வண்டியை உருட்டிக்கொண்டு நடந்தேன். அரை கி மீ தொலைவில் இருந்தது ஆசிரமம்.

பெரிய சிமெண்ட் கட்டடங்கள் இரண்டும், விஸ்தாரமான இரண்டு தென்னங்கூரை மண்டபங்களும். கூரைக்கடியில் வண்டியை நிறுத்திய மாத்திரத்தில், மழையோசை வலுத்து உரத்துவிட்ட மாதிரித் தோன்றியது.

உலர்ந்த துவாலை ஏந்தி என்னை வரவேற்ற இளைஞனின் முகம் உடனடியாக என் கவனத்தில் பதிந்தது. தாடி மீசையை மழுங்கச் சிரைத்துப் பசுமையோடிய கீழ்ப்பாதி. மீந்த இடங்களில் மருவற்ற செந்நிறம். அகலமான நெற்றி. தீர்க்கமான நாசி. சராசரிக்குச் சற்றுக் கூடுதலான உயரம். ஆஸ்திரேலியக் கிரிக்கெட் வீரன் என்றோ, ஸிந்திக்கார வணிகப் பிரமுகர் வீட்டுப் பையன் என்றோ அறிமுகமானால் சற்றும் ஆச்சரியப்பட மாட்டேன். ஆகிருதிக்குப் பொருத்தமற்ற, முதல் பார்வைக்கே தட்டுப்பட்டுவிடுகிற, ஒருவித நளினம் அவனுடைய அசைவுகளில் இருந்தது.

என் உடையிலிருந்து சொட்டிய துளிகள், கூரையிலிருந்து தொங்கிய மெர்க்குரி விளக்கின் ஒளியில் கண்ணாடிப் புள்ளிகளாக

மணல்தரையில் வீழ்ந்து காணாமல் போயின. தலையைத் துவட்டி ஆசுவாசமாகும்வரை காத்திருந்துவிட்டு, நல்ல தமிழில் கேட்டான்:

சுவாமிஜியைப் பார்க்கிறீங்களா?...

நான் வண்டியை அனிச்சையாகத் திரும்பிப் பார்த்தேன்.

...இந்த மழையிலெ மெக்கானிக் கிடைக்கமாட்டாங்க. நாளைக்கிக் காலையிலெ ஆளனுப்பி வரவழைச்சிறலாம். ராத்திரி நீங்க இங்கேயே வசதியாகத் தங்கிக்கிறலாம். எங்கெருந்து வர்றீங்க?

உரையாடியவாறே சுவாமிஜியைப் பார்க்கப்போனோம். மிகப் பெரிய ஹாலின் தலைப் பகுதியில் அமைந்த சிறு மேடையில் அவர்கள் அமர்ந்திருந்தார்கள். அடர்த்தியான சிண்டு வைத்த ஒருவரும், உடம்பு முழுவதும் விபூதி அப்பிய பெருந்தொந்திக் கறுப்பு மனிதரும் எதிரில் அமர்ந்திருக்க, சிறு மணைப் பலகையில் இருந்தார் சுவாமிஜி.

பிறந்ததிலிருந்தே மழிக்காத சிகையும் முகமும். கண்கள் மட்டுமே தெரிகிற ரோம அடர்த்தி. அபாரமான கண்கள். அவற்றின் கூர்மையும் பிரகாசமும் இன்றளவும் மறக்கவில்லை எனக்கு. வெண்ணிற வேஷ்டியும் ஜிப்பாவும் அணிந்திருந்தார். ஒடுக்கமான உடல்வாகு. நாணேற்றிய வில்போல விறைப்பாக நிமிர்ந்து அமர்ந்திருந்தார். இடதுகை நிரந்தரமாக மடியில் புதைந்திருக்க, வலதுகை காற்றில் உயர்ந்து அல்லாடியது — மேற்கத்திய இசை நடத்துநரின் கைக்கோல் மாதிரி.

அறைக்குள் நாங்கள் வந்ததைக் கவனிக்காதவர்போல, அல்லது பொருட்படுத்தாதவர்போல, தொடர்ந்து பேசினார். கம்பீரமான குரல்.

அபிஷேக முறைகள் பற்றி விளக்கிக்கொண்டிருந்தார். எந்த வரிசைப்படி அபிஷேகங்கள் செய்ய வேண்டும், எந்தெந்த அபிஷேகத்துக்கு என்னென்ன இம்மைப் பலன்கள், மறுமைப் பலன்கள் என்று விளக்கிவந்தார். எனக்கு அவற்றின் பொருளடக்கம் மறந்துவிட்டது. ஆனால், அந்தக் குரல் மட்டும் இப்போதும் நினைவில் ரீங்கரிக்கிறது. தொந்திக்காரர் ஏதோ சந்தேகம் கேட்டார். அதற்குப் பதிலளித்ததன் தொடர்ச்சியாய், பஞ்ச கவ்வியம் தயாரிப்பது பற்றி விவரித்தார் சுவாமிஜி:

ஆண்டவனே... நாலு பால், மூணு தயிர், ரெண்டு நெய், ஒரு கோஜலம், அரை சாணம்.[18] இதுதான் கணக்கு. இதெ

18 உண்மையில், சாணத்துக்கும் பரிபாஷையாக ஏதோ ஒரு சொல்லைப் பயன்படுத்தினார். எனக்குத்தான் மறந்துவிட்டது – ஜீ

விட்டுட்டுத் தோராயமாக் கலக்குறாங்க. புண்ணியமா கிடைக்கும்? புண்ணாக்குதான் கிடைக்கும்.

மற்ற இருவரும் கொஞ்சம் அதிகப்படியாகவே சிரித்தார்கள். சுவாமிஜி நிமிர்ந்து என்னைப் பார்த்தார். கண்களில் தொக்கி நின்ற கேள்விக்குறிக்கு இளைஞன் பதிலளித்தான்:

பத்திரிகைக்காரராம் சாமி. மெற்றாஸ்காரரு.

ஆண்டவனே... எங்களை மாதிரித் துறவிகளைப் பத்தி எளுதுறதுக்கு என்னாங்க இருக்கு? எளுதினாலும் யார் படிப்பா?

இப்போது நால்வரும் சிரித்தார்கள். நான் பதில்சொல்ல வாயெடுக்கும் முன் இளைஞன் முந்திக்கொண்டான்:

இல்லே சாமி. வண்டி பஞ்சராயிருச்சுன்னு ஒதுங்குனாரு...

ஆண்டவனே... அப்பிடியா. ஆகட்டும். லோகு, அதிதிக்கு அன்னம் பாலிச்சுரு. சவுகரியமாத் தங்க வை. விடிஞ்சதுக்கப்பறம் கிளம்பட்டும்.

ஆசிரமச் சாப்பாடு எளிமையாக இருந்தாலும் பிரமாதமான ருசியுடன் இருந்தது. அல்லது, கொட்டும் மழையில் வண்டியைத் தள்ளிக்கொண்டு வந்த அலுப்புக்கு அப்படித் தோன்றியதோ என்னவோ

விழிப்புத் தட்டியபோது, எந்த இடத்தில் இருக்கிறேன் என்று நிதானிக்க சற்று நேரம் எடுத்தது. முந்தின நாள் கொட்டிய மழையில் உற்சாகம் பெருகிய தவளைகளின் கூச்சல் எல்லாத் திசைகளிலிருந்தும் எதிரொலித்து வீறியது. போர்த்தினால் புழுக்கமும், போர்வையை விலக்கினால் கொசுக்கடியும் என்று இரட்டைத் தொந்தரவு.

எழுந்து வெளியில் நடமாட முனைந்தேன். வளாகத்தைச் சுற்றி வந்தேன். மிகப் பெரிய வளாகம். இரண்டு மூன்று ஏக்கர் விஸ்தீரணம் இருக்கலாம். முள்கம்பி வேலியின் எல்லைகளைக் குறிக்க நின்றிருந்த கம்பங்களின் உச்சியில் விளக்குகள் எரிந்தன. சிமெண்ட் கட்டடங்கள் இரண்டுமே தலா நாலைந்து அறைகள் கொண்டவை. இரண்டாவது கட்டடத்தில் ஓர் அறையின் சரியாக மூடாத ஜன்னலிலிருந்து வெளிச்சம் கசிந்தது.

ஜன்னலின் அருகில் சற்றுத் தயங்கினேன். உரத்து இரைக்கும் மூச்சொலியும், தணிந்த முனகல் ஒலியும் கேட்டன. வளர்ப்பானேன், முனகிய குரல் லோகுவினுடையதுதான்.

ஸ்ஸ்... ஆ... கடிக்காதீங்க சாமி. வலிக்குது.

என்று அடங்கிய குரலில் செல்லமாகக் கடிந்துகொண்டான். எனக்குள் உயர்ந்த விறுவிறுப்பை அடக்க முடியவில்லை. உடம்புக்குள் அங்கங்கே ஓட்டத்தில் இருந்த ரத்தம் முழுக்க ஒரே கணத்தில் உச்சந்தலை நோக்கிப் பாய்ந்ததுபோல உணர்ந்தேன். அதைவிட, நான் அங்கு நிற்பதை யாராவது பார்த்துவிட்டால் விபரீதமாகிவிடும் என்று அச்சம் தட்டியது. விறுவிறுவென நடந்து என் இடத்தில் வந்து படுத்துக்கொண்டேன்.

மறுநாள் காலையில் வண்டி சரியாகி, நான் நன்றிசொல்லிக் கிளம்பும்போது லோகுவின் கண்களைப் பார்த்துப் பேசமுடியவில்லைஎன்னால்.வெளிவாசலைநோக்கிப்போகும் சமயத்தில் படகுக்கார் ஒன்று வளாகத்துக்குள் நுழைந்தது. சகதி மண்டிய பாதையில் தயங்கித் தயங்கி வந்தது. ஓட்டுநருக்கு அருகில் முன் இருக்கையில் இருந்த முகம் பரிச்சயமானதுதான் என்று பட்டது.

இந்தமுறை சேத்தியாத்தோப்பு வழியாக வந்தேன். நெய்வேலி நிலக்கரி நகரின் நுழைவாயிலைத் தாண்டும்போது ஞாபகம் வந்துவிட்டது. அவர் பிரபல ஹிந்தித் திரைப்படத் தயாரிப்பாளர் ப்ரேமிசந்த் டொக்காடியா.

நான் ஊர் வந்து சேர்ந்த ஒரு வாரத்தில் கலியமூர்த்தியைத் தொலைபேசியில் அழைக்க வேண்டியதாகிவிட்டது. கும்பகோணம் பகுதியில் க்ஷேத்திராடனம் செய்ய எங்கள் ஆசிரியர் விரும்பினார். அவருடைய அறையிலிருந்தே அழைத்தேன். கலியமூர்த்தி சொன்ன தகவல் அதிர்ச்சி அளித்தது.

அன்று காலையில் மேற்படிச் சாமியார் தூக்கில் தொங்கு வதைப் பார்த்துப் போலீஸில் புகார் கொடுத்திருக்கிறார்களாம். ஆசிரியரிடம் சொன்னபோது,

நானறிய, தற்கொலை செய்துகொண்ட முதல் சாமியார்.

என்று சிரித்தார். ஆனால், எங்கள் பத்திரிகையின் அதிபர் ஆன்மிகச் சாயல்கொண்ட இயக்கம் ஒன்றில் முன்னணிப் பிரமுகர். எங்கள் பத்திரிகையில் அந்தச் சம்பவத்தைப் பற்றி எழுதுவதில்லை என்று ஆசிரியர் குழுக் கூட்டத்தில் முடிவெடுத்தோம்.

அடுத்த ஆறு மாதங்களில் சாமியாரையும் அந்த வளாகத்தையும் மறந்து என் வேலைகளில் ஈடுபட்டிருந்தபோது, இந்தியா முழுவதும் வெளியாகிப் பெருவெற்றி ஈட்டியது ஒரு ஹிந்தித் திரைப்படம். பி ஸி டொக்காடியா எடுத்த முந்தைய

படங்களின் வசூலை சர்வசாதாரணமாக முறியடித்துக்கொண்டு போனது. ஆங்கிலேயர் காலத்துக் கதை. ஜமீன்தாரிடம் கொத்தடிமையாகச் சிக்கியிருக்கும் நாயகியை பல்வேறு விதங்களில் முயன்று காப்பாற்றி மீட்கும் நாயகனின் கதை. முழுக்க முழுக்க ஹிந்துஸ்தானி க்ளாஸிக்கல் மெட்டுக்களில் ரவீந்திர ஜெயின் போட்ட மெட்டுக்கள் இந்தியாவைக் கிறங்கடித்தன. கதாநாயகன் ஆகாஷ் இந்திய இளம்பெண்களின் புதிய கனவு நட்சத்திரமானான்.

அவனுடைய பேட்டியும் புகைப்படங்களும் எல்லாப் பத்திரிகைகளிலும் சரஞ்சரமாய்க் கொட்டின. மேற்படிப் படத்தைத் தமிழில் மொழிமாற்றத் திட்டமிட்டார்கள். அதையொட்டி ஆகாஷ் சென்னைக்கு வந்தபோது பத்திரிகையாளர் சந்திப்பை ஏற்பாடு செய்திருந்தார்கள். நானும் போயிருந்தேன்.

எனக்குக் காத்திருந்த சஸ்பென்ஸ் விசித்திரமானது. ஆகாஷ் என்ற தேசிய நட்சத்திரம், ஆசிரமத்தில் நான் சந்தித்த லோகுவே தான். சற்றுப் பூரித்திருந்தான். பத்தடி தொலைவிலேயே நறுமணம் கமழ்கிற அளவு திரவியங்கள் பூசியிருந்தான். விலை உயர்ந்த கறுப்புக்கண்ணாடியின் ஒரு காதை வலது கையில் பிடித்துச் சுழற்றிக்கொண்டே பேட்டி அளித்தான். பழைய நளினம் மட்டும் விலகாமலே இருந்தது.

தான் பிறந்தது மஹாராஷ்ட்ரத்தின் நாண்டெட் மாவட்டத்தில் உள்ள விவசாயக் குடும்பத்தில் என்றும், படித்தது வளர்ந்தது எல்லாம் மும்பையின் தாணே மாவட்டத்தில் என்றும், தமிழ் நாட்டுக்கு முதன்முறையாக வருவதில் பெரு மகிழ்ச்சி அடைவதாகவும், தமிழ்ப்படத்தில் நடிக்க வாய்ப்புக் கிடைத்தால் அதைத் தன் பெரும்பேறாகக் கருதுவான் என்றும் பேசிக் கொண்டே போனான்.

அது லோகுவாக இல்லாமலும் இருக்கலாம், என்னுடைய பிரமையின் காரணமாக நான் தவறாக அனுமானித்திருக்கலாம் என்றெல்லாம் சமாதானம் கொள்ள முயற்சித்தாலும் மனம் லேசில் அடங்குவதாய் இல்லை. யூகமாய்ப் பார்த்த முத்தத்தின் ஈரத்திலிருந்து விடுபட முடியாமல் அது வெகுகாலம் தவித்தது.

...சந்திப்போம்...

8

முந்தாநாள் இரவு ஓர் இரானியப் படம் பார்த்தேன். இராக்கில் இருக்கும் நிரந்தரப் போர்ச்சூழலின் காரணமாக அன்றாடப் பயன்பாட்டுக்குத் தேவையான பொருட்களே கிடைக்காத நிலைமை. மலைப்பாங்கான எல்லையைக் கடந்து கடத்தல் தொழில் நடத்துகிறவர்கள் பற்றிய கதை. இராக்கிய ராணுவம், கண்ணி வெடிகள் புதைக்கப்பட்ட மலைப்பாதை, மிகக் குறைவான கூலி தரும் முதலாளிகளும் தரகர்களும் என்று மனத்தைக் கசங்க வைக்கும் சூழல்.

சின்னஞ்சிறுவர்கள் இதில் ஈடுபடுத்தப்படுகிறார்கள். தகப்பனைக் கண்ணிவெடிக்குப் பறிகொடுத்த பதிநாலு வயதுச் சிறுவனின் வாழ்வை ஒட்டிக் கதை நடக்கிறது. திருமணத்துக்குத் தயாராக இருக்கும் தமக்கை, மூன்று வயதுச் சிறுவனின் உடம்பும், மனமும் கொண்ட பிறவி ஊனனான அண்ணன், தம்பி ஒருவன், தங்கை என்று மொத்தக் குடும்பத்தின் பொறுப்பையும் தனது இளம் தோள்களில் சுமக்க வேண்டிவந்த சிறுவனின் கதை.

தகப்பனின் மரணத்துக்குப் பிறகு, குடும்பத்தின் திடீர்த் தலைவராக உருவெடுக்கும் சிற்றப்பா, இராக்கில் உள்ள மாப்பிள்ளைக்கு இந்தக் குடும்பத்தின் மூத்த பெண்ணை மணம் பேசும் தரகர், இராக்கிய எல்லையில்

நடைபாதை உணவு விடுதியில் வேலை பார்க்கிற — சில நிமிடங்களே வந்து போகிற — இன்னொரு சிறுவன் என்று படத்தில் வரும் எல்லாருமே நல்லெண்ணம் கொண்டவர்கள்தாம். ஆனாலும், கதாநாயகச் சிறுவனின் வாழ்க்கை எதிர்மறையான ஒரு முனை நோக்கி நகர்கிறது. வாழ்க்கைச் சூழலையே வில்லனாகக் கொண்ட படம். ‘குடிகாரக் குதிரைகள்’ என்று பெயர்.

முழுப்படத்தையும் பார்த்து முடிக்கத்தான் செய்தேன். கடந்த இரண்டு நாட்களாக மனத்தில் கனக்கிறது. ‘பார்த்திருக்க வேண்டாமே’ என்று ஓர் அங்கலாய்ப்பு இருந்துகொண்டே இருக்கிறது.

பிழைப்புக்காக மனிதர்கள் என்னவெல்லாம் செய்ய வேண்டியிருக்கிறது...

பத்திரிகையாளனாகத் தொழிலில் இறங்கிய சில வருடங்களில் வேறுவேறு நிறுவனங்களுக்குத் தாவும் வித்தை நன்றாகக் கைவந்து விட்டது. தொழில் ரகசியம் பிடிபட்டதுதான் காரணம்.

– என்னை

விரைந்தேற்றுக்கொள்ளாத வேந்துண்டோ உண்டோ
குரங்கேற்றுக் கொள்ளாத கொம்பு?

என்று சொல்லிப்போன மூதாதையின் வாக்கு தந்த அளப்பரிய தைரியம் இன்னொரு காரணம்.

இப்படித்தான் அந்த வராந்தரியில் வந்து சேர்ந்தேன். பாரம்பரியமிக்க இதழ். பின்னர் சிறுகச் சிறுக, குழந்தைகளுக்கு, பெண்களுக்கு, திரை விரும்பிகளுக்கு, வணிகர்களுக்கு, அரசியல் ஆர்வலர்களுக்கு, ஜோசியப் பிரியர்களுக்கு, பக்தர்களுக்கு என்று வகைக்கொரு தனிப் பத்திரிகை தொடங்கினார்கள்.

இதில் கவனிக்க வேண்டிய விஷயங்கள் இரண்டு. முதலாவது, தனித்தனிப் பத்திரிகைகள் நடந்தாலும், அவற்றின் ஆதார நீரோட்டங்கள் அனைத்துமே பிரதான வாராந்தரியிலும் இடம் பெற்றாக வேண்டும். இரண்டாவது, புதிதாக ஒன்று ஆரம்பித்ததற்காக, புதிய ஊழியர்களையெல்லாம் நியமிக்க மாட்டார்கள். ஆக, பணிச் சுமை பல மடங்கு அதிகரித்து வந்தது.

நாங்கள் வெளியிடும் பொங்கல் மலருக்கு உள்நாட்டிலும் வெளிநாட்டிலும் அமோகமான வரவேற்பு இருந்தது. சுமார் ஐநூறு பக்கங்கள், ராயல் சைஸில், ஏகப்பட்ட வழுவழு தாள்களும் வண்ணப் படங்களும் கொண்டு வெளியாகும் மலர், மேற்சொன்ன

பத்திரிகைகள் அத்தனையையும் ஒன்றாகக் குத்தித் தைத்த மாதிரி இருக்கும். முன்பதிவு செய்து பெற்றுக் கொள்வார்கள் வாசகர்கள்.

நான் வேலைக்குச் சேர்ந்த மறுவருடம் மலர்த் தொகுப்பில் உதவியாளனாகப் பணியாற்ற நியமித்தார்கள். ஜனவரியில் வெளியாக வேண்டிய மலருக்கு ஜூன் மாதமே வேலைகள் ஆரம்பித்து விடும்.

சுமார் நாற்பது வருடமாக முகப்புக் கவிதை எழுதித்தரும் பொறுப்பும் கவுரவமும் ஒரே பெண்மணியிடம் இருந்து வந்தது. பாலாம்பாள் சண்முகமணி.

> கதிரடித்துக் கதிரவனைப் பூசிக்கும் நன்னாள்
> அதிரடியாய் மாடணைந்து கொண்டாடும் பொன்னாள்
> புதுப்பானை அலங்கரித்துப் பொங்கலிடும் இந்நாள்
> பதுமைகளாய் மாதர் கூடிக் குரவையிடும் தென்னாள்[19]

என்பது மாதிரி, எந்த மொழிக் கவிமரபிலும் அடங்காத வாக்கியங்களை எழுதிக் கோத்து, பெருமிதம் பொங்கும் முகத்துடன் கவியரங்கங்களில் வாசித்துக் கைதட்டலும் வாங்கும் பெண்மணி.[20] தமிழ்நாட்டின் பிரபல கோவில் ஒன்றின் அறங்காவலராகவும் இருந்தார். அவருடைய கணவர் மத்திய

---

19 இது அந்த அம்மாளுடைய கவிதை அல்ல – ஓர் உதாரணத்துக்கு நானே எழுதிப் பார்த்தது. பார்க்கப்போனால், எதுகை அடுக்கத் தெரிந்த யாரும் இதுபோல் வரிகளை எழுதித் தொடுத்து விடலாம். பிரசுரித்துக் கொண்டாடத்தான் நாதியிருக்காது. இதில் ‘தென்னாள்’ என்ற பிரயோகம் மட்டும் என்னுடையது கிடையாது. ஓரிஜினலாகவே மேற்படிப் பெண்மணி எழுதிய வேறொரு கவிதையில் உள்ள சொல் அது. ’தென்னாட்டவரின் நாள்’ என்று அதற்குப் பொருளாம் – இன்னொரு பத்திரிகையில் வாசகர் கேட்ட கேள்விக்கு இப்படி பதிலளித்திருந்தார் அவர் – ஜீ

20 இவரைப் பற்றிய இன்னொரு செய்தியும் சொல்லாமல் நகர்ந்தால் தலை வெடித்துவிடும். பிறவிப் பணக்காரர்கள் அல்லவா, பணியாளர்கள் பரிசாரகர்கள் என்று பெரும் பரிவாரம் கொண்ட குடும்பம். மந்தைக் கணக்கில் வளர்ப்புப் பிராணிகள் வேறு. வீட்டு நாய் குட்டி போட்டாலும் சரி, வாயில் காவலரின் மகனுக்குத் திருமணம் நடந்தாலும் சரி, கவிதை பெருக்கெடுத்து விடும் இவருக்கு. சமையல்காரப் பெண்மணி இறந்தபோது பொங்கிய கவிதை இது:

> இட்டு அளித்த இட்டலியும்
> துவையலொடு விளம்பிய தோசையும்
> பண்ணிவைத்த பணியாரமும்
> ஈடு இணையற்ற இடியாப்பமும்...
> ...
> இன்னும் இன்னும் என்று
> என்னென்னவோ ஏராளம்
> செஞ்சு தந்த அஞ்சுகமே
> கெஞ்சுகிறேன் திரும்பி வா.

இது நானாக எழுதியது அல்ல. பிர்சுர விவரங்கள் சொல்ல மாட்டேன். – ஜீ

அரசுப் பணியில் பெரும்பொறுப்பில் இருந்து ஓய்வு பெற்றவர்.

அதற்காக, நவீன உலகத்துக்குள் நுழையாத பழம்பஞ்சாங்கம் என்று எங்கள் மலரை நீங்கள் கருதிவிடக்கூடாது. காங்கேயம் கவியரசு என்ற புதுக் கவிஞரும் வருடாந்தர ஒப்பந்தத்தில் இருந்தார்.

ஐயோ பாவம், அவள் ஒரு தாசி
சமுதாயப் பரப்பில் ஒட்டிய தூசி

என்று புதுக் கவிதைகள் எழுதுவார்.

இவர்கள் என்னத்தையோ எழுதிவிட்டுப் போகிறார்கள், உனக்கென்ன வந்தது என்று உங்களுக்கு ஆத்திரம் வருகிறதல்லவா, நியாயம்தான். ஆனால், இவர்கள் எழுதித் தரும் இருபத்தேழு ஊத்தை வரிகளுக்காக வாரந்தவறாமல் அவர்கள் வீடுகளில் போய்க் காத்திருந்து பாருங்கள், என் சிரமம் புரியும். ஆனால், அவர்களைச் சொல்லியும் குற்றமில்லை. கற்பனை பெருக்கெடுக்கும் வரை காத்திருக்கத்தானே வேண்டும், பாவம்?

இன்னொரு எழுத்தாளரைப் பற்றியும் சுவாரசியமான தகவல் உண்டு. படித்துவிட்டு உடனடியாக மறந்துவிடுங்கள். பிரசித்தி பெற்ற தொடர்கதைகள் பலவற்றை எழுதியவர் அவர். பிரசித்தி அடையாத நாவல்கள் சிலவற்றையும் எழுதினார். இதில் நேரடிப் புத்தகமாக வந்த நாவல்கள் அனைத்தும் அவர் எழுதியவை என்றும், தொடர்கதைகளை எழுதியவர் வாஸ்தவத்தில் எழுத்தாளரின் மனைவி என்றும் வதந்தி நிலவியது.

அவரை நான் பார்க்கச் சென்ற சந்தர்ப்பத்தில் விநோதமான சம்பவம் ஒன்று நிகழ்ந்தது. தெருவை நோக்கிய அறை அவருடையது. பக்கவாட்டில் உள்ள ஜன்னல் கதவு நிரந்தரமாகச் சாத்தியிருக்கும் என்பது அதில் படிந்த ஒட்டடையின் அடர்த்தியைப் பார்த்தாலே தெரியும். காற்றோட்டமேயில்லாத அறையில் எப்படி இந்த மனிதர் நாள் முழுவதும் உட்கார்ந்திருக்கிறார் என்று எனக்குத் தாளாத வியப்பு.

எங்கள் பத்திரிகை அதிபருக்கு நெருங்கிய மதுத் தோழர் அவர். அவருடைய சிறுகதை இல்லாமல் ஒரு மலர்கூட வெளியானது கிடையாது. ஒருமுறை, புதிய ஆசிரியர் வந்து சேர்ந்திருந்த சந்தர்ப்பத்தில், பொங்கல் மலர் ஏற்பாடுகள் தொடங்கினவாம். ஏகப்பட்ட கவிஞர்கள், ஓவியர்கள், எழுத்தாளர்களுக்குக் கடிதம் அனுப்ப உத்தரவிட்ட ஆசிரியர், இவரை எப்படியோ மறந்துபோனார்.

எழுத்தாளர் நேரே புறப்பட்டு வந்துவிட்டார். அதிபரின் அறைக்குள் எழுத்தாளரும், ஆசிரியரும் அதிபரின் அழைப்பின்

பேரில் தனியாகச் சந்தித்தார்கள்.

கதவு திறந்து வெளியில் வரும்போது, ஆசிரியர் முகத்தில் குடம்குடமாக எண்ணெய் வழிந்தது. வெற்றிப் புன்னகை மிளிர, ஊழியர்களை இதமாகப் பார்த்தவாறு தாண்டிச் சென்றார் எழுத்தாளர் என்று சீனியர்கள் கதை சொல்வார்கள்.

இன்றைக்குக் கதைகேட்டால் நாளைக்கே கொடுத்துவிடக் கூடியவர் அவர். இவ்வளவு வேகமாக அவரால் எழுத முடிகிறது என்பதே எனக்குப் பேராச்சரியமாக இருந்து வந்தது — வெகு நாட்களாக.

சம்பவ தினத்தன்று, காலை சுமார் பத்தரை மணிக்கு அவர் வீட்டுக்குப் போய்ச் சேர்ந்தேன். திருவல்லிக்கேணியில், பழையகால வீடு அது. வாசல் கம்பி அழிக் கதவு திறந்தே இருந்தது. திண்ணையைப் பார்த்த ஜன்னல் வழக்கம்போலப் பூட்டிக் கிடந்தது.

ஏதோ கவனத்தில், குரல் கொடுக்காமல் உள்ளே போனவன், அதே வேகத்தில் எழுத்தாளரின் அறைக் கதவில் கையை வைத்தேன். ஓசையெழுப்பாமல் திறந்தது.

அறையின் மையத்தில் கிடந்த மேஜையில் எழுத்தாளர். பரபரவென்று எழுதிக்கொண்டிருக்கிறார். தலையைக் குனிந்து ஓரிரு கணங்கள் தம் மடியைப் பார்ப்பார். நாலைந்து வாக்கியங்கள் எழுதுவார். பிறகு மீண்டும் தலைக் குனிவு. மறுபடி எழுத்து. கிட்டத்தட்ட ஐந்து நிமிடங்கள் இந்த நடைமுறை நீடித்தது.

பொதுவாக, பேனாப் பிடித்த வலதுகையை மோவாய்க் கட்டையில் பதித்துத் தலையுயர்த்தி மோட்டுவளையைப் பார்த்து எழுத்தாளர்கள் யோசிக்கும் புகைப்படங்களைத்தான் அதிகமும் பார்த்திருந்தேனா, இவர் தலைகுனிந்து சிந்திப்பது எனக்குப் புதுமையாகப் பட்டது.

இயல்பாகத் தலை நிமிர்ந்தபோது என்னைப் பார்த்தவர், சட்டென நிலைகுலைந்தார். மிரண்ட முகத்துடன் எழுந்து நின்றார். இவ்வளவுநேரமும் இழுப்பறை மறைத்திருந்த மடியிலிருந்து அவர் காலடியில் ஒரு பத்திரிகை வீழ்ந்ததைக் கண்டேன். வழுவழு தாளுடன், தினத்தாள்களின் சிறப்பு இணைப்பு போன்ற நீள அகலத்தில், இரட்டையாக மடிந்த ஆங்கிலப் பத்திரிகை அது. திறந்த பக்கத்தில் கோட்டோவியம் ஒன்றுடன் இரண்டு பத்தியாக ஏதோ சங்கதி பிரசுரமாகியிருந்தது.

எழுத்தாளர் வழக்கம்போல கம்பீரமாகப் பேசுவதற்கு எவ்வளவோ முயன்றும் பரிதாபமாகத் தோற்பதை எதிர் நாற்காலியில் அமர்ந்து பார்த்துக்கொண்டிருந்தேன்.

பீடிகை இவ்வளவு போதும். நிஜக் கதைக்கு வருவோம். எங்கள் பத்திரிகையில் ஒரு தொடர்கதை ஆரம்பிக்க ஆசிரியர் குழுக் கூட்டத்தில் முடிவானது. ஆளுக்கொருதுண்டுச்சீட்டு கொடுத்து அவரவர் உத்தேசிக்கும் எழுத்தாளர் பெயரை முன்மொழியும்படி சொன்னார் ஆசிரியர். உண்மையான ஜனநாயகவாதி அவர்.

ஆச்சரியகரமாக, ஆறு பேரில் நால்வர் ஒரே எழுத்தாளர் பெயரை எழுதியிருந்தார்கள். பொதுவாக வணிகப் பத்திரிகைகள் பிரசுரிக்கவே அஞ்சுகிற மாதிரியான கதைகள் எழுதிப் புகழ் பெற்றிருந்தஎழுத்தாளர் அவர். உதாரணமாக, வழிப்பறிக் கொள்ளையர்கள் நாலுபேரிடம் தனியாகச் சிக்கும் இளம் விதவை, அவர்களைப் பாலுறவுக்குத் தூண்டும் விதமாக நடந்துகொள்ளும் கதை. மிகப் பெரிய சர்ச்சைகளை உருவாக்கிய அந்தக் கதை எங்கள் பத்திரிகையில்தான் வெளியானது.

தமிழ்ப் பண்பாட்டுக்கும், தமிழ்ப் பெண்களின் கற்பு நிலைக்கும், அவர்களின் மனச் சுத்தத்துக்கும் இவ்வளவு அமோகமான ஆதரவு இருக்கிறதா என்று நாங்களெல்லாம் மலைத்துப் போனோம். ஒரு நாளைக்கு ஐநூறுக்குக் குறையாத கடிதங்களும், சுமார் இருபத்திச் சொச்சம் ஊர்களில் கண்டனக் கூட்டங்களும், நாற்பத்தேழு வக்கீல் நோட்டீஸ்களும், ஆறு வழக்குகளும் என்று தமிழ் வாசக உலகத்தில் தீப்பிடித்து எரிந்த கதை அது...[21]

உடனடியாக அவருக்குத் தொலைபேசியில் அழைப்பு போனது. உற்சாகமாக ஒத்துக்கொண்டார். ஒரேயொரு நிபந்தனை தான்: பாதியில் நிறுத்திவிடக் கூடாது... எங்கள் ஆசிரியர் தயங்கித் தயங்கிச் சொன்னார்:

> நீங்க சொல்றதுக்கு நாங்க ஒத்துக்கிடுறோம்ங்க. ஆனா, எங்க பத்திரிகைக்கின்னு ஒரு மரபு இருக்குல்லீங்களா?

மறுமுனையில் அவர் உரத்துப் பேசுவது வெளியில் தெளிவாகக் கேட்டது.

> மரபென்னய்யா வெளக்கெண்ணெ மரபு? அம்மணக் குண்டிப் படத்திலே ரெண்டு கறுப்புப்பட்டி போட்டு அச்சடிக்கிறவனுக்கெல்லாம் மரபெப் பத்திப் பேசுறதுக்கு என்னய்யா யோக்யதெ இருக்கு?

இன்னும் கொஞ்ச நேரம் தாளித்தார். எங்கள் ஆசிரியர் கூசிக்

---

21 அவற்றில் பலவும் எங்கள் பத்திரிகையே ஏற்பாடு செய்தவைதாம் என்பது தெரியவந்தபோது, நான் வேறு நிறுவனத்துக்கு மாறி சில வருடங்கள் ஆகியிருந்தன. – ஜீ

குறுகி மன்னிப்புக் கேட்டுக்கொண்ட பிறகு, பெருந்தன்மையுடன், தொடர் எழுத ஒப்புக்கொண்டார். தலைப்பை அப்போதே சொல்லிவிட்டார் — 'கரையேறும் நாணல்கள்.'

பம்பாயின் சிவப்பு விளக்குப் பகுதியில் இருந்து தப்பிச் சொந்த ஊர் திரும்பும் பெண்ணை, ஊரும் உறவினர்களும் எப்படி மறுபடியும் தொழிலில் இறக்குகிறார்கள் என்பது கதை. வரலாறு காணாத கண்டனங்களையும் ஆதரவையும் பெற்றுப் பீடுநடை போட்ட தொடர்கதை அது.

எங்கள் இதழ் வெளியாகும் கிழமைக்கு மூன்று நாட்களுக்கு முன்னதாக அத்தியாயம் கைக்கு வந்தாக வேண்டும். படம் போட, அச்சுக் கோக்க, பிழைதிருத்த என்று போதுமான அவகாசம் அப்போதுதான் கிடைக்கும். பெரும்பாலும் தொடர்கதை எழுதுகிறவர்கள் முன்கூட்டியே நாலைந்து அத்தியாயங்களைக் கொடுத்து விடுவார்கள். இரண்டு தரப்புக்கும் ரத்த அழுத்தம் கூடாமலும், பரஸ்பர உறவுநிலையின் சுமுகம் கெடாமலும் இருக்க இது உதவும்.

நம்மவர்தான் எழுத்தாளர்களில் தீவிரவாதியாயிற்றே?

அந்தந்த வார அத்தியாயத்தை அந்தந்த வாரம்தான் தருவார். அதுவும் தவணையின் எல்லை தாண்டுகிற சமயத்தில்தான் தருவார்.

ஒவ்வொரு வாரமும் காத்திருந்து வாங்கி வரும் பொறுப்பு அப்பிராணி மாரிமுத்துவின் தலையில் விடிந்தது. மாரிமுத்துவைப் பற்றிச் சில தகவல்கள் சொல்வது உபயோகமாக இருக்கும்.

வேலூருக்கு அருகில் உள்ள பாகாயம் என்ற ஊரைச் சேர்ந்தவன் மாரிமுத்து. விவசாயக் குடும்பம். சகோதரர்கள் அனைவரும் பள்ளிப்படிப்பை முடித்தும், அரைகுறையாக விடுத்தும் ராணுவ வேலைக்குச் சென்றார்கள். இவன் ஒருத்தன் மட்டும் பிடிவாதமாகக் கல்லூரிக்குப் போனான். பள்ளியிறுதியில் வாங்கியிருந்த மதிப்பெண்களுக்கு, 'தமிழ் இலக்கியம்தான் தருவேன்' என்று உறுதியாகச் சொல்லிவிட்டார் முதல்வர்.

விதிவசமாக வந்து சேர்ந்தாலும், பிற்பாடு தமிழ்மீது நிஜமாகவே ஆர்வம் அதிகரித்துவிட்டது மாரிமுத்துவுக்கு. ஒரேயொரு சிக்கல் என்னவென்றால், தமிழ் இலக்கியத்தின் வளர்ச்சி மோசிகீரனாரின் காலகட்டத்தோடு நின்றுவிட்டது என்றும், உலகப் பொதுமறையைத் தாண்டிய இன்னொரு நூல் உலகின் எந்த மொழியிலும் எழுதப்படவில்லை என்றும் நிஜமாகவே நம்புகிறவன்.

பத்திரிகையில் உதவி ஆசிரியராகச் சேர்வதற்கு இந்த நம்பிக்கைகள் எல்லாம் குந்தகமாக இல்லை என்பதோடு, பிழையில்லாத, நயமான தமிழ் எழுதக்கூடியவன் மாரி என்பதும் உபரித் தகுதி.

ராணுவத்துக்குப் போன சகோதரர்கள் மாதிரியே இவனும் நெடுநெடுவென்ற உயரமும், கரணை கரணையான புஜங்களும், அகலமான தோளும் கொண்டவன். அவனுடையது மாதிரி சீரான, வெண்மையான பல்வரிசையை நான் வேறு யாரிடமும் பார்த்ததில்லை. அதுபோன்று இதய ஆழத்திலிருந்து சிரிக்கும் கண்களையும்தான். 'திரைப்படங்களில் முத்தக்காட்சியை அனுமதிக்கலாமா கூடாதா' என்பது பற்றி தேசிய அளவில் விவாதம் நடந்து ஆளாளுக்கு அபிப்பிராயம் சொல்லிக்கொண்டு அலைந்த காலத்தில் நமது தீவிரவாதியும் தன் பங்குக்கு மண்ணள்ளிக் கொட்டினார்:

> மொழிக்கு முந்தின காலகட்டத்துக்கு மனித மனம் திரும்பியாக வேண்டும். அப்போது உறவுநிலைகளுக்கு அடையாளம் இருக்காது. உறவுநிலைகள் நிர்ணயிக்கும் தடைகளும் இருக்காது. விதிகள் இல்லாத இடத்தில் விதி மீறல்களுக்கும் இடம் இல்லை. யாரும் யாருடனும் கலவி செய்யும் பாலியல் சுதந்திரத்தை மனிதகுலம் மீட்டெடுக்கும் அப்போது. பரிசுத்தமான காமம் மட்டுமே எஞ்சியிருக்கும். நெருப்பு போன்றது அது. கசடுகளைச் சுட்டெரிக்கும் வல்லமை கொண்டது...

தகப்பன் சொன்ன அபிப்பிராயம் நிஜமானதுதானா, நம்பித்தான் சொல்கிறாரா என்று பரிசோதிக்கும் ஆவல் சுமதிக்கு வந்து சேர்ந்தது.

கல்லூரியில் படித்துக்கொண்டிருந்த பெண் அவள். ஒப்பனைகளுக்கு இடம் தராத, இயற்கையிலேயே வசீகரமான முகமும் மனமும் குணமும் கொண்டவள். அவளுமே கவிதைகள் எழுதக் கூடியவள்தான். 'இன்னாரின் புதல்வி' என்ற குறிப்புடன் முதல் கவிதை பிரசுரமானது. அடுத்த இதழில் அவளுடைய ஆவேசமான கடிதமும் வெளியானது.

> அந்தக் குறிப்பைக் கண்டு அதிர்ச்சியும் அவமானமும் அடைந்தேன். என் பிறப்பை மட்டுமே பிரசுரத்திற்கான தகுதியாய்க் கொள்வீர்கள் என்று அறிந்திருந்தால் அனுப்பி யிருக்கவே மாட்டேன். இந்தக் கடிதத்தை அச்சேற்றும் நேர்மை உங்கள் இதழுக்கு உண்டு என்று நம்புகிறேன்...

வாரந்தவறாமல் வந்து வீட்டு வராந்தாவில் மணிக்கணக்காகக் காத்துக்கிடக்கும் பொறுமையின் சிகரத்தின்மேல் சுமதிக்கு

முதலில் உண்டான உணர்வு பச்சாதாபமாகத்தான் இருக்க வேண்டும். காத்திருக்கும் நேரத்தில் பரிமேலழகர் உரையைப் படிக்கிறான் என்ற காரணம் ஒன்றே அது காதலாகப் பரிணமிக்கப் போதுமானதாக இருந்திருக்கலாம்.

வளர்ப்பானேன், எழுத்தாளர் கொந்தளித்தார். இந்தியாவின் தலையாய தொழில் குழுமத்தில் உயர் அதிகாரியாக இளம் வயதிலேயே நியமனமாகிவிட்டவனும், தமது சொந்தச் சகோதரியின் மகனும், சுமதிக்கு நாலு வயது மூத்த முறைப் பையனுமான ஒருத்தனை அவர் மருமகனாக ஏற்கனவே வரித்திருக்கும்போது, இவள் இப்படியோர் எண்ணத்தை வளர்த்துக்கொள்ளலாமா?

எங்கள் உதவியோடு அவர்கள் பதிவுத் திருமணம் செய்து கொண்டார்கள். உடனடியாக வேற்று மாநிலத்துக்கு ஓடியும் போனார்கள் — எழுத்தாளருக்கு உயர்மட்டத்தில் இருக்கும் செல்வாக்குக்கு அஞ்சி.

எழுத்தாளரோ எந்த நடவடிக்கை எடுக்கவும் தெம்பில்லாத அளவு நிலைகுலைந்து போனார். தூக்க மாத்திரைகளை அளவுக் கதிகமாக உட்கொண்டு தற்கொலை செய்துகொள்ள முயற்சித்தார். மருத்துவமனையில் அனுமதிக்கப்பட்டார். பத்திரிகைகளில் பெரிதாகச் செய்திகள் வந்தன — மிதமிஞ்சிய வயிற்றுப்போக்கு காரணமாக மருத்துவமனையில் இருக்கிறார் என்று. காவல் துறையில் உயர் அதிகாரிகளாய் இருந்த அவரது வாசகர்கள் மற்றும் நண்பர்கள் தயவால் மேல் நடவடிக்கை எதுவும் இல்லாமல் போனது.

ஆனால், இயற்கை மரணம் தழுவும் வரை, மருமகனுடன் ஒரு சொல்லும் பேசியதில்லை அவர். மகளுடன் பேசும்போது, ஏதோ நிர்ப்பந்தத்தில் இருக்கிற மாதிரி முகத்தை வைத்துக் கொள்வார். நல்லவேளை, பேரக்குழந்தைகளிடம் விரோதம் பாராட்டாதிருந்தார்.

இத்தனைக்கும் எழுத்தாளர் ஐயர் சாதி. மாரிமுத்து சைவ முதலியார் — ஐயர்களைவிடவும் சில ஆசாரங்களில் இன்னும் மூர்க்கமான பிடிவாதத்துடன் இருப்பவர்கள். இருந்தாலென்ன?

பின்னர் எப்போதோ ஒரு தடவை ரங்கநாதனிடம் மேற்படித் தகவல்களைப் பகிர்ந்துகொண்டபோது, மிகுந்த சங்கடமாக முகத்தை வைத்துக்கொண்டு சொன்னான்:

> புரட்சி புண்ணாக்கெல்லாம் எழுத்திலே மட்டும்தான் போலருக்கு.

..சந்திப்போம்...

9

சென்னையைச் சுற்றிலும் உள்ள பிரதேசம், கேந்திரமான நிர்வாக ராணுவ பொருளாதார மையமாக முதலாம் நூற்றாண்டிலிருந்தே செயல்பட்டு வருகிறது. தென்னிந்திய அரச வம்சங்கள் பல இங்கே ஆட்சி செய்திருக்கின்றன — குறிப்பாகப் பல்லவர்கள். சேர, சோழ, பாண்டிய, விஜயநகர மன்னர்களும் ஆண்டிருக்கிறார்கள்.

தற்போது சென்னையின் பகுதியாய் இருக்கிற மைலாப்பூர், பல்லவர் காலத்தில் மிகப்பெரிய துறைமுகமாக விளங்கியது. 1522இல் போர்ச்சுகீசியர்கள் வந்திறங்கினார்கள். கி.பி 52 முதல் கி.பி 70 வரை போதகம் செய்தார் என நம்பப்படும் புனித தாமஸ் என்ற அப்போஸ்தலரின் நினைவாக ஸாவ் டோம் என்ற துறைமுகத்தைக் கட்டினார்கள். 1612இல் டச்சுக்காரர்கள், நகருக்கு வடக்கே உள்ள புலிக்காட் அருகில் தங்களை நிறுவிக்கொண்டனர்.

1639, ஆகஸ்ட் 22இல் ஆங்கிலேயக் கிழக்கிந்தியக் கம்பெனியின் ஃப்ரான்ஸிஸ் டே, கோரமண்டல் கடற்கரையில் ஒரு சிறு துண்டு நிலத்தை வாங்கினார். அந்தப் பிரதேசம் வந்தவாசியின் நாயக்கரான தாமர்ல வெங்கடாத்ரி நாயகுடுவின் ஆளுகையில் இருந்தது. ஆங்கிலேயர்கள் ஒரு தொழிற்சாலையையும் சரக்ககத்தையும்

கட்டிக்கொள்ள அவர் அனுமதி வழங்கினார். ஓர் ஆண்டு கழித்து, பிரிட்டிஷார் புனித ஜார்ஜ் கோட்டையைக் கட்டினார்கள். பின்னாட்களில் அது காலனிய நகரின் அணுமையமாய் ஆகியது.

1746இல் பிரெஞ்ச்சுக்காரர்கள் மொரீஷியஸ் ஆளுநரான தளபதி லா போர்தனையின் தலைமையில் சென்னையைக் கைப்பற்றினர். நகரையும் சுற்றிலுமிருந்த கிராமங்களையும் சூறையாடினர்.

1749இல் அய் லா சப்பல் (aix-la-chappalle) என்ற உடன்படிக்கை மூலம் ஆங்கிலேயர் நகரை மீட்டுக் கொண்டனர். நகரின் காவல் அரணை பலப்படுத்தினர் — மேலும் பிரெஞ்ச்சுக்காரர்களோ, மற்றொரு அச்சுறுத்தலாக விளங்கிய மைசூர் சுல்தான் ஹைதர் அலியோ தாக்கினால் சமாளிக்கும் விதமாக.

18ஆம் நூற்றாண்டின் இறுதிப் பகுதியில், கிட்டத்தட்டத் தமிழகம் முழுவதையும், தற்காலத்திய ஆந்திரப் பிரதேசம் கர்நாடகம் உள்ளிட்ட பகுதிகளையும் கைப்பற்றிய பிரிட்டிஷார், மதறாஸைத் தலைநகராகக் கொண்ட மதறாஸ் ராஜதானியை நிறுவினர்.

— விக்கிபீடியாவிலிருந்து.

மெற்றாஸ் வந்த ஒரே வருடத்தில் திருவல்லிக்கேணியில் தனியறை பார்த்துக்கொண்டு போனதற்கு மூன்று காரணங்கள் இருந்தன. ஒன்று, நான் வேலைபார்த்த பத்திரிகை அலுவலகம் மைலாப்பூருக்கு இடம் பெயர்ந்தது. இரண்டாவது, மெற்றாஸின் முக்கிய சாலைகள் அனைத்தும் எனக்குப் பழகிவிட்டன. அம்பத்தூரிலிருந்து நகரின் மையப் பகுதிக்கு வந்து செல்வது பெரும் அலுப்பாகத் தோன்றத் தொடங்கியிருந்தது.

மூன்றாவதுதான் மிக முக்கியமான காரணம். ரங்கநாதனைப் போன்ற சாகபட்சிணியுடன் வசிக்கும்போது, நேரங்கழித்து எழுவது, நள்ளிரவைத் தாண்டியும் விழித்துக்கொண்டிருப்பது, வார இறுதியில் நண்பர்களுடன் சேர்ந்து குடிப்பது என்கிற மாதிரிச் சில்லறைத் தொந்தரவுகளைத் தவிர்க்க வேண்டி வந்தது. ஒருவிதமான சிறை வாழ்க்கைபோல உணரத் தொடங்கியிருந்தேன். இந்த உணர்வோடு தொடர்ந்து ஒரே அறையில் வசிப்பது சரியில்லை என்று பட்டது.

வெளியேறித் தனியறைக்குச் செல்வதன்மூலம் என் சுதந்திரத்தையும் எங்கள் நட்பையும் தக்க வைத்துக்கொண்டு

விடலாம் என்று எண்ணினேன். ரங்கநாதனும் அதேமாதிரி உணர்ந்திருந்தானோ என்னவோ, உடனடியாகச் சம்மதித்து விட்டான்.

அறை தேடி அலைந்தது தனி அனுபவம். இடம் தருவதற்குத் தடையின்றிச் சம்மதித்த மேன்ஷன்களை எனக்குப் பிடிக்கவில்லை. எனக்குப் பிடித்திருந்த மேன்ஷன்களில் ஏகப்பட்ட நிபந்தனைகள் போட்டதுடன், முறையான அறிமுகமும் கேட்டார்கள். பத்திரிகைக்காரர்களுக்கு அறை தருவதில்லை என்று நேரடியாகச் சொன்னார் ஒரு நிர்வாகி.

ஒருவழியாக, திருவல்லிக்கேணி நெடுஞ்சாலையில் அறை கிடைத்தது. பெருச்சாளிப் பொந்துக்கு நிகரான வசதிகள் கொண்ட அறையில் சுமார் ஆறு வருடங்கள் வசித்தேன். திருமணம் செய்துகொள்ளும்வரை.

திருமணமானதும், ஆதம்பாக்கத்தில் குடித்தனம் வைத்தோம். இரண்டாவது வார ஆரம்பத்தில், எனக்கு விநோதமான அனுபவம் ஏற்பட்டது. அன்று காலையிலிருந்தே மனம் ஒருவிதமாகத் தொய்வு கண்டிருந்தது . . . தல்லாகுளம் பெருமாள் கோயில் திடல், ரிசர்வ் லைன் சாலை, காந்தி ம்யூஸியம், ஆரப்பாளையம் தேம்பாவணி இல்லம் பேருந்து நிறுத்தம், வில்லாபுரம் மது தியேட்டர், ஜெய்ஹிந்த்புரம் கண்மாய், திருப்பரங்குன்றம் ரயில்வே கேட் என்று விதவிதமான ஸ்தலங்கள் நினைவில் அலைகள்போலப் புரண்டு மறிந்தன. ஆழத்திலிருந்து ஓர் ஏக்கம் புறப்பட்டு, பார்வையில் படும் சகலத்தின் மீதும் துக்ககரமாகப் பரவிக்கொண்டிருந்தது.

அலுவலகம் கிளம்பும் முன், இஸ்திரி போட்ட ஆடைகளைக் கொண்டுவந்து தந்த மாடசாமி பரமக்குடி எமனேஸ்வரத்தைச் சேர்ந்தவர். வண்டியை எடுத்துக்கொண்டு கிளம்பியபோது பார்வைகள் சந்தித்ததால் புன்சிரித்த எதிர்ச்சாரி மளிகைக்கடை திரவியம் அண்ணாச்சி தூத்துக்குடி ஏரல்காரர். ரயில் நிலைய வாகனப் பாதுகாப்பு நிலையத்தில் அரை டவுசருடன் வண்டிகளை ஒதுக்கித்தரும் புகழேந்தி அரக்கோணத்துக்காரன். முகத்தைப் பார்த்தவுடன் வில்ஸ் பாக்கெட்டை எடுத்துவைத்த ரகோத்தமன் நாயரின் பூர்விகம் ஆலப்புழை. நடைமேடையில் பிரியமாய்ச் சிரித்த, விந்தி விந்தி நடக்கிற, பெயரைத் தவிர வேறொன்றும் தெரியாத, ரயில் நண்பர் அருணாசலம் திருநெல்வேலியிலிருந்து வந்தவர். அலுவலகத்தில் நுழைந்தவுடன் மகளின் திருமணப் பத்திரிகை வைப்பதற்காக வந்த கூட்டுநர் பென்சிலம்மா குண்டூர்க்காரி...

மெற்றாஸில் பிறந்து வளர்ந்த மனிதப்பிறவி ஒன்றின் முகத்திலும் விழிக்கப் பிடிக்கவில்லை அன்று முழுவதும் என்பதை

இன்று நினைவுகூர்ந்தாலும் ஆச்சரியமாகத்தான் இருக்கிறது.

மாநகரம் ராட்சத அலைகள் எழும் நீர்ப்பரப்பாகக் காட்சி தருகிறது. ஏகப்பட்ட கால்வாய்கள் கொண்டுவந்து கொட்டிக் கொண்டேயிருக்கின்றன. மின்ரயில் பாதையை அகலப் பாதையாக்கும் பணிக்குக் கூட்டம் கூட்டமாக வந்த ஆந்திரக் குடும்பங்கள்; மேம்பாலப் பணிகளுக்கு வந்து சேரும் பிஹாரிகள்; நாள் முழுக்க எச்சில் தட்டுகள் கழுவுகிற, மேஜை துடைக்கிற, தவறாமல் முகத்தில் கீறல் விழுந்த செந்தழும்புடன் இருக்கிற, வடகிழக்கு மாநில மங்கோலிய முகங்கள்; எதையோ நினைத்து ரயிலேறி வந்து ஏதோ தொழிலில் சிக்கி எப்போதாவது காவல் துறையில் பிடிபட்டு முகத்தை முந்தானையால் மறைக்கும் புகைப்படமாக செய்தித்தாளில் தெரிகிற அழகிகள்...

இதுவரை எழுதிவிட்டு, மேலுள்ள பத்திகளைத் திரும்பப் படிக்கும்போது மாநகரத்துக்கு வந்து சேர்கிற வந்தேறிகள் எல்லாருடனும் அந்தரங்கமாக எனக்கு உள்ள சகோதர பாவம் காரணமாக அனுதாபம் மேலிட்டிருப்பது தெரிகிறது. ஆனால், வந்தேறும் எல்லாருமே துக்கமயமாக இருக்கிறார்கள் என்று சொல்வதற்கில்லை. அதைச் சொல்ல வந்துதான் இவ்வளவு நீண்ட முன்குறிப்பு தானாகவே விழுந்துவிட்டது...

ரங்கநாதனின் அறையைக் காலிசெய்துவிட்டு திருவல்லிக் கேணியில் ஒரு மேன்ஷனுக்குக் குடிபோவதற்கு முன் அறை தேடி அலைந்தது தனி அனுபவம் என்று சொன்னேனல்லவா?

அன்றைக்கு வியாழக் கிழமை. முந்தின நாள்வரை என்னுடன் துணையாக அலைந்துகொண்டிருந்த ரங்கநாதன் அலுவலகம் விட்டுக் கிளம்பவே ரொம்ப தாமதமாகும் என்று சொல்லியிருந்ததால், நான் மட்டும் போனேன். திருவல்லிக்கேணியிலிருந்து நடந்தே கிளம்பி, ஜாம்பஜார் வந்து, மவுண்ட் ரோடுக்கு இணையாகச் செல்லும் சாலையில் நடந்துகொண்டிருந்தேன்.

நான் அறியாமலே இருட்டு கவிந்துவிட்டிருந்தது. சடாரென்று ஆள் நடமாட்டமேயற்ற இடமாக ஆகியிருந்தது அந்தச் சாலை. அமானுஷ்யமான நிசப்தம் நிலவியது. வெகு தொலைவிலிருந்து கேட்பதாகத் தோன்றிய மவுண்ட்ரோடுப் போக்குவரத்து நிசப்தத்தை அதிகரித்து பீதியைக் கூட்டியது.

இரவு எட்டு மணிக்குமேல் மவுண்ட்ரோடு எவ்வளவு அபாயகரமான இடம் என்று எனக்கு முன்னமே தெரியும். ஒருமுறை ரங்கநாதனுடன் வந்தபோது எனக்கு ஏற்பட்ட அனுபவத்தை என்றுமே மறக்க முடியாது...

ரங்கநாதனுடன் தங்கியிருந்தகாலகட்டம் அது.தேனாம்பேட்டையில் ஒரு நண்பனின் திருமண வரவேற்புக்குப் போய்விட்டு உற்சாகமாகப் பேசிக்கொண்டே நடந்து வந்திருந்தோம். ஸ்பென்ஸர் சந்திப்பைக் கடந்தபோது,எனக்கு சிகரெட் பிடிக்கத் தோன்றியது. சட்டைப் பைக்குள் கையை நுழைக்கிறேன், நடைமேடையில் எதிர்த்திசையிலிருந்து வந்த பெண்ணுருவம் ரங்கநாதனின் கையைப் பிடித்து இழுத்தது.

கரகரத்த குரலில், ‘வர்றியா’ என்றது. சாலைவிளக்கின் மங்கல் ஒளியில், பலவருடங்களாக க்ஷவரம் செய்து தடித்திருந்த தாடையின் சொரசொரப்பு தெரிந்தது. இவன் கையை விசுக்கென்று உருவிக்கொண்டான். அந்த உருவம் தன் முந்தானையைச் சரிசெய்தபடி, தூவென்று துப்பிவிட்டு ’ஓம்போதாடா நீ’ என்று விசாரித்துவிட்டு நகர்ந்தது. துப்பியபோது எழும்பிய வெற்றிலை நெடி இன்னமும் மணக்கிறது எனக்குள்.

திடீரென்று நடந்த மோதலில் நாங்கள் இருவருமே வெலவெத்திருந்தோம். பூட்டிய கடை ஒன்றின் படிக்கட்டில் உட்கார்ந்து சிகரெட் பற்றவைத்தேன். காரணம் புரியாததொரு நடுக்கம் கைவிரல்களில் ஏற்பட்டிருந்தது. ரங்கநாதன் நின்றவாறே சாலையின் பரபரப்பில் கவனம் தோய்ந்திருந்தான். நான் எனக்கு வலதுபுறம் சுமார் நூறடி தொலைவில் இருந்த சுரங்கப்பாதையின் திறந்த வாயில் அடர்ந்திருந்த இருட்டைப் பார்த்தேன்.

சிக்னலுக்காக வண்டிகள் க்றீச்சிட்டு ஓயும் இடைவெளியில் தாவித்தாவி சாலையைக் கடந்து இந்தப் புறம் வந்துசேர்ந்தது ஓர் உருவம். உல்லாசமாக ஆடி ஆடி நடைமேடைமீது நடந்து வந்தது.

நடுத்தர வயது ஆண் உருவம். சிகரெட் புகையும் வாய். பரட்டையாய்க் கிடந்த தலை. எங்கள் அருகில் வந்ததும் கூவென்று சிறு ஓலம் கிளப்பியது. சாலையை நோக்கி நின்றிருந்த ரங்கநாதனைப் பிடரியில் இடது கையால் ஓங்கி அறைந்தது. அவன் நிலை தடுமாறினான்.

நான் பதற்றமாக எழுந்தேன். அடுத்த அறை எனக்குத்தான் என்று உள்ளுணர்வு எச்சரித்தது. இன்னது செய்கிறோம் என்பது தெரிவதற்கு முன்பே, பரட்டைத் தலை உருவத்தின் வயிற்றில் என் ஷூக் காலால் ஓங்கி உதைத்தேன். அவன் வயிற்றைப் பிடித்துக்கொண்டு குனிந்தான். முதுகில் ஓங்கிக் குத்தினேன். அவன் நிமிர்ந்தான். அதற்குள் காறித் தயாராக வைத்திருந்த எச்சிலை என் முகத்தில் உமிழ்ந்துவிட்டு வந்த வழியே திரும்பி ஓடினான். அடுத்த சிக்னலுக்காக நின்றிருந்த வாகனங்களுக்கிடையில் பாம்புத்தடம் போல வழி உண்டாக்கி எதிர்ச்சாரிக்குச் சென்று ஓடி மறைந்துபோனான்.

கைக்குட்டையை எடுத்து முகத்தைத் துடைத்தேன். என் கால்கள் நடுங்கிக்கொண்டிருந்தன. கசப்பின் மணம் கமறிய எச்சிலை அழுத்தித் துடைத்தபிறகும், முகத்தில் படர்ந்திருந்த ஈர உணர்வை ஒன்றும் செய்ய முடியவில்லை.

ரங்கநாதன் நீண்ட பெருமூச்சுடன் இரண்டு கைகளாலும் என் வலதுகையைப் பிடித்துக்கொண்டான். அவன் உள்ளங் கைகளில் இன்னமும் குறையாத நடுக்கம். நான் மெல்லமெல்ல திடப்பட்டேன். தொடர்ந்து நடந்தோம். தானும் ஒருமுறை காறித் துப்பிவிட்டு ரங்கநாதன் சொன்னான்:

ட்ரக் அடிக்ட்டா இருப்பாண்டா.

இருக்கலாம். அல்லது, சும்மா தினவெடுத்து எங்களைத் தாக்கியிருக்கலாம். சித்தம் பிறழ்ந்தவனாகவும் இருக்கலாம். அல்லது காரணமேயில்லாத காரணம் எதுவும்கூட இருந்திருக்கலாம். அல்லது, அல்லது, அவனே மாநகரத்தின் சூட்சும உருவமாகக் கூட இருந்திருக்கலாம்.

ஆனால், இன்றுவரையிலும் என்னைத் தொந்தரவு செய்து வருவது வேறொரு விஷயம்.

சுமுகமானவன் உடல் வலு இல்லாதவன் சாதுப் பிராணி என்று என்னை நானே எடைபோட்டு வைத்திருக்கிறேனே, அதெல்லாம் வெறும் ஜோடனைதானா? முன்பின் அறியாத ஒருவனைக் கால் நீட்டி உதைக்கும் அளவு வன்முறை எனக்குள் எங்கிருந்து ஊறியது? இன்னும் என்னவெல்லாம் புதைந்து கிடக்கிறது என் மனத்தின் ஆழ்படுகையில்? ரங்கநாதனிடம் கூடப் பகிர்ந்துகொள்ள விரும்பாமல், என் கேள்விகளுடன் நான் தனியாக நடந்து சென்றேன்...

அந்த இரவின் ஞாபகத்துடன் இந்த இரவை எதிர்கொள்வது சரியில்லை என்று பட்டது. ரங்கநாதன் எப்போதோ ஒருமுறை ஓர் உதாரணம் சொன்னான். ‘தனித்தனியாகக் கிடக்கும் பூந்தித் துணுக்குகளை ஒன்று திரட்டி இறுக்கப் பிடித்தவுடன் லட்டுவாக மாறிவிடுகிறது, இல்லையா? நாம் இதுவரை கடந்து வந்திருக்கிற செவ்வாய்க்கிழமைகள் அத்தனையையும் ஒன்று கூட்டி ஒரே கிழமைத் தொகுப்பாக வடிவமைக்க முடியுமா என்ன?’

நியாயம்தானே. நிச்சயமின்மை என்பது எப்போதுமே பயங்கரத்தை மட்டும்தான் உள்ளடக்கியிருக்க வேண்டுமா?

இரண்டு சாரிகளிலும் உள்ள கடைகள் அனைத்துமே மூடியிருந்தன. எதிர்ச்சாரியில், சுமார் ஐம்பதடி தொலைவில்

தள்ளுவண்டி டீக்கடை மட்டும் செயல்படுகிற மாதிரித் தெரிந்தது. அதன் முன்பாக முக்காலியில் உட்கார்ந்திருந்தவர்தான் உரிமையாளராக இருக்க வேண்டும். திட்டம் தெரியாமல் விளாவிவிட்ட பால் தீருவதற்காகக் காத்திருக்கிறாரோ என்னவோ.

எனக்கு டீ குடிக்கும் உத்தேசமோ, விருப்பமோ இல்லை. என்றாலும், மாநகரத்தின் நட்டநடுவில் இருந்தும் இருட்டும் தனிமையும் அமானுஷ்யமாகப் பரந்து கிடக்கும் அந்தத் தெரு எனக்குள் விளைவித்த பயங்கரத்தை சமாளிப்பதற்கு இன்னொரு மனிதப் பிறவியுடன் ஓரிரு வார்த்தைகள் பேசிவிட்டால் தேவலை என்று தோன்றியது.

உஷ்ணத்தை மட்டுமே தன் ருசியாக வைத்திருந்த அபூர்வமான திரவம் அது. கடைசி மிடறு இறங்கியவுடன், சிகரெட் பற்ற வைக்கலாமா என்று யோசித்தேன். அதற்குள், உள்ளுணர்ச்சியின் ஏதோ ஒரு நாடி சட்டென்று துடித்து 'சீக்கிரம் இந்த இடத்தைக் காலி செய்' என்று எச்சரித்தது.

என் விழைவை அங்கீகரிக்கிற மாதிரி ஆட்டோ வரும் ஓசையும் தலைவிளக்கும் தட்டுப்பட்டன… உடனடியாக சாலையைக் கடந்து நின்று கையாட்டினேன். இளைஞன்தான்.

சென்ட்ரல் ஸ்டேஷன்.

என்றேன். பேய்ப்படக் கதாபாத்திரம் மாதிரி நீண்ட தலைமுடி வளர்த்திருந்தான். அவர்களை மாதிரியே மர்மமான, நிதானமான அசைவோடு வண்டியைக் கிளப்பினான்.

மெல்ல நகர்ந்த வண்டி இன்னும் வேகமெடுக்கவில்லை. அதற்குள், இடது பக்கத்திலிருந்த மூத்திரச் சந்திலிருந்து ஓர் உருவம் வேகமாக ஓடி வந்தது. நகரும் ஆட்டோவை ஒரு கையால் பிடித்துக்கொண்டு உள்ளே தொற்றியது. அனிச்சையாக நகர்ந்து இடம் கொடுத்துவிட்டு, எதிரிலிருந்த கம்பியை இறுக்கிப் பற்றினேன். ஆட்டோக்காரன் திரும்பிப் பார்த்தான்.

ம்… ஓட்றா வெண்ணே…

என்று உறுமினார் வந்தவர். அப்போதுதான் கவனித்தேன். அவர் லுங்கி உடுத்தியிருக்கிறார். கையில் சாண் நீளக் கத்தி வைத்திருக்கிறார். அடுத்த தெருவிளக்கைத் தாண்டும்போது அந்தக் கத்தியில் ஈரப் பிசுபிசுப்பு இருந்ததைப் பார்த்தேன். வண்டி வேகமாகப் போனது. அவர் கத்தியைத் தன் லுங்கியின் உட்புறம் சாவகாசமாகத் துடைத்துக்கொண்டிருந்தார்.

எனக்குள் உயர்ந்த பீதியை வெளித்தெரியாமல் அடக்கிக் கொள்ளப் பிரயாசைப்பட்டேன். அடிவயிற்றில் திடீரென்று

மூத்திரம் கனத்தது. கம்பியைப் பற்றிய கையை இறுக்கிக் கொண்டேன்.

ஆட்டோ மவுண்ட்ரோடைப் பிடித்தது. அவர் முகம் தெளிவாகத் தெரியும் அளவு வெளிச்சம் வண்டிக்குள் படிந்தது. 'இந்த முகத்தை எங்கோ பார்த்திருக்கிறேனே' என்று தோன்றியது.

பி ஆர் அண்டு சன்ஸ் அருகில் ஆட்டோ போகும்போது ஓட்டியின் முதுகில் தட்டினார்.

நடைபாதையை ஒட்டிப் பத்துப் பதினைந்தடி ஓடிவிட்டு நின்றது. இறங்கி சாவதானமாக நடந்து போனார். ஆட்டோக்காரன் ஓரிரு கணங்கள் அவரை வெறித்துவிட்டு, வண்டியைக் கிளப்பினான். கொஞ்ச தூரம் போன பிறகு, அடித்தொண்டையிலிருந்து காறித் துப்பினான். 'தேவ்டியாப் பையன்' என்ற சொல்லையும்தான்.

இதுவரை திருப்பம் எதுவும் நிகழவில்லையே என்று யோசிக்கிறீர்களல்லவா? உண்மையில், ஏகப்பட்ட திருப்பங்கள் உண்டு. அவற்றையெல்லாம் விலாவரியாகச் சொல்ல முடியாது.

அம்பத்தூர் செல்லும் மின்சார ரயிலில் ஏறி உட்கார்ந்து ஆசுவாசப்பட்டபோது, அந்த முகம் தன்னை அடையாளம் விளம்பிக்கொண்டது. மதுரையிலுள்ள சினிமாத் தியேட்டர் முன்பு பிளாக்கில் டிக்கட் விற்பவர் அவர். நானே பலமுறை அவரிடம் வாங்கியிருக்கிறேன்.

இது வெறும் யூகம் இல்லை, நிஜமான தகவல்தான் என்பதை மறுநாள் செய்தித்தாள் உணர்த்தியது. 'மாநகரச் செய்திகள்' என்ற பக்கத்தில் முந்தைய இரவு... சாலையில் நடந்த கொலை பற்றிய செய்தி வெளியாகி இருந்தது. எதிர்க்கட்சியின் வட்டச் செயலாளரைக் கொன்றுவிட்டு காவல் நிலையத்தில் வந்து சரணடைந்த நபரின் புகைப்படமும் பூர்வோத்திரமும் பிரசுரம் ஆகியிருந்தன.

பின் வந்த வருடங்களில் அவர் தென்மாவட்டத் தொகுதி ஒன்றின் சட்டசபை உறுப்பினரானார். ஒன்றே முக்கால் வருடம் அமைச்சராகவும் இருந்தார்.

இதில் திருப்பம் என்ன வேண்டிக் கிடக்கிறது, பாரதத்தின் மாநிலங்கள் அனைத்திலுமே நடைமுறையாக நடக்கிற சங்கதி தானே என்கிறீர்களா?

அதுவும் சரிதான்.

...சந்திப்போம்...

10

காவியா வாசகர்களுக்கு,

வணக்கம்.

1972இல் காவியா ஆரம்பிக்கப்பட்ட சமயத்தில் தமிழ்நாடு உலைக்களம் போலக் கொதித்துக் கொண்டிருந்தது. அமரர் எம் ஜீ ஆர் தாய்க் கழகத்திலிருந்து நீக்கப்பட்டு புதிய கட்சி கண்டிருந்த நேரம். போர்க்கோலம் பூண்டிருந்த இரண்டு கழகங்களும் சரி, பிளவுக்கான பழி சுமந்த காங்கிரஸ் மற்றும் வலது கம்யூனிஸ்ட் இயக்கங்களும் சரி, புண்படாத வகையில் செய்திகளும் கட்டுரைகளும் வெளியிட்டு நீந்தி வந்த இதழ் நம்முடையது.

பின் வந்த நாட்களில், தேசிய அளவிலும் மாநில அளவிலும் நிகழ்ந்த பல்வேறு சர்ச்சைகளில் பாரபட்சமின்றித் தன் பங்கை ஆற்றியவள் காவியா.

நமது பத்திரிகையின் சின்னம் வடிவமைக்கப்பட்ட போது, சின்னத்துக்குக் கீழே ஒரு வாக்கியம் சேர்க்கச் சொன்னார் நிறுவனர் அமரர் வெங்கட்ராமுலு ரெட்டி. இன்றுவரை அந்த வாக்கியத்தைத் தாரக மந்திரமாகக் கொண்டு நாம் இயங்கி வருவது ஊரறிந்த செய்தி. நமக்கு நினைவூட்டிக்கொள்ளும் விதமாக, அதை மீண்டும் ஒரு முறை நம் வாசகர்களுக்குச் சொல்கிறோம்.

நாமார்க்கும் குடியல்லோம்,
நமனை அஞ்சோம்.

எத் தரப்புக்கும் மனம் கோணாதபடி, நடுவுநிலை

தவறாதபடி, நேர்மை குன்றாதபடி நடந்துவரும் பத்திரிகையில் சில வேளைகளில் நம்மையறியாமல் கருங்காலிகள் நுழைந்து விடுவது துரதிர்ஷ்டமே.

கடந்த சில இதழ்களாக வெளியாகிவரும் ஒரு தொடரின் காரணமாக சிலர் சங்கடத்துக்கு ஆளானது தெரியவந்தபோது ஆசிரியர் குழு கூடி விவாதிக்கத் தொடங்கியது. இப்படி ஒரு தொடர்விவாதம் நடந்து வருவது அறியாமல், புண்பட்டவர்களில் சிலர் நமக்கு வக்கீல் நோட்டீஸ் அனுப்பியிருக்கிறார்கள்.

குறிப்பாக, 'சென்னை' என்ற அழகுத் தமிழ்ப் பெயர் கொண்ட நகரை, பிடிவாதமாக 'மெற்றாஸ்' என்று குறிப்பிடுவதில் எண்ணற்றவர்களின் மென்மையான இதயங்கள் காயப்பட்டிருப்பதை உணர்கிறோம். 'ஏழை அழுத கண்ணீர் கூரிய வாளை ஒக்கும்' என்பதை அறியாத சிறுமி அல்ல காவியா. அவளிடம் வீரமும் உண்டு, விவேகமும் உண்டு.

புண்பட்டவர்களுக்கும் சரி, மகா தீரர்களான காவியாவின் வாசகர்களுக்கும் சரி, நாம் மீண்டும் மீண்டும் உறுதி சொல்கிறோம் — யாரையும் மனத்துயருக்கு ஆளாக்குவது நமது நோக்கமல்ல.

யாரையேனும், உத்தேசமேயின்றி, தற்செயலாக, உண்மைநிலை அறியாது, துன்புறுத்தியிருந்தால் அவர்கள் பாதம் தொட்டு மன்னிப்புக்கேட்கத் தயாராக இருக்கிறாள் காவியா. வாசக சேவையில் தொடர்ந்து ஈடுபடுவதற்கான தனது உறுதியை இந்தச் சந்தர்ப்பத்தில் புதுப்பித்துக்கொள்கிறாள்.

மற்றுமொரு செய்தியையும் இந்தச் சந்தர்ப்பத்தில் தெரிவித்துக் கொள்ள விரும்புகிறோம்.

திரு ஜீவரத்தினம் எழுதிவந்த 'பாதையும் பயணமும்' தொடர் அவருடைய சுயவிருப்பத்தின் பேரில் கடந்த இதழுடன் முடிவு பெற்று விட்டது என்பதே அந்தச் செய்தி.

காவியா என்ற உங்கள் வீட்டுப் பெண்ணை வழக்கம்போலப் பேராதரவு நல்கிப் பேணுவீர்கள் என்ற நம்பிக்கை நமக்கு நிறையவே உண்டு.

நன்றி.

ஆசிரியர் குழு,
காவியா வார இதழ்.

இஸ்மாயில்

இஸ்மாயிலைப் புரிந்துகொள்வது கடினம். என்னுடைய இலக்கிய உலக நண்பரும், 'கூமா' என்ற புனைபெயரில் இயங்கும் சுமாரான (என்று இஸ்மாயில் சொல்வான்) மொழிபெயர்ப்பாளரும், நிறையப் பேசுபவரும், இஸ்மாயிலை ஒருமுறைகூட நேரில் சந்தித்திராதவருமான குமாரசாமி வேறு விதமாகச் சொல்வார்:

> உங்க நண்பர் இஸ்மாயில் இருக்காரே, அவரு ஒரு போலிங்க.

'ஏன்' என்று கேட்டபோது, நான் திருப்தியாகும் அளவுக்கு அவரால் பதில் சொல்ல முடியவில்லை. கிட்டத்தட்டப் பதினேழு தடவைகள் நச்சரித்த பிறகு சொன்னார்:

> அவரு சரியான குழப்பவாதியா இருக்காருங்க. ஒண்ணு ஆன்மீகம் பேசணும், இல்லாட்டி மார்க்ஸிஸம் பேசணும். இவரு தோதுப்பட்ட சமயத்திலே தோதுப்பட்டதெயில்லெ பேசுறாரு.

எனக்குள் இரண்டு ஆச்சரியங்கள் உதித்தன. ஆன்மீகமான கருத்துக்கள் எதையும் இஸ்மாயில் உதிர்த்ததில்லையே, தவிர, இவர்தான் அவனைப் பார்த்ததில்லையே, என்று நான் இவர்களிடம் சொல்லி வியந்தபோது சுகவனம் உதவிக்கு வந்தான்:

> உன் கதைகள்லே இவன் சொல்றதையெல்லாம் நீ க்கோட் பண்றேல்லடா? அவரு மெட்டாஃபிஸிக் ஸெச் சொல்றாரு.

எனக்கு இந்த மாதிரியெல்லாம் வகைப்படுத்திப் புரிந்துகொள்கிற அளவு ஞானம் இல்லை. ஆனால், ஒன்று சொல்வேன். இஸ்மாயில் அளவு சிந்தனை நேர்மை கொண்ட ஒரு நபரை நான் இனிமேல்தான் பார்க்க வேண்டும். இப்படிச் சொல்கிறேனே

என்பதற்காக எனக்கு அவன்மீது மனத்தாங்கல்களே கிடையாது என்று நினைத்துவிட வேண்டாம். ஆரம்ப வருடங்களில் சுகவனத்திடம் ஒரு தடவை கோபமாகச் சொன்னேன்:

> இந்தப் பய ரோதனெ தாங்க முடியலெடா. என்ன சொன்னாலுமா ஒருத்தன் மறுத்துப் பேசுவான். நாமள்ளாம் என்ன முட்டாப் பயகளா? அவங் கிட்டெ நேர்லெயே சொல்லிறப் போறேன். நீ என் வீட்டுக்கு வா. ஆஃபீஸுக்கு வா. நாம நண்பர்கள்தான், சந்தேகமில்லே. எம்புட்டு வேணும்னாலும் பேசலாம். என் எழுத்தெப் பத்தி மட்டும் பேசாதே.

இஸ்மாயில் எதிர்பார்த்திராத ஒரு சந்தர்ப்பத்தில் அவனிடமே சொல்லவும் செய்தேன். தன் வழக்கமான புன்னகையை அணிந்து கொண்டான் அவன். கோணி ஊசி மாதிரிக் குத்துகிற, எதிர் மறையான உணர்ச்சிகள் எதையெதையோ வீசுகிற மாதிரித் தென்படுகிற, புன்னகை.

> அதாவது, உன்னோட நான் எங்கே வேணும்னாலும் வரலாம், உன் கதைகளுக்குள்ளெ மட்டும் வரக்கூடாதுங் கிறே, அப்பிடித்தானே?...

புன்னகை சிரிப்பாக வளர்ந்தது.

> ...நான் வரலேன்னா உன் கதையே நடக்காதேடா கிருஷ்ணா? எதிர்முனைகளின் உரசல் உச்சகட்டத்தை அடையாமல் சிறுகதை சாத்தியமே இல்லையே.

எனக்கு பதில் சொல்லத் தெரியவில்லை. வழக்கம்போல, சுகவனம் உதவினான்:

> நீ சொல்றது க்ளாஸிக்கல் சிறுகதைகளுக்கான தியரிடா இஸ்மாயில். இவன் எழுதுறது அந்த மாதிரிக் கதைகள் இல்லே. ரெண்டாவது, நீயே வேற கதை கவிதைகளுக்கு வைக்கிற அளவுகோல்லெ மாடர்னிஸத்தோட சாயல் இருக்கு. தவிர, தியரிக்குக் கச்சிதமாப் பொருந்தி வர்ற படைப்பு படிக்கிறதுக்கு நாராசமா இருக்கவும் வாய்ப்பிருக்கு. அதுனாலெ, வேறவேற சமாசாரங்களெ அவியலாக்கி இவனைக் குழப்பாதே.

பார்த்தீர்களா, இதையேதான் கூமாவும் சொன்னார். அவர் சொன்னபோது புரியாமல் திகைத்த எனக்கு சுகவனம் எப்பேர்ப்பட்ட உதவி செய்துவிட்டான்.

ஆனாலும், இஸ்மாயில் மீது எனக்கு உள்ள மரியாதை துளியும் குறைந்ததில்லை. அவனுடைய நேர்மையின் திறம் அப்படி.

இப்படி மொண்ணையாகச் சொல்வதைவிட, கிச்சன் [22] விஷயமாக இஸ்மாயில் அபிப்பிராயம் சொன்ன இரண்டு சந்தர்ப்பங்களைக் குறிப்பிடலாம்.[23]

---

22 அசல் பெயர் கிருஷ்ணமூர்த்தி. இந்து அறநிலையத்துறையில் வேலை பார்க்கிற நாஸ்திகன். பூணூல் அணிய மாட்டான். சமயச் சடங்குகள் எதையும் நிகழ்த்த மாட்டான். முழுமையான அறிவுவாதி. இளம் வயதிலேயே தலை முழுக்க நரைத்தவன். எங்கள் கோஷ்டியில் விடைத்த மூக்கு உரத்த குரல் மற்றும் எந்நேரமும் உச்சத்தில் இருக்கும் ரத்த அழுத்தத்துடன் வாதங்களை முன்வைக்கிறவன். தாலுகா அலுவலகத்தில் வேலை பார்க்கும் மனைவியிடம் மட்டும் கொஞ்சம் பயம் உண்டு – அதை 'பரிவு' என்று சொல்லிக்கொள்வான். பல நாள் சமையல் வேலை இவன் தலையில் விடியும். ஆக, பெயர்ச் சுருக்கமே காரணப் பெயராக அமைந்தவன்.

23 அ. நண்பர்கள் கூடி மது அருந்திய சமயத்தில், (இஸ்மாயில் அருந்த மாட்டான். மார்க்க விரோதம் என்பதற்காக அல்ல. சிகரெட் தவிர வேறு லாகிரி ருசிகள் பிடிக்காதவன் அவன்) ஜெயராமனுக்கும் கிச்சனுக்கும் கடும் வாக்குவாதம் வந்துவிட்டது. அரசாங்கத்துக்கு மனுச் செய்து தன் அதிகாரபூர்வப் பெயரை 'ஜெயராம் நாயக்கர்' என்று ஆக்கிக்கொண்டவன் ஜெயராமன். கிச்சனைப் பார்த்து உச்சபட்ச போதையில் கேட்கிறான் – இந்த மாதிரி நேரங்களில் ஆங்கிலத்துக்குத் தாவிவிடுவான் அவன்.

> உன் ஜாதியைச் சொல்லி யாராவது கேலி செய்தால் உனக்கு உள்ளூர வலிக்காதா?

கிச்சன் உறுதியாகச் சொல்கிறான்:

> நிச்சயமாக வலிக்காது. நான் எந்த ஜாதியுடனும் என்னை அடையாளம் கண்டுகொள்வதில்லை...
>
> பொய் சொல்றெடா?

என்று தமிழுக்குத் தாவிக் கூவினான் ஜெயராமன். இந்த நான்கே வாக்கியங்களை வரிசை மாறாமல் அடுத்த ஒரு மணிநேரத்துக்கு இருவரும் உரையாடிக்கொண்டிருந்தார்கள். ஒரு கட்டத்தில் ஜெயராமன் அர்த்தம் விளங்காத வகையில் கத்த ஆரம்பித்தான். அபூர்வமாக, அன்று கிச்சனின் சாந்தம் கொஞ்சமும் குலையாமல் இருந்தது. புன்னகை பூத்த மதிவதனத்துடன், தன்னுடைய தரப்பை விளக்கும் வாக்கியங்கள் இரண்டையும் அடிபிறழாமல் சொல்லிக்கொண்டிருந்தான். ஜெயராமனின் சினம் எல்லை கடக்கவிருக்கும் தறுவாயில், நல்லவேளை, நண்பர்கள் தலையிட்டு, பெரும்பாடுபட்டு, விலக்கிவிட்டார்கள். கடைசிவரை மௌனமாக வேடிக்கை பார்த்துக்கொண்டிருந்த இஸ்மாயில், மறுநாள் சாயங்காலம் அபிப்பிராயம் சொன்னான்:

> கிச்சன் பக்கம்தான் நான். அவனுடைய மேல்மனத்தில் ஜாதிக்கு எதிரான சகல அம்சங்களும் இருக்கின்றன. அதை அவன் கவனமாகப் பேணவும் செய்கிறான். அவனுடைய நேர்மையை நான் துளிக்கூட சந்தேகிக்க மாட்டேன், ஜெயராமனை விட்டுத் தள்ளு. அவன் தன் குற்ற உணர்ச்சியை வாகான இன்னொருத்தனுடன் பகிர்ந்துகொள்ள ஆசைப்படுகிறான். ஆனாலும், கிச்சனை மாதிரி விலகி வந்தவர்களைத்தான் சமூகம் சித்ரவதை செய்யும். பழையபடி தன் கூண்டுக்குள் போய்விட மாட்டார்களா என்ற ஏக்கம்தான். வேறென்ன?

ஆ. இதே இஸ்மாயில், இன்னொரு சந்தர்ப்பத்தில் வேறுவிதமாகக்

ஆனால், இஸ்மாயிலும் ஒருநாள் கதை சொல்வான் என்று நான் நினைத்ததேயில்லை. ஏதோவொரு கட்டத்தில் விமர்சனக் கட்டுரைகள் எழுத ஆரம்பிப்பான், பலபேரை எழுதுவதையே நிறுத்தச் செய்யும் வல்லமை உள்ளவன் என்றுதான் நான் நம்பி வந்திருந்தேன். இந்த அவதாரத்தில் அவன் என்னவாக இருக்கிறான் என்று அறிவதற்கும், சந்தர்ப்பம் கிடைக்கும் பட்சத்தில் உக்கிரமான ஓரிரு அபிப்பிராயங்கள் சொல்லி அவன் கதையைக் கிழித்துத் தோரணம் கட்டவும் ஆவலாக இருந்தேன்.

ஆரம்பத்தில் இஸ்மாயில் சொன்ன யோசனையை, விளையாட்டுக்குச் சொல்கிறான் என்றே சந்தேகப்பட்டேன். அவனானால் நிஜமாகவே கதை சொல்ல ஆரம்பித்துவிட்டான். விரையும் ரயிலின் ஜன்னலுக்கு வெளியில் ராட்சத வட்டமாகச் சுழலும் கட்டாந்தரையை வெறிப்பான். படபடபடவென்று

கருத்துரைத்தான். கிச்சனின் பையனை – இரண்டாம் வகுப்புப் படித்தான் அப்போது – சக மாணவன் கிள்ளி, முன்னங்கையில் ரத்தக் காயம் பட்டுவிட்டது. தகப்பனிடம் சாயங்காலம் அழுதானாம். இவன்,

டீச்சர்ட்டெச் சொல்ல வேண்டியதுதானேடா.

என்று சமாதானம் சொன்னதாகவும், 'மிருக வெறியே மனிதன் என்ற பாலூட்டிக்கும் ஆதார உணர்வு' என்ற கோட்பாடுதான் எவ்வளவு சுச்சிதமாக இருக்கிறது!" என்று ஓர் இரவு முழுக்க தான் ஆச்சரியப்பட்டதாகவும் எங்களிடம் சொன்னான். கிச்சன் போனபிறகு இஸ்மாயில் வேறு மாதிரி அபிப்பிராயப்பட்டான்:

> கிச்சனுடைய ஜாதி, அதிகாரத்தைத் தன கையில் எப்போதுமே வைத்திருந்ததில்லை. அதிகார பீடத்துக்கு ஆலோசனை வழங்கும் சாக்கில் அடுத்திருந்தே தன் காரியங்களைச் சாதித்து வந்திருக்கிறது. வரலாறு முழுக்க இதைப் பார்க்க முடியும். மிகச் சில விதிவிலக்குகள் தவிர. அதன் மிச்சம் கிச்சனின் நனவிலியில் எப்படி வந்து படிந்திருக்கிறது பார்த்தாயா? இன்னொரு ஜாதித் தகப்பன், 'அவன் அடிச்சா சும்மாவா விட்டே, ங்கொம்மாங்கோத்தான்னு திட்டி ஏற வேண்டியதுதானேடா' என்பான். மற்றவன், 'திருப்பிக் கிள்ளி வைக்கிறதுக்கென்ன' என்பான். மூன்றாமவன், 'அவன் கிள்ளுற வரைக்கும் நீ ஏண்டா பொறுத்துக்கிட்டிருந்தே, மொதோ அடி நாம போட வேணாம்?' என்பான். இவன், அதிகாரத்துக்குப் பக்கத்தில் போய் நின்றுகொள்ள வேண்டியதுதானே' என்கிறான் பார்.

சுகவனம் இந்தப் பத்தி முழுவதையும் பொறுமையாகக் கேட்டுவிட்டு முழுக்க நிராகரித்துவிட்டான். வழக்கமான சாந்தத்துடன் சுருக்கமான பதில் சொன்னான்:

> இஸ்மாயில், நீ தெருக்களெல்லாம் கோணல் கோணலா இருக்குங்குறே. நான் 'தெரு' ன்னு ஓண்ணே கிடையாது. ரெண்டு பக்கமும் வீடு கட்டினதால உருவான செயற்கை உண்மை அதுங்கிறேன். வெட்டவெளிதான் நிரந்தர உண்மைங்கிறேன். நமக்குள்ளே விவாதம் ஆரமிக்கிற இடமே இதுதான்.

ஆமா. ஆரமிக்கும். ஒடனே நின்னும் போகும்.

என்று முகத்தில் அடித்தான் இஸ்மாயில்.

நாலைந்து வாக்கியங்கள் சொல்வான். மீண்டும் அமைதியாவான். அவனைச் சில நிமிடங்களாவது, சில நாட்களுக்காவது பேசாமல் இருக்க வைத்ததாலேயே இந்தக் கதைக்கு ஒரு முக்கியத்துவத்தை வழங்கலாம் என்று தோன்றியது எனக்கு. மனத்துக்குள் சிரித்துக் கொண்டேன்.

இஸ்மாயில் சொன்ன சடகோபனின் கதை[24]யைச் சொல்கிறேன்.

ஆகுதல்

முதல் துளி[25]

சடகோபன் பிறந்தது மதுரை ஜில்லாவில், வாடிப்பட்டிக்கு அருகில் உள்ள பொம்மன்பட்டி கிராமத்தில். வீட்டில் அனைவரும் கோபு என்றும், சொந்தக்காரர்களில் சிலர் கோபி என்றும், கிராமத்தின் குடியானவப் பெரியவர்கள் கோவி என்றும், சக மாணவர்களும் பள்ளிப்படிப்பை இரண்டாம் வகுப்புடன் நிறுத்திவிட்டு மாடுமேய்க்கப் போன தோழர்களும் சடெ என்றும் அழைப்பார்கள்.

நன்றாகப் படிப்பது, ஆசிரியர்களிடம் பணிவாய் நடந்து கொள்வது, மதிப்பெண் குறைந்தால் வகுப்பிலேயே விசித்து விசித்து அழுவது போன்ற பிறவிக் குணங்களால் தொடர்ந்து முதல் மாணவனாகவே இருந்துகொண்டிருந்தான் சடகோபன். குடும்பத்துக்குத் தொல்லை தராத நன்மகன்.

---

24 தன்னுடைய சொந்த சமூகமும் வேறு எத்தனையோ சமூகங்களும் இருக்க, ஒரு வைஷ்ணவப் பிராமணனைப் பற்றி ஏன் கதை சொல்கிறான் இஸ்மாயில் என்று எனக்குள் ஆச்சரியம் உதித்தது. ஆனால், அவனிடம் கேட்கவில்லை. ஆரம்பத்திலேயே பிரச்சினையைக் கிளப்பிய புண்ணியம் சேர்த்துக்கொள்ள வேண்டாம் என்றுதான். ஆனாலும், கதை சூடு பிடிக்கும் வரை நமட்டிக்கொண்டேயிருந்த கேள்விக்கு நானாகவே ஒரு பதில் கண்டுபிடித்து வைததுக்கொண்டேன். நண்பர்கள் எல்லாரிலும் நான் முன்பு குறிப்பிட்ட 'கிச்சன்' என்ற கிருஷ்ணமூர்த்தியிடம்தான் இஸ்மாயிலுக்கு நெருக்கம் அதிகம். கிச்சன் ஐயங்கார் என்பதுதான் உங்களுக்கே தெரியுமே.

25 மொத்தக் கதையைப் பல பத்திகளாகப் பிரித்து அடுக்குவது, ஒவ்வொரு பத்திக்கும் தனித்தனித் தலைப்புகள் இடுவது, என்பதெல்லாம் நானாக மேற்கொண்ட உத்திகள். இஸ்மாயில் எழுதும் பழக்கம் உள்ளவன் அல்ல என்பதால், இந்த மாதிரி விஷயங்கள் வாசிப்புக்கும் வாசக மனத்துக்கும் எவ்வளவு ஆறுதலாகவும் அனுசரணையாகவும் இருப்பவை என்பது அவனுக்குத் தெரியாது. ஒரே மூச்சில் கதை சொன்னதோடு தன் பணி முடிந்தது என்று அறிவித்துவிட்டான். மற்றபடி, கதையின் உள் அமைப்பு சம்பந்தமாக நான் என்ன செய்தாலும் சரிதான் என்று சுதந்திரம் அளித்திருக்கிறான். என்னுடைய திறமையை அவனுக்கும் சேர்த்து நிரூபிக்கும் விதமாக நான் இந்த மாதிரிப் பகுத்திருக்கிறேன். விஷயங்களையும் முன் பின்னாக – ஒரு சரம் போலத் தென்படும் விதமாக – மாற்றிக் கோத்திருக்கிறேன்.

தந்தை ராமசாமி அய்யங்கார் பாண்டியராஜபுரம் சக்கரை மில்லில் கணக்கராக வேலை பார்த்தார். அவரை சடகோபன் இளம் வயதில் இழந்தான். இவனுடைய பனிரண்டாவது வயதில். அய்யங்காருக்கு ஐம்பது. திடீர் மாரடைப்புதான் காரணம்.

குடும்ப மருத்துவர் கோபால் ராவ் இவர்கள் கிராமத்திலிருந்து ஒன்றரை மைல் தள்ளி இருந்த வாடிப்பட்டியில் தொழில் செய்தவர். 'தட்டு வண்டி டாக்குட்டரு' என்று செல்லப்பெயர் பெற்றவர். எல்லா வியாதிகளுக்கும் பால் நிறத் திரவம் ஒன்றை சீசாவில் கொடுத்தனுப்புவார். வியாதிகள் சொஸ்தமாகவும் செய்யும். 'கைராசிக்காரர்' என்று சுற்றிலுமிருந்த ஏகப்பட்ட கிராமங்களில் பெயர் எடுத்திருந்தார்.

ராவின் இன்னொரு சுபாவம், வைத்தியம் பார்த்ததற்குக் கட்டணம் வசூலிப்பதில்லை என்பது. வாக்குச்சாவடியில் உள்ள மாதிரி, அறையின் ஒரு மூலையை மறைத்துத் தொங்கும் திரைக்கு மறுபுறம் உண்டியல் போன்ற இரும்புப் பெட்டி வைத்திருப்பார். மருந்தை வாங்கிக்கொண்டு, திரைக்குப் பின்னால் போய் பணப்பெட்டியை வெறுமனே தொட்டுக் கண்களில் ஒத்திக்கொண்டு திரும்பியவர்களும் உண்டு. முழு ஐம்பது ரூபாய் — அந்தக் காலத்து ஐம்பது ரூபாய் — நோட்டைப் போட்டுவிட்டுப் போனவர்களும் உண்டு. குடகில் தன் தம்பி பரிபாலித்த எஸ்டேட் வருமானம் போதுமானதாய் இருந்தது கோபால் ராவ் வாழ்க்கை நடத்த.[26]

கோபால் ராவை அழைத்துவர ஆள் அனுப்பினார்கள். நோயாளிகள் குழும உட்கார்ந்திருந்த ராவ் அன்றைய சேவையை முடித்துவிட்டு சாவகாசமாகப் புறப்பட்டு, ஒற்றை மாட்டுத் தட்டுவண்டியை தானே ஓட்டிக்கொண்டு வந்து, ராமசாமி அய்யங்காரின் மணிக்கட்டைப் பிடித்துப் பார்த்து 'இறந்து விட்டார்' என்று உறுதி செய்தார்.

அதற்குள்ளாக, அய்யங்காரின் உடம்பில் சிற்றெறும்புகள் ஏறி ஊர ஆரம்பித்திருந்தன. ஆயத்தமாக ஏற்றி வைத்திருந்த அகல்

---

26 நான் குறுக்கிட்டேன்:

> இஸ்மாயில், நீ சொல்வது சடகோபனின் கதைதானே? இதில் இந்த டாக்டரைப் பற்றி இவ்வளவு நீளமாகச் சொல்லுவது அவசியமா?
>
> நாவலுக்கும் சிறுகதைக்கும் வித்தியாசம் தெரியாதவர்களெல்லாம் நிறைய எழுதித் தள்ளுகிறார்கள் என்பது இந்தக் காலகட்டத்தின் தீராத சாபங்களில் ஒன்று.

என்று நேரடியான பதில் சொன்னான் இஸ்மாயில். இதற்கு சற்று சூடாகப் பதில் சொல்லத் தயாரானேன். நல்லவேளை, சுகவனம் தலையிட்டான். 'ஒருவர் கதை சொல்லும்போது மற்றவர்கள் குறுக்கிட்டுப் பேசக் கூடாது' எனற முக்கியமான விதியை நினைவூட்டினான்.

விளக்கை அவர் தலைமாட்டில் கொண்டு வைத்து சம்பிரமமாக பிலாக்கணத்தைத் தொடங்கினாள் சடகோபனின் தாயார் ரங்கநாயகி.

குடும்பத்தில் எல்லாரும் அழுது மூக்குச் சிந்திக்கொண்டிருக்க, ரஃப் நோட்டிலிருந்து கிழித்த காகிதமும், சாம்பல் நிற வில்ஸன் மைப் பேனாவும் எடுத்துக்கொண்டு குடும்ப வளாகத்தின் பின்பகுதியாய் இருந்த தென்னந்தோப்புக்குள் போனான் சடகோபன்.

the morning today is firesome
which makes me sick and tiresome...

என்று தொடங்கிப் பதினாலு வரிகளை எழுதினான்.[27] திரும்பி வாசிக்காமல் முழுவதும் எழுதி முடித்துவிட்டு, ஆரம்பத்திலிருந்து ஒருமுறை வாசித்தான். உள்ளுக்குள் எதுவோ ஒன்று டமாரென்று உடைந்தது. கண்கள் ஊற்றெடுத்தன.

அந்த வயதில் ஆங்கிலத்தின்மீதும், கவிதையின்மீதும் மாளாக் காதல் கொண்டவனாக சடகோபன் இருந்ததன் பொறுப்பை, பாரம்பரியமான ஆசிய வழக்கப்படி விதியின்மேல் மட்டும் போட்டுவிட முடியாது. சர்க்கரை மில்லில் பொறியாளராக இருந்த ராயல் டி ஜூட் என்ற ஆங்கிலோ இந்தியரின் சகவாசத்தால் ராமசாமி அய்யங்கார் பெற்ற ஆங்கில அறிவையும், அதைப் பிரத்தியேக அக்கறையெடுத்து சடகோபனுக்குச் சொல்லிக் கொடுத்ததையும் காரணமாகச் சேர்த்துக்கொள்ள வேண்டும்.

மேற்சொன்ன வாழ்க்கைப் பின்புலமும், மனிதர்களின் பரிச்சயமும், மொழிப் பயிற்சியும், இவற்றுடன், அறிவியல் மற்றும் தொழில் நுட்பத்தின் வளர்ச்சியும் சேர்ந்துதான் கவிஞனாகத் தலையெடுத்த சடகோபனை வசன ஆசிரியனாக உருவாக்கின. இதைச் சற்று விரிவாகவே விளக்கியாக வேண்டும்.

தன் இலக்கிய வாழ்வின் முதல் கவிதையை, அதுவும் ஆங்கிலத்தில், எழுதிய நாட்களிலேயே மைப் பேனாவை எழுத் தாணிபோலப் பிடித்துத்தான் எழுதுவான் சடகோபன். இவனுடைய முழங்கையும், மணிக்கட்டும், விரல்களும் மற்றவர்களுடையவவைபோலச் செயல்படவில்லை என்பதைக் கவனித்து சிகிச்சை தரும் அளவுக்கு குடும்பத்தில் யாருக்கும் அவகாசமும் இல்லை, அக்கறையும் இல்லை.

---

27 இந்த இடத்தில் மிக முக்கியமான ஒரு சந்தேகம் என் மனத்தில் வந்து அமர்ந்தது. ஆனால், முந்தைய அடிக்குறிப்பில்தானே அந்த விதியைப் பற்றிச் சொன்னேன்? ‘சரி, பயல் எவ்வளவு தூரம்தான் போகிறான் பார்ப்போம்’ என்று அமைதி காத்தேன். தவிர, மற்றவர் பார்வையில் நம் கதை என்னவாக இருக்கிறது என்று தெரிந்துகொள்வதும் சுவாரசியமான சங்கதிதானே?

தான் எழுதுவதை மற்றவர்கள் வேடிக்கை பார்க்கிறார்கள் என்று தெரியவந்த சமயத்தில், சரிசெய்ய இயலாத இடத்துக்குப் போய்ச் சேர்ந்திருந்தது வியாதி. கையெழுத்துப் போடுவதும், ஒரு சில வார்த்தைகள் அளவுக்கு எழுதுவதும் தவிர, பேனாவையே பிடிக்க முடியாதவனாய் ஆகியிருந்தான் சடகோபன்.

முப்பத்திச் சொச்சம் வார்த்தைகளை, பதினேழு அல்லது பதினெட்டு வரிகளாகப் பிரித்து ஒட்டக முதுகுபோலத் தோரணம் கட்டுகிற அளவில் தமிழ்க் கவிதை வந்து நின்றிருந்த காரணத்தால், கவிதை எழுதுவது மிகவும் சுலபமாகவும், உவப்பானதாகவும் இருந்தது அவனுக்கு. என்றாலும், மனத்தில் படு தீவிரமான விசையில் பொங்கும் தருணங்களையும், வாக்கியங்களையும் எழுத இயலாத நிர்க்கதிக்கு ஆளாகிவிட்டோமே என்ற ஆதங்கம் வெகுவாகப் பீடித்துவிட்டது. இது, நரம்பு மண்டலத்தை மேலும் தளர வைத்தது.

வைத்தியத்துக்காகச் சந்தித்த பல்வேறு மருத்துவர்களில், தினமணி தியேட்டருக்கு அருகில் மருத்துவமனை நடத்தியவரும், சோழவந்தான் பக்கம் முள்ளிப்பள்ளத்தைப் பூர்விகமாகக் கொண்டவருமான டாக்டர். ராஜாங்கம் எம்டி 'இந்த வியாதிக்குப் பெயர் Occupational neuorosis; இதைச் செல்லமாக Writer's cramp என்றும் சொல்வதுண்டு' என்று தெரிவித்தார். ஆக, எழுத்தாளன் ஆவதற்கு முன்பாகவே, எழுத்தாளனுக்குரிய வியாதியுடன் வளர்ந்து வந்தவன் சடகோபன்.[28]

---

28 இந்த இடத்தில், நான் மேலே குறிப்பிட்ட சந்தேகத்தின்மீது சந்தேகம் வந்துவிட்டது. சமீபத்தில் தன் அபிமான எழுத்தாளர் ஒருவரைச் சந்தித்துப் பேசிவிட்டு வந்த தர்மராஜ், (அவர் பிரபலமானவர் இல்லை. உயிருடன் இருப்பவர் – வியாதியும் நிஜமானது. புறணி பேசுவதற்கு நிகராகிவிடும் என்பதால் அவருடைய பெயரையும் மேல்விபரங்களையும் தவிர்க்கிறேன்.) எங்களிடம் அவரைப் பற்றிச் சொல்லிக்கொண்டிருந்தான். அவருக்கு இந்த வியாதி இருப்பதாகவும், பிறருடன் பேசும்போதே அவரது வலது கட்டைவிரல் நிலைகொள்ளாமல் தன்னிச்சையாகச் சுழல்வதும் விறைப்பதுமாக இருந்ததாகவும் சொன்னான். இந்தக் கதையில், இஸ்மாயில் மேற்படிச் சிக்கலையும், சடகோபன் கண்டடைந்த தீர்வையும் சொன்னபோது தர்மராஜ் பேசுவதைக் கேட்கிற மாதிரியே இருந்தது. ஆனால், ஒரேயொரு வித்தியாசம்.

> அந்த எழுத்தாளர் தமது வியாதியின் பெயர் Focal Dystonia என்றல்லவா சொன்னார்?

என்று பின்னர் இஸ்மாயிலிடம் ஞாபகமாய்க் கேட்டேன். தொடர்ந்து, புனை கதையில் பரிபாஷைச் சொற்களை எந்த அளவு பயன்படுத்தலாம் என்பதைப் பற்றி விரிவுரை நிகழ்ந்தது. ஆனாலும், அவன் சொன்னதின் சாராம்சமான மூன்று ஷரத்துக்கள் – எனக்குச் சரியென்று பட்டவையும் கூட –வருமாறு:

> அ. வாசகருக்கும், பிரதிக்கும் தேவையான அளவு துல்லியமாகத் தகவல்கள் இருந்தால் போதுமானது. மருத்துவம் அல்லது சுகவீனம் பற்றிய கதையாக இருந்தால் மட்டுமே மேலதிகத் தகவல்கள் தரலாம். மற்றபடி, வாசிப்பவரை மிரட்டும் உத்தேசத்தில் பெயர்ச்சொற்களை உதிர்ப்பது வணிக எழுத்தின் தந்திரங்களில் ஒன்று மட்டுமே.

அவனுடைய உறவுக்காரப் பையன் ஒருவன்தான் இவனுக்கு யோசனை சொன்னான். ஆங்கிலத்தில் தனக்கு வாசிக்கக் கிடைத்த South Asian Cinema: An Aerial Perspective என்ற மிக முக்கியமான கட்டுரையை — தனுரா கிளிவெத்த என்ற சிங்களர் LWL என்று சுருக்கமாக அழைக்கப்படும் Lantern Without Light என்ற சினிமாப் பத்திரிகையில் எழுதியது — தமிழ் சீரிய வாசகர்களுக்கு அளித்து இன்புறுத்தும் ஆவலில் சடகோபன் மொழி பெயர்க்கத் தொடங்கியிருந்த சமயம்.

நேர்முகத் தேர்வுக்காகச் சென்னை வந்திருந்த ராமாஞ்சம் என்ற ராமானுஜம், இவனுடைய வீட்டில் வந்து தங்கியிருந்தான். சடகோபனின் மனைவி பரிமளாவின் தாயாருக்கு இரண்டு விட்ட சகோதரன் மகன். மறு வாசிப்பில் ஒரு வாக்கியத்தையோ, பத்தியையோ முன்பின்னாக மாற்றி எழுதுவதென்றால் முழுப் பக்கத்தையும் மறுபடி எழுத வேண்டி வருவதையும், அதற்குள் நெற்றிப் பொட்டுகளில் வியர்வை பொங்க வலது மணிக்கட்டைப் பிடித்துக்கொண்டு சடகோபன் வேதனைப்படுவதையும் பார்த்து விட்டுச் சொன்னான்:

> அத்திம்பேர், கையால எழுதிக் கஷ்டப்படறதுக்கு, பேசாமெ டைப்படிச்சிட்டுப் போயிரலாமோல்லியோ?

இந்த யோசனை தனக்கு ஏன் தோன்றாமல் போனது என்று சடகோபன் வெகுவாக ஆச்சரியப்பட்டான். ஆங்கிலத்தில் எழுதுகிற எழுத்தாளர்கள் பலரும் இப்படித்தான் செய்கிறார்கள் என்பது அவனுக்கு முன்னமே தெரியும்.

A E Hotchner எழுதிய *Papa Hemingway*யில் படித்தது நினைவு வந்தது. சடகோபனின் அபிமான எழுத்தாளரான எர்னெஸ்ட் ஹெமிங்வே நின்றுகொண்டுதான் எழுதுவாராம் — சுவரில் பொருத்திய பலகையில் நிறுவிய டைப்ரைட்டரில் நேரடியாக எழுதுவார். ஒரு வார்த்தைக்கும் இன்னொரு வார்த்தைக்கும் இடையில் இரண்டு தடவை ஸ்பேஸ் பாரைத் தட்டுவார் என்றும் எழுதியிருந்தார் ஹாட்ச்னர். காரணம், வார்த்தைகளை எண்ணுவதற்கு சற்று சுலபமாக இருக்கும் என்பது. அந்நாளில், ஒரு

ஆ. ஆங்கிலக் கதைகளில் வருகிறதே என்ற கேள்வி பொருத்தமில்லாதது. 'புனைகதையில்' என்று ஆரம்பித்த மாத்திரத்தில், உலகம் முழுவதும் ஒரேவிதமான புனைகதைதான் நிலவ முடியும் என்று கருதிக் கொள்வது மதியீனம்தான். இதெல்லாம் மேற்குலகத்திலிருந்து கோட்பாடுகளை இறக்குமதி செய்கிற, இரவல் வாங்குகிற கோட்பாட்டாளர்களுக்குத்தான் தகும். படைப்பிலக்கியத்துக்கு அல்ல. மற்றபடி, இந்த மாதிரி அம்சங்கள் அந்தந்த சமூகத்தின், அந்தந்த காலகட்டத்தின் இலக்கியப் பிரக்ஞை தீர்மானிக்க வேண்டிய விஷயம்.

இ. Writer's Cramp என்ற தொடர் எவ்வளவு நேரடியாகவும், இருபொருள் தருவதாகவும் ஒரே சமயத்தில் இருக்கிறது?

சொல்லுக்கு இரண்டு டாலர் வீதம் சம்பாதித்தவர் ஹெமிங்வே.

எளிமையான, சிறு கைப்பெட்டி மாதிரி எடுத்துச் செல்லக் கூடிய, தமிழ் டைப்ரைட்டர் ஒன்றை செகண்ஹாண்டாக வாங்கினான் சடகோபன். எழுத்துலகத்தின் வேறொரு நுழை வாயிலைக் கண்டுபிடித்துவிட்ட மாதிரிப் பரவசம் தொற்றியது. புருஷோத்தமன் புண்ணியத்தில், நடுங்கும் கைகளால் ஏழெட்டு சிறுகதைகள் எழுதிப் பார்த்துவிட்டு, மனம் பொங்கினாலும் விரல்கள் இடம் கொடுக்கவில்லையே என்ற ஏக்கத்தோடு இடைநிறுத்தம் செய்திருந்தவன், சிறுகதைகள் ஏகப்பட்டது எழுதித் தள்ளினான்.

டைப்ரைட்டரை ஒழித்துக்கட்டி அதன் ஸ்தானத்தில் கணிப்பொறி வந்து அமர்ந்தபோது, வேலை இன்னும் சுளுவாகிவிட்டது — சடகோபன் நாவல்கள் எழுதத் தொடங்கினான்.

ஆனால், சிறுகதைகளிலும் நாவல்களிலும் தனது ஆதரிசமாக அவன் கொண்டது ஹெமிங்வேயை அல்ல. அவர்போல, உணர்ச்சி வெளிப்படாத வாக்கியங்களில், வறண்ட, யாந்திரீகமான சொற்களைக் கொண்டு வாசக மனத்தின் ஆழ்மன அடுக்குகளில் புதைந்து கிடக்கும் வேதனையைக் கிளறும் பாணியை இவன் கைக்கொள்ளவில்லை. இவனுடைய பாணி முற்றிலும் வேறுவகையானது. அமரரான தகப்பனார் ராமசாமி அய்யங்காரிடமிருந்து அவன் மானசீகமாகக் கற்றுக்கொண்ட பாணி.

ராமநாடகக் கீர்த்தனைகளும் வில்லி பாரதமும் பாஞ்சாலி சபதமும் பெரியாழ்வார் பாசுரங்களும் நாச்சியார் திருமொழியும் ஊத்துக்காடு வெங்கடசுப்பையர் கிருதிகளும் கலந்து உணர்ச்சி மயமாகப் பாட்டுகள் பாடிக் கதை சொல்கிறவர் சடகோபனின் தகப்பனார். கணீரென்ற சங்கீதக் குரல்.[29] உறவுகாரர்களின் விசேஷ வீடுகளில் இவரைக் கதைசொல்லச் சொல்லிக் கேட்பது அடிக்கடி நடக்கும். அதிலும் 'அடிமைச் சருக்கம்' சொல்லுவதில் நிபுணர்.

காயுருட்ட லானார் – சூதுக் களிதொடங்க லானார்
மாயமுள்ள சகுனி பின்னும் வார்த்தை சொல்லுகின்றான்

---

29 நான் முன்னரே குறிப்பிட்ட முதல் சந்தேகம் இந்த இடத்தில் மீண்டும் வேர்விட்டு வலுப்பெற ஆரம்பித்தது. சடகோபனின் தகப்பனார் பற்றி இஸ்மாயில் விவரிக்கிற விஷயங்கள் என்னுடைய அப்பாவின் சாயலிலேயே இருக்கின்றனவே என்று தோன்றியது.

என்று கனத்து ஆரம்பிப்பார். பஞ்சாலி சபதப் பாடல்களைக் காவடிச் சிந்து மெட்டில் பாடுவார் அப்பா. சந்தங்கள் மாறி மாறி வர, தொடையில் அறைந்து தாளமிட்டபடி கதை விரிந்து கொண்டே போகும்.

இருவர் மூவராகத் தொடங்கிய சபை ஐம்பது அறுபது பேர் சூழ்ந்து அமர்ந்தபடியும் விளிம்பில் நின்றும் கேட்கப் பெருகி விடும். சூரியகாந்திப் பூக்களைப்போல அப்பாவின் முகத்தை நோக்கித் திரும்பியிருக்கும் அத்தனை முகமும் கிறங்கிப் பாதிக் கண்கள் மூடியிருக்கும்.

ஆடை குலைவுற்று நிற்கிறாள் – அவள்
ஆவென் றழுது துடிக்கிறாள்

என்று துயர் நிரம்பிய வேறொரு சந்தத்தில் கதை நகரும்போது, சபையில் ஒருவர் பாக்கியில்லாமல் கண்களைத் துடைத்துக் கொள்வதைப் பார்த்திருக்கிறான் சடகோபன்.

பெருகிய துயரத்தை அப்படியே கட்டி தட்ட அனுமதிக்க மாட்டார் அப்பா. இவ்வளவு உக்கிரமான கதைக்குப் பிறகு, சபை மௌனத்தில் உறைந்திருக்கும்போது, ரம்மியமான கதை எதையாவது ஆரம்பிப்பார்:

காருலாவும் சீருலாவும் மிதிலையில்
கன்னி மாடந்தனில் முன்னே நின்றவள் –
யாரோ இவர் யாரோ
என்ன பேரோ அறியேன்

என்று அருணாசலக் கவியின் பாடலை அனுபல்லவியிலிருந்து எடுத்து விஸ்தரிக்கத் தொடங்குவார்.

இந்த மாதிரியான நிகழ்வுகள் முடியும் சந்தர்ப்பங்களில் வழக்கமாக இரண்டு வசனங்கள் இடம்பெறும். கேள்விகளின் அமைப்பு சற்று முன்பின்னாக மாறியிருந்தாலும், அப்பாவின் பதில் ஒரே மாதிரித்தான் இருக்கும்:

> கதையைப் பொறுத்தமட்டிலே, துக்கமும் ஒருவிதமான சந்தோஷம்தான். அதுக்காக, கேக்கறவாளெ துக்கத்திலேயே ஊற விட்டுட்டு நகர்றது தர்மமாகுமா?

இரண்டாவது வசனம்,

> அதெல்லாம் பெரிய மேதைகள் பண்ற வேலெ. நமக்கு ஏதோ கொஞ்சம் கதெ தெரிஞ்சிருக்கு. மத்தவங்ககிட்டேப் பகுந்துக்கறோம். இதுக்காக முழுநேரமும் கதெ சொல்றவனாத் தொழில் நடத்த முடியுமா? புவ்வாவுக்கு எங்கெ போறது?

தொடர்ந்து எழுதி, ஊரறிந்த எழுத்தாளனாக ஸ்தாபிதமான பிறகும், புகழையும் பணத்தையும் கவனத்திலேயே கொள்ளாமல் எழுத்தில் மட்டுமே அக்கறையாக சடகோபன் இருந்ததற்கு இதுபோன்ற மகா வசனங்கள்தாம் முதல் காரணம்.

> கதை கேக்கிறவனெ யோசிக்க வைக்கிறதுக்கு எம்புட்டோ விஷயங்கள் இருக்கு. எனக்கு அதுலெயெல்லாம் ஆர்வமில்லே. அவன் மனசுக்குள்ளெ தூங்கிண்டிருக்கிற நல்லெண்ணத்தெத் தட்டியெழுப்பிறணும். அதுக்கு ருசு மாதிரி அவன் கண்லேர்ந்து ரெண்டு சொட்டுக் கண்ணீர் உதுரணும். அம்புட்டுத்தான்.

பின்னாட்களில் தி ஜானகிராமன், ஜி நாகராஜன், வண்ணதாசன் கதைகளில் இந்த அம்சம் தூக்கலாக இருந்ததை சடகோபனால் பார்க்க முடிந்ததற்கும், அது மாதிரியான கதைகளை அவன் எழுத ஆசைப்பட்டதற்கும் தகப்பனின் இந்தப் பார்வைதான் காரணம்.

ஒரு மரணம்

சடகோபன் எழுத்தாளனாக ஆனதற்கு இரண்டு சம்பவங்களை முழுமுதல் காரணமாகச் சொல்லலாம். ஒன்று, புருஷோத்தமனின் நட்பு. இரண்டாவது, அவனது தாய்மாமனும், மாமனாருமான நாராயணய்யங்காரின் மரணம். இரண்டாவதைத்தான் முதலில் சொல்ல வேண்டும்.

நாராயணய்யங்கார், ரங்கநாயகியின் மூன்று சகோதரர்களில் மூத்தவர். முதல் தாரம் இளம் வயதிலேயே இறந்ததால் மறுமணம் புரிந்துகொண்டவர். முன்கோபத்துக்கும், வசவுகளுக்கும் பெயர் போனவர். ஜீயரை தரிசிக்கப் போன இடத்தில் வரிசை வெகுநீளமாக இருக்க, ஜீயர் யாரோ ஒரு பக்தரிடம் நீளமான சம்பாஷணையில் இறங்க, நாராயணய்யங்கார் உரத்த குரலில் ஆட்சேபம் எழுப்பியது குடும்ப வட்டாரங்களில் மிகப் பிரபலமான சம்பவம்.

> இல்லே கேக்கறேன், நம்மல்லாம் மனுஷனா, இல்லே மாடா? வக்காளவோளி, இப்பிடிக் காக்க வெச்சுக் கொல்றான்?[30]

---

30 'இதற்காக நாராயணய்யங்காரை நாஸ்திகர் என்று கருதுவதற்கில்லை –அவருடைய தகப்பனாரிடமிருந்து அவருக்குத் தொற்றிய மிகச் சில குணாம்சங்களில் ஒன்று என்று இந்த மூர்க்கத்தைச் சொல்வாள் சடகோபனின் தாயார்' என்று மறுநாள் காலையில் விளக்கினான் இஸ்மாயில். இதை உறுதிப்படுத்துவதற்காக, ஓர் உபகதை சொன்னான்: சடகோபனின் தாய்வழிப் பாட்டி கொஞ்சம் வைதிகமானவள். நாராயணய்யங்காரின் முதல் திருமணம் நடந்து புதிதாக வீட்டுக்குள் நுழைந்திருந்த அப்பாவிப் பெண்ணை ஆசாரம் என்ற போர்வையில் அபரிமிதமாகப் படுத்தியெடுத்தாளாம். மாமனாருக்கு மருமகள்மீது வாஞ்சை. மனைவி அந்தச் சிறுபெண்ணை வதைப்பதைப் பார்த்துப் பரிதாபமும் சேர்ந்துகொண்டது.

ஜீயரின் உரையாடல் சடாரென்று நின்று, அனுக்கிரகிப்பதைத் தொடர்ந்தார்.

நாராயணய்யங்காரின் மூத்த தாரத்துக்கு ஒரே மகள். அந்தப் பரிமளாவை சடகோபனுக்குத் திருமணம் செய்து வைத்தார்கள். அய்யங்கார் இறந்து முதல் வருடத் திதி வருவதற்குள் திருமணம் நடந்தது. அப்போதுதான் அவருடைய ஆன்மா சாந்தியடையுமாம். இருபத்து நாலு வயதிலேயே சடகோபன் குடும்பஸ்தனான கதை இது.

அப்போது வெளியூரில் வேலை பார்த்துக்கொண்டிருந் தான் சடகோபன். வாரக் கடைசியில் மதுரைக்கு வருவான். ஸ்போர்ட்ஸ் சைக்கிள் வைத்திருந்தான். சனிக்கிழமை சாயங்காலம் வண்டியை எடுத்துக்கொண்டு கிளம்புவான். எந்த நண்பனைப் பார்க்கப் போகிறோம், எங்கே சாப்பிடப் போகிறோம், இரவில் எங்கே படுத்துத் தூங்கப் போகிறோம் என்றெல்லாம் எந்தவிதமான யோசனையும் முளைப்பதற்கு முன்பாகவே, அனிச்சைச் செயல் மாதிரி, சைக்கிள் உருள ஆரம்பித்துவிடும்.

ஒருநாள், கிழவர் திண்ணையில் உட்கார்ந்திருக்கிறார். வீட்டு விலக்கான மருமகள் அவளுடைய தனித்தீவான முன்னறையிலிருந்து வெளியேறி வீட்டைச் சுற்றிக்கொண்டு பின்வாசல் வழியாகக் கழிவறை செல்லப் புறப்பட்டாள். திண்ணையில், உட்புறம் காலைத் தொங்கப் போட்டு உட்கார்ந்திருந்த மாமனார் லேசாக ஒதுங்கிக்கொண்டு,

நீ பாட்டுக்குப் போடாம்மா.

என்றார். ரேழியில் ஊஞ்சலாடியபடி பார்த்துக்கொண்டிருந்த மாமியார், ஆசாரம் கெட்டுப் போகிறதென்று இரண்டு பேரையும் சத்தம் போட ஆரம்பித்தாள். அக்கம்பக்கதது வீடுகளிலிருந்து வேடிக்கை பார்க்க ஆட்கள் திரண்டார்கள். மாமனார் எவ்வளவோ முயன்றும் சமாளிக்க முடியாத எல்லைக்குக் கூசசல் நகர்ந்துகொண்டே போய், உச்சததில், மாமியாருக்கு அருள் வந்துவிட்டது.

> நான் பத்மாவதித் தாயார் வந்திருக்கேண்டா... ஹூ... ஹூ... ஹூ... என்னடா குடுத்தனம் நடத்தறேள்... தீட்டும் பாக்காமெ, மடியும் பாக்காமெ?... ஹூ... ஹூ... ஹூ... பொசுக்கிடுவேன் பொசுக்கி... உஷார்... ஹூ... ஹூ... ஹூ...

மருமகள் அரண்டு போனாள். விசித்து விசித்து அழ ஆரம்பித்தாள். திண்ணையில் இருந்த இடம்விட்டு நகராமல் வேடிக்கை பார்த்துக்கொண்டிருந்த மாமனார் சடாரென்று எழுந்தார். இரண்டு கைகளையும் உயர்த்தினார். எம்பி எம்பிக் குதிக்கத் தொடங்கினார்.

> நான் வெங்கடேசப் பெருமாள் வந்திருக்கேண்டி... ஹூ... ஹூ... ஹூ... தட்டுவாணி முண்டே... எங்கிட்டெச் சொல்லிக்காமெ நீ எப்பிடிடீ இங்கே வரலாம்... புருஷன்ங்கிற மரியாதெ மட்டு ஒண்ணு கிடையாது?... ஹூ... ஹூ... ஹூ... ஊர் மேயற முண்டே... ஹூ... ஹூ... ஹூ...

பெருமாள் விட்ட அறையில் பத்மாவதித்தாயாரின் மூக்குத்தி திருகு உடைந்து தெறித்ததாம். கூட்டம் சிரித்துக்கொண்டு கலைந்தது.

அதற்குப் பிறகு பாட்டியின் ஆட்டமும் அருள் இறங்குவதும் நின்றே விட்டது. முதல் பிரசவத்தில் பரிமளாவைப் பெற்றுப் போட்டுவிட்டு ஜன்னி வந்து சாகும்வரை மருமகள் நிம்மதியாக வாழ்க்கை நடத்தினாளாம்.

நண்பர்களைச் சந்திப்பது வெறும் சாக்குதான். கடந்த ஒருவாரத்துக்குள் மதுரையின் உள்ளமைப்பில் எதுவும் மாறி விட்டிருக்கிறதா என்று ஆராய்பவன் மாதிரி இந்தக் கோடிக்கும் அந்தக் கோடிக்கும் சைக்கிள் மிதிப்பதுதான் நோக்கம்.

சடகோபனின் எழுத்து வாழ்க்கையில் மிக முக்கியமான காலகட்டம் இது. அவன் அந்த நாட்களில் ஒரு வரிகூட எழுதியிருக்கவில்லை என்றபோதிலும், இன்னதென்று புரியாத கங்கு கணகணவென்று அடிமனத்தில் புகைந்துகொண்டு இருந்தது. உள்ளூரக் கனத்த நிம்மதியின்மை, சைக்கிளை விட்டு இறங்காமல் மதுரையின் அந்தரங்கத்தைத் துழாவி அலையச் செய்தது.

கோ.புதூரிலிருந்து பசுமலை வரை, கோச்சடையிலிருந்து வில்லாபுரம் வரை, ஐயர் பங்களாவிலிருந்து அனுப்பானடி வரை என்று விதவிதமான பாதைகள். ஏதாவது ஒரு முனையில் சிக்கும் கிறுக்கு நண்பன் மறுமுனை வரைக்கும் இன்னொரு சைக்கிளில் கூட வருவான். நாலைந்து பேராகச் சோந்து இரண்டாவது ஆட்டம் போவார்கள்.

ஓமர் ஷரீஃப், அந்த்தோனி குயின் போன்ற சென்ற தலைமுறை நாயகர்களின் படங்களை இரண்டாவது மூன்றாவது ரவுண்டு திரையிடுவதற்கென்றே சில திரையரங்குகள் இருந்தன. புதிதாகப் படம் எதுவும் வந்திருக்கவில்லையென்றால், போனவாரம் பார்த்த படத்தையே இந்த வாரமும் பார்ப்பார்கள்.

மறுநாள் முற்பகலில், நேற்றுப் படத்துக்கு நேர் எதிரான பாணியில் எடுக்கப்பட்ட படம் ஏதாவது பார்க்கக் கிடைக்கும். இரண்டு மூன்று திரைப்படக் கழகங்களில் உறுப்பினனாக இருந்தான் சடகோபன். இங்கே வேறு சூழ்நிலை. படச் சுருள் அறுபடும்போதெல்லாம் இடைவேளை. வெளியில் பாப்கார்னும் முட்டை பஜ்ஜியும் மென்பானங்களும் சிகரெட்டும் விற்கும் கடை கிடையாது. உடன் இருந்து படம் பார்ப்பவர்களும் வேறு நண்பர்கள். பெரும்பாலும், ரஷ்யா, ஜப்பான், செக்கஸ் லோவாக்கியா, ஜெர்மனி என்று ஹாலிவுட்டுக்கு வெளியில் தயாரான படங்கள். தைரியமான பாலுறவுக் காட்சிகளும், மனித குலத்தின்மீது மகத்தான கரிசனமும் கொண்ட படங்கள்.

இந்த நடைமுறை தவறாமல் போய்க்கொண்டிருந்தபோது தான், ஒரு சனிக்கிழமை சாயங்காலம் வீட்டுக்கு வருகிறான், பூட்டிக்கிடக்கிறது. வழக்கத்தைவிட தாமதமாகிவிட்டதே, இருட்டு இறங்கிவிட்டதே, சைக்கிளை எடுத்துக்கொண்டு பறக்க வேண்டியதுதான் என்று யோசித்துக்கொண்டு வந்தவனுக்கு அதிர்ச்சி. பக்கத்துவீட்டு ராசுக்குட்டியண்ணன் தகவல் சொன்னார்:

கோபி, ஒங்க தாய்மாமன் பெரியவரு தவறிட்டாராம். வீட்லெ எல்லாரும் கொடைரோடு போயிருக்காக. சாவி குடுத்துருக்காக. எடுத்துத் தரட்டா?

வேணாம்ண்ணே.

சாவியைப் புறக்கணித்துவிட்டு, டவுன்பஸ் நிறுத்தத்தை நோக்கி வந்த வழியே நடந்தான். நண்பர்கள் தேடுவார்கள். வேறு வழியில்லை. போகும் வழியில் செல்லப்பாவுக்குத் தகவல் சொல்லிவிட்டால் அவன் மற்றவர்களுக்குத் தெரிவித்துவிடுவான். நண்பர்கள் வட்டாரத்தில் அவன் வீட்டில் மட்டும்தான் தொலைபேசி இருந்தது. அவனிடம் மட்டும்தான் லூனா வண்டியும் இருந்தது. செல்லத்தின் அப்பா மதுரையின் முன்னணி வழக்கறிஞர்...

கொடைரோடு சென்று இறங்கும்போது, ஒன்பதரை மணிக்கு மேல் ஆகிவிட்டிருந்தது. வீட்டை நோக்கி நடக்கும்போது, மனம் படுவேகமாக மாமன்மார்களைப் பற்றிய யோசனைகளில் மூழ்கி எழுந்தது. ஒருவேளை, அப்பா நீண்ட ஆயுளுடன் இருந்திருந்தால் இவர்களோடு இவ்வளவு நெருங்கிய சகவாசமும் இருந்திருக்காது. இவ்வளவு உன்னிப்பாகக் கவனிக்கவும் வாய்ப்பிருந்திருக்காது.

முதல் விஷயமாக ஒரு ஜாக்கிரதை உணர்ச்சி மேலெழும்பியது. வத்தலக்குண்டிலிருந்து வெங்கடேசன் மாமாவும் அவரது சம்சாரமும் வந்திருப்பார்கள். கவனமாக நடந்துகொள்ளவும் பேசவும் வேண்டும். இல்லாவிட்டால் இழவுவீட்டில் ரசாபாசம் ஆகிவிடும்.

நடு மாமா வெங்கடேசன் மிலிட்டரியிலிருந்து இளம் வயதிலேயே ஓய்வு பெற்றவர். குறைந்தபட்சப் பணிக்காலம் முடிந்து திரும்பியவர் என்று அவருக்கு வேண்டியவர்களும், டிஸ்மிஸ் பண்ணி அனுப்பிவிட்டார்கள் என்று அவரிடம் ஒருமுறையாவது அடி வாங்கியவர்களும் கருத்துச் சொல்வார்கள். எப்படியோ, மாமாவின் பென்ஷன் மாதம் தவறாமல் வந்துகொண்டிருந்தது.

இரண்டு மாமாக்களுக்கும் இருந்த அடிப்படை வித்தியாசம் இதுதான். மூத்தவர் சிலபல வார்த்தைகளின் மூலமே மற்றவர்களைச் சமாளித்துவிட முடியும் என்று நம்பினார். நடு மாமாவின் வாழ்க்கைத் தத்துவம் வேறுமாதிரியானது. ‘அடி ஒதவுற மாதிரி அண்ணந்தம்பி ஒதவ மாட்டான்’ என்று அடிக்கடி சொல்லுவார்.

நாராயணய்யங்காருக்கும் அவரது மூத்த தம்பி வெங்கடேசனுக்கும் பல வருடங்களுக்கு முன்பே பேச்சு

வார்த்தை நின்று போயிருந்தது — பெற்றவர்களுக்கு வருடாந்தரத் திதிகூடத் தனித் தனியாகப் போடுகிற அளவுக்கு. வாஸ்தவத்தில், அவர்களுக்குள் நிரந்தரமான பிரிவு ஏற்பட்டதே ஒரு திதி நாளில்தான்.

நாராயணய்யங்கார் விளையாட்டாக ஏதோ சொல்லப் போக, அதைத் தன் வழக்கப்படி படு ஸீரியஸாக எடுத்துக்கொண்டு அண்ணனின் முதுகில் ஓங்கி அறைந்தாராம் வெங்கடேசன். நிலை தடுமாறிக் குப்புற விழுந்ததில் மூத்தவருக்குச் சில்லி மூக்கு உடைந்துவிட்டது. வழிந்த ரத்தத்தை சுண்டுவிரலால் வழித்து எரியும் ஹோமத்தில் சொட்டினார் அய்யங்கார்.

> வெறுவாக்கலம் கெட்ட தாயழி, பெத்தவ பாக்கட்டுண்டா ஒன் லெட்சணத்தெ. ஒன்னெப் பெத்த வயித்திலே என்னையும் பெத்தாளில்லையா அந்த முண்டே?

பெரிய மாமாவிடம் யாருமே தோற்றுத் தலைகுனிந்து புறமுதுகிடும் இடம் இது. மதுரை ஜில்லாவின் வசவு வார்த்தைகள் அனைத்தையும் மனப்பாடமாய் ஒப்பிப்பார்...

ஆனால், அவர்களுடைய மனைவிமார்கள் எதுவுமே நடவாதது மாதிரிப் பேசிக்கொள்வார்கள். வெங்கடேச மாமாவுக்குக் குழந்தைகள் கிடையாது. பெரியவரின் குழந்தைகளைத் தன் குழந்தைகள் போலவே பாவிக்கிறவர். அதிலும் தன் வாழ்நாள் சேமிப்பை, பரிமளாவின் கல்யாணத்துக்குத் தேவைப்படும் நகைகளாக மாற்றிக்கொண்டிருந்தார்.

சகோதரர்களில் மூத்தவர்கள் இருவருமே லாயக்கில்லை, கிரிதரன்தான் யோக்கியன் என்று நம்பிய ரங்கநாயகி சடகோபனையும் அழைத்துக்கொண்டு மதுரையில் வசிக்க வந்தாள். தவிர, மூவரில் சற்று நல்ல சம்பாத்தியம் உள்ளவரும் கிரி மாமாதான். கல்கத்தாவைத் தலைமையிடமாகக் கொண்ட பெயிண்ட் நிறுவனத்தின் மதுரைக் கிளையில் முதுநிலைக் கணக்கராகப் பணியாற்றினார்.

சடகோபனைவிடப் பத்து வயது பெரியவளான பெரிய அக்காவையும், எட்டு வயது பெரியவளான இரண்டாவது அக்காவையும் நல்லவேளையாக, தான் மரணமடைவதற்கு முன்னே திருமணம் செய்து கொடுத்திருந்தார் ராமசாமி அய்யங்கார். ஆக, பெரிய சைஸ் பொருளாதாரச் சுமை எதுவும் பாக்கி இல்லை என்பதால், சகோதரியையும் சடகோபனையும் தன் பராமரிப்பில் இருத்திக்கொள்ள கிரி மாமா மறுக்கவில்லை.

மற்ற இருவரையும்விட நுட்பமான சித்ரவதை முறை கிரி மாமாவிடம் இருந்தது. உதாரணமாக ஒரு வசனத்தைச்

சொல்லலாம் . . . இவர்களை அழைத்துக்கொண்டு போவதற்காக கிராமத்துக்கு வந்தவர், பஸ்ஸுக்காகக் காத்திருந்தபோது, தீவிரமான முகத்துடன், சகோதரியிடம் சொன்னார்:

அத்திம்பேர் எவ்வளவோ ஞானமுள்ள மனுஷன்தான்க்கா, ஆனாலும் ஒரு விஷயத்திலே இப்பிடி சறுக்கிட்டாரே...

தாயாரும் மகனும் புரியாமல் நிமிர்ந்து பார்த்தார்கள்.

...காலம் போன காலத்திலே இவனெப் பெத்துருக்கணுமா சொல்லு.

சடகோபனுக்கு முகத்தில் எருமைச்சாணியை அப்பியமாதிரி இருந்தது. அவர் விளையாட்டாகத்தான் சொன்னார் என்று இவனுக்கு எடுத்துரைக்க விரும்புகிறவள் மாதிரி அசட்டுச் சிரிப்பு சிரித்தாள் அம்மா.

மாமா விளையாட்டாகச் சொல்லவில்லை என்பது அடுத்தடுத்த நாட்களில் தெரியவந்தது. இருவருக்கும் அது பழகியும் போய்விட்டது. ஒரு கட்டத்தில், அம்மா தன் சகோதரனுடன் கூட்டுச் சேர்ந்துவிட்டாளோ என்றுகூட சடகோபன் சந்தேகிக்க ஆரம்பித்தான்.

மற்ற மாமாக்கள் தண்டிப்பதில் விருப்பம் உள்ளவர்கள் என்றால், கிரி மாமா அறிவுரைப்பதில் ஆர்வம் உள்ளவர்.

திருக்குருகூர் நம்பி நாமத்தைச் சூடிண்டிருக்காய் அம்பி. அவர் பேரை ஒட்டப்பேத்தற மாதிரிக் காரியங்கள் பண்ணாதே...

தன் சகோதரியின் புறம் திரும்பி,

...ரீகல் தியேட்டர் பக்கத்திலெ ஒளிஞ்சு நின்னு ஒரு பிள்ளை அக்னிஹோத்ரம் பண்றான் அக்கா. இவன் எக்கேடோ கெடட்டும், கிரிதரன் மருமானை வளத்த விதம் சரியில்லேன்னுதானே நாளைக்கி ஊர் பேசும்?

கண்ணில் கள்ளிப்பால் சொட்டப்பட்ட ஓணான் மாதிரித் தலையாட்டினாள் அம்மா. மாமாவின் அறிவுரை வெறி எல்லை தாண்டிப் பாய்ந்த ஒரு சந்தர்ப்பத்தையும் குறிப்பிட்டாக வேண்டும்...

அன்று சடகோபன் வீடு திரும்பியபோது சாயங்காலம் சுமார் ஏழு மணி இருக்கும். சும்மாவே நாற்பது வாட் குண்டு பல்பின் ஒளியில் பிரகாசமாகப் பொலியும் வீடு, கிட்டத்தட்ட இழவு வீட்டின் சாயல் கொண்டிருந்தது. தாயார் ரங்கநாயகி ஜன்னல் அருகில் உட்கார்ந்து இருண்ட தெருவில் யார் வருகைக்காகவோ பார்த்துக்கொண்டிருந்தாள்.

வைதேஹி மாமி — இவள் புராணகால ரிஷிபத்தினிக் குண்டான சகல குணநலன்களும் கொண்டவள், பாவம். பின்னொரு சந்தர்ப்பத்தில் இவளைப் பற்றி விரிவாகச் சொல்லலாம், இப் போது அவகாசமில்லை — தலையில் கைவைத்துச் சுவரில் சாய்ந்து குத்துக்காலிட்டிருந்தாள். கிரி மாமாவின் ஒரே பையன் திருமலை ஒரு தம்ளரில் தண்ணீரும் மறு கையில் டபராவும் வைத்து ஆற்றி விளையாடிக்கொண்டிருந்தான். இந்த விளையாட்டை அவனால் ஒரு வாரம் முழுவதும்கூட சலிக்காமல் ஆட முடியும்.

இவனைப் பார்த்ததும் மாமி காஃபி கலக்க எழுந்தாள். அடுக்களைக்குள் பின்தொடர்ந்தான் சடகோபன். மாமி கிசுகிசுப்பான குரலில் விஷயம் சொன்னாள்:

மாமா சைக்கிள் கேரியரில் வைத்துக் கொண்டுவந்த ரெக்ஸின் கைப்பை வழியில் எங்கோ விழுந்துவிட்டதாம். அதில் விசேஷமாக என்ன இருந்தது என்று விசாரித்தான் சடகோபன். மாமாவின் அலுவலக அலமாரிச் சாவிக் கொத்து, வீட்டின் மின்சார அட்டை, மற்றும் ஆயிரம் ரூபாய் பணம் என்று மாமி பட்டியலிட்டாள். இவை போக, வழக்கமாக இருக்கும் பொருட்கள் என்னவென்று சடகோபனுக்கே தெரியும். பிளாஸ்டிக் உறையில் வைத்த திருக்குறுங்குடிப் பெருமாள் படம், காகிதப் பொட்டலத்தில் திருமண் கட்டி, சிவப்பு நிற சாந்து சீசா, வாடிச் சருகாகிய திருத்துழாய்க் கொத்து, தகரப் பொடிடப்பி. இவைபோக, இன்னதென்று மாமாவுக்கே விளங்குமா என்று தெரியாத, அரைக் குயர் தேறும், விதவிதமான காகிதங்கள்.

எந்த இடத்தில் விட்டாராம்?

கேள்வி முழுசாக உதிர்ந்தபிறகுதான் அதன் அபத்தத்தை உணர்ந்தான் சடகோபன். மாமி விசுவாசமாக பதில் சொன்னாள்:

அதுதானே தெரியலே. இப்போத் தேடிப் பாத்துட்டு வரேன்னு போயிருக்கார்.

வேதனையாகப் புன்னகைத்தாள் மாமி. தான் சிரித்தால் மாமி மனம் புண்படுவாளே என்று சிரமப்பட்டு அடக்கிக்கொண்டான் சடகோபன். பின்னே? நகரின் மையத்தில், வடக்கு மாசி வீதி, சிம்மக்கல், கோரிப்பாளையம் என்று வருகிற வழியில், ஜனம் நெரியும் சாயங்கால நேரத்தில், சுமார் ஒரு மணி நேரத்துக்கு முன்னால் தவறிய பணப் பையைத் தேடி எடுத்து வரத் திரும்பிப் போயிருக்கும் மனிதரை எந்தக் கணக்கில் வைப்பது?

வீடு திரும்பியவுடனே, கிரி மாமா தான் கிரி மாமா என்று நிரூபித்தார். சகோதரியின் அருகில் பெஞ்ச்சில் உட்கார்ந்து

கொண்டவர்,

கோபு, இங்கெ வா...

என்று அதட்டலாகச் சொன்னார். எதிரில் போய் நின்றான்.

...இப்பொத் தெரியறதா, 'ஜாக்ரதையா இரு, ஜாக்ரதையா இரு' ன்னு நான் ஏன் உங்கிட்டே அடிச்சுக்கறேன்னு?...

என்று தொடங்கி, கலிகாலம் முற்றிவிட்டது, யாரையும் இந்தக் காலத்தில் நம்ப முடியாது, ரத்தம் சிந்திச் சம்பாதிக்கிற காசை நாம்தான் பத்திரமாகப் பாதுகாக்க வேண்டும், கள்ளன் பெரிசா காப்பான் பெரிசா, இந்த ஆயிரம் ரூபாயைத் திரும்பச் சம்பாதிப்பது பெரிய விஷயமில்லை, ஆனால் அது இந்த ஆயிரமாக இருக்காதே, வேறு ஆயிரம் அல்லவா... முழுவதையும் சொன்னால் எல்லாராலும் தாங்க முடியாத உரை அது.

ஒரு கட்டத்தில், சடகோபனுக்கு சந்தேகம் எழுந்தது, பணத்தைத் தொலைத்தது மாமாவா, தானேதானா என்று.

கிரி மாமாவின் மற்ற இரண்டு சிறப்பியல்புகளையும் சொல்லிவிடலாம். ஒரு நாளுக்கு மூன்று வேளையும் சந்தியா வந்தனமும்[31] ஒரு மணி நேரத்துக்குக் குறையாமல் நித்திய பூஜையும் செய்பவர். பிராமணர் சங்கத்தின் லோக்கல் கிளையில் உதவிச் செயலாளராக இருந்தார். இரண்டாவது, காசு விஷயத்தில் படு கெட்டியான மனிதர். வேண்டாதவர்கள் 'கஞ்சன்' என்பார்கள். அவர் 'சிக்கனம்' என்று சொல்லிக்கொள்வார். உதாரணமாக, கோவிலுக்குப் போகும்போது, மறக்காமல், நகைக் கடையில் இனாமாகத் தரும் மஞ்சள் நிறத் துணிப்பை எடுத்துப் போவார். காலணியைப் பாதுகாக்கப் பத்துப் பைசாதான் கட்டணம், என்றாலும் பணமென்ன மரத்திலா காய்க்கிறது?

குடும்பத்தில் மூத்தவரும், புரோகிதத்தில் வந்த வருமானத்துக்குள் நடைமுறை வாழ்க்கையை அடக்கத் தத்தளித்தவருமான நாராயணய்யங்கார் தன் கடைசித் தம்பியைப் பற்றிச் சொல்லும் பிரசித்தமான வாக்கியம் ஒன்று உண்டு.

கிரியா? எமகாதகன்னா. செல்லாத நோட்டெ உண்டியல்லெ

31 என்னதான் கோவையாகக் கதையை வளர்த்து வந்தாலும், தான் பிராமணன் இல்லை என்பதை இஸ்மாயில் தன்னையறியாமல் உணர்த்திய இடம் இது. சந்தியாவந்தனம் என்பது காலையிலும் மாலையிலும் செய்வது. மதியப் பொழுதில் இயற்றும் நியமத்தை 'மாத்யான்ஹிகம்' என்று சொல்வார்கள்.

இந்த இடத்திலும் சரி, இதற்கு முன்னும் பின்னும் வந்த பல்வேறு இடங்களிலும் சரி, அந்தண சம்பிரதாயங்கள் தொடர்பாக, அதிலும் வைஷ்ணவ சம்பிரதாயம் தொடர்பாக, இஸ்மாயில் விடுத்த தவறுகளையெல்லாம் சரி செய்தே இந்தக் கதையை எழுதியிருக்கிறேன். கதையின் உள்ளோட்டத்துக்குச் சமானமாக, தகவல்கள் பிழையற்று இருப்பதும் முக்கியம் அல்லவா?

> போட்டுப் புண்ணியம் சம்பாதிச்சுடுவனே அவன்.

மற்றவர்கள் என்னதான் சொன்னாலும், கிரி மாமாவைப் பொறுத்தவரை, அவருடைய நேர்மையைச் சந்தேகிப்பதற்கில்லை. தீபாவளிக்குத் தனக்கென்று வாங்கி வந்த வேஷ்டியைக் காண்பித்துக் குடும்பத்தவரிடம் சொன்னார்:

> ஒரு எட்டு மொழ வேஷ்டி இருபத்நாலு ரூவா சொல்றான், தண்டம்.

பொது இடங்களில் வேஷ்டியை வழித்து, கோடுபோட்ட உள் டிரவுசர் தெரிய உட்கார்வதற்குக் கூசாத மனிதர்.

ஆக, ஊதாரித்தனமாகச் செலவு செய்வதற்கும், பூணூல் அணிந்துகொள்வது உள்ளிட்ட சாதி மதச் சம்பிரதாயங்கள் அனைத்தின்மீதும் வெறுப்புக்கொள்வதற்கும் சடகோபனுக்கு முன்னுதாரணமாக இருந்தவர் அவனை வளர்த்த கிரிதரன் மாமாவேதான்...

தெருவுக்குள் நுழைந்த மாத்திரத்தில், பாட்டைவிடக் கொர கொரப்பு அதிகமாக ஒலிக்கும் ரேடியோச் சத்தம் சன்னமாகக் காதில் விழுந்தது. அழுது வழியும் விளக்குகள். ஒன்று விட்டு ஒன்று எரியும் தெருவிளக்குகள்.

மாமா வீட்டு வாசலில் கீற்றுக்கொட்டகை போட்டிருந்தது. தாங்கி நின்ற மூங்கில் கழியில் பலவீனமாக ஒரேயொரு பெற்றோமாக்ஸ். பந்தலுக்குள் இரண்டு மர பெஞ்ச்சுகளும் நாலைந்து மடக்கு நாற்காலிகளும் கிடந்தன. வீட்டுக்குள்ளிருந்து மட்டமான ஊதுபத்தி மணம் வெளிவந்தது.

மாமாவின் கைகளையும் கால்களையும் கோத்துக் கட்டியிருந்தார்கள். தவிடு பரப்பி, அதன்மேல் மேடை மாதிரி ஐஸ் பாளங்களைப் போட்டு அதற்கும் மேல் மாமாவைக் கிடத்தியிருந்தது. மாமாவின் முகத்தில் எந்நேரமும் இருக்கும் சிடுசிடுப்பு சற்றுக் குறைந்திருந்த மாதிரிப் பட்டது.

நாராயண மாமாவின் இரண்டாவது மனைவி இவனைப் பார்த்ததும் பெரிதாக அலறினாள். அவளும் ஒருவித வாயில்லாப் பூச்சிதான். ஆனாலும், அந்தப் பெண்மணியின் பார்வையும் பேச்சும் இவனுக்குப் பிடிக்காது. வார்த்தைக்கு வார்த்தை, தங்களை 'பிச்சைக்காரக் குடும்பம்' என்று குறிப்பிட்டுக் கொள்வாள். பராரியாய் இருப்பதற்கென்றே பிறந்தவள் மாதிரியான முகபாவம் அவளிடம் நிரந்தரமாக இருக்கும். அதை அதிகரித்துக் காட்டும் விதமாக தங்கத்தைப் போலி செய்ய முயன்று தோற்று வெளுத்த

கவரிங் நகைகளை உடம்பெங்கும் பூட்டியிருப்பாள். வெகுவாக நரைத்துக் கோரையாடிய கூந்தலைப் பல ஜென்ம நேர்த்திக் கடன் மாதிரிப் பரட்டையாக விட்டிருப்பாள். கிடைத்த முதல் சந்தர்ப்பத்தில் வாயிலும் வயிற்றிலும் அடித்துக்கொண்டு கதறுவாள்.

கூவி அழும்போது சின்ன மாமியின்மீது வெறுப்பு இன்னமும் அதிகரித்தது. மௌனமாக மாமாவை உறுத்துப் பார்த்தபடி ஓரிரு நிமிடங்கள் நின்றுவிட்டு வாசலுக்குப் போனான். நாற்காலியில் உட்கார்ந்தவுடன் பாதங்களில் அலுப்பு கிளர்ந்தது.

வயிற்றில் நமைச்சல் கிளம்பியது. மத்தியானம் ஒரு மணிக்குச் சாப்பிட்டது. உடம்புக்குள் வெகு ஆழத்தில் சன்னமாகத் தீப் பற்றி மெல்ல மெல்லக் கொழுந்துகள் உயர்ந்து நெஞ்சை நோக்கி எழும்பிக் காந்தின. இடதுபுறம் கழுத்தைத் திருப்பி வீட்டுக்குள் பார்த்தான்.

மட்ட மல்லாந்து கிடக்கிறார் மாமா. தலைமாட்டில், அசையாமல் நின்றெரியும் சிறு சுடர். பக்கவாட்டில், சுவரில் சாய்ந்து அமர்ந்திருக்கும் பரிமளா. அவளுமே பிரேதம் மாதிரிக் கண்மூடி சலனமில்லாமல் அமர்ந்திருந்தாள். அந்த நிலையில் பார்க்க, பேரழகியின் ஓவியம் போலத் தென்பட்டாள். மதுரை ஃபாத்திமா கல்லூரியில் விடுதியில் தங்கி மூன்றாம் வருடம் கணிதவியல் படிக்கிறவள். வெங்கடேச மாமா படிக்க வைக்கிறார். படிப்பில் கெட்டிக்காரி. சடகோபனின் விளையாட்டுத் தோழியாய் இருந்தவள், தாவணி போட ஆரம்பித்ததும் சிறுகச் சிறுக விலகி, இப்போது ஓரிரு வார்த்தைகள் மட்டுமே பரிமாறிக்கொள்ளும் தொலைவுக்குச் சென்றுவிட்டாள் . . .

அழுகை அறவே ஓய்ந்து, பேச்சொலியும் நின்றுவிட்டிருந்தது. ஒட்டுமொத்த வீடுமே சாவுக்குள் மூழ்கிக் கிடந்த மாதிரிப் பட்டது.

திடீரென்று நிலைப்படியில் நிழல் உருவம் தோன்றியது. வைதேஹி மாமி. வாசலுக்கு வந்தாள். இவன் தோளைப் பற்றிக்கொண்டு நின்று ஆழ்ந்த பெருமூச்சு விட்டாள்.

ராசுக்குட்டி சார்ட்டெச் சாவி குடுத்திருந்ததே, திறந்து உள்ளே போனியோ?

இல்லியே. அவர் தகவல் சொன்னவொடனே பஸ்டாண்டுக்குத் திரும்பிட்டேன்.

அடாடா. காத்தாலே பண்ணின தளிகை அம்புட்டும் அப்பிடி அப்பிடியே இருந்தது. நீ வந்தாச் சாப்பிடட்டும்னு வெச்சுட்டு வந்தேன். கொத்தவரை உசிலியும், பாவக்காப்

பிட்லையும். அம்புட்டும் பாழ்... போட்டும் போ.

ஏன், நீங்கள்லாம் சாப்பிடலையா?

ஒரு வா தீஸ்தம் சாப்பிடலை. சேதி வந்தவொடனே அரக்கப் பரக்கக் கிளம்பியாச்சு. வர்ற வழிலே திருமலைக்கு மட்டும் பிஸ்கட் வாங்கிக் குடுத்தது.

மாமாக்கு என்ன ஆச்சாம்?

காலமே படுக்கைலேர்ந்து எந்துருக்கலையாம் பாத்துக்கோ. சின்னவ போயி எழுப்பியிருக்கா. பதில் இல்லே.

'சின்னவ' என்று மாமி குறிப்பிட்டது, பெரிய மாமாவின் இரண்டாம் தாரத்தை.[32]

ம்?

அப்பறமென்ன? குடுத்து வச்ச ஆத்மா. தூக்கத்திலேயே பிராணன் போயிடுத்து...

மாமி அமைதியாக நின்றாள். சோகையாக எரிந்துகொண்டிருந்த பெற்றோமாக்ஸ் விளக்கு சட்டென்று உயிரிழந்தது. புகையும் மண்ணெண்ணெய் மணம் நாறியது. பந்தலுக்குள் சுவாதீனமாய் நுழைந்த தெருநாய், இரண்டு உருவங்கள் நிற்பதைப் பார்த்து மிரண்டு பின்வாங்கியது. எங்கோ தொலைவில் கரகரத்த ரேடியோவில் நிலையங்கள் விரைவாக மாறும் ஒலியைத் தொடர்ந்து துலக்கமற்றுப் பாட்டுக் கேட்டது.

...போனவர் போயிட்டார். இருக்கறவா எதுக்கோசரம் பட்டினி கிடந்து சாகணும்னு தெரியலே?...

இருளில் மறைந்திருந்தது மாமியின் முகம்.

...காலமே வத்தலக்குண்டுலேர்ந்து சாஸ்திரிகள் வந்து தான் எடுக்கணுமாமே? எப்பிடியும் வெயில் உசந்துரும்...

பதில் எதுவும் சொல்லாமல் இருந்தான் சடகோபன்.

நாளைக்கு Jumping Over the Puddles Again என்ற ஹங்கேரியப் படம் திரையிடப் போவதாக வந்திருந்த தபால் அட்டை மானசீகக்

---

32 பின்னர் ஒரு சந்தர்ப்பத்தில், இந்த இடத்தில் உபரியாய் ஒரு பத்தி சேர்த்துக்கொள்ளச் சொன்னான் இஸ்மாயில்:

> குடும்பத்தில் மூத்தவன் பஞ்சையாய் இருக்கிறானே என்று மற்றவர்கள் யாருமே கவலைப்பட்டதில்லை – பிள்ளைப்பூச்சியான வைதேஹி மாமி உள்பட. நாராயண மாமா குடும்பத்தை மற்றவர்கள் நடத்திய விதத்தை விவரித்து, பிற்காலத்தில் சடகோபன் ஒரு குறுநாவல் எழுதினான். 'தாழ்த்தப்பட்டவர்கள்' என்று அந்தக் கால வழமைக்கேற்பப் பன்மைத் தலைப்பு. கணையாழியில் பிரசுரமாகி, பரவலான கவனம் பெற்றது...

காட்சியாக முன்னெழுந்தது. அரசரடி இறையியல் கல்லூரியில், காலை பத்து மணிக்கு. எப்படியும் பதினோரு மணிக்காவது போட்டுவிடுவார்கள்.

> ...நீ போய்த் தூங்கறதுன்னாத் தூங்கு. கிருஷ்ணய்யங்கார் வீட்டு முன் ரூமை ஒழிச்சுக் குடுத்திருக்காளாம். அங்கே காத்து நன்னா வரும். என்ன, சித்தெக் கொசு கடிக்கும். வந்தது வந்தாச்சு, ஒரு ராத்திரிதானே, பொறுத்துக்க வேண்டியதுதான். ஏதோ, இந்தக் காலத்திலே சா தீண்டலோட இருக்கறவாளெ ராத்தங்க அனுமதிக்கிறதே அபூர்வமில்லியா?

> அது சரி, கிருஷ்ணய்யங்கார் வீடு எங்கே இருக்கு?

மாமி சிரித்தாள்.

> இந்தோ, நாலு வீடு தள்ளி. அந்தப் போஸ்ட்டுக் கம்பத்துக்குப் பக்கத்லே, வாச லைட்டு எரியறதே, அந்த வீடுதான்...

இவன் தலையைக் கோதிவிட்டு, உள்ளே போகத் திரும்பினாள்.

> ...சரி, நான் போறேன். அக்காவும் தம்பியும் நான் உங்கிட்டே ஏதோ வம்பு பேசறேன்னு நெனைச்சுப்பா.

மங்கலான குண்டுபல்பின் வெளிச்சத்தை எதிர்கொண்டு வீட்டுக்குள் நுழையும் மாமி மறுபடியும் நிழலாக மாறுவதைப் பார்த்துக்கொண்டிருந்தான். இவள் எதற்காகத் தன்னிடம் இவ்வளவு பிரியமாக இருக்கிறாள் என்று உள்ளே ஒரு கேள்வி ஓடியது. பிரியத்தைக் கூடக் கேள்வி கேட்காமல் வாங்கிக் கொள்ளத் தெரியாதவனாய்ப் போனோமே என்று உள்மனம் அங்கலாய்ப்பதையும் மீறி, இரண்டு காரணங்கள் அடுத்தடுத்துத் தென்பட்டன.

ஒன்று, புருஷனுக்குத் தெரிவிக்கும் மறைமுக எதிர்ப்புதான் தன்மீது அன்பாகப் பாய்கிறது என்பது. இந்தக் காரணம் சரியில்லை என்று உடனடியாக மறுத்தது மனத்தின் இன்னொரு பிரதேசம். மாமி உண்மையிலேயே சாது. அவளால் வேறுவிதமாக இருக்க முடியாது என்பதுதான் இரண்டாவதும், நிஜமானதுமான காரணம். 'எம் புள்ளெ எங்க சடகோபன் மாதிரி வளர்ந்தாப் போறும் எனக்கு' என்று அடிக்கடி சொல்வாள் மாமி.

வீட்டைவிட்டு விலகி மந்தமாக நடந்தான். இருளிலிருந்து மேலும் இருளுக்குக் கொஞ்சதூரம் நடத்திச் சென்ற தெரு, மெல்ல மெல்ல வெளிற ஆரம்பித்தது. மெயின்ரோடுக்கு வந்த

போது பகல்போல வெளுத்திருந்தது. ரயில் நிலையத்தை நோக்கி நடந்தான். நிலையத்துக்கு எதிர்ப்புறம் வரிசையாகக் கடைகள். பெரும்பாலும் புரோட்டாக் கடைகள்.

கவனம் முழுவதும் பசியின்மீது குவிந்திருக்க, முதல் கடையில் சென்று உட்கார்ந்தான். அரை பிளேட் குஸ்காவும், வீச்சுப் புரோட்டாவும் ஆர்டர் செய்தான். பாயாவின் மசால் மணம் ருசியை முன்னறிவித்தது. சாப்பிட்டு முடித்து, கடை வாசலில் நின்று சிகரெட் பற்ற வைத்தபோதுதான் அந்தக் குற்ற உணர்ச்சி கிளம்பியது.

ஒரே கணத்தில் நாராயண மாமா சடலமாகக் கிடக்கும் காட்சி மனம் முழுக்க நிரம்பி, தான் உண்ட இறைச்சித் துணுக்குகள் மாமாவின் உடம்பிலிருந்து பிய்த்தெடுக்கப்பட்டவையாக உருமாறின. குடலைப் புரட்டுகிற மாதிரி உணர்ந்தான்.

மாமாவின் வியர்வை நாறும் உடம்பில் சாய்ந்துகொண்டு, அவருடைய கொடுங்கையில் உட்கார்ந்துகொண்டு, திவ்யதேச யாத்திரை போனது — அது நடந்து பதினாறு பதினேழு வருடம் ஆகிவிட்டது — ஞாபகத்தில் வந்து உட்கார்ந்து பிறாண்டியது. 'மாமா மாமா' என்று குரல் பிரியாத அரற்றல் உள்ளூறப் பொங்கியது. கண்கள் உறுத்தின. இமை கொட்டியபோது பிசுபிசுத்தது.

சிகரெட் பிடித்து முடிக்கும் வரைதான்.

மணத்தை மறைப்பதற்காகப் பாக்கு மென்றுகொண்டு வீடு திரும்பும்போது கொடைரோடின் முன்னிரவுக் காற்று இதமாக வருடியது. சாலையில் பறக்கும் வாகனங்களின் அலறல் மெல்ல மங்கிவர, மாமா வசிக்கும் தெருவின் முனையில் நுழைந்தான். தொலைவில் எங்கோ வரும் ரயில் கொடைரோடு நிலையத்தை நெருங்குவதன் முன்னறிவிப்பாக விடுத்த பெரும் பிளிறல் கூர்மையாகச் செவியில் மோதியது.

தான் மீண்டது தெரியாமலேயே சடகோபன் பழைய சடகோபனாகியிருந்தான்.

ஒரு நட்பு

புருஷோத்தமனிடம் மேற்படிச் சம்பவத்தை விவரித்துவிட்டு, தன்னுடைய சந்தேகத்தையும் தெரிவித்தான்:

> தொடர்ந்து புஸ்தகங்கள் வாசிக்கிறது, மாற்று சினிமா பாக்குறது எல்லாம் சேந்து என்னெ ஒருமாதிரி வறண்ட ஆசாமியா ஆக்கிருச்சோன்னு சந்தேகமா இருக்கு ஸார்.

சும்மா வேடிக்கை பாக்குறவனாயிட்ட மாதிரி இருக்கு. Non-participant spectator ஆ.

அப்பிடி யோசிக்க வேண்டியதில்லே கோபி. உங்களுக்குள்ளெ இருக்குற சமூகஜீவி தன்னுடைய அசட்டு மிகையுணர்ச்சிகளிலேயிருந்து சிறுகச் சிறுக விடுபட ஆரமிச்சுட்டான்னுதான் நான் அர்த்தப்படுத்திக்குவேன். இந்த அப்ஜெக்ட்டிவிட்டி கூடக்கூட ஒரு கட்டத்திலே நீங்க ஒங்களையே மூணாம் மனுஷனாப் பாக்க ஆரமிப்பீங்க. எழுதணும்னு நினைக்கிற யாருக்கும் முதல் கட்டத்திலேயே நடக்க வேண்டிய விஷயம்தான் இது...

கடைசிப் புகைக் கொத்தை ஆழ்ந்து இழுத்தார். மீதித் துண்டைத் தரையில் வீசிக் காலால் அழுத்தி அரைத்தார்.

...பாக்கப்போனா உயிர்ப்பொருளுக்கு மரணம் அந்நியமானது ஒண்ணும் கிடையாதே. உறவுகள் சம்பந்தமான மிகையுணர்ச்சிகளெல்லாம் மொழிவழி உண்டான அசட்டுத்தனங்கள்தான்...

அமைதியானார். அடுத்த சிகரெட்டைப் பற்றவைத்து, முதல் தவணைப் புகையை வெளியேற்றிய மாத்திரத்தில் அவர் சொன்ன இன்னொரு வாக்கியம்தான் வேதமாக ஒலித்தது சடகோபனின் காதில்.

. . . என்னைக் கேட்டா நீங்க எழுத வேண்டிய முதல் கதையே இதுதான். குற்ற உணர்ச்சியிலே முங்குறது கதையிலெ உருவாகிற நெருக்கடியோட உச்சம் — அதுலேருந்து விடுபடுறது கதையின் முடிவு. அவ்வளவுதான்.

இதெ ஒரு சாதாரண சம்பவம்னு ஒதுக்கிற மாட்டாங்களா சார்?

ஒதுக்கட்டுமே கோபி. அதியற்புதமான கதையை எழுதினாலும் ஒதுக்குறதுக்கு ஒரு ஸெட் ஆஃப் பீப்பில் இருக்கத்தான் செய்வாங்க. எழுத்தாளனுக்கு எழுதுறது வேலேன்னா, அவுங்களுக்கு ஒதுக்குறது வேலெ. அவுங்கவுங்க வேலையை அவுங்கவுங்க ஒளுங்காச் செய்யிறதுதானே ஞாயம்?...

புருஷோத்தமன் சிரித்தார். சிகரெட்டை ஆழமாக உறிஞ்சி, கொஞ்சம் கொஞ்சமாகப் புகையை வெளியேற்றினார். சிரிப்பு மங்கிய மாத்திரத்தில் படு ஸீரியஸான குரலில் பேசத் தொடங்கினார்:

...நவீனத் தமிழ் இலக்கியத்திலே, நடுவிலே எங்கியோ பிசகு

நடந்து போச்சு, கோபி. விசேஷமான மனுஷங்களைப் பத்தி, விசேஷமான மனுஷங்க வாசிக்கிறதுக்காக, விசேஷமான மொழிநடையிலே எழுதினாத்தான் இலக்கியம்னு ஒரு நம்பிக்கை வந்து உக்காந்துருச்சு. வித்தியாசமான எழுத்துன்ற பேர்லெ மொழியை வீணாத் திருகித் திருகி ஒழப்புறவன்தான் பெரிய எழுத்தாளன்ங்கிற நம்பிக்கெ. அப்பிடி இல்லேன்னா வாசகனோட ஸென்ட்டிமென்ட்டை, குற்ற உணர்ச்சியை, தொட்டு விளையாடிப் பாப்புலராகணும்...

இன்னொரு ஆழ்ந்த இழுப்பு. கடைசித் துணுக்குப் புகை வெளியேறும்வரை அமைதி. மீண்டும் பேசியபோது குரல் வெகுவாகக் கனிந்திருந்தது.

...நீங்க சாதாரண மனுஷங்களைப் பத்தி சாதாரணமான மொழியிலே எளுதுங்க கோபி. கு ப ரா மாதிரி. அதுக்குத் தான் ஆளில்லே. அப்பிடி எழுதுறது சுலபமும் இல்லே. சரி, பாப்பம். நாளைக்கி நீங்க காலையிலே பஸ்ஸேறணுமே. அடுத்த சனிக்கிளமை பாப்பம்.

புருஷோத்தமன் தமிழ்க்காரர் அல்ல. பாட்டனார் காலத்தில் ராயலசீமையிலிருந்து பஞ்சம் பிழைக்கத் தமிழ்நாட்டுக்கு வந்து மதுரையில் குடியமர்ந்த குடும்பம். மேலப் பெருமாள் மேஸ்திரி வீதியில் அவர் நடத்தி வந்த ஆந்திரா மெஸ் ருசிக்கும் காரத்துக்கும் புகழ்பெற்றது. நாளாக நாளாகக் கூட்டம் அதிகரித்து வந்தது. ஆனால், புருஷோத்தமன் தாம் உத்தேசித்த இலக்கை எட்டிய பிறகு, நிதானித்துக்கொண்டார். ஒரு நாளைக்கு இத்தனை சாப்பாட்டுக்குத்தான் டோக்கன். திடீரென்று கூட்டம் வந்து விட்டது என்பதற்காக அவசர அடியாகச் சமைப்பது கிடையாது.

மதுரையில் ஏதோ கட்சி மாநாட்டுக்காக வந்த செயல் வீரர்கள் சாப்பாடு தேடி வீதிவீதியாக அலையும்போது, ஆந்திரா மெஸ்ஸிலும் வந்து கேட்க, இவர் ‘சாப்பாடு முடிந்துவிட்டது’ என்று சொன்னதற்காக முன்னறையில் இருந்த மேஜை நாற்காலிகளையும், இதர பொருட்களையும் உடைத்துத் துவம்சம் பண்ணினார்கள். சற்றும் கலங்காது, மறுவாரமே வழக்கம்போல மெஸ் நடக்கத் தொடங்கியது — வழக்கமான வரையறையோடு.

மதிய உணவின் வெற்றியை முன்னிட்டு காலையிலும் மாலையிலும் டிபன் போடுவதும் கிடையாது. இரவில் சப்பாத்தி குருமா மட்டுமே உண்டு. அதுவும் முன்கூட்டியே பதிந்து வைப்பவர்களுக்கு மட்டும். தானப்பமுதலித் தெருவிலும், மேலமாசி வீதி, மேலாவணி மூல வீதிகளிலும் குடியிருந்த

மேன்ஷன்வாசிகளில் பெரும்பாலோர் ஆந்திரா மெஸ்ஸின் நிரந்தர வாடிக்கையாளர்கள் என்பதால் வண்டி சீராக ஓடியது. மற்றபடி, வியாபாரத்தைப் பெருக்கி, லாபத்தை அதிகரிக்கும் உத்தேசமெல்லாம் புருஷோத்தமனுக்குச் சற்றும் கிடையாது. தமக்கும் குடும்பத்துக்கும் அடிப்படைத் தேவைகள் பூர்த்தியாகிற அளவுக்குச் சம்பாத்தியம் இருந்தால் போதும் என்று நினைக்கிறவர்.

இந்த விபரங்கள், பழக ஆரம்பித்த சில நாட்களில் அவரே சடகோபனிடம் சொன்னவை. தெலுங்கின் மிதமான வாசனை கொண்ட உச்சரிப்பு அவருடையது. 'சட்னி' என்று சொல்ல மாட்டார் — 'செட்னி' என்பார். 'பழம்' என்று நேரடியாகச் சொல்லமாட்டார். 'பண்டு' என்று சொல்லிவிட்டுத் திருத்திக் கொள்வார்.

இரண்டு தலைமுறைகளாக மதுரையில் வசித்தும், பேச்சில் தெலுங்கின் வாசனை முற்றாக விலகவில்லையே என்று புருஷோத்தமனிடம் கேட்டால்,

> இது எனக்கு மட்டும் உள்ள பிரச்சினையில்லேங்க. அந்தம்மா எப்பிடிப் பாடுது? அதெவுட சுத்தமான தமிழ்லெ யாராவது பாடியிருக்குறாங்களா? பேசும்போது பாருங்க, தெலுகுப்பொம்பளெ மாதிரியே பேசும். அது அப்பிடித்தாங்க. அப்பறம் தாய்மொழியின்னு எண்ணாத்துக்குச் சொல்றான்?

அவர் குறிப்பிடுவது பி சுசீலாவை. அதுநாள்வரை அவரது பாடல்களை மட்டுமே கேட்டுவந்த சடகோபன், வானொலியில் சுசீலாவின் பேட்டிகள் ஒலிபரப்பாகும்போது இந்த அம்சத்தையும் கவனிக்க ஆரம்பித்தான். புருஷோத்தமன் சொல்வது உண்மைதான்.

இதே நியதியை, புருஷோத்தமனின் எழுத்திலும் காண முடியும். நேர்ப் பேச்சுக்குத் தொடர்பே இல்லாத வகையில், அவ்வளவு சரளமான தமிழ். மிக சுவாரசியமான, அழுத்தமான, வடிவத்தில் பல்வேறு சோதனைகள் செய்யக்கூடிய பாணி.

நடுமுது வயதிலேயே இறந்துவிட்ட அழகுராஜன் என்ற எழுத்தாளர் சொல்லித்தான் புருஷோத்தமன் என்ற பெயர் பரிச்சயமானது. பிற்பாடு, புருஷோத்தமனின் சிறுகதையைப் பழைய தொகுப்பு ஒன்றில் படிக்கக் கிடைத்ததும், அவரைத் தேடிச் சென்று அறிமுகமானான் சடகோபன்.

தம்முடைய இலக்கிய வாழ்வின் அத்தாட்சியாக புருஷோத்தமன் எழுதியது மொத்தம் ஆறு கதைகள். ஆறாவது

கதையான, 'என் தாத்தா ஒரு ஆலமரமானார்' என்ற சிறுகதையைத் தொடர்ந்து எழுந்த சர்ச்சைகள் அபத்தமான எல்லைகளுக்கு இட்டுச் சென்றன.

> ...ஜெய் சால்மர் ஏரியில் வசிக்கும் மீன்கள் பேரக்குழந்தைகளைப் பற்றிக் கவலைப்படுவதில்லை...

என்று ஆரம்பிக்கும் அந்தக் கதையில் வரும் கிழவர் பகவத்சிங் சவுகானுக்கு — கதை நிகழும் காலத்தில் — எழுபத்தைந்து வயது. கதையின் போக்கில் தாத்தா அமானுஷ்யமானவராக ஆவதோடு, மாபெரும் குடும்பத் தொகுப்புக்கு உருவகமாகவும் குறியீடாகவும் ஆகிறார்.

இந்தக் கதை பிரசுரமானபோது பெரும் விவாதங்கள் நடந்ததாகச் சொல்வார் புருஷோத்தமன். 'அந்தக் காலம் அப்படி' என்று பெருமூச்சோடு சொல்லி முடிப்பார். ஒரு படைப்பு பிரசுரமானதும் ஏகப்பட்ட எதிர்வினைகளும் விமர்சனங்களும் வெளியாகி 'எல்லாரும் சம்பந்தப்பட்ட இயக்கமே எழுத்தும் இலக்கியமும்' என்று உணர்த்திய காலகட்டமாம் அது.

> *அப்பறம் ஏன் ஸார் எளுதுறதெ நிறுத்தினீங்க?*

என்று ஒருமுறை கேட்டான் சடகோபன். விரிவாகக் காரணங்கள் சொன்னார்.

புருஷோத்தமனின் சிறப்பம்சம், பேசத் தொடங்கும்போதே, இத்தனை பாய்ன்ட்டுகள் என்று சொல்லி விடுவது. இப்போது, மேற்படிக் கதை தொடர்பாக 'நான்கு புகார்கள் எழுந்தன' என்று ஆரம்பித்தார்.

1. ராஜஸ்தானத்தைக் களமாகக் கொண்டு விரியும் கதையில், அங்குள்ள பழங்குடியினரான மீனாக்கள் மற்றும் டமாரியாக்களின் வாழ்க்கை அவதிகள் பற்றிச் சிறு கவனமும் இல்லை என்பது கேலிக்குரியது என்று ஒரு புகார்.
2. அரும்பாடுபட்டு நவீன இலக்கியர்கள் உருவாக்கி வைத்த படைப்புமொழிக்குத் தொடர்பே இல்லாமல் வணிகப் பத்திரிகை மொழியில் எழுதப்பட்ட கதை — தமிழ்ப் படைப்பிலக்கியத்தை நாற்பது வருடம் பின்னோக்கித் தள்ளுகிறது என்பது மற்றொன்று.
3. சமூகத்தின் இன்றைய இருப்பும் வேதனையும் கருத்தில் கொள்ளாமல் அந்நியப் புனைவுலகத்துக்குள் வாசகனைச் செலுத்துவது ஒருவிதத்தில் அபாயகரமான வலதுசாரித் தந்திரம், போதை வஸ்துவை விற்பதற்குச் சமமானது, என்பது இன்னொரு குற்றச்சாட்டு.

4. யுவான் டாரஸ் என்ற லத்தீன் அமெரிக்க எழுத்தாளரின் சிறுகதையைக் காப்பி அடித்துத்தான் இந்தக் கதையை புருஷோத்தமன் எழுதியிருக்கிறார் என்பது நாலாவது. குறிப்பிட்ட கதையின் தலைப்பு *The Pacific vs My Granny.* ('பசிபிக் சமுத்திரமும் என் பாட்டியும்' என்ற தலைப்பில் தமிழிலும் பெயர்க்கப்பட்டிருப்பதாகப் புருஷோத்தமன் சொன்னார். சடகோபனுக்குப் படிக்கக் கிடைக்கவில்லை.)

   தீர்க்கமான பெண்ணியப் பார்வை கொண்ட மூலக்கதையின் ஆன்மாவைக் கடாசிவிட்டு, மேல்சட்டையை மட்டும் காப்பி அடித்திருக்கிறார் என்று புகார்.

இந்தக் கடைசிக் குற்றச்சாட்டில் மனமுடைந்துதான் புருஷோத்தமன் கதைகள் எழுதுவதை நிறுத்தியிருக்க வேண்டும் என்பது சடகோபனின் யூகம். ஆனால், அதை அவர் வெளிப்படையாகச் சொன்னதில்லை.

தாம் முன் கணித்த எண்ணிக்கைக்கு வெளியிலும் புருஷோத்தமன் பாய்ன்ட்டுகள் அடுக்கிய ஒரே சந்தர்ப்பம் அது. மேற்கொண்டு அவர் கூறியவற்றைத் தானாகவே ஆறு பாய்ன்ட்டுகளாகப் பிரித்துக்கொண்டான் சடகோபன்.

1. யுவான் டாரஸின் கதையை புருஷோத்தமன் படித்திருக்கிறார்.
2. முற்றிய முதுமையிலும் பாட்டிக்குள் சலனமுறும் காம நீரோட்டங்கள் பற்றிய கதை அது.
3. உட்பிரதி என்ற ஒன்றே இல்லாத நேரடிக் கதை.
4. ஆழ்ந்த வாசிப்பும், அளவுக்கதிகமான வியாக்கியானங்களும் வியந்தோதல்களும் என்ற சலுகைகளை மூன்றாந் தர அந்நியக் கதைகளுக்குத்தான் தீவிரத் தமிழ் விமர்சகர்களும், அவர்களைவிடத் தீவிரமான வாசகர்களும் வழங்குவார்கள் — முதல்தரமான உள்ளூர்க் கதைகளுக்குச் சாணியெறி மரியாதைதான் மிஞ்சும், தமிழ் இலக்கியச் சூழலில்.
5. அடிமை மோகம் முற்றிலுமாகத் தீராத சமூகம்தான் தமிழ்ச் சமூகம்.
6. ஒரு எழுத்தாளன்மீது சுமத்தப்படும் குற்றச்சாட்டுகளில் உச்சபட்சமானது அவன் காப்பியடித்துவிட்டான் / திருடி விட்டான் என்பதுதான். மானமுள்ளவர்கள் அதற்குப் பிறகு ஒரு வரிகூட எழுத மாட்டார்கள்.

கதைகள் எழுதுவதை மட்டும் நிறுத்தவில்லை புருஷோத்தமன். கட்டுரைகள் மொழிபெயர்ப்புகள் என்று இலக்கியத்தின் எந்த

முனையிலும் செயலாற்றுவதை நிறுத்திவிட்டார். வாசிப்பையும், தேடி வரும் நண்பர்களுடன் விவாதிப்பதையும் மட்டும் ஆர்வமாகத் தொடர்ந்துகொண்டிருந்தார்.

ஏணி என்ற மும்மாத இதழில், 'இரு பிம்பங்கள் — ஓர் அணுகுமுறை' என்ற தலைப்பில், ஸ்மிதா பாட்டீலையும் சில்க் ஸ்மிதாவையும் ஒப்பிட்டு அவர் எழுதியிருந்த கட்டுரை மிக முக்கியமானது; காலம் தாண்டியும் பொருள் பொதிந்தது என்பது சடகோபனின் அபிப்பிராயம். 'வெறும் பெயர் ஒற்றுமையைத் தாண்டி, இரண்டு நடிகைகளும் உருவாக்கிய சித்திரங்கள் திரை ரசிகனின் இரண்டு விதமான பசிகளுக்குத்[33] தீனி போடுகின்றன' என்பது கட்டுரையின் சாரம். 'அடிப்படை வண்டலாக எஞ்சுவது, பெண்பாலின் இருத்தல் குறித்து ஆண் மனம் உருவாக்கிக்கொள்ளும் கற்பிதங்கள் மட்டுமே' என்று முடியும் கட்டுரை.

தான் எழுதிய கடைசிக் கட்டுரை என்றும், உருவ அளவிலும் உள்ளடக்க அளவிலும் மிகப் பழசாகிவிட்டது என்றும், இவன் வற்புறுத்திக் கேட்டதால் படிக்கத் தருகிறேன் என்றும் வலுவான பீடிகைபோட்டுத்தான் படிக்கக் கொடுத்தார் புருஷோத்தமன். ஆனால், மிக நல்ல கட்டுரை என்பதுதான் சடகோபனின் அபிப்பிராயம்.

குறிப்பாக, 'கொள்ளிடம் என்றும் காவிரி என்றும் பிரிந்து பெருக்கெடுக்கும் பிரவாகங்களில் ஒன்று மட்டும்தான் நதி, மற்றது வெள்ளப்பெருக்கின்போது வடிகாலாக உதவுவது' என்ற பத்தி அற்புதமானது என்பது அவனது கருத்து.

புருஷோத்தமனுக்கு மிகவும் பிடித்த ஒரு விஷயம், ஊர் ஊராக மாநிலம் மாநிலமாகச் சுற்றுவது.[34] சடகோபனுக்கு அறிமுகமான காலத்துக்கும் முன்பிருந்தே இப்படித் திரிந்து வருகிறார். கிட்டத்தட்ட முப்பது வருடமாக. இந்தியா முழுவதும் ஒரு

33 இரண்டு பசிகளும் தனித்தனியானவையோ ஒன்றுக்கொன்று எதிரானவையோ அல்ல என்றும், 'ஒன்று ஆன்மா சம்பந்தப்பட்டது – உயர்வானது, மற்றது உடம்பு சம்பந்தப்பட்டது – இழிவானது' என்பதுபோன்ற அசட்டுத்தனமான கோட்பாடுகள் செயற்கையாக உருவாக்கப்பட்டிருக்கின்றன, உண்மையில் அவையிரண்டும் ஒரே நாணயத்தின் பக்கங்கள் போலத் தவிர்க்கவியலாமல் ஒட்டியிருப்பவை என்றும், எல்லா மனிதர்களுக்கும் உள்ள ஆழ்மனப் பிளவின் பாகங்களே இவை என்றும் இஸ்மாயில் பிறகு விளக்கினான். ஸி ஜி யுங் இந்தப் பகுப்புளை morbido, libido என்று பெயரிட்டு விவரிக்கிறாராம்.

34 அட சண்டாளா. இஸ்மாயில் தன்னைப் பற்றியேதான் சொல்கிறான்! ஆனால், இப்படி நான் நினைத்த நாலாவது வாக்கியத்தில் அவனைவிட்டு வேறு பக்கம் நகர்ந்துவிட்டது கதை. அதுதான் இஸ்மாயில்.

தடவையாவது போய்வந்துவிட வேண்டும் என்பது அவர் ஆசை. ஏதோ ஒரு கணக்கில் அது நடந்துகொண்டும் இருந்தது.

வெளிநாடுகளுக்குப் போக வேண்டும் என்ற விருப்பம் கொஞ்சமும் இல்லை, மாறாக, இந்தியாவின் முக்கியத் தலங்கள் அனைத்துக்கும், குறைந்தபட்சம் ஒவ்வொரு மாநிலத்தின் தலைநகருக்கும் மட்டுமாவது சென்று வந்துவிடவேண்டும் என்று தாம் பெரும் ஆவல் கொண்டிருப்பதாகச் சொல்வார்.

ஒரிஸ்ஸா — ஆந்திர எல்லைப் பகுதியில் காலில் வெள்ளித் தண்டையும் பாதி மறைத்த முக்காடும் அணிந்து ஒக்கலிலும் தலையிலும் தண்ணீர்ப்பானையுடன் மணிக்கணக்காக மைல் கணக்காக நடந்து நீர் சேந்தி வரும் பெண்கள், சம்பல் பகுதியின் அனல் பறக்கும் கரம்பைப் புழுதி, ரிஷிகேசத்தின் பனியுறைந்த கங்கைப் பெருக்கு, காஷ்மீரப் பெண்களுக்குக் கன்னக் கதுப்பின் மேற்புறம் இயற்கையே வழங்கியிருக்கும் ஆப்பிள் நிற ரூஜ் பூச்சு, ராஜஸ்தானியக் கொடுவாள் மீசைக்காரர்கள் அணியும் நிறப் பிரளய முண்டாசுகளின் எண்ணிறந்த மடிப்புகள், குஜராத்தின் காலா ஜாமூனில் நிரம்பி வழியும் தித்திப்பு என்று எதைப் பார்த்தாலும் 'என் தேசம் என் தேசம்' என்று உள்ளுக்குள் பொங்குகிறது தமக்கு என்று ஒருமுறை திருச்சியிலிருந்து வந்திருந்த மகேஷ்குமாரிடம் சொன்னார்.

சடகோபன் மௌனமாகச் செவிமடுத்துக்கொண்டு நடந்தான். மூவரும் நடந்தே ஆல்பர்ட் விக்டர் பாலத்தில் ஏறி கோரிப்பாளையம் நோக்கி வந்துகொண்டிருந்தார்கள்.

இவர் முடிக்கும்வரை பொறுமையாகக் கேட்டுக்கொண்டிருந்த — 'பிரகலாதன்' என்ற புனைபெயரில் அமைப்பியல்வாதம் பற்றித் தொடர் கட்டுரைகள் எழுதி வருகிற, ஆறரை அடி உயரம் உள்ள, 'இடதுசாரி மனோபாவத்துக்கும் பூணூல் அணிவதற்கும் ஒரு முரண்பாடும் இல்லை' என்று அழுத்தமாய் வாதம் செய்கிற — மகேஷ்குமார் புருஷோத்தமனை ஏறிச் சாடத் தொடங்கினார்.

'என் தேசம்' என்ற குரலைக் கட்டுடைத்தால், ஆழ்மனத்தில் உறைந்திருக்கும் பிரபுத்துவச் சுரண்டல் இச்சையின் வேர்கள் தட்டுப்படும் என்றும், தேசியவாதம் பேசுவது உயர்சாதித் திமிரின் இன்னொரு பரிமாணமே என்றும், இந்த மாதிரியான விழைவுகள் கொண்டுநிறுத்தும் இடம் அடிப்படைவாதமே என்றும், வந்தேறிகளான ஆரிய மனங்கள் இந்த நாட்டின் பூர்வ குடிகளுக்கு இழைத்த துரோகங்கள் பற்றித் துளியும் அறியாத மட மாந்தர் பற்றித் தனியாகத் தான் ஒரு தொடர் கட்டுரை எழுதவிருப்பதாகவும் ஆவேசமாகச் சொன்னார்.

தொடர்ந்து இருவரும் குழாயடியில் போல மோதிக் கொண்டார்கள். ஒரேயொரு வித்தியாசம், புருஷோத்தமன் பூமாதேவி போன்ற பொறுமையுடனும், மகேஷ்குமார் தமது எல்லா வாக்கியங்களையும் 'எந் தூரமையெக் குடிக்கீ...' என்று அடிவயிற்றிலிருந்து அலறும் உரத்த பாவத்துடனும் பேசினார்கள்.

'மில்லியன் கணக்கில் பாயும் ஸ்பெர்மட்டோசூன்களில் ஒன்றே ஒன்று மட்டும் கோட்டையைத் தகர்த்துக்கொண்டு உள்நுழைந்து தன் இருப்பைப் பெரிதாக்கிக் காட்டும் முயற்சியில் இறங்குகிறதே, அது எந்த அறிவுஜீவிய ஆணைக்கு உட்பட்டு?' என்று புருஷோத்தமன் நிதானமாய்க் கேட்டு முடித்தார்.

மூவரும் நடப்பதை நிறுத்திக்கொண்டு, ஜம்புரோபுரத்துக்குள் நுழையும் பிரதான சாலையில் உள்ள டீக்கடையில் டீ குடித்தார்கள். அவர்கள் பேசுவதில் திப்பிதிப்பியாக விஷயங்களைக் கிரகித்துக்கொண்டும், பெரும்பாலும் தனது தலைக்கு ஓரடி மேலாகக் கடந்து செல்லும் வாக்கியங்களைக் கையாலாகாமல் வேடிக்கை பார்த்துக்கொண்டும் அபாரமான தலைவலியைச் சம்பாதித்து நடந்து வந்திருந்த சடகோபனுக்கு அமிர்தமாக ருசித்தது டீ.

கொஞ்சம் கலைஞானம்

மறுநாள் ஞாயிற்றுக் கிழமை. புருஷோத்தமனைப் பார்க்கப் போகும்போது மகேஷ்குமாருடன் முன்பொரு சமயம் தனக்கு ஏற்பட்ட அனுபவத்தையும், அதன் பிறகு தனக்குள் தொற்றிய அச்சத்தையும் பற்றிப் பேச வேண்டும் என்று நினைத்துக் கொண்டே போனான் சடகோபன்.

நெருக்கமான மனங்களுக்குள் விசித்திரமாகச் செயல்படும் டெலிபதி அன்று நிகழ்ந்தது. மகேஷ்குமாரின் ஆசானும், பேரா வூரணி அரசு உயர்நிலைப் பள்ளியில் சரித்திரம் போதிப்பவருமான மார்க்கண்டன் என்பவருடன் — இவரை சடகோபன் பார்த்ததில்லை — தனக்கு நேர்ந்த ஒரு சந்திப்பைப் பற்றித் தாமாகவே பேச ஆரம்பித்தார் புருஷோத்தமன்.

மதுரையில் நடந்த இலக்கியக் கூட்டத்தில் பேச வந்திருந்தாராம் மார்க்கண்டன். அப்போது பட்டப்படிப்பு இறுதியாண்டு மாணவனான மகேஷ்குமாரும் உடன் வந்திருந்தாராம். ஜெர்மனியில் அப்போதுதான் அறிமுகமாகியிருந்த புதிய வகை விமர்சன முறையை விமர்சித்து விரிவுரை ஆற்றினார் மார்க்கண்டன்.

கூட்டத்துக்கு வந்திருந்த முப்பத்திச் சொச்சம் பேரில் பெரும்பாலானவர்கள் அறிவியல்பூர்வமான விமர்சனம் என்றால்

என்ன என்று அறியாதவர்கள். அவர்களுக்கு இலக்கியம் என்றாலும் புரியாது என்பதுதான் புருஷோத்தமனின் அபிப்பிராயம். ‘இரண்டாம் ஞாயிற்றுக்கிழமை முற்பகலை டீ, பிஸ்கட்டுடன் கழிக்கும் விதமாகவும், தமக்குத்தாமே ஓர் அறிவுஜீவி முகம் அணிந்துகொள்வதற்காகவும் வருவார்கள்’ என்றார். ஆனால் சம்பந்தாசம்பந்தமில்லாமல் ஏதாவது கேள்வி கேட்டு சண்டையும் போடுவார்களாம்.

இப்படியிருக்க, மார்க்கண்டன் பேசிய கூட்டத்தில் இரட்டை இழவு விழுந்த மாதிரி அமைதி நிலவியதாம்.

புருஷோத்தமனுமே எதுவும் பேசவில்லையாம். ‘தமிழ்ச் சூழல்லே விமர்சனம்ன்னாலே வசவுன்னுதான் அர்த்தம் கோபி’ என்று சொல்லிவிட்டுச் சிரித்தார். தகராறு என்கிற குறைந்த பட்ச சுவாரசியம்கூட இல்லாததால் கூட்டம் குறித்த நேரத்துக்கு முன்னதாக இனிதே முடிந்துவிட்டது.

புருஷோத்தமன், மார்க்கண்டன், மகேஷ்குமார் மூன்று பேரும் தானப்பமுதலித் தெருவில் இருந்த மதுக்கூடத்துக்குப் போயிருக்கிறார்கள். அங்கே நடந்த உரையாடலைத் திரைப் படம்போல வர்ணித்தார் புருஷோத்தமன். குறுக்கே பேசாமல் கேட்டுக்கொண்டிருந்தான் சடகோபன்.

...ரெண்டு ரவுண்டு போனதும் பேச்சு லேசாப் பொரள ஆரமிச்சது கோபி. நான் சும்மா இருக்க மாட்டாமே, ‘நீங்க ஏன் மார்க்கண்டன் கல்யாணம் செஞ்சுக்கிறலே?’ ன்னு கேட்டேன். அந்தாளு மூஞ்சியெச் சுளிச்சாரு. நான் அந்தக் கேள்வியெக் கேட்டுருக்க வேண்டாம்தான். வெறும் வம்பு கேக்குறதெத் தவிர வேற அக்கறை எதுவும் இல்லாத கேள்வி.

ஆனா, மார்க்கண்டன் கால் மணிநேரம் பதில் சொன்னாரு. அம்புட்டும் மனப்பாடம் செஞ்ச வாக்கியங்கள் — கருத்துக்கள். கடேசிலே இப்பிடிச் சொல்லி முடிச்சாரு:

> ஒரு பொம்பளைமேல ஏகபோக உரிமைங்குறதைத் தாண்டி கல்யாணத்திலே என்னாங்க இருக்கு?

இருங்க இருங்க கோபி, அவசரப்படாதீங்க. நீங்க கேக்க வர்றது புரியுது. ‘அப்பன் ஆத்தா பேரன் பேத்தீன்னு ஏகப்பட்ட உறவு இருக்கே, இதெல்லாம் கல்யாணத்திலேருந்து ஊத்தெடுக்கிற சமாசாரம்தானே’ ன்னு தோணுதில்லையா? அவுங்கல்லாம், ‘குடும்பம்ங்கிறதே செயற்கையான அமைப்பு, சொத்துரிமையெ உருவாக்கவும் பரிபாலிக்கவும் உண்டான அமைப்பு’ ன்னு சொல்லி முடிச்சுருவாங்க.

வாஸ்தவந்தாங்க. இன்னும் ஒரு படி மேல போவோம். குடும்பம் மட்டுமில்லே, சமூகம், கூட்டு வாழ்க்கெ இது எல்லாமே செயற்கையான அமைப்புதான். தனிமனுஷன்றது மட்டும்தான் மறுக்க முடியாத உயிரியல் உண்மை.

அப்பிடீன்னு நாம சொன்னம்னா சண்டை ஆரமிச்சுரும்.

'இது விதிவாதிகளோட வாதம். கடவுளைக் கொண்ணாந்து நிறுத்துறதுக்கான தந்திரம்' னு கண்டுபிடிச்சுச் சொல்வாங்க. அடிவயித்தை எக்கிக் கத்துவாங்க. அன்னைக்கும் பேச்சு எக்குத்தப்பா எங்கேயோ நகந்து போயிருச்சு.

மனித நேயம் இல்லாமெப் பேசுற நீங்க ஒரு முட்டாள்.

னு கோவமாக் கத்துனாரு மார்க்கண்டன். எனக்குக் கோவமே வரலே. முட்டாளா இருக்குறதுலெ நமக்கு என்ன ஆட்சேபணை?!... ஆனாலும் பிறவிக் குசும்பு சும்மா விடுமா? நிதானமாக் கேட்டேன்:

அது போகட்டும் மார்க்கண்டன், எப்பொப் பாத்தாலும் மனித நேயத்தையே பேசிக்கிட்டிருக்கோமே, எருமை மாட்டு நேயம், கொசு நேயம், மாக்னஸைட் நேயம், மங்கனீஸ் நேயம் ன்னெல்லாம் எப்பொப் பேசப் போறோம்?

இந்த இடத்திலே மகேஷ்குமார் சிரிச்சுட்டான். சின்னப் பையன்தானே. இப்போ மாதிரி அம்புட்டு வீரியம் கிடையாது அப்போ. 'சிரிப்பு வரும்போது சிரிக்கவும் செய்யலாம், தப்பில்லே'ன்னு நினைக்கிற வயசு. இவரு சிஷ்யனெ மொறைச்சாரு. மறுபடியும் அழுத்தமா, சத்தமாச் சொன்னாரு:

அதான் சொன்னேனே, நீங்க ஒரு முட்டாள். மகா முட்டாள்.

பக்கத்து மேஜையிலே இருந்தவுங்க திரும்பிப் பார்த்தாங்க. நான் சிரிச்சேன். நெஜமாவே முட்டாள்தான் நானு — அடுத்த கேள்வியையும் கேட்டேன்.

சரி விடுங்க மார்க்கண்டன், நேயத்தெ விட்டுருவோம். பயத்தெப் பத்திப் பேசுவோம். மரண பயத்தைப் பத்தி உங்க மூதாதைகள் ஏதாவது பேசியிருக்காங்களான்னு யோசிச்சுச் சொல்லுங்களேன். மார்ட்டல் ஃபியர் இல்லேன்னா மனுஷன் எதுக்குச் சாப்பிடுறான்? சாப்பிடவே வேணாம்னா சம்பாத்தியம் எதுக்கு? சம்பாதிக்கலேன்னா சொத்தும் உரிமையும் எப்பிடி உருவாகும்?...

இன்னும் வரிசையாக் கேட்டுக்கிட்டே போனேன். மார்க்கண்டன் எந்திரிச்சு நின்னு கத்தினாரு.

நீ ஒரு முட்டாள். அடி முட்டாள்.

மொத்த பாரும் திரும்பிப் பாத்தது. மேல்க்கொண்டு எதுவும் பேசாமெக் குடிச்சு முடிச்சோம்.

பெரியார் பஸ்டாண்டு வரைக்கும் அவுங்களைக் கூட்டிக் கொண்ணாந்து பஸ்ஸேத்தி விட்டேன். சும்மா பொதுவான வாக்கியங்கள் பேசிக்கிட்டுருந்துட்டுப் பிரிஞ்சோம். அவ்வளவு தான். அதுக்குப் பிறகு மார்க்கண்டனை இன்னைக்கி வரைக்கும் நான் சந்திக்கலே. பரஸ்பரம் அவமரியாதையோட ஒரு உறவு எப்பிடி நீடிக்கும், சொல்லுங்க?...

சடகோபன் மலைத்துப்போயிருந்தான். மகேஷ்குமார் மாதிரியே தான் புருஷோத்தமனும் மட்டையடியாகப் பேசுகிறார் என்று தோன்றியது. அவருடைய முகத்தைக் கண்ணெடுக்காமல் பார்த்துக்கொண்டிருந்தான். புருஷோத்தமன் திடீரென்று தாமாகச் சிரித்துக்கொண்டார்.

...ரெண்டு நாள் கழிச்சு மகேஷ்குமார் ஃபோன் பண்ணினான். சும்மாத்தான். அப்ப மார்க்கண்டன் என்னைப் பத்திச் சொன்னதா ஒரு விஷயம் சொன்னான். ‘நான் அத்தனை வாட்டி ‘முட்டாள்’னு வையிறேன். புருஷோத்தமன் கோவப்படவே இல்லையே — நல்ல மனுஷன்ப்பா அவரு’ ன்னாராம். இதெ மார்க்கண்டன் சொல்லாம இருந்துருக்கவும் வாயப்பிருக்கு — எங்க ரெண்டுபேருக்கும் இடையில் சமரசம் உண்டாக்குறதுக்காக மகேஷ்குமாராவேகூடச் சொல்லியிருக்கலாம்.

புருஷோத்தமன் சிகரெட் பாக்கெட்டை நீட்டினார். ஆளுக்கொன்று பற்ற வைத்துக்கொண்டதும் தொடர்ந்தார்:

நான் கறாரான குரல்லே சொன்னேன். ‘இந்தா பாரு மகேஷு, என்னெ முட்டாள்னு எத்தனெ வாட்டின்னாலும் சொல்லட்டும், நான் தப்பா நினைச்சிக்கிற மாட்டேன். ஆனா, ‘நல்லவன் கில்லவன்’ னு சொல்லிக்கிட்டிருந்தாரு, பஸ்ஸேறி வந்து கொலை பண்ணிப்புடுவேன், ஜாக்கிரதை ன்னு சொல்லி வையி உன் குருநாதர்கிட்டே’...

இருவரும் சிரித்தார்கள்.

...அந்தப் பக்கம் மகேஷ்குமாரும் விழுந்து விழுந்து சிரிக்கிற சத்தம் கேட்டுச்சு...

திடீரென்று புருஷோத்தமனின் குரல் தீவிரம் கொண்டது.

யோசித்து யோசித்து அடுக்குகிறவர் மாதிரி ஏகப்பட்ட இடை வெளிகள் விட்டு ஒவ்வொரு வாக்கியமாகப் பேசினார்:

...ஆனா, மார்க்கண்டன் மட்டுமில்லே, அவரை மாதிரி நெறையப்பேரெ எனக்குப் பர்ஸனலாத் தெரியும். அவுங்களோடெ நேர்மையைச் சந்தேகப்படுறதுக்கில்லே. ஒரு அர்த்தத்திலே, முழு வாழ்க்கையையும் தங்களோட கருத்தியல் நம்பிக்கைகளுக்கு அர்ப்பணம் செஞ்சவங்க; ஜனங்களோட நல்வாழ்க்கைக்கி இடைஞ்சலா இருக்கிற நாலைஞ்சு கல்லெ இடம் மாத்தி வச்சுட்டாப்போதும், எல்லாமே சுபிட்சமாயிரும்னு நிஜமாவே நம்புறவங்க. ஆனா, அதெல்லாம் கல் இல்லே, வேர் பிடிச்ச மரம் னு தெரிஞ்சுக்க விருப்பமில்லே — பாவம்தான்...

சிகரெட் முடிந்துவிட்டது.

...ஸாரி, நீங்க ஏதோ சொல்ல வந்த மாதிரி இருந்ததே கோபி. வளக்கம்போல நானே தனித் தவில் தட்டீட்டென். சொல்லுங்க.

தயங்கித் தயங்கிப் பேசத் தொடங்கினான் சடகோபன்.

அந்தமுறை மகேஷ்குமார் வந்தபோது புருஷோத்தமன் ஊரில் இல்லை. தமுக்கத்துக்கு அருகில் யதேச்சையாக சடகோபன் மகேஷ்குமாரைச் சந்தித்தான். இருவருமாக அசோக் பவன் வாசலுக்கு வந்து டீயும் சிகரெட்டும் குடித்து முடித்தார்கள். சாவகாசமாக நடந்து சென்று ராஜாஜி பார்க்கில் உட்கார்ந்து பேசத் தொடங்கினார்கள். மகேஷ்குமார் கேட்டார்:

அப்பறம் சொல்லுங்க சடகோபன், வேற என்ன எழுதினீங்க?

சும்மா, ரெண்டு மூணு சிறுகதை எழுதினேன்.

மகேஷ் குமார் கொஞ்ச நேரம் அமைதியாக இருந்தார். பிறகு சொன்னார்.

போன தடவெ வந்தப்ப உங்க சிறுகதை ஒண்ணெ புருஷோத்தமன் காட்டினாரு. முழுக்க வாசிச்சேன். சொல்றேன்னு தப்பா எடுத்துக்காதீங்க சடகோபன். நீங்க ஒரு எழுத்தாளரா உருவாறதுக்கான வாய்ப்பேயில்லேன்னுதான் நான் நினைக்கிறேன்.

சுக்கல் சுக்கலாக நொறுங்கிப் போனான் சடகோபன்...

காரணம் எதாவது சொன்னானா?

என்றார் புருஷோத்தமன்.

இல்லே ஸார்.

அதான் விஷயம். இலக்கியம் பத்திப் பேசும்போது காரணம் சொல்லாமத்தான் நிராகரிப்பான். மிஞ்சிப் போனா, 'மானுட விரோதமான படைப்பு' ன்னு சொல்லி முடிப்பான். அந்த 'மானுடன்' யாருன்னு நினைக்கிறீங்க? சந்தேகமே வேணாம் — மகேஷ்குமார்தான்...

உரத்துச் சிரித்தார் புருஷோத்தமன். சடகோபனும் அசட்டுச் சிரிப்பு சிரித்து வைத்தான்.

...சரி, அவன் சொன்னது கிடக்கட்டும். அதுக்காக உங்க முகம் ஏன் இவ்வளவு சூம்பிக் கிடக்கு?...

சடகோபன் பதில் சொல்லாமல் இருந்தான்.

...வாஸ்தவத்திலே, உங்களுடைய அந்தரங்கத்திலேயே அப்பிடியொரு அவநம்பிக்கை இருக்கு. அவன் வார்த்தையாச் சொன்னவொடனே, 'நியாயம்தானே' ன்னு தோணீருச்சு...

'அப்படியா?' என்கிற பாதிரி அவரை நிமிர்ந்து பார்த்தான்.

...ஒங்களுக்கு இப்பிடி அவநம்பிக்கை இருக்கிறதுக்கு ஏதாவது காரணம் கண்டுபிடிச்சு வச்சிருப்பீங்களே?...

சடகோபன் வரிசையாக அடுக்கினான்:

1. குறிப்பான நில அடையாளம் எதுவும் இல்லாத கதைகளைத்தான் இவன் எழுதுகிறான்.
2. பிரதேசக் கொச்சைவழக்கு எதுவும் புழங்காத எழுத்து.
3. சொந்த அனுபவங்களை எழுதலாம் என்றால், பிராமண சாதி அனுபவங்களை ஏற்கனவே வண்டிவண்டியாய் எழுதித் தள்ளியிருக்கிறார்கள் தமிழில்.
4. தனக்கென்று கருத்தியல் ரீதியான கோட்பாடுகள் எதுவும் இல்லாமல் வெறுங்கையுடன் இருக்கிறவன் சடகோபன், இதுதானே உண்மை?
5. ஆங்கில நூல்களில் அதிக வாசிப்பு இல்லை.
6. பழந்தமிழ் இலக்கியங்களில் வாசிப்பு சுத்தமாக இல்லவே இல்லை.

7. சரித்திர ஞானமோ, தத்துவ விசாரமோ, அரசியல் பார்வையோ எதுவுமே இல்லாத வெறும் தயிர்சாதக் கட்டிதானே சடகோபன்?

8. அலங்காரமான மொழிநடையும் கைவரப் பெறாதவன்.

9. தெரிகிறதோ தெரியவில்லையோ, உறுதியான குரலில் அடித்துப் பேசும் கலையையும் வளர்த்துக்கொள்ளாதவன்.

இவன் முகத்தையே பார்த்தபடி பொறுமையாகக் கேட்டுக் கொண்டிருந்தார் புருஷோத்தமன். ஒன்பதாவது பாய்ண்ட் முடிந்ததும் பிரியமாக சிகரெட் பாக்கெட்டைத் திறந்து நீட்டினார். தானும் ஒன்று எடுத்துக்கொண்டார்.

அம்புட்டுத்தானா, இன்னும் பாக்கி இருக்கா?...

சிரித்தார்.

...நெத்தியெத் தொடைங்க. எப்பிடி வேர்த்திருக்கு பாருங்க...

கைக்குட்டையை கால்சட்டைப் பையிலிருந்து எடுக்கும்போது சடகோபனின் விரல்கள் நடுங்கின. புருஷோத்தமன் தொண்டையைச் செருமினார்.

...இத பாருங்க கோபி, நீங்க சொன்ன பட்டியல்லே உள்ள எதையுமே இலக்கிய நுட்பத்துக்கான அடிப்படைத் தேவைகளா நான் நினைக்கலே. தவிர, நாலைஞ்சு கதைகள் தானே எழுதியிருக்கீங்க. நான் படிச்சவரைக்கும், அந்தக் கதைகள் பொருட்படுத்தக்கூடியவைங்கிறதுதான் என் அபிப்பிராயம். அதுலெயும், குறிப்பா, ஒரு கிழவன் மலையேறிப் போய்க்கிட்டே இருப்பானே, அது என்ன கதை?

'முடிவற்று நீளும் பயணம்.'

ஆங். அந்தக் கதையைத்தான் நீங்க இதுவரைக்கும் எழுதினதுலே மிக முக்கியமான கதைன்னு நான் நினைக்கிறேன். அதெ நான் ஃபோட்டோ காப்பி எடுத்து வச்சிருக்கேன். ஏழெட்டுத் தடவை படிச்சிட்டேன். ஒவ்வொரு வாட்டியும் அந்தக் கிழவன் உருமாறிக்கிட்டே போறான். ஒரு சமயம் காந்தியா, ஒரு சமயம் ஜே கிருஷ்ணமூர்த்தியா, ஒரு சமயம் தியாகராஜ ஸ்வாமிகளா, இன்னொரு சமயம் ரோம சாம்ராஜ்யத் தத்துவ ஞானியா இப்பிடி யாரை வேணும்னாலும் ஞாபகப்படுத்தக் கூடியவனா இருக்கான். நல்ல கதை... நல்ல கதை...

சிகரெட் துண்டைக் கீழே போட்டுத் தேய்த்து நசுக்கினார்.

...உங்க எழுத்திலே நான் பாக்குறது வேற அம்சங்களை. ஒரு அஞ்சு விஷயங்கள் சொல்லலாம்.

1. உங்க நடையிலே பாசாங்கு இல்லே. மனசுக்குப் பட்டதெ பாவனையில்லாத நேரடி மொழியிலெ எழுத முயற்சிக்கிறீங்க.

2. தெரியாததெப் பத்திப் பேசக்கூடாதுங்குற அடிப்படை நேர்மை உங்க கிட்டெ இருக்கு. எதையுமே ஒருவிதத் தயக்கத்தோடெ, 'எனக்கு இப்பிடித் தோணுது' என்கிற பணிவுணர்வோடெ எழுதுறீங்க.

3. இந்த ரெண்டையும் விட முக்கியமா நான் நினைக்கிறது, அனுபவத்தோடெ ஈரம் இல்லாத ஒரு சம்பவத்தையும் நீங்க எழுதுறதில்லே.

4. அனுபவத்துக்கு முக்கியத்துவம் குடுத்து, அதனுடைய ஆழத்தைப் பார்த்துத் துழாவிப் போற ஆசை இருக்கு. விசாரணை இல்லாத எழுத்தை ஒரு கலைப் படைப்பாவே நான் கருத மாட்டேன்.

5. இதையெல்லாம் நடைமுறைப்படுத்துறதுக்கு நீங்களே உருவாக்கிக்கிட்ட தனித்துவமான தர்க்கமுறை இருக்கு ஒங்க எழுத்திலெ.

என்னோட அபிப்பிராயப்படி, இந்த மாதிரியான அம்சங்கள்தான் ஒருத்தன் எழுத்தாளனாகிறதுக்கான அடிப்படை யோக்கியதைகள்.

புருஷோத்தமன் இடைவெளி விட்டார். தனக்குள் முறுக்கேறி அழுத்திக்கொண்டிருந்த ஏதோவொன்று சிறுகச் சிறுகத் தளர்ந்து நெகிழ்வதை நிம்மதியாக உணர்ந்தான் சடகோபன். தொண்டையைச் செருமிக்கொண்டு புருஷோத்தமன் தொடர்ந்தார்:

மத்தபடி, 'கொஞ்சமாப் படிச்சிருக்கேன்'னு சொல்லிக்கிர்றது சரிதான். எனக்கும் அதே அபிப்பிராயம் உண்டு. நீங்க இன்னும் கொஞ்சம் உழைக்கலாம். ஆரம்ப கட்டத்திலே, கைக்குக் கிடைச்சதையெல்லாம் படிச்சுத் தள்ளிற வேண்டியதுதான். எழுத்திலேயும், மொழியிலேயும் செறிவு தானாக் கூடும்...

இருவரும் இன்னொரு சிகரெட் பற்ற வைத்துக்கொண்டார்கள். சற்றுநேரம் யோசித்தார். புகை வளையம் வளையமாக வெளியேறுவதை உற்றுப் பார்த்தார் புருஷோத்தமன்.

...நீங்க குறைவா வாசிக்கிறீங்களே தவிர, நீங்க வாசிக்கிற விதம் எனக்கு ரொம்பப் பிடிச்சிருக்கு. அன்னிக்கிக்கூட ஜே கிருஷ்ணமூர்த்தியோடெ உரை ஒண்ணெப் பத்திப் பேசிக்கிட்டிருந்தீங்களே... அவரு உரைக்கு முன்னாடி வர்ற சூழல் விவரிப்புக்கும், அந்த உரைக்குள்ள வர்ற கான்ஸெப்ட்டுக்கும் நேரடித் தொடர்பு இருக்குன்னு... நானெல்லாம், ஜிட்டு பேசுறதை மட்டுமே பாத்துக்கிட்டிருந்திருக்கேன். குறிப்பிட்ட ஒரு சந்தர்ப்பத்திலெ, அவரெ அந்த விதமா எது பேச வைக்கிதுன்றதையும் நீங்க காட்டிப்புட்டீங்க. ஒங்களோடெ பலமே இதுதான். எதையுமே தன் மயமா ஆக்கிப் புரிஞ்சிக்கிர்றீங்க. அதாவது, வெறும் செய்தியா உள்ளுக்குள்ளே பதிஞ்சுக்கிர்றதில்லே, உணர்வு ரீதியா அர்த்தப்படுத்திக்கிறீங்க. எழுத்தாளன்னா இப்பிடித் தான், கூடுவிட்டுக் கூடு பாயுறதுக்கு தைரியமும் திராணியும் இருக்கணும்...

திடீரென்று அவர் குரல் சற்று ஆழ்ந்து இறங்கியது.

...நீங்க ஒரு தபா சொன்னீங்களே, மெற்றாஸ்லே போயி பசியோடெ கிடந்தது...

ஆமா ஸார்.

என்றான் சடகோபன். அந்தச் சம்பவம் திரைப்படம் மாதிரி உள்ளுக்குள் ஓடியது.

...அலுவலக வேலையாக மெற்றாஸ் போயிருந்தான் சடகோபன். திரும்பிவருவதற்கும் ரயிலில் முன்பதிவு செய்தாகியிருந்தது. மாம்பலம் ரங்கநாதன் தெருவில், கல்லூரி நண்பனின் அறையில், தங்கியிருந்தான். நண்பன் முந்தின நாளே சொந்த ஊருக்குப் போய்விட்டிருந்தான்.

நாளை ஊருக்குக் கிளம்ப வேண்டும். இன்று சாயங்காலம் நகரப் பேருந்தில் வரும்போது, சடகோபனின் பர்ஸை பிக் பாக்கெட் அடித்துவிட்டார்கள். அதில் கிட்டத்தட்ட ஐநூறு ரூபாய் இருந்தது. நல்லவேளை, திரும்பிச் செல்வதற்கான பயணச் சீட்டுடன் ஒரு நூறு ரூபாய்த் தாளை 'அவசரத் தேவைக்கு' என்று பெட்டியில் வைத்திருந்ததால் தப்பித்தான்.

இரவுச் சாப்பாட்டுக்கு அடுத்த தெருவில் உள்ள கையேந்தி பவன் நோக்கி நடந்தபோது, வடக்கு உஸ்மான் ரோட்டில் அந்தக் கேஸட் கடையைப் பார்த்தான். 'சும்மா நுழைந்து பார்ப்போமே' என்று தோன்றியது.

சிறு கடைதான். முழுக்க முழுக்க சாஸ்திரீய சங்கீதம் மட்டுமே விற்கும் கடை. நான்கு சுவர்களிலும் பொருத்திய மர அலமாரிகளில் அடுக்கிய கேஸட்டுகள் மொத்தமாக நானூறு அல்லது ஐநூறுக்குள்தான் இருக்கும். ஆனால், எல்லாமே முக்கியமான, சடகோபனுக்குப் பிடித்த இசைத் தொகுப்புகள்.

மேய்ந்துகொண்டே வந்த பார்வை, மதுரை மணியின் இரட்டைக் கேஸட்டைப் பார்த்ததும் நிலை குத்தியது. ஆஹா, நம்மிடம் இல்லாத தொகுப்பு. மதுரையில் கிடைக்காதது. எடுத்துப் பார்த்தான். இவன் அதுவரை கேட்டிராத பாட்டுக்கள். விலை எழுபத்தைந்து ரூபாய்.

ஏன் வளர்க்க வேண்டும்? கால் மணிநேர மனப் போராட்டத்துக்குப் பிறகு, கேஸட்டை வாங்கிக்கொண்டு இரவு சாப்பிடாமல் திரும்பிவிட்டான்.

அப்போது வாக்மேன் வாங்கியிருக்கவில்லை. கேட்க முடியாத கேஸட்டை, பார்த்துப் பார்த்துப் பரவசப்பட்டுக் கொண்டான். ஊர் திரும்புவதற்கு உத்தரவாதம் இருந்தாலும், கையில் இருபத்தைந்து ரூபாயாவது இல்லாமல் பிரயாணம் செய்யலாமா? ஆனால், வயிறு இந்த ஏற்பாட்டுக்கு ஒப்ப மறுத்தது.

மறுநாள் முழுவதும் பட்டினி. இரவு எழும்பூர் நிலையத்தில் ரயிலேறி அமர்ந்து, கையோடு வாங்கிவந்திருந்த சாப்பாட்டுப் பொட்டலத்தைப் பிரிக்கும்போது பசி வெறி முற்றி, கை உதற ஆரம்பித்திருந்தது. அன்று முதல் வாய் சாப்பிட்ட இடியாப்பத்தை விட ருசியான பதார்த்தத்தை இன்றுவரை சடகோபன் சாப்பிடவில்லை...

அந்தப் பசிக்கு அடையாளம் உண்டா? ஐயர்வாள் பசியா அது? இல்லே, மதுரை ஜில்லாப் பசியா?...

புருஷோத்தமன் சிரித்தார்.

... ஆக, ஆதாரமான மன உணர்வுகள், உடல் உணர்வுகளைப் பேசவும் விசாரிக்கவும் கிளம்புறதுதான் முக்கியம். எழுத்துக்கு மரியாதையும் கவனமும் கிடைக்கிறதுக்கு வேறே விசேஷமான காரணம் எதுவும் வேண்டாம் கோபி. காதல், காமம், பசி, வன்மம், பொறாமை, சோர்வு இதிலெல்லாம் புகுந்து புறப்படுற எழுத்து எல்லா விளிம்புகளுக்கும் வெளியிலேதான் இருக்கும், எல்லா விளிம்புகளையும் கணக்கிலெ எடுக்கவும் செய்யும். புரியுதா?...

சடகோபன் தலையாட்டினான்.

...உங்க கதைகள்லெ எனக்கு ரொம்பப் பிடிச்ச கதைன்னு

சொன்னேனே, அந்தக் கதையைத்தான் மகேஷ்குமார் குப்பைன்னு சொன்னான்...

புருஷோத்தமன் மறுபடியும் சிரித்தார். சடகோபனும் சிரித் தான்.

ஒரு கதை

புருஷோத்தமனுக்குப் பிடித்தமான இன்னொரு விஷயம், படு ஸீரியஸான குரலில் குழப்பமான வாக்கியங்களைப் பேசுவது. மேற்சொன்ன அறிவுரைப் பத்தியைவிட, பின்வருவது இன்னும் சிறப்பான உதாரணம்:

கோபி, மனுஷ குலம் இருக்கே அது ஒட்டுமொத்தமா ஒரே உடம்பு மாதிரி. வரலாற்றிலே ரெண்டுவிதமான தகவல்கள் இருக்கு.

ஒண்ணு, காலம் போகப் போகப் பழசாயிக்கிட்டே போகும். அதெல்லாம் மனுஷகுலத்துக்கு நேர்ந்த கொசுக் கடி மாதிரி. உதாரணமா, புறா கால்லெ கடுதாசியெக் கட்டி வுட்டாங்க, மெற்றாஸ்லெ ட்ராம் ஓடிச்சு, டென்னிஸ் விளையாடுறவுங்க முழுப் பேண்ட் போட்டுக்கிட்டாங்கங்குற மாதிரி.

ரெண்டாவது விதம், என்னைக்கும் பழசே ஆகாது. உதாரணமா, மஹாத்மா காந்தி படுகொலையானாரு, ரெண்டாம் உலகப் போர்லே ஜப்பான்மேலே அமெரிக்கா அணுகுண்டு வீசுச்சுங்குற மாதிரி. மனுஷ குலத்துடைய மனோதளத்துலெ உண்டான தழும்பு இதெல்லாம்...

தனி மனுஷ வரலாற்றிலெயும் இந்த மாதிரி ரெண்டு வகையான செய்திகள் இருக்கத்தான் செய்யுது. உதாரணமா...

சடகோபன் திகைத்துப் போவான்.

ஸார், என்னை விட்டுருங்க ஸார். இதுமாதிரி ஸீரியஸான வாக்கியங்களெ என்ட்டெப் பேசாதீங்க, நான் பொருத்தமான ஆள் இல்லே. பேசித்தான் ஆகணும்னு கட்டாயம் வந்துருச்சா, இவ்வளவு ஸீரியஸான குரல்லெ இவ்வளவு நீளநீளமாய்ப் பேசாதீங்க, எனக்குப் புரிஞ்சு தொலைக்க மாட்டேங்குது. ஒரு மாதிரி மூச்சு முட்டுது...

என்று உதடு பிரியாமல், மானசீகமாக மன்றாடுவான்.

இது புரியாமல் புருஷோத்தமன் பேசிக்கொண்டே போவார்.[35]

---

35 'அல்லது, புரிந்துதானோ என்னவோ' என்று ஒரு வாக்கியம் பிற்பாடு – மறுநாள் குத்துப் மினார் முன்பு நிற்கும்போது – இஸ்மாயில் சேர்த்துக் கொண்டான். 'இன்றில்லாவிட்டாலும் என்றோ ஒருநாள் சடகோபனுக்குப் புரியாமலா போகும் என்ற நம்பிக்கையினாலா, அல்லது கேட்பதற்கு ஒரு

அவருக்கு வயசாகிக்கொண்டே போனது — யோசனைகளிலும் வாக்கியங்களிலும் சிடுக்கு கூடிக்கொண்டே போனது.

சடகோபனுக்கும் தன்வயமாக இலக்கியத்தின் பரப்பில் திரிய வாய்த்துவிட்டதால், கேட்கும் திறன் மங்கிக்கொண்டே போனது. பல நேரங்களில் சந்திப்பு விபரீத வடிவங்களை எடுக்கத் தொடங்கியது. இனி இருவருக்கும் முகமுழியே இருக்காதோ என்று அஞ்சும் அளவு எதிரெதிராக நின்று குதறிப் பிரிவார்கள். தெய்வாதீனமாக, அதுமாதிரியான நிரந்தர முறிவு எதுவும் நாளதுவரை நடந்தேறவில்லை.

என்றாலும், தனது ஆரம்பகால எழுத்துவாழ்க்கையில் புருஷோத்தமனின் அருகாமை அபூர்வமான பாடங்களைக் கற்றுத் தந்தது என்பதை சடகோபன் கிடைத்த சந்தர்ப்பங்களிலெல்லாம் நன்றியோடு நினைவுகூர்வான். உதாரணமாக, புருஷோத்தமன் எழுதிய காவலன் கதை.

இந்தக் கதையை வழக்கம்போலத் தன்மை ஒருமையில் இல்லாது, படர்க்கையில் எழுதியிருக்கிறார் புருஷோத்தமன். ‘நேற்று இல்லாதவன்’ என்று தலைப்பு. ஜலால்—உத்—தின் என்ற வீரனின் கதை. சுல்தானுடைய மெய்க்காவல் படையில் பணிபுரிபவன் ஜலால். கதை இப்படி ஆரம்பிக்கிறது:

> வழக்கம்போலவே பொழுது விடிந்தது. எந்நாளும் குறையாத விட்டத்துடன் உயர்ந்தது சூரியன். அதிகாலைப் பொழுதின் மிதமான குளிரும், பட்சிகளின் பரபரப்பான ஒலிகளும் என்றும்போலவே நிலவின.
>
> மறுபுறம் திரும்பி ஒருக்களித்துப் படுப்பதுதான் பிடிக்கும் பீவிக்கு. இப்போதும் அப்படியே படுத்திருந்தாள். தோளின் உட்புறத்திலிருந்து இறங்கிய கோடு இடையில் படுவேகமாகச் சரிந்து மீண்டும் புட்டத்தில் ஏறி மறுபடி தாழ்ந்து முழங்கால் நோக்கிச் சென்றது. இந்தக் காட்சி முன்பெல்லாம் எத்தனை கிளர்ச்சியூட்டுவதாக இருந்தது

ஜோடி காதுகள் இருப்பதை வீணடிப்பானேன் என்ற நற்சிந்தையா’ என்று சந்தேகம் கேட்டேன். இவையிரண்டும் இல்லாது, ‘விதிப்பயன் என்ற மூன்றாவது காரணமும் இருக்கலாம்’ என்று சிரித்தவாறு அபிப்பிராயப்பட்டான் சுகவனம். ‘நாலாவது காரணம் ஒன்று இருக்கிறது – உங்கள் இருவருக்கும் வாழ்நாள் முழுக்கத் தட்டுப்படாது’ என்று ஆரம்பித்து வெகுநேரம் பேசினான் இஸ்மாயில். புருஷோத்தமன் என்ற பாத்திரத்தைத் தன் நிழலாகத்தான் அவன் உருவாக்குகிறோனோ என்று ஐயுற வைத்த நீண்ட பேச்சு. ஒரு இழவும் புரியவில்லை எனக்கு. சுகவனத்துக்குப் புரிந்திருக்கலாம் – ஒரு வரி விடாமல், உள்ளூர, நிராகரித்தானோ என்னவோ.

என்று நினைத்துக்கொண்டான் ஜலால்...

தொடர்ந்து ஜலால்—உத்—தினின் அன்றாட அலுவல்கள் பட்டியலாகின்றன. ஏற்கனவே கூராக இருக்கும் உடைவாளை மேலும் கூர் தீட்டுவது; தோல் காலணிகளை, இடுப்புக்கச்சையை, குதிரைவால் குச்சமும் மெழுகும் கொண்டு பளபளப்பேற்றுவது; கவசத்திலும், வார்களிலும் உள்ள பித்தளை சமாசாரங்களைப் புளி தேய்த்து மினுங்கச் செய்வது; தலைக்கவசம் அணிந்த நிலையில் ஜலாலின் ஆகிருதியைவிட உயரமும், பழுப்பு நிறமும் கொண்ட அராபியக் குதிரைக்குத் தீனி வைப்பது.

பீவி கொடுக்கும் ரொட்டிகளைக் கொள்ளுத் துவையலுடன் உண்ணும்போது, எதிரில் குதிரையும் கொள் உண்பது பார்வையில் படுகிறது. பாதிச் சாப்பாட்டில் எழுந்து கொள்கிறான் ஜலால். புரியாமல் திகைக்கிறாள் பீவி.

அவளிடம் விடைபெற்றுக்கொள்ளாமலே — ஆரம்ப காலத்தில் இது ஓர் ஆழ்ந்த முத்தப் பரிமாற்ற நேரம் — சுல்தானின் மாளிகை நோக்கிக் குதிரையை நடத்துகிறான்.

இன்று மாளிகை வாசலில் பணி. வந்து சேரும்போதே பாதி நாள் வேலை பார்த்து முடித்த அலுப்புடன் இருக்கும் தன்மீது வெறுப்பு மண்டுகிறது. மற்றவர்களெல்லாம் எவ்வளவு உற்சாகமாக இருக்கிறார்கள். சுல்தானின் பார்வை தம்மீது படுவதற்காகப் பல்லாயிரக்கணக்கானோர் காத்திருக்கும்போது, தினசரி அவர் தரிசனம் கிடைப்பது பெரும் பாக்கியம் என்பது சக காவலர்களின் எண்ணம். அது ‘தினசரி’ என்பதுதான் ஜலாலின் பிரச்சினையே.

மதிய உணவுக்கான இடைவேளையில் அன்ஸாரி வந்து பொறுப்பேற்றுக்கொண்டான். வீடு நோக்கி நடக்கும் ஜலாலின் குதிரை அவன் மனப்போக்கை அறிந்த மாதிரி தளர்நடை போடுகிறது. பரபரக்கும் வீதியில் ஜனங்கள் நிரம்பி வழிகிறார்கள். சோர்வேயின்றி அன்றாட அலுவல்களில் ஈடுபட்டு, உரிய காலம் வரும்போது இறந்து காணாமல் போவதற்காகவே பிறவி எடுத்த பூச்சிகள் மாதிரித் தென்படுகிறார்கள்.

குதிரையின் பாதையில் குறுக்கே ஓர் அத்தர் வியாபாரி வந்து நிற்கிறார். வலதுகைச் சவுக்கை அனிச்சையாக உயர்த்தியவன், வியாபாரியின் பார்வையில் உள்ள கனிவையும் நெற்றி மேட்டின் சுருக்கங்களையும் நரைத் துணுக்குகள் எட்டிப்பார்க்கும் மழித்த தலையின்மீது கவிழ்ந்து படிந்த தூய வெண்ணிற சல்லாத்துணிக் குல்லாவையும் அதற்குப் பொருத்தமாக நெஞ்சைத் தாண்டி இறங்கிய வெண்தாடியையும் சுத்தமாக மழித்த மீசைத்தடத்தையும் பார்த்துக் கையிறக்குகிறான்.

இறங்க மாட்டாயா சகோதரா?

அந்தக் குரல் செவிவழி புகுந்து உள்ளூறுப்புகளைப் பொதிந்து வைத்திருக்கும் மென்சதையை வருடியது மாதிரி, உடம்புக்குள் சிலீரென்று குளிர் தட்டுகிறது. குதித்துத் தரையில் நிற்கிறான்.

கிழவரின் முதுகில் மாட்டிய, மூடியற்ற மரப்பெட்டியில் பல வண்ணங்களில் கண்ணாடிக் குமிழ்மூடிகள் கொண்ட கண்ணாடி சீசாக்கள்.[36] மொத்தமாகவே கிழவரிடமிருந்து இனம் காண முடியாத மணக் கலவை நெடியடிக்கிறது.

கிழவரின் வெள்ளை நிற அங்கியிலும், பல நாள் புழக்கம் போலத் தேய்ந்த மரப் பெட்டியிலும், அதை உடம்புடன் பிணைத்திருக்கும் வாரிலும், கோணலாக ஏற்றிக் கட்டிய வெண்ணிற லுங்கியிலும், இரையெடுக்கத் தலை தாழ்த்திய புறாக்கள்போலப் பருத்துத் தென்படும் பாதங்களிலும் அபாரமான சுத்தம். வியாபாரியின் வடிவெடுத்த சூஃபி ஞானியாக[37] இருப்பாரோ என்று ஐயம் தட்டுகிறது.

அவருடைய தலையசைப்புக்கு இணங்கி, வீதியின் ஒரு பாகை விளிம்பில் பூட்டிக் கிடக்கும் வீட்டின் திண்ணையை நோக்கிப் பின்தொடர்கிறான் ஜலால். இருவரும் உட்கார்ந்த பிறகு, பெரியவர் சொல்கிறார்:

உன்னுடைய பிரச்சினை எனக்குப் புரிகிறது சகோதரா...

ஜலாலுக்குத் தூக்கிவாரிப் போடுகிறது. என்னுடைய பிரச்சினை என்னவென்று எனக்கே சமீபகாலமாகத்தான் தெரிய வந்திருக்கிறது. பீவியிடம்கூடப் பகிர்ந்துகொள்ளாத அந்தரங்கம்

---

36 இந்தக் கதையின் முழுவடிவைச் சொல்லவில்லை இஸ்மாயில். சுருக்கப்பட்ட வடிவில்கூடத் தகவல் நுட்பங்களில் அவன் காட்டும் அக்கறை முக்கியமானதாகப் பட்டது எனக்கு. சுல்தான்களின் காலகட்டத்தைக் கதைக்குள் நம்பகத்தன்மையுடன் நிர்மாணிக்கும் விதமாக மேலும் சில நுணுக்கமான செய்திகள் அடுக்கினான் – எனக்கு நினைவிருந்தவரைக்கும் எழுதியிருக்கிறேன். சடகோபன் கதையின் முழுவடிவைப் படிக்கும்போது இஸ்மாயில் மறுபடியும் விவரித்தால், அனைத்தையும் எழுதிச் சேர்த்து விடுவேன்.

37 சூஃபி ஞான மரபுகள் நான்கு உண்டு என்று விளக்கினான் இஸ்மாயில். தத்துவார்த்தமாக ஒன்றுக்கொன்று பெரிய வித்தியாசம் இல்லாத மரபுகள் என்றான். அவற்றின் பெயர்கள் மட்டும் எனக்கு அழுத்தமாக ஞாபகம் இருக்கின்றன – 1 சிஷ்டி மரபு 2 காதிரி மரபு 3 சுஹுராவார்தி, மற்றும் 4 நக்ஷபந்தி ஆகியவை.

இந்தத் தகவலால் சடகோபன் கதைக்கு, அல்லது ஜலாலின் கதைக்கே கூட, என்ன பிரயோசனம் என்று எனக்குள் சந்தேகம் எழுந்தது. இன்னும் தகவல்களும், வசவுகளும் பொழிவதற்கு வாய்ப்புண்டு என்பதால் கேட்காமல் விட்டுவிட்டேன். வீண் பொல்லாப்பு வேண்டாமே என்று அடிக்குறிப்பில் சேர்த்திருக்கிறேன்.

அது. இந்தக் கிழவருக்கு எப்படித் தெரியும்? என்னதான் தெரியும்?

கிழவர் பிரியமாகப் புன்னகைக்கிறார். உண்மையின் பிரகாசம் துலங்கும் புன்னகை. சீராக அசையும் தாடிக்கு மேல்புறம் கிழித்த வெண்கோடாக வரிசையாய் மினுங்கும், உள்ளடங்கிய பற்கள்.

> ...அதைப் பற்றிப் பேச வரவில்லை நான். தீர்த்துவைக்க வந்திருக்கிறேன்.

துடுக்கான பதில்கள் நாலைந்து ஜலாலுக்குள் உதித்து உதித்து ஆவியாகின்றன — சொற்களாக உதிர மறுத்து. முதல் தடவையாக அவனுக்கு சந்தேகம் தட்டுகிறது — தன் பேச்சுத் திறனை இந்தக் கிழவர் கட்டிப் போட்டிருக்கிறாரோ.

உடம்பின் கனம் உணராத தக்கை வடிவத்தில் அந்தக் கிழவருடன் கிளம்பி ஏதோ வனத்துக்குள் சென்றுவிட்ட மாதிரி இருக்கிறது. பசுமையின் பல்வேறு சாயல்கள், வனத்தின் அடிவயிறு குமுறுகிற மாதிரி தொலைதூரத்தில் ஒலிக்கும் சன்னமான உறுமலோசைகள், பச்சிலைகளின் கார நெடி என்று ஏகப்பட்ட செய்திகள் ஓடுகின்றன புருஷோத்தமனின் கதையில்.

உதடு பிரியாமல், ஒரு சொல் சிதறாமல், பூச்சிகளின் பாஷையைக் கற்றுத் தருகிறார் கிழவர். ஏற்கெனவே தெரிந்த விஷயம்தான் அது என்பதுபோல அவ்வளவு நெருக்கமாகவும் சுவாதீனமாகவும் உணர்கிறான் ஜலால். வாரக் கணக்கில், மாதக் கணக்கில் அவருடன் சுற்றித் திரிகிறான். பசி, ஓய்வு, நினைவு என்று சகலமும் வடிந்த வெற்றிடமாகத் தன்னை உணர்கிறான்.

> வந்ததுபோலவே கிழவர் காணாமல் போனதுவோ, திண்ணையில் அவர் அமர்ந்திருந்த இடத்தில் ஒரு செம்பு தண்ணீரைக் கவிழ்த்து அது வழிந்தோடிவிட்டதுபோல ஈரம் படர்ந்திருந்ததுவோ அல்ல — ஜலாலை ஆச்சரியத்தில் அமிழ்த்திய அம்சம். இவ்வளவும் சில நொடிகளில் நடந்து முடிந்துவிட்டன என்பதுதான்.
>
> வீட்டுக்குத் திரும்பியவனை, வழக்கம்போல வாசலில் நின்று வரவேற்கிறாள் பீவி. வழக்கத்தைவிட அகலமான புன்முறுவல் அவளிடம் மலர்ந்திருக்கிற மாதிரிப் படுகிறது ஜலாலுக்கு.

என்று முடிகிறது முதல் பத்தி.

இரண்டாவது பத்தியில், மதிய உணவுக்குப் பிறகு பணிக்குத் திரும்பும் ஜலாலை, நந்தவனக் காவலுக்கு அனுப்புகிறார்கள்.

மன்னர் சாயங்காலம் அங்கே விஜயம் செய்ய இருக்கிறார்.

ஆளரவமற்ற நந்தவனத்தில், திடீரென்று பேச்சுக் குரல்கள் கேட்கின்றன. சுதாரித்து, உடைவாளின் பிடியை இறுகப் பற்றுகிறான் ஜலால். சுற்றுமுற்றும் பார்த்தும் உருவங்கள் ஏதும் தென்படவில்லை. உரையாடல் மட்டும் துல்லியமாக ஒலிக்கிறது. ஒரு கணம் உயிர் பயம் துடித்து எழுகிறது ஜலாலுக்குள் — ஒரு கணம் மட்டும்தான் . . . ஆஹா, வண்ணத்துப் பூச்சிகள்.

> எனக்கு இந்த வாழ்க்கை சலித்துவிட்டது கண்ணே. ஓயாமல் சிறகடித்துக்கொண்டு, ஓணானோ தேரையோ வந்துவிடுமோ என்று எந்நேரமும் விசனப்பட்டுக் கொண்டு, தேன் இல்லாத மலரில் விரயமாய் மூக்கை நுழைத்தோமே என்று ஆதங்கப்பட்டுக்கொண்டு, பறந்த வாக்கில் தூங்கிக்கொண்டு... சீச்சீ, என்ன பிழைப்பு இது...
>
> கண்ணாளா, அவசரப்படுகிறாய். இரண்டாவது முறை பூக்கும் மலரைப் பார்த்ததுண்டா? நேற்றுப் பெய்த இடத்தில் இன்று பெய்வானேன் என்று மேகம் அலுத்துக் கொள்கிறதா? உன்னையும், உன் இறகின் வண்ணங்களையும் பார்த்து எனக்குள் ஊறுவது நேற்றிருந்த அதே மோகம்தான் என்று நினைக்கிறாயா? பூவுக்குள் நுழைந்து உடலெங்கும் மகரந்தம் அப்பி அவதியுறும் தேனீயின் வாழ்க்கை நமக்கு அமையாதது பெரும் ஆறுதலல்லவா? காதலனிடமிருந்து தூது கொண்டுவரும் நம் இனத்துக்காக ஆவலாய்க் காத்திருக்கும் பெண்மலர்களை அறியமாட்டாயா? அந்தி நேர ஆகாயத்தின் நிறங்கள் நிரந்தரமானவை என்று எண்ணுகிறாயா என்ன? இப்போது பார்க்கும் மலரை இப்போது மட்டும்தானே பார்க்க முடியும். முன்பு அது அரும்பு, பிற்பாடு சருகு என்பதைக் கூட்டுப்புழு கூட அறியுமே?
>
> கேள்விகளின் நாயகி எழுந்து பறக்கிறாள். ஆவலாய்ச் சிறகடித்துப் பின்தொடர்கிறான் ஆண்மகன்.

மூன்றாவது பத்தி, மிக மிகச் சிறியது. மொத்தமாக பதினேழு பதினெட்டு வாக்கியங்கள் மட்டுமே கொண்டது.

வண்ணத்துப் பூச்சிகள் காலி செய்த இடத்தில் உருவமற்ற நிறங்கள் மட்டும் நிரம்பியிருப்பதைக் காண்கிறான் ஜலால். குதிரை கனைக்கும் ஒலி கேட்கிறது. அதன் குரலில் காற்றுக் கருவியில் அதிரும் நாதம் போலக் கார்வை கூடுவதாக உணர்கிறான். குதிரையின் தேகம், இழைக்கப்பட்ட தேக்கு

மாதிரி மினுமினுக்கிறது. அந்திப் பொழுதின் இளம் காற்று மலர்க் கூட்டத்தின் கலவையான வாசனைகளைச் சுமந்து வந்து வருடிச் செல்கிறது — மாய வியாபாரியின் அத்தர்ப் பெட்டியை நினைவூட்டியபடி.

நந்தவனத்துக்குள் நுழைந்து நடந்து வரும் மன்னரின் வலது கன்னத்தில் உள்ள மருவை முதல் தடவையாகப் பார்க்கிறான் ஜலால். மிளகு பருமனுக்கு, முறுக்கிய கொடுவாள் மீசையின் நுனி அருகில், மீசை நிறத்துக்குப் போட்டியான கறுப்பில் புடைத்திருக்கிறது அது.

ஓர் உறவு

அறிமுகமான புதிதில், மேற்சொன்ன கதையைக் கொடுத்துவிட்டு, 'இவன் என்ன நினைக்கிறான்' என்று தெரிந்துகொள்ள விரும்புகிற மாதிரி இவன் கண்களையே பார்த்துக்கொண்டு உட்கார்ந்திருந்தார் புருஷோத்தமன். அல்லது, சடகோபனுக்கு அப்படித் தோன்றியது. முதல் வாக்கியத்தைச் சொல்ல வாய் திறக்கிறான் — புருஷோத்தமன் அவசரமாகச் சொன்னார்:

> அவசரம் ஒண்ணுமில்லே. வீட்டுக்குக் கொண்டுபோயி இன்னம் ரெண்டுமூணு தடவை படிச்சுட்டு, அடுத்த வாட்டி பாக்கும்போது சொல்லுங்க. அவ்வளவுதானே.

அதுவும் ஒருவகைக்கு நல்லதுதான். அந்தரங்கமான வாசிப்பில் கிடைக்கும் போதையை வாக்கியங்களாகவும், தீர்மானமான அபிப்பிராயங்களாகவும் உருமாற்றி வெளித் தள்ளுவதில் சடகோபனுக்கு எப்போதுமே சிரமம் உண்டு... ஆறுதலாக, பேச்சை வேறுபுறம் திருப்பவும் செய்தார் புருஷோத்தமன்.

> அது சரி, கோபி, நீங்க எப்பிடி ஸீரியஸ் லிட்டரேச்சருக்குள்ளெ வந்து சேந்தீங்கன்னு சொன்னதேயில்லையே?

மடமடவென்று பேச ஆரம்பித்தான் சடகோபன்.

...ஷெனாய் நகரில் ஒண்டுக் குடித்தனத்தில் வசித்தபோது எதிர்ப் போர்ஷனில் இருந்த கிருஷ்ணமூர்த்தி கொண்டு வந்த லைப்ரரிப் புத்தகம் இல்லாவிட்டால் நவீன இலக்கியம் என்ற ஒன்றே அறிமுகமாகியிருக்காது சடகோபனுக்கு.[38]

---

38 அதிகப் பிரபலமில்லாத ஓர் எழுத்தாளரைப் பார்த்துவிட்டு வந்திருந்தான் தர்மராஜ் என்று முன்னமே குறிப்பிட்டேனில்லையா? அவரிடம் இதே கேள்வியை தர்மராஜ் கேட்டபோது, தி ஜானகிராமனின் 'கண்டாமணி' கதையைத் தற்செயலாகப் படிக்க நேர்ந்ததையும், அந்தக் கதை தந்த உந்துதலே தன் படைப்பூக்கத்தின் முதல் துளி என்றும் அவர் சொன்னதாக எங்களிடம் சொன்னான்.

முதல் மாடியில் எதிரெதிராய் இரண்டு வீடுகள். நடுவில் மிகப் பெரிய சதுரப் பள்ளம். அதன் ஆழத் தரையில் கீழ்த் தளத்தின் முற்றம். பள்ளத்தின் கரையாய் நின்ற கைப்பிடிச் சுவரில் கைகளை ஊன்றிக் குனிந்து நின்றால் கீழ் வீட்டுக் கவிதா பல்வேறு நிலைகளில் தரிசனம் தருவதைப் பார்க்கலாம். சடகோபனோ கிருஷ்ணமூர்த்தியோ தன்னைப் பார்ப்பதைக் கவனித்தாலும் பொருட்படுத்தமாட்டாள் கவிதா. சொல்லப் போனால், மேலதிகமாகத் தலையை ஆட்டிக்கொள்வதும், தாவணியின் மேல்புறத்தை அநாவசியமாகச் சரிசெய்வதும் என்று ஒருவித அங்கீகாரத்தை வழங்குவாள்.

இந்த அளவில் கவிதாவின் முக்கியத்துவம் முடிந்துவிடுகிறது. சடகோபனுக்குள் விடலைப் பிராயம் முற்றிச் செயல்பட ஆரம்பித்த காலகட்டத்தில் அவனது சுயபிம்பம் திருத்தமாக அமைவதற்கு முன்வந்து உதவிய மிகச் சில பெண்களில் ஒருத்தி அவள். அவ்வளவுதான். முக்கியத்துவம் மங்களம் மாமிக்குத்தான்.

மங்களம் சடகோபனின் மாமி அல்ல. கிருஷ்ணமூர்த்தியின் மாமி. அந்நியப் பெண்களை 'மாமி' என்றும், ஆண்களை 'மாமா' என்றும் அழைக்கிற, பிராமணக் குடும்ப நடைமுறையின் பிரகாரம் சடகோபனுக்கும் மாமி ஆனாள். சடகோபனும் கிருஷ்ணமூர்த்தியும் ஒரே வகுப்பில்தான் படித்தார்கள் என்றாலும், இரட்டைநாடி கிருஷ்ணமூர்த்தியுடன் ஒப்பிட்டால் சடகோபன் மிகவும் பூஞ்சையான உடல்வாகு கொண்டவன். பட்டப்படிப்பு முதலாம் வருடம் படித்தார்கள் இருவரும். கிருஷ்ணமூர்த்தி கடைசி வருடம் படிக்கிறவன் மாதிரியும், சடகோபன் பத்தாம் வகுப்புப் படிக்கிறவன் மாதிரியும் தென்படுவார்கள். மங்களம் மாமி சடகோபனை சிறுவனைப்போல்தான் நடத்தினாள்.

கிருஷ்ணமூர்த்திக்கும் சடகோபனுக்கும் பல ஒற்றுமைகள் இருந்தன. இருவருமே ஐந்தடி ஓரங்குல உயரம். மேல் உதட்டில் பூனை மயிர் அரும்பியிருந்தது. மாநிறத்தைவிடச் சற்றுக் கூடுதலான நிறம். இளம் வயதில் தகப்பனை இழந்தவர்கள். தாய்மாமன் வீட்டில் தங்கிக் கல்லூரியில் படிப்பவர்கள். திருட்டு சிகரெட் சகாக்கள். கீழ்வீட்டுக் கவிதா பற்றி ஒரேமாதிரியான ஆர்வம் உள்ளவர்கள்.

முக்கியமான மூன்று வேற்றுமைகளும் இருந்தன. சடகோபன் பேசக் கூசும் சமாசாரங்களை சரளமாகப் பேசுவான் கிருஷ்ணமூர்த்தி. இரண்டாவது, அவனுக்கு மலேசியா வாசுதேவனின் குரலும் உச்சரிப்பும் ரொம்பப் பிடிக்கும்.

ஆக, இஸ்மாயில் தன் கதையை உருவாக்குவது சம்பந்தமான மர்மம் இன்னொருமுறை அவிழ்ந்த மாதிரி உணர்ந்தேன்.

மூன்றாவது, தாய்மாமன் பற்றி சடகோபனுக்கு ஏகப்பட்ட புகார்கள் உண்டு. ஆனால், அவற்றை யாருடனும் பகிர்ந்துகொள்ள மாட்டான். கிருஷ்ணமூர்த்தி அப்படி அல்ல. தன் மாமாவைப் பற்றி நண்பர்களிடம் பேசும்போதெல்லாம் 'அந்தத் தேவிடியா மகன்' என்று குறிப்பிடுவான்.

கிருஷ்ணமூர்த்தியின் மாமனுக்கும் மங்களம் மாமிக்கும் உருவ ஒற்றுமை சற்றும் கிடையாது. அவர் பூதாகாரமாக, மாபெரும் தொந்தியுடன் எந்நேரமும் ஏப்பம் விட்டுக்கொண்டே திரிவார். அவர் உட்கார்ந்து சடகோபன் பார்த்தது அபூர்வம். பெரும்பாலும் படுத்தே கிடப்பார்.

மாமியானால், கிளாஸிக்கல் ஓவியப் பெண்கள் மாதிரி ஒயிலாய் இருப்பாள். பேசும்போது கொஞ்சம் மழலை தொனிக்கும் — நாக்குத் தட்டுவதுதான் காரணம். கத்திரிக்காயை 'தத்திரிக்கா' என்பாள். சில நேரங்களில் ர னாவுக்கோ, ட னாவுக்கோ பதில் த னாவைப் பயன்படுத்துவாள். அது அவளது வசீகரத்தை இன்னும் அதிகரித்து விடும்.

திருமணமாகிப் பத்து வருடங்களுக்கு மேலாகியும் அவர்களுக்குக் குழந்தை பிறக்கவில்லை. அது தொடர்பாக கிருஷ்ண மூர்த்தி நாளொரு கண்டுபிடிப்பாக நிகழ்த்திக்கொண்டிருப்பான்.

ராமராயர் மண்டபத்தையொட்டிய பெட்டிக்கடையில் சிகரெட் வாங்கிக்கொண்டு இருவரும் வைகையாற்றுக்குள் இறங்குவார்கள். நிறையப் புதர்களும், கொஞ்சமே கொஞ்சம் மணலும், சுற்றிலும் நரகல் குச்சங்களும் உள்ள பாதுகாப்பான படுகையில் நின்று கலங்கரை விளக்கம்போல சதா கழுத்தைத் திருப்பிக்கொண்டே புகைப்பார்கள்.

அந்த நேரத்தில் கிருஷ்ணமூர்த்தி உற்சாகமாக ஏகப்பட்ட தகவல்கள் சொல்வான்...

அவனுடைய மாமா காலையில் அவிழ்த்துப் போடும் அழுக்கு வேஷ்டியைப் பலதடவை பார்த்திருக்கிறான். நமக்கெல்லாம் விந்து ஊற வைத்த ஜவ்வரிசி நிறத்தில் இருக்குமில்லையா, மாமாவின் விந்து மஞ்சளைக் கரைத்த மாதிரி மசேரென்று இருக்கும். ராத்திரியில் அவர்கள் படுக்கையறைக்குள்ளிருந்து மாமா அழும் சப்தமும், மாமி அவரைத் திட்டும் ஒலியும் கிட்டத்தட்ட தினசரி கேட்கும். கார்ப்பரேஷன் பள்ளிக்கூடத்துக்குப் பின்னால் தள்ளுவண்டி வைத்திருக்கும் பிச்சையுடன் — புடைத்த புஜங்களுடன் நாள் முழுவதும் இஸ்திரி போட்டுக் கொண்டே நிற்பவன் — மாமி ஒருநாள் ஓடிப்போகத்தான் போகிறாள். இந்தத் தேவிடியா மகனுக்கு சாமான் தொங்கிக் கிடக்கிற மாதிரி

மூஞ்சியும் தொங்கத்தான் போகிறது. ஏழைக் குடும்பத்தில் பிறந்த ஒரே காரணத்தால் அண்டி வாழ வந்திருக்கிற, ஒன்றுவிட்ட சகோதரி மகனை பிச்சைக்காரன் மாதிரியும் வேலைக்காரன் மாதிரியும் நடத்தினால் தெய்வம் பார்த்துக் கொண்டு சும்மா இருக்குமா...

சிகரெட் முடிந்திருக்கும். ஆளுக்கொரு ஹால்ஸ் போட்டுக் கொண்டு கரையேறுவார்கள்.

மேற்சொன்ன அடிப்படைக் கருத்துகளை மேலும் உறுதிப்படுத்தும் விதமான துண்டு துணுக்கு சங்கதிகள் நாள் தவறாமல் ஊறிக்கொண்டேயிருக்கும். பின் அடித்த புத்தகம் படிக்கும் அதே சுவாரசியம் இந்த உரையாடலில் சடகோபனுக்குக் கிடைத்து வந்தது. ஒரேயொரு சங்கடம், பிச்சையின் நடமாடும் லாண்டிரியைத் தாண்டிப் போகும்போதெல்லாம் அடிமனத்தில் பொறாமை திகுதிகுக்கும்.

ஆனால், சடகோபன் இறுதிவருடம் படிக்கும்போது மங்களம் மாமி இறந்துவிட்டாள். கள்ளழகரின் தசாவதாரக் காட்சி பார்ப்பதற்காக மதுரை மாநகரமே ராமராயர் மண்டபத்தில் வந்து குழுமிய இரவில், மங்களம் மாமி கூரை விசிறியில் தூக்குப் போட்டுக்கொண்டாள். அப்போது சடகோபனின் குடும்பம் வி பி நகர் என்ற வெங்கடேசப் பெருமாள் நகரில் கிரி மாமா கட்டிய புது வீட்டுக்குக் குடிபெயர்ந்து ஆறுமாதம் ஆகியிருந்தது.

மறுநாள் காலையில் தகவல் தெரிந்து, சடகோபன் பார்க்கப் போனான். மல்லாந்து கிடக்கும்போது மங்களம் மாமி இன்னும் உயரமாகத் தெரிந்தாள். மாடி வராந்தாவில், பிளாஸ்டிக் நாற்காலியில், தானும் ஒரு பிளாஸ்டிக் பொம்மைபோல உட்கார்ந்திருந்த மாமாவின் முகம் கடுமையாகக் கறுத்திருந்தது. கீழே, வீட்டு வாசலில் நின்று பீடி குடிக்கும் போலீஸ்காரரை வெறித்துக்கொண்டிருந்தார்.

அவர் பக்கத்தில் நின்றிருந்த கிருஷ்ணமூர்த்தி இவனோடு படியிறங்கி வந்து ராமராயர் மண்டபத்தை நோக்கி நகர்த்திச் சென்றான்.

அன்று அவன் சொன்ன கதையை வாழ்நாளில் என்றுமே மறக்க மாட்டான் சடகோபன். அதைப் பிறகு சொல்லலாம். இப்போதைக்கு, புருஷோத்தமனின் கேள்விக்கு நேரடியாகப் பதில் சொல்ல வேண்டிய கட்டாயம் இருக்கிறது.

கிருஷ்ணமூர்த்தி தனக்காகவும் தனது மாமிக்காகவும் சிம்மக்கல்லில் இருந்த மைய நூலகத்திலிருந்து புத்தகங்கள் எடுத்து வருவான். அவற்றைச் சிலசமயம் சடகோபன் படிப்பதற்கும்

இரவல் தருவான். அவன் கொண்டுவந்த ஏதோ சிறுகதைத் தொகுப்பில் இருந்த கு ப ராஜகோபாலனின் சிறுகதை சடகோபனின் மனத்தைப் புரட்டிப் போட்டுவிட்டது. அதற்குப் பிறகு வேறு கண்களால் மங்களம் மாமியைப் பார்க்கிற மாதிரி ஆகிவிட்டது. கதையின் பெயர் 'மோகினி மாயை'.

அந்தக் கதையின் நாயகிக்கும் மங்களம் மாமிக்கும் ஏகப்பட்ட ஒற்றுமைகள் இருந்ததாகத் தோன்றியது சடகோபனுக்கு. இதைத் தவிர, அந்த நாட்களில் பாம்பே டையிங் நிறுவனத்தின் விளம்பரப் படங்களில் போஸ் கொடுத்த பெண்களுக்கும் மாமிக்கும்கூட ஒற்றுமைகள் இருந்தன. விளம்பரப் பெண்கள் மாதிரியே மாமிக்கும் ஒல்லியான உடம்பு — அபாரமாகப் பருத்த முலைகள். அவர்களை மாதிரியே — டர்க்கிஷ் டவலை மாத்திரம் உடுத்திக்கொண்டு — மாமியும் குளிப்பதற்கு முன்னும் பின்னும் நடமாடுவாள். தங்கள் போர்ஷனில் உள்ள சமையலறையையே குளியலறையாகப் பயன்படுத்துவாள் மாமி. சில சமயம் உயரத்தில் உள்ள எதையாவது எட்டி எடுக்கக் கையை உயர்த்துவாள். மழிக்காத அக்குளைப் பார்த்து சடகோபனின் மூச்சு ஒரு கணம் நின்று தொடரும்.

> கோபு, முந்தா நா கிச்சா கொண்ணந்த புஸ்தகம் படிச்சியோ?

குப்புறக் கவிழ்ந்து அவர்கள் வீட்டு தி ஹிந்துவில் மூழ்கியிருந்த சடகோபன் மாமியின் குரல் கேட்டு நிமிர்ந்தான். அதிர்ந்தான். துவாலையோடு நின்றிருந்தாள் மாமி. போதாக்குறைக்கு, இரண்டு கைகளிலும் பிடித்த இன்னொரு துண்டால் உச்சந்தலையைத் துவட்டிக்கொண்டிருந்தாள்.

> இன்னும் முழுசாப் படிக்கலை, மாமி.

முன்ஜாக்கிரதையாகப் பொய் சொன்னான் சடகோபன்.

> நீ படிக்க வேண்டாம். புஸ்தகத்தை லைப்ரீலெ திருப்பிடுன்னு கிச்சாட்டெக் குடுத்தனுப்பிட்டேன்.

சடகோபன் செய்தித் தாளைப் பார்த்துக்கொண்டு மௌனமாக இருந்தான்.

> ஏன்னு கேளு.

> ஏன் மாமி?

> அதெல்லாம் அடல்ட்ஸ் ஒன்லி கதைகளா இருக்குடா கோபு.

இந்த முறை மாமி சிரித்தபோது அதில் லேசாக விரசம் கலந்திருப்பதாகத் தென்பட்டது சடகோபனுக்கு.

இன்னும் கொஞ்சநேரம் மாமி ஏதேதோ பேசி இன்னும் அதிகமாகச் சிரித்துக்கொண்டிருந்துவிட்டு, தலைமுடி நன்கு காய்ந்ததும், உடை மாற்றிக்கொள்ள சமையலறைக்குள் புகுந்தாள். லேசான நடுக்கமும் ஏக்கமும் சடகோபனின் உடலில் விரவின...

என்ன சொல்ல வர்றீங்க?

இல்லே சார், அவுங்க என்னை ஒண்ணும் தெரியாத சின்னப்பையன்னு நினைச்சிக்கிட்டு இருக்கும்போது, நான் நல்லா முத்தின கண்ணாலே அவுங்களைப் பாத்துக்கிட்ருந்தேனில்லையா?

ஆமா.

இப்பொ யோசிக்கும்போது, ஒரே உலகத்துக்குள்ளே, நாங்க ரெண்டுபேரும் வேறவேற உலகங்கள்லே இருந்த மாதிரிப் படுது... இதை கு ப ரா மாதிரியே அலுங்காத நடைலெ கதையா எழுதிப் பாக்கணும்னும் தோணுது.

புருஷோத்தமன் இவன் முதுகில் தட்டினார்.

பிரில்லியண்ட். நடைமுறை வாழ்க்கைலேர்ந்து கதைகளை எப்பிடிப் பறிச்செடுக்கணும்னு நல்லாக் கத்துக்கிட்ருக்கீங்க.

இந்த சம்பவத்தையும், இன்னும் மூன்று சம்பவங்களையும்[39] ஒரே நாலில் கோத்து பின்னாட்களில் குறுநாவல் ஒன்று எழுதினான் சடகோபன்.

புருஷோத்தமனின் உறவில் இருந்த நெருக்கம் வெகுவாகக் குறைந்து பொது இடங்களில் சந்திக்கும்போது மட்டும் முகமன் கூறிக்கொள்கிற அளவில் வந்து நின்றிருந்த சமயம். 'நாலு காதல் கதைகள்' என்ற தலைப்பும், அடைப்புக்குறிக்குள் 'இவான் துர்கனேவுக்கு சமர்ப்பணமாக' என்ற உபகுறிப்பும் கொண்டு பிரசுரமான அந்தக் கதை பிரமாதமாக வந்திருந்தது என்று இருவருக்கும் பொதுவான நண்பர்களிடம் புருஷோத்தமன்

---

39 அந்தச் சம்பவங்களையும் சொல்லேன்.

என்று கேட்டேன்.

அவ்வளவெல்லாம் விரிவாகச் சொல்ல வேண்டியதில்லை என்று நினைக்கிறேன்.

என்று மறுத்துவிட்டான் இஸ்மாயில். பிறகு தீவிரமாக மறுபரிசீலனை செய்தானோ என்னவோ, மறுநாள் இரவில் சிறு குறிப்பு மாதிரிச் சொன்னான். ஒன்று, அழகுராஜன் சொன்ன ('இவரைப் பற்றிப் பிற்பாடு விரிவாகச் சொல்கிறேன்' என்றான்) ஊர்மிளா சத்பதி கதை. மூன்றாவது சம்பவம் ஜெகபதி ராஜு ('இவரைப் பற்றியும்தான்'.) இரண்டாம் திருமணம் செய்துகொண்டதைப் பற்றியது. 'நாலாவது சம்பவத்தைப் பிறகு சொல்கிறேன்' என்றவன் கடைசிவரை சொல்லவில்லை.

சொன்னார் என்று சடகோபன் கேள்விப்பட்டான்.

ஒரு பிம்பம்

புருஷோத்தமனைத் தவிர சடகோபன் தன் வாழ்நாளில் தேடிப்போய் நேரில் சந்தித்தது ஒரே ஒரு எழுத்தாளரைத் தான்.[40] மூன்றாவதாக ஒருவரையும் சந்தித்ததுண்டு. ஆனால், அது யதேச்சையாக நடந்தது. தற்செயலாகச் சந்தித்த மனிதர் தம் ஆயுட்காலம் வரை சடகோபனுக்கு நல்ல நண்பராக இருந்தார். வேலை மெனக்கெட்டுத் தேடிப்போனவரோ, வேறு யாரையும் சந்திக்க வேண்டியதில்லை என்ற மன உறுதியைத் தந்து அனுப்பினார்.

அண்டை மாநிலத்திற்கு சொந்த வேலையாய்ப் போன சடகோபன், 'இங்கேதானே திருவரங்கம் நடத்தும் ஓட்டல் இருக்கிறது' என்று ஞாபகம் வந்து அவரைப் பார்க்கப் போனான். 'புழுப் பொறுக்கும் வல்லூறு' என்ற பெயரில் ஒரு நாவல் எழுதிப் பிரபலமாகியிருந்தவர் அவர். மனித மனத்தின் இதுவரை பேசப்படாத கீழ்மைகளை நேர்த்தியான அழகியல் பார்வையுடன் பதிவு செய்தவர் என்று பாராட்டுப் பெற்றவர்.

இவன் போனபோது காலை சுமார் பதினோரு மணி. காலியான மேசைகளும், நேரம் தப்பிக் காலையுணவு அருந்தும் ஓரிரு வாடிக்கையாளர்களும், பின்கட்டிலிருந்து ரகளையாகக் கேட்ட பாத்திரங்கள் உருளும் ஓசையும் பின்புலமாய் இருக்க, நெடுஞ்சாலைப் போக்குவரத்தை பராக்குப் பார்த்துக்கொண்டு கல்லாவில் உட்கார்ந்திருந்தார் ஒருவர். தயங்கித் தயங்கி நிலை வாசல் கடந்து,

இங்கே மிஸ்டர் திருவரங்கம்...

என்று தீனமாக இழுத்தான். அநாவசியச் சிரிப்பைக் கலகலத்த படி,

நானேதான்..! வாங்கெ.

என்று வரவேற்றார் அவர். வெற்றிலைக் காவி மண்டிய பற்கள். பிறவியிலிருந்து ஒரு முடிகூட உதிராதது போன்ற அடர்த்தியுடன்

---

40 இஸ்மாயிலுமே ஒரே ஒரு எழுத்தாளரைத்தான் நேரில் சந்தித்திருக்கிறான். இன்றும் என்னுடைய எழுத்தாள நண்பர்கள் எவருக்குமே இஸ்மாயில் நேரடி அறிமுகம் கிடையாது. என்னோடு அவன் இருக்கும்போது யதேச்சையாகச் சந்திக்க நேர்ந்த இலக்கிய நண்பர்களிடத்தில் அவனுடைய அதிகாரபூர்வ பெயரால் அறிமுகம் செய்வேன். இப்படி ஒருவன் உண்மையிலேயே இருக்கிறான் என்று நம்பாத எனது எழுத்தாள, அறிவுஜீவி நண்பர்கள் பலரும் தன்னைத்தான் நான் இஸ்மாயில் என்ற கதாபாத்திரமாக உருவகித்திருக்கிறேன் என்று நினைத்துக்கொள்வார்கள் போல – என்னிடமே பலதடவை குறிப்பிட்டிருக்கிறார்கள்.

முழுக்க வெளுத்த தலை. முகத்தில் நிரந்தரமான இளிப்பு. எழுத்தில் இருந்த பிரகாசமான ஆளுமைக்குச் சற்றும் பொருத்தமில்லாத மனிதச் சாயல் ஒன்று எதிரில் இருப்பதை வியந்தவாறே வணக்கம் சொன்னான் சடகோபன்.

பக்கத்திலிருந்த முக்காலியைச் சுட்டிக்காட்டி உட்காரச் சொன்னார். மேசை அழைப்புமணியின் தலையில் நீட்டிக் கொண்டிருந்த குமிழை ஓங்கி அடித்தார். அது கிளப்பிய ஒலி மெல்ல மிதந்து பின்கட்டை நோக்கிச் செல்வது வெறும் கண்ணுக்கே தென்படுகிற மாதிரி உணர்ந்தான் சடகோபன்.

அழுக்கான சீருடையுடன், செயற்கையான பணிவுடன் வந்து நின்ற இளைஞனிடம் காஃபி சொல்லி அனுப்பினார் திருவரங்கம். இவனைப் பார்த்து,

எங்கேர்ந்து வர்றீங்கெ?

என்றார்.

மதுரெ.

ஓ. என்ன விஷயமா வந்திருக்கீய.

இன்னாரென்றே தெரியாதவனிடம் இவ்வளவு உற்சாகமாகப் பேச்சு தொடங்குகிறாரே, என்ன காரணம் என்று குழம்பிக் கொண்டிருந்தவன், சடாரென்று காரணத்தை உணர்ந்தான். தென்தமிழ்நாட்டுக்காரர்தான் அவரும். திருவரங்கம் என்பது புனைபெயர். நடைமுறைப் பெயர் செண்பகராமன். மனம் சற்று சமனப்பட்டது.

இங்கே ஒரு குடும்ப ஃபங்ஷன்.

எங்கெயோ?...

சொன்னான். அவர் அதற்கும் அநாவசியமாகச் சிரித்தார்.

...நம்ம புஸ்தகம் எல்லாத்தையும் வாசிச்சிருக்கீயளோ?

இல்லே. வல்லூறு மட்டும்தான்.

மறுபடியும் பெரிதாகச் சிரித்தார்.

வேறெ யாரெயெல்லாம் வாசிச்சிருக்கீய?

சுந்தர ராமசாமி, அம்பை, தி ஜானகிராமன், அசோகமித்திரன் என்று வரிசையாகப் பெயர்களை ஒப்பித்துக்கொண்டே போனான். கே பி சகுந்தலா என்ற பெயர் உதிர்ந்த மாத்திரத்தில், திருவரங்கம் இவனைப் பார்த்துக் குனிந்தார். ரகசியமான குரலில்,

அவ படு மோசமான பொம்பளை தெரியுமோ? எனக்குத்

தெரிஞ்சே இதுவரைக்கும் ஏளூ பேத்தோடெ படுத்திருக்கா. அதுலெ மூணு பேரு எளுத்தாளந்தான். நம்ம பூர்விக ஊருக்குப் பக்கத்து ஊருதாம்லா அவ.

வயிற்றைக் குமட்டுகிற மாதிரி உணர்ந்தான் சடகோபன். சட்டென்று எழுந்தான்.

ஒரு நிமிஷம். இந்தா வந்துர்றேன் ஸார்.

என்று அறிவித்துவிட்டு, அவருடைய பதிலுக்காகக் காத்திருக்காமல் விடுவிடுவென்று வெளியேறினான். பின்கட்டிலிருந்து பித்தளை டபரா தம்ளருடன் வெளிப்பட்டவர், இவனது பின்புறத்தைப் பார்த்து 'ஸார், ஸார்' என்று கூப்பிடுவது காதில் விழாதது மாதிரி வேகமாக எட்டுவைத்தான். பஸ் ஸ்டாண்டை நோக்கி வேகமாக நடந்தான்.[41]

ஊர் திரும்பியதும், யதேச்சையாக நடந்த மாதிரி, யாரோ ஒரு நண்பர் 'வல்லூறு' நாவலை இரவல் வாங்கிக்கொண்டு போனார். இன்னார்தான் என்பது அழுத்தமாக ஞாபகமிருந்தும், அவரை அடிக்கடி சந்திப்பதற்கான வாய்ப்புகள் கனிந்து கொண்டே இருந்தும், ஒருபோதும் திருப்பிக் கேட்கவில்லை சடகோபன். அந்தப் புத்தகமும், அந்தச் சந்திப்பும் நினைவு எழும்போதெல்லாம், புருஷோத்தமனின் வாக்கியம் ஒன்றும் சம்பந்தமில்லாமல் நினைவு வரும்.

கரன்ஸி நோட்டு மாதிரித்தான் கோபி, புத்தகங்களுக்கும் அதுகளுக்கேயான பிரயாணம் ஒண்ணு உண்டு. ஒரே இடத்திலே தேங்கிக் கிடக்கிறதுக்காக ஒரு புத்தகம் உருவாறதில்லே.

திருவரங்கம் எழுதிய பிற நூல்களை வாங்கிப் படிக்க வேண்டும்

---

41 இஸ்மாயில் சொல்லி முடிக்கட்டும் என்றுதான் காத்திருந்தேன். இது அவனுடைய வாழ்க்கையில் நிஜமாகவே நடந்த சம்பவத்தின் இன்னொரு வடிவம்தான். பெங்களூரில் வசித்த தமிழ் எழுத்தாளர் ஒருவரைச் சந்திக்கப் போனான் இவன். பாபர் மசூதி இடிக்கப்பட்ட சமயம் அது. சதா தலை நடுங்கிக்கொண்டிருந்த தகப்பனாரை நிம்ஹான்ஸ் மருத்துவமனையில் கொண்டு காண்பிப்பதற்காகச் சென்றவன், 'பயப்படுகிற மாதிரி ஒன்றும் இல்லை, வயோதிகம் முழுசாக வந்திறங்கிவிட்டதன் அறிகுறிதான்' என்று மருத்துவர்கள் சோதித்து உரைத்ததன் பேரில் நிம்மதியானான். மறுநாள் இரவு ஊர் திரும்புவதற்குத்தான் ரயிலில் முன்பதிவு கிடைத்திருந்தது. சும்மாயிருப்பானேன் என்று நண்பர்கள் மூலம் கேள்விப்பட்டிருந்த ஸெலக்ட் பழைய புத்தகக் கடைக்குப் போக முடிவுசெய்தான். போகும் வழியில்தான் சம்பந்தப்பட்ட எழுத்தாளர் வசித்த பகுதி.

அவர் இவனிடம் பெண் எழுத்தாளர் யாரையும் பற்றிப் புறணி பேசவில்லை. இவன் பெயரைச் சொல்லி அறிமுகப்படுத்திக் கொண்டதும், 'முஸ்லிமா ?' என்று முகத்தைச் சுளித்தாராம். வெளியேறுவதற்கு அதுவே போதுமானதாக இருந்தது.

என்றும் சடகோபன் மெனக்கெடவில்லை.

ஒரே கணத்தில் திருவரங்கம் வழங்கிய கசப்புக்கு மாற்றாக அழகுராஜனின் சந்திப்பு நிகழ்ந்தது. வேந்தன்பட்டியில் ஒரு கல்யாணத்துக்காகப் போயிருந்தான் சடகோபன். மணமகன் நாக. ஏகப்பன் இவனுடன் கல்லூரியில் படித்தவன். பட்டப் படிப்பு முடித்த இரண்டாம் வருடம் திருமணம். அதுவே தாமதம் என்று பிற நண்பர்கள் சொன்னார்கள். ஏகப்பனின் சமூகத்தில் பட்டப்படிப்பு முடிந்தவுடனே ஆண்களுக்குத் திருமணம் செய்துவைத்துவிடுவார்களாம். பெண்களுக்கு அது கூட வேண்டியதில்லை. ருதுவானாலே போதும்.

திருமணம் முடிந்து திரும்பும்போது பொன்னமராவதி என்ற ஊர்ப்பெயரைப் பார்த்ததும் அழகுராஜன் நினைவு வந்தது. பேருந்தைவிட்டு இறங்கி தபால் அலுவலகத்தைத் தேடிப் போனான். அழகுராஜன் அங்கேதான் எழுத்தராகப் பணிபுரிகிறார். அத்தோடு, அவர்களது ஊழியர் சங்கத்தில் மாநிலப் பொறுப்பு ஒன்றிலும் இருக்கிறார்.

அற்புதமான சந்திப்பு அது. வாஸ்தவத்தில் அழகுராஜனின் முதல் இரண்டு தொகுப்புச் சிறுகதைகள் மீது புருஷோத்தமனுக்கு இருந்த அதே அபிப்பிராயம்தான் சடகோபனுக்கும். தாம் நினைக்கிற இடத்துக்குக் கதாபாத்திரங்களைக் கொண்டு நிறுத்தும் விதமாகத்தான் சம்பவங்களை உருவாக்குவார் அழகுராஜன். அவர்கள் அனைவருமே இடதுசாரிக் கட்சி உறுப்பினர்கள் என்பது வெளிப்படையாகச் சொல்லாமலே தெரியவரும்.

மூன்றாவது தொகுப்பு வெகுவாக வித்தியாசப்பட்டிருந்தது. அழகுராஜன் தமக்கென்று அமைத்துக்கொண்ட அதே மொழி நடைதான். ஆனாலும், கதாபாத்திரங்களின் வார்ப்பிலும், அவர்களின் உறவுநிலைகளிலும் அபூர்வமான ஈரம் வந்து படிந்துவிட்டது என்பார் புருஷோத்தமன்.

அழகுராஜன் என்ற புனைபெயர் கொண்ட சோம. சுப்பையா அபூர்வமான மனிதர். சக எழுத்தாளர்களுடன் பழகும் விதத்துக்கு சடகோபனுக்கு முன்னுதாரணமாக அமைந்த சந்திப்பு அது.

‘மதுரையிலேயே புருஷோத்தமன் னு ஒரு எழுத்தாளர் இருக்காரே தம்பீ’ என்று அவர்தாம் முதன்முதலில் சொன்னார். புருஷோத்தமனின் விலாசத்தையும் கொடுத்தார்.

அதன் பிறகு பலமுறை அவரைச் சென்று சந்தித்திருக்கிறான். கடைசியாக அவரைப் பார்க்கப் போன சந்தர்ப்பம் மூன்று

காரணங்களால் விசேஷமானது. முதலாவதைச் சொல்லவே வேண்டியதில்லை, கடைசித் தடவை என்பது விசேஷம் இல்லையா? இரண்டாவது, அந்த முறை, பரிமளாவுடன் தனக்கு நடக்கவிருக்கும் திருமணத்துக்கு அழைப்பிதழை நேரில் கொடுக்கச் சென்றிருந்தான். மூன்றாவது, அன்று அவர் விவரித்த சம்பவம். என்றுமே மறக்க முடியாதது.

...தம்பீ, 'மொதோ ரெண்டையும் மாதிரி இல்லையே, மூணாவது புஸ்தகம் வேற மாதிரி இருக்கே' ன்னு முன்னே ஒரு வாட்டி கேட்டீய இல்லியா? அன்னைக்கி நான் தலையாட்டிச் சிரிச்சுட்டு விட்டுப்பிட்டேன். ஞாவகமிருக்கா?[42] அந்த வித்தியாசத்தைப் பலபேர் குறிப்பிட்டுச் சொல்லியிருக்காக. எனக்கும் அப்பிடி ஒண்ணு இருக்குன்னுதேன் அபிப்பிராயம். ஆனா, அப்பிடி இருக்கத்தானே செய்யும்? ஒரே ஒரு நிமிசம் போதும் தம்பீ, ஒலகம் தலைகீளா மாறீரும். அப்பேர்ப்பட்ட நிமிசம் எனக்குக் கல்கத்தாவுலே வாய்ச்சது.

சங்க மாநாட்டுக்காகப் போயிருந்தன்.

என்னை மாதிரியே தன்னார்வத் தொண்டரா ஓடியாடி வேலை பாத்த ஒரு பொம்பளை மொதோ வாட்டி பாத்ததுமே மனசிலே பதிஞ்சிருச்சி. ஊர்மிளா சத்பதின்னு பேரு. நல்ல ஒசரம். ஒல்லின்னு சொல்லீற முடியாதபடி லேசாப் பூசுன மாதிரி உடம்புவாக்கு. மறுபடி மறுபடி பாத்துக்கிட்டேயிருக்கச் சொல்ற மொகம். எட்டணா சைஸுக்கு ரத்த நெறத்துலெ ஒட்டுப்பொட்டு. வகுட்டுலெ அப்புன குங்குமம். அம்புட்டுத் திருத்தமான மொகத்தெ நான் வேறெங்குட்டும் பாத்ததேயில்லே தம்பி. நான் பாக்குறப்பவெல்லாம் கண்ணுக்குக் கண்ணு சந்திக்கிற மாதிரி ஆயிரும். சிரிச்சுக்கிருவம். ரெண்டா நா காலையிலேயிருந்து 'ஊர்மீ, சுப்பூ' ன்னு பரஸ்பரம் கூப்பிட்டுக்கிர்ற அளவு நெருங்கீட்டம்.

தட்டாம்பூச்சி கணக்கா சதா ஓடிக்கிட்டேயிருக்கும் அந்தப் பொண்ணு. எங்களுக்குப் பந்தி பாக்குற வேலெ. திடீர்னு எங்கிட்டெ வந்து கையெ நீட்டும். பாதியா விண்ட சுவீட்டு. மீதியெ அது ஏற்கனவே மென்னுக்கிட்டிருக்கும்.

---

42 கதையைச் சொல்லும்போது இஸ்மாயில் இயல்பான மொழி வழக்கில் தான் சொன்னான். அவன் சொன்ன பிரதேசம், பெயர்கள் இவை சார்ந்து அழகுராஜனின் பேச்சுமொழியை நானாகவே வடிவமைத்தேன். பள்ளிக் காலத்தில் எங்கள் வீட்டுக்கு அருகில் மீனாட்சி பேங்கர்ஸ் என்ற பெயரில் அடகுக்கடை நடத்திய ஆரெம். ராமநாதன் அவர்களின் குடும்பத்தில் ஒருவனாகப் பழகியிருக்கிறேன் என்பது இதற்கு உதவிகரமாக இருந்தது.

மூணு நாளும் ஓயாமெப் பேசிக்கிட்டே இருந்தம். எனக்கு இங்லீஷ்லெ நல்லா வாசிக்க முடியும். பேச மட்டும் வராது. அந்தப் பிள்ளைக்கும் அப்பிடித்தானாம். அதோடெ இங்லீஷ்லெ ஷ வே கிடையாது. positionங் குறதெ பொசிஜன்ங்கும். ஆனா, மனசு ஒட்டிப் போச்சுல்ல, பேசுறது கஷ்டமாவே இல்லே.

மாநாடு முடிஞ்ச மக்யாநா, எனக்கு மத்தியானம் ரெண்டரை மணிக்கி வண்டி. அந்தப் பொண்ணு ராத்திரி வண்டியிலெ கட்டாக் திரும்புது. காலையிலெ பத்தரைக்கெல்லாம் வளியனுப்ப வந்துருச்சு. நல்ல வெய்யில் அன்னைக்கி. வேர்த்து வேர்த்துக் கொட்டுது. ஆனா, ரெண்டுபேத்துக்கும் கொஞ்சம்கூட ஒறைக்கலே. ஸ்டேசன்லெ அமக்களப்பட்ட கூச்சல் கும்மாளங்களுக்கு மத்தியிலே உக்காந்து பேசிக்கிட்டிருந்தம். இன்னதுன்னு இல்லாமெ என்னான்னாத்தைப் பத்தியெல்லாமோ பேச்சு.

அது புருசனெப் பத்தி, புள்ளெகளெப் பத்தி, அப்பிடியாக் கொத்த குடும்பமும், தாம்பாளத்திலே வச்சுத் தாங்குற வீட்டுக்காரரும் அமையிறதுக்கு தான் எம்புட்டுக் குடுத்து வச்சிருக்கணும்ங்கிறது பத்தின்னு வாய் ஓயாமெப் பேசிச்சு. நான் என்னோடெ பூர்விகம், பொஞ்சாதி, ஒடம்பொறப்பு, ஊர் நெலவரம்னு சொல்லிக்கிட்டிருந்தென்.

வண்டி கிளம்பப் போகுது. தோளர்கள்லாம் உள்ளாறே ஏறி ஒக்காந்துட்டாக. இந்தப் பிள்ளைக்கிக் கொரல் கம்முது. ‘பாப்பம் சுப்பூ, இன்னம் எத்தனெ வருசம் களிச்சுப் பாக்குறமோ’ ன்னு சொல்லுது. ‘ரயில் கிளம்புறந் தன்னியும் இருக்க மாட்டேன்’ ங்குது. ‘ஆமா, மனசு வலிக்கும் — ரெண்டுபேருக்கும்’ னு குனிஞ்ச தலெயோடெ பதில் சொல்லி நான் முடிக்கலே, சொன்னா யாருமே நம்ப மாட்டாக தம்பீ, படக்குன்னு என்னை மாரோடெ இறுக்கிக் கட்டிப் பிடிச்சு கன்னத்திலே அளுத்தமா முத்தீருச்சு.

நெசம்மாவே அது மந்திரக் கணம்தான் தம்பி. இன்னது செய்யிறம்னு தெரியாமலே இன்னொரு கன்னத்தெக் காட்டுனென். அந்தப் பொண்ணு கன்னத்துலெ நான் ஒரு முத்தம் குடுத்தேன். அது அளவுக்கு அளுத்தமாக் குடுக்க வரலே. உள்ளுக்குள்ளெ ஏதோ ஒண்ணு அதைரியப் பட்டுச்சு.

அம்புட்டுத்தேன். ரயில் கிளம்பீருச்சு. அந்தப் பிள்ளெ கையாட்டிக்கிட்டே நின்ன உருவம் கண்ணைவிட்டு மறைஞ்சாலும் மனசெவிட்டு மறைவனாங்குது.

இந்த மாதிரி ஒண்ணு நடந்துட்ட பிறகு, மனசோட கற்பனா சக்தி வளர்ற விதமும், செயல்படுற விதமும் இருக்கே, ங்கப்பங்கப்பா, சொல்லித் தீராது.

அவ எங்கிட்டே மயங்கீட்டாங்குறதிலே எனக்கு சந்தேகமேயில்லே. நான் எளுத்தாளன் இல்லியா, அதுதான் அவ மயக்கத்துக்குக் காரணம். ம்ஹூம். நான் ஊளியர் சங்கத்திலே முக்கியஸ்தன் இல்லியா, அதுனாலதான். அட, அதுவும் இல்லே. நான் பேரளகன் இல்லியா, அதுலெ தான் சொக்கீட்டா. நடெயுடெ பாவனெகள்லெ எம்புட்டு நாகரிகமா இருக்குறவென். இவனெப் பிரியுறமேன்னு நெனச்சதிலெ கட்டுப்பாடு தளந்துருச்சு போலெ...

சிகரெட் புகையை, திறந்து கிடக்கும் மார்பில் மொசமொசத்த ரோமக்கொத்துகளின்மீது ஊதிக்கொண்டார் அழகுராஜன். சற்றே கவிழ்ந்த நிலையில் அவரது அகலமான நெற்றியும், கூர்மையாய் இறங்கும் நாசியும், இரண்டு கன்னங்களிலும் பசுமை போர்த்திய ரோமக்கட்டும், அமர்ந்த நிலையிலேயே புலப்படும் ஆறடிக்குக் குறையாத உயரமும், லேசாய்ப் பளபளக்கும் தாமிர நிறமும் சடகோபனின் கவனத்தில் முதன்முறையாகத் தைத்தன.

...அடுத்தடுத்த நிலைகளுக்கு மனசு நகந்துக்கிட்டேயிருக்கு. யோசனையிலேயும் சரி, ராத்திரிக் கண்ணசந்தவொடனே வந்து அப்பிக்கிர்ற கனவுகள்லெயும் சரி, அம்மணமாக் கிடந்து அல்லாடுறா அவ. ஆறுதலாவும், வன்மமாவும் அவளை ஓயாமெக் கையாள்றேன். ‘ஊர்மி, ஊர்மீ’ன்னு பொலம்பின மணியமா, செல்ல நாய் மாதிரி கொஞ்சித் தள்ளுறேன்.

ஆனா, இப்ப யோசிக்கும்போது, மத்தப் பாலூட்டிகள் மாதிரி ஒடம்போடெயும் பருவத்தோடெயும் நிறுத்திக்கிறாமெ பாலுணர்வை மனசோடெ விசயமா மாத்திக்கிட்டது மனுசகுலத்துக்கு நிகழ்ந்துட்ட மாபெரும் விபத்துன்னு தோணுது தம்பீ. ஒரேயொரு ஸெக்கண்டு தளுவிக்கிட்டதும், ஒரேயொரு எச்சி ஒரசலும்தானே. களுதெ என்னா பாடு படுத்தீருச்சு...

இந்த முறை சிகரெட்டை மிகவும் ஆழ இழுத்தார். பேரோசையுடன் வேகமாக ஊதிய புகைக்கொத்து அடர்ந்தும் பெரிதாகவும் இருந்தது.

. . . மக்யா நா, பகல் கொஞ்சம் கொஞ்சமா முத்திக்கிட்டு வர்ற நேரத்திலே கோதாவரியைத் தாண்டுது ரயில். சமுத்திரம் மாதிரி விரிஞ்சு கிடக்கிற ஆத்துப்படுகை மேல

பாலத்துலெ மெதுவா ஊருது, நத்தை மாதிரி. இப்பொத் தோணுது, அது மாதிரி அகண்டு கிடக்கிற திறந்த வெளியைப் பாக்கிறபோது பார்வையும் மனசும் விரிஞ்சிக்கிட்டே போற அனுபவத்தெ எந்தக் கணக்கிலே வய்க்கிறது?

சடார்னு வேற ஒரு யோசனெ மின்னல் மாதிரிக் குறுக்காலே ஓடிக் கடந்துச்சு. ஊர்மிளா சத்பதி நான் கற்பிதம் பண்ணிக்கிர்ற பிரகாரமெல்லாம் இல்லாமெ, நெசமான, **கபடமில்லாத அன்பு காரணமாக்கூட**[43] என்னை அணைச்சிக்கிட்டிருக்கலாம் இல்லியா? ஷாக் அடிச்ச மாதிரி ஆயிருச்சு. பொல்லுனு வேர்த்திருச்சு தம்பீ. உள்ளுக்குள்ளாறெ, முன்னமே சொன்னனே, அந்த ஏதோ ஒண்ணு, கூசிக் குறுகுது. மானசீகமா என் மூஞ்சியிலே நானே காறிக் காறித் துப்பிக்கிட்டேன்.

அப்பொ எனக்கு என்னா, நாப்பத்திச் சொச்சம் இருக்கலாம். அந்த முற்பகலோடெ, பொம்பளை ஒடம்பு சம்பந்தமா உள்ளுக்குள்ளெ தன்னிச்சையான சித்திரங்கள் உருவாறது நின்னே போச்சு. நானும் என் கதைகள் வழியா வேற என்னாத்தையோ தேடுற ஆளா மாறிப் போனேன்...

சிரித்தார். இத்தனை நேரமும் பீடித்திருந்த இறுக்கத்திலிருந்து முழுக்க மீண்டு வந்துவிட்ட மாதிரி முகம் இளகியிருந்தது. அவருடைய மனைவி இவர்கள் இருவருக்கும் தேநீர் கொண்டு வந்து வைத்தார். மூன்றாவதாய் இருந்த பிரம்பு நாற்காலியில் சாவதானமாக அமர்ந்தார்.

அந்த அம்மாளுக்கும் அழகுராஜனுக்கும் உள்ள உறவு, நண்பர்கள் மற்றும் வாசகர்கள் மத்தியில் பிரசித்தமானது. நள்ளிரவில் நண்பர்களோடு உரையாடிக்கொண்டிருக்கும்போது, இரண்டாம் உலகப்போர் பற்றியோ, தமிழ்க்கவிதையின் ஒரு வரி பற்றியோ, ஜானகிராமனின் சிறுகதை ஒன்றில் வரும் கதாபாத்திரம் பற்றியோ, ஜி நாகராஜன் சிறுகதைத் தலைப்பு பற்றியோ இவருக்கு சந்தேகம் வந்துவிடும். படுக்கையறைக்குள் சென்று,

மெய்யம்மே... ஏத்தா, மெய்யம்மெ...

என்று ஆழ்ந்து உறங்கும் மனைவியை எழுப்புவார். உரிய பதிலைச் சொல்லிவிட்டு உறக்கத்தைத் தொடர்வார் அந்தப் பெண்மணி...

...இம்புட்டுக் கதையையும் எதுக்காகச் சொன்னேன்னா...

மறுபடியும் சிரித்தார் அழகுராஜன். அந்த அம்மாளும் சிரித்தார்.

---

43 இந்தச் சொற்றொடருக்கு அழுத்தம் கொடுக்க வேண்டும் என்பது இஸ்மாயிலின் உத்தரவு.

வசீகரமான, பளீரென்ற, பல்வரிசை. குழந்தைமை கொஞ்சமும் அகலாத முகம். கன்னத்தில் குழிவிழும்போது, முதுமையால் ஒருபோதும் தீண்ட முடியாத பரிமாணமொன்று அந்த அம்மாளுக்குள் நிலைகொண்டிருக்கிற மாதிரி உணர்ந்தான் சடகோபன்.

... இம்புட்டையும் நான் சொல்ல வந்த காரணமே வேறெ... ஊர்லெருந்து வந்தவொடனே, இப்ப ஒங்ககிட்டெச் சொன்னதெவிட விரிவாவும் நுணுக்கமாவும் என் வீட்டுக்காரம்மாகிட்டெச் சொன்னேன். அவுங்க என்னா செஞ்சாங்கங்கிறீங்க?...

அந்த அம்மாளின் முகம் அவசரமாகச் சிவந்தது. தலையைக் கவிழ்த்திக்கொண்டார்.

...அதெ விடுங்க. உங்க கல்யாணத் தேதியிலே ஹைதராபாத்திலே எங்க சம்மேளன மாநாட்டுலெ இருப்பேன். இந்த வாட்டி இவுங்களையும் கூட்டீட்டுப் போகுறதாத் திட்டம்... நேர்ல வர முடியாட்டி என்ன, என் மனசு அன்னைக்கிப் பூரா ஒங்ககிட்டேத்தான் இருக்கும் . . .

என்று இவன் கையை இறுகப் பற்றிக் குலுக்கினார்.

...இப்ப சொன்னனே, அந்த சம்பவத்தெ ஒருபோதும் எளுதுறதில்லேன்னு ஒரு வைராக்கியம். புனிதம் அது இதுன்னு காரணமில்லே. ரொம்ப அந்தரங்கமானது ன்னு ஒரு நெனப்பு. எங்க வீட்டம்மாவைத் தவுத்து, ஒங்க கிட்டெ மட்டும்தான் சொல்லியிருக்கேன். ஒங்க கல்யாணத்துக்கு நான் குடுத்த சிறப்புப் பரிசுன்னு வச்சிக்கங்களேன்...

கணவனும் மனைவியும் சந்தோஷமாகச் சிரித்தார்கள்.

எப்போதும் ஓரிரு இரவுகள் தங்கி மனம் முழுக்கப் பிரியத்துடனும், இரண்டு கைகளிலும் தொங்கும் பைகள் நிறையப் புத்தகங்களுடனும் திரும்பி வருவான் சடகோபன். அந்த முறை இரவு தங்கவில்லை. மதுரையில் இன்னும் ஏகப்பட்ட பேருக்கு அழைப்பிதழ் கொடுக்க வேண்டியிருந்தது.

புருஷோத்தமனை சந்திக்கக் கிடைத்த சாயங்காலத்தில் மேற்படி சம்பவத்தை ஒரு சொல் விடாமல் ஒப்பித்தான். அவர் இதமான குரலில் சொன்னார்:

இப்பப் புரிஞ்சுபோச்சு பாத்தீங்களா? அவர் வீட்டம்மாகிட்டெ ஒப்புக்குடுத்த அதே தோரணையும் நேர்மையும் வாசகர்கள்கிட்டெத் தன் எழுத்து வழியாப் பேசும்போதும் செயல்பட ஆரமிச்சிருச்சு. அதுதான் அவர்

கதைகள்லெ வந்த மாற்றம். என்ன சொல்றீங்க?

முழுக்கச் சரி என்று பட்டது சடகோபனுக்கு. வேகமாகத் தலையாட்டினான்.

ஆனால், அழகுராஜன் ஹைதராபாதுக்கும் போக முடியாமல் போனது. சடகோபன் சென்று வந்த மறு வாரம் தொழிற்சங்க வேலை நிமித்தமாகக் காரைக்குடி போனவர், இரண்டாம் ஜாமத்தில் 'நெஞ்சு வலிக்கிறது' என்று சொல்லியிருக்கிறார். தோழர்கள் சென்று வாடகைக்கார் பிடித்து வருவதற்குள் 'நெருப்பு மாதிரி நெஞ்சுக்குள் எரிகிறது' என்று துடித்தாராம். மருத்துவமனை வாசலில் தள்ளுபடுக்கைக்காகக் காத்திருக்கும்போது அசைவு நின்றுவிட்டது. வாசலுக்கே வந்து பார்த்த இரவுநேர மருத்துவர், அழகுராஜன் இறந்துவிட்ட தகவலை அறிவித்தார்.

...அழகுராஜனின் சடலத்தைச் சுமந்துகொண்டு கிளம்பிய வேனின் பின்னால் ஊர்வலம் புறப்பட்டது. மணிக்கணக்காகக் குளிர்ப்பெட்டிக்குள் இருந்ததால் ரத்தம் சுண்டி வெளுத்த உள்ளங்கால்களைப் பார்த்ததில் மனம் வெகுவாகக் கலங்கியிருந்தது. அந்தக் கால்களைப் பார்க்கப் புறப்பட்டு வந்திருக்கக் கூடாது என்று ஒரு கணம் தோன்றியது. அவற்றின் பிம்பம் இனி வாழ்நாள் பூராவும் நினைவில் இருந்து வதைக்கப் போகிறது என்று அச்சமாய் இருந்தது. எரியூட்டும் இடம்வரை சென்றால், இதைவிடவும் மோசமான பிம்பம் உள்ளே குடியேறிவிடுமோ என்ற பயத்தில் ஊர்வலத்தின் வாலாக மீந்து விலகினான்.

கூட்டம் முழுக்க வடிந்தபிறகு சட்டென்று நிலவிய வெறுமையைப் பார்த்துக்கொண்டு நின்றான். நிலைவாசல் திண்ணையில் சரிந்திறங்கும் கூரைவிளிம்பைப் பிடித்தபடி நின்ற, கைவைத்த பனியன் அணிந்த, அழகுராஜன் இவனைப் பார்த்து வாஞ்சையுடன் சிரித்தார். 'வாங்க தம்பீ' என்றார். இருவருமாய் உள்ளே சென்று அமர்ந்ததும், உள்புறம் திரும்பி, 'மெய்யம்மே...' என்று குரல் கொடுத்தார். துணைவியார் உள்ளே நடந்துவரும் ஒலி கேட்டதும், தலையை மீண்டும் திருப்பி 'நம்ம சடகோபன் வந்திருக்காருத்தா' என்றார்.

சற்றுமுன்வரை வளாகம் முழுவதும் நிரம்பியிருந்த எழுத்தாளர்களும் கவிஞர்களும் நிம்மதியற்று அலைந்து கொண்டிருந்த காட்சி மனத்தில் மீண்டும் எழுந்தது. சடகோபன் அடிக்கொரு தடவை வீட்டுக்குள் சென்று மோனத்தில் உறைந்து கிடக்கும் அந்த வெளுத்த முகத்தை, மோவாய்க்கட்டையுடன் பதிந்து தொய்ந்திருந்த முறுக்கு மீசையை, விழிகளின் புடைப்பு தெரிகிறவிதமாக மூடிக்கிடந்த இமைகளை அடங்காத ஏக்கத்துடன் பார்ப்பதும், பார்த்துக்கொண்டே இருக்கும்போது உள்ளுக்குள்

குமிழிகள் பொங்கி வெடிப்பதை உணர்ந்து வெளியில் வந்து சிகரெட் பற்றவைப்பதுமாக அல்லாடிய காட்சியும்தான்.

இப்போது வந்திருக்கவே வேண்டாம். முழுமையான அரங்கத்தன்மையுடன் பதிவாகியிருக்கும் ஆறு வருட நினைவுகள் போதும் என்று சும்மா இருந்திருக்கலாம். மிக மிக நெருக்கமாய் உணர்ந்த மனிதரின் முழு ஆகிருதி இருந்த இடத்தைக் காலி செய்து வறண்ட இரண்டு உள்ளங்கால்களை நிரப்பிக்கொள்ளவா வந்தோம் என்று சடகோபனின் மனம் பொருமியது.

இதே மனநிலையில் ஊர் திரும்புவது உசிதமல்ல என்றும் தோன்றியது. 'தேவகோட்டையில் சென்று ஓரிரு நாட்கள் தங்கிவிட்டுப் போனாலென்ன' என்று ஓர் எண்ணம் குறுக்கே ஓடியது. அங்கே கலைச்செல்வன் இருக்கிறான். நெருக்கமான, இதமான, நண்பன். ஆனால், அவனும் அழகுராஜனின் எழுத்தில் மிகுந்த பற்று உள்ளவன். ம்ஹூம்... சரியில்லை. அழுத்தம் இன்னும் அதிகமாகத்தான் ஆகும்.

தெரிந்த இடம் எதற்கும் போகவேண்டாம்... சரி, தெரியாத இடத்துக்குப் போகலாம் என்றால் அங்கே போனவுடன் அது தெரிந்த இடமாகிவிடாதா? எங்கே சென்றாலும் உடன் தொடரும் துக்கம் தானாக மங்கும்வரை காத்திருக்க வேண்டியதுதான்.

பேருந்து நிலையத்தை நோக்கி நடக்கத் தொடங்கினான். திருவரங்கம் — அழகுராஜன் என்ற இரண்டு எல்லைகளை வைத்துக்கொண்டு ஒரு சிறுகதை எழுதலாமே என்று திடீர் யோசனையொன்று உதித்தது... புருஷோத்தமனைச் சீக்கிரமாகச் சந்தித்து, மேற்படிக் கதையைப் பற்றி விரிவாகப் பேச வேண்டும் என்று தோன்றியது. அழகுராஜனின் இறுதிச் சடங்குக்கு அவர் ஏன் வரவில்லை என்ற ஆச்சரியம் ஒரு கணம் எழுந்து அடங்கும்போதே, நடையில் வேகம் கூடியது

ஒரு விபத்து

ஆனால், புருஷோத்தமன் பரிச்சயமாவதற்கு முன்னரே, சில சமாசாரங்கள் நிகழ்ந்து தீர்ந்திருந்தன — சடகோபனை எழுத்தாளனாக்கியே தீர்வது என்ற தீவிர முனைப்புடன். உதாரணமாக, சென்னையில் — அப்போதைய மெற்றாஸ் — நேர்முகத் தேர்வுக்குப் போய்விட்டுத் திரும்பும்போது நடந்த சம்பவம்.

நாலே நாள் அவகாசத்தில் நேரில் ஆஜராகும்படிக் கடிதம் வந்தது. பொதுத்துறை நிறுவனம். வேலை கிடைத்துவிடும் என்ற நம்பிக்கை தரும் அளவுக்கு இதமாக நடந்த நேர்காணல்.

ஆனால், வெளியே வந்து, பதட்டம் முழுக்க வடிந்து, தேர்வுக்காக வந்திருந்த மற்றவர்களுடன் அளவளாவியபோதுதான் தெரிந்தது — எல்லாருக்குமே இதே உணர்வு வரும் விதமாகத்தான் நேர்காணல் நடந்திருந்தது என்பது. எல்லாருக்குமா வேலை கிடைத்துவிடும்?

அரசுப் பேருந்தில் ஊருக்குத் திரும்பினான். அரசுடைமை ஆகிய முதன்முதல் வண்டி போலும். முதுமையின் பளு தாங்காமல் கொடகொடவென ஆடியது. ஒவ்வொருமுறை ப்ரேக் போடும்போதும், உயிர் பிரியும் தறுவாயில் இருமும் தமிழ் சினிமாத் தகப்பனைப் போலத் துடித்தது. இதெல்லாம் ஒரு விஷயமேயில்லை என்கிற மாதிரிக் கண்மூடித்தனமான வேகத்தில் வண்டியைச் செலுத்தினான் இளம் ஓட்டுநன்.

எதிர்வரும் வண்டிகளுக்கு பீதியை வாரிவாரி வழங்கியவாறு இருளுக்குள் பாய்ந்துகொண்டிருந்தது பேருந்து. ஸ்டீயரிங் சக்கரத்தை விசையாக ஒவ்வொருமுறை திருப்பும்போதும், ‘நாராயணா’ என்று சன்னமான குரலில் அரற்றியபடி அலை மோதிய பெரியவர் சடகோபனுக்கு அடுத்த இருக்கையில். நெற்றி நிரம்பத் திருமண் இட்டிருந்தார். குறைந்தபட்சமாக, எழுபது வயதையாவது தாண்டியிருப்பார்.

வலதுபுறம், ஓட்டுநருக்கு நேர் பின்னால் இருந்த இருக்கையில் ஓர் இளம் ஜோடி இருந்தது. ஜன்னலில் சாய்ந்து அவன் தூங்கிவிட்டான் — தாம்பரம் தாண்டுவதற்கு முன்பே. அவள் கையில் பிடித்த வாக்மேனில் எதையோ ரசித்துக்கொண்டிருந்தாள். அய்வா. ட்ரான்ஸிஸ்டரும், மூடியில் ஈக்வலைஸரும் உள்ள புதிய மாடல். பக்கவாட்டில் தெரிந்த அவளது முலைத் திரட்சியும், வேலை கிடைத்ததும் வாங்க வேண்டியவற்றின் பட்டியலில் முதல் ஐந்து இடங்களுக்குள் இருந்த வாக்மேனும் சடகோபனைத் தொந்தரவு செய்துகொண்டே வந்தன.

ஒருவழியாக, எல்லா அசவுகரியங்களும் சகஜமான பிறகு, சடகோபன் தூக்கத்துக்குள் வழுக்கினான். பின்னர் ஒருபோதும் இன்னதென்று நினைவுபடுத்திக்கொள்ள முடியாத ரம்மியமான கனவு ஒன்றில் முழுசாக அமிழ்ந்து போனான்.

டமாரென்று ஓசை. கங்கு முற்றிய இரவு படீரென்று வெடித்துச் சிதறிய மாதிரி. உச்சஸ்தாயியில் உடனடியாகக் கிளம்பி ஓலமிட்ட மனிதக் குரல்கள். ஆகாயம் பிளந்து பொழிந்ததுபோல எதுவோ தலையில் சொரிந்து சிதறியது. பரபரத்து எழுந்து நின்றான் சடகோபன். பேருந்தின் தரை சமதளத்தன்மை இழந்து சரிவாகியிருந்தது. ஓரிரு கணங்களில் நிதானம் பிடிபட்டது.

எதிர்ச்சாரிச் சாலையோர மரத்தில் மோதி ஒருக்களித்துச்

சாய்ந்து நின்றிருந்தது பேருந்து. தலையில் கொட்டியது முன்புறக் கண்ணாடி நொறுங்கிய சிதறல்கள்தாம். ஓட்டுநன் ஸ்டீயரிங் சக்கரத்தின்மீது இரண்டு கைகளையும் பரக்க விரித்தபடி கவிழ்ந்து நசுங்கிக் கிடந்தான்.

அவனுக்கு நேர் பின்னால் இருந்த ஜோடி சலனமில்லாமல் நெரிபட்டு அலங்கோலமாகியிருந்தது. உறக்கத்தின் ஆழத்தில், இறந்தது தெரியாமலே இறந்திருப்பார்கள் இருவரும் என்று பின்னாட்களில் அந்தக் காட்சி நினைவுவரும்போதெல்லாம் அடிவயிற்றில் சங்கடத்தை உணர்வான் சடகோபன்.

அவர்களுக்குப் பின்னிருக்கையில் இருந்த கிழவிக்குக் கை ஒடிந்துவிட்டது. பெருங்குரலெடுத்து அலறினாள். பிற பிரயாணிகள் ஜன்னல் வழியாக வெளியேறிக் குதித்தனர். பக்கத்தில் இருந்த கிழவர் என்னவானார் என்று திரும்பிப் பார்த்தான் சடகோபன். அலுங்காமல் கீழே நின்றிருந்தார் அவர். ஜன்னல் வழியாக இறங்கியிருப்பார் போல. திடகாத்திரமான கிழவர்தான்.

நல்லமனம் கொண்ட கார்க்காரர் ஒருவர் வண்டியை நிறுத்தினார். தலைவிளக்குகளின் வெளிச்சத்தைப் பேருந்தின் முன்புறம் பாய்ச்சி உதவினார்.

அத்துவானக் காடு என்று தோன்றிய இடத்தில் எப்படித் தான் அவ்வளவு ஜனங்கள் கூடினார்களோ. சரசரவெனக் கூடியவர்களில் மிகச் சிலர் ஒத்தாசையான காரியங்களில் ஈடுபட, மற்றவர்கள் வேடிக்கை பார்த்துக்கொண்டு நின்றார்கள்.

அந்தப் பெண்ணின் உடம்பை இழுத்துப் போட்டார்கள். அவளுடைய ரவிக்கை கிழிந்து உள்ளாடை நகர்ந்து பளிச் சென்று தெரிந்த இடதுமுலையில் ரத்தம் பூசியிருந்தது. அபத்தமாக உணர்ந்தான் சடகோபன். தனக்குள் அடியாழத்தில் எதுவோ ஒரு கணம் துடித்தடங்குவது தெரிந்தது.

தப்பித்த பயணிகளில் பலரும், பாராமுகமாக விரைந்து செல்லும் பேருந்துகளை நிறுத்தி இடம் கேட்கும் முயற்சியில் இறங்கியிருந்தனர்.

அவர்களோடு சென்று நின்றுகொண்டான். சிறு பத்திரிகை எதிலோ படித்து, தனக்கு மிகவும் பிடித்த கவிதை என்று பின்னாட்களில் புருஷோத்தமனிடம் சொன்ன மாத்திரத்தில் அவர் அகமகிழ்ந்து பொங்கி இவனது ரசனையைப் பாராட்டிய ஜென் கவிதை ஞாபகம் வந்தது:

எல்லாரும் ஒருநாள்
இந்த வழியாகத்தான் வரவேண்டும்
என்பது முன்னமே தெரியும் எனக்கு.

இன்றுதான் அந்த நாள் என்பது தெரியாது.

ஆக, அந்தப் பெண்ணுக்கான நாள் இது. சென்னையிலிருந்து மதுரை போகும் தேசிய நெடுஞ்சாலையில், அரியலூருக்கு அருகில் வாலிகண்டபுரம் என்ற கிராமத்தில் தன்னை நிகழ்த்திக் கொண்டிருக்கிறது.

உள்ளுக்குள் அடைத்துக் கிடந்த பெரும்பாறை ஜல்லிகளாக நொறுங்கிச் சரிந்து கனம் இழப்பதை உணர்ந்தான் . . . விபத்தினால் உடல் முழுவதும் தொற்றியேறியிருந்த நடுக்கம் முற்றாக வடிந்து தீர்ந்து விட்டது.

மற்றவர்கள் வெற்றிகரமாக ஒரு பேருந்தை நிறுத்தினார்கள். சடகோபனுக்கும் இடமிருந்தது. திருச்சிவரை நின்றுகொண்டு போய்விடலாம். இறங்கி டீ குடித்துவிட்டு மதுரைக்கு வேறு பஸ் ஏறலாம்.

அப்போதுதான் கவனித்தான். இவனுக்கு முன்னால் நின்று கொண்டிருந்தவர் திருமண் கிழவனாரேதான். இது ஒன்றும் பெரிய விஷயமில்லை. சடகோபனைத் தொந்தரவு செய்தது வேறொரு விஷயம்.

அந்தக் கிழவனாரின் கையில் அய்வா வாக்மேன் இருந்தது. பாட்டுக் கேட்காது கையில் வெறுமனே வைத்திருந்த வாக்மேனுடைய மூடியின் கீழ்முனையில் அப்பியிருந்த பிசுபிப்பு பேருந்தின் விளக்கொளியில் பளபளத்தது.

இருவருக்கும் குறுக்கே வந்து நின்றார் நடத்நநர். கிழவரின் பார்வையும் சடகோபனின் பார்வையும் நேருக்குநேர் உரசின. கிழவர் அசட்டுச் சிரிப்பு ஒன்றை உதிர்த்துவிட்டு வேறுபுறம் முகத்தைத் திருப்பிக்கொண்டார்.

நின்றிருந்த நடுக்கம் மீண்டும் ஒருமுறை தொற்றி, உடல் முழுக்க மின்சாரம்போல ஓடிக் கடந்து ஓய்ந்த மாதிரி இருந்தது சடகோபனுக்கு.

இதற்குச் சற்றும் குறையாத சம்பவம் இன்னொன்றும் நடந்தேறியது. ஆச்சரியமான ஒற்றுமை, இரண்டுமே மதறாஸிலிருந்து மதுரை திரும்பும்போது நடந்தவை. ஸ்தலத்தில் மட்டும்தான் மாற்றம். இரண்டாவது சம்பவம் நடந்த இடம், எழும்பூர் ரயில் நிலையம்.

ஞாயிற்றுக்கிழமை. மதிய ரயில் புறப்படவிருக்கிறது. நடைமேடையில் ஏகப்பட்ட கூட்டம். சடகோபன் மிகுந்த

உற்சாகத்தில் இருந்தான். செல்லும் திசை நோக்கிய ஜன்னல் இருக்கை கிடைத்திருக்கிறது. சட்டைப்பைக்குள் கொள்ளும் அளவிலான, புத்தம் புதிய அய்வா வாக்மேன் கைவசம் இருக்கிறது. அதில் போட்டுக்கேட்பதற்காக வாங்கிய, இதுவரை கேட்டிராத, பட்டம்மாள் கேஸட் இருக்கிறது. ரயில் புறப்பட்டுத் தாம்பரத்தைத் தாண்டியவுடன் இசைக்கடலில் மூழ்கிவிட வேண்டியதுதான்.

ஆனால், எல்லாத் திட்டங்களையும் ஆர்வமாக முறித்துப் போடும் பெருந்தருணம் ஒன்று பிடரிக்குப் பின்னால் காத்திருக்கிறது என்பது சடகோபனுக்குத் தெரியாது. எதிர் இருக்கையில் கவர்ச்சியாக உட்கார்ந்திருந்த இளம்பெண்[44]ணுக்கும் தெரியாது.

அவள் கையில் ஃபெமினா இருந்தது. பெயருக்குத்தான் அதை வைத்திருந்தாள் என்று சடகோபனுக்குத் தோன்றியது. அவ்வப்போது ஓரிரு விநாடிகள் பத்திரிகையைப் பார்த்துவிட்டு, உடனே தலை உயர்த்தி, ரயில் பெட்டிக்குள் வருகிறவர்களை உன்னிப்பாகப் பராக்குப் பார்த்தாள்.

அளவுக்கு அதிகமான ஒப்பனை. எரிக்கும் நிறத்தில் உதட்டுச் சாயம். என்ன சென்ட்டோ, சடகோபனின் இருக்கைவரை மணந்து தள்ளியது. கையில்லாத ரவிக்கை அணிந்து அதன்மீது அழுந்திப் படிந்திருந்த மெல்லிய சேலை. இழுத்துக் கட்டியதால் உயர்ந்து புடைத்திருந்த முலைகள்.

வடக்கத்திப் பெண்ணாக இருப்பாளோ என்று ஒரு கணம் தோன்றியது. இல்லை, நடைமேடையில் வாழைப்பழம் விற்றவரிடம் சுத்தமான கொச்சைத் தமிழில் விலை விசாரித்து வாங்கினாள்.

இந்தக் காட்சியைப் பார்த்துக்கொண்டும், நுகர்ந்து கொண்டும் மதுரைவரை சென்றாக வேண்டும் என்று நினைக்கவே சடகோபனுக்கு அலுப்பாக இருந்தது. ஆனால், பௌதிகமான இருப்பைவிட, எண்ணத்தில் பதிந்த பிம்பத்துக்கு வலு அதிகம் என்பது அடுத்த அரைமணி நேரத்தில் தெரிய வந்தது — பயணச்சீட்டு சோதகர் வந்தவுடன்.

ரயில் கிளம்புவதற்கான அறிவிப்பு கேட்கிறது. நடைமேடை பரபரப்புக் கொள்கிறது. தள்ளுவண்டிகளின் ஓசை வலுக்கிறது. என்ஜின் அவலமாய்ப் பிளிறுவது உரத்துக் கேட்கிறது. ரயில்

44 நான் சொன்ன கதையில் வந்த பெருமண் ரயில் விபத்தும், அதில் இடம் பெற்ற இளம்பெண்ணும் இந்தப் பகுதிக்கு உந்துதலாயிருந்திருக்கலாமோ என்று எனக்குள் ஓர் ஐயம். இதை உங்களிடம்தான் சொல்கிறேன் – இஸ்மாயிலிடம் சொல்ல வேண்டும் என்று தோன்றவில்லை. அவன் எப்படியும் மறுக்கத்தானே செய்வான்?

லேசாகச் சலனமுறுகிறது. மெல்ல நகர்கிறது.

நடைமேடையின் ஜனப் பிரவாகத்துக்கு வெளியில் எதிர்க் கரையில் நின்று சிரித்துப் பேசிக்கொண்டிருந்த வாலிபர்களில் ஒருவன் மட்டும் விரைந்து ரயிலை நோக்கி வருகிறான். எங்கள் ஜன்னலுக்கு நேரே வந்தவன் ரயிலுடன் இணையாக நடக்க ஆரம்பிக்கிறான்.

ரயிலின் வேகம் சற்று அதிகரிக்கிறது. இளைஞனின் நடை மெல்லோட்டமாகிறது. அவன் நண்பர்களும் இணையாக மறுகரையில் விரைந்து வந்துகொண்டிருக்கிறார்கள்.

எதிர்பாராத கணத்தில் எதிர் இருக்கைக்கு அருகில் உள்ள ஜன்னலில் கை நுழைத்தவன் அந்தப் பெண்ணின் புடைத்த வலதுமுலையை அழுந்த ஒருமுறை பற்றிவிட்டு, கூவென்ற சத்தத்துடன் விலகிக்கொள்கிறான்.

எதிரொலிபோல நண்பர்கள் கூவும் ஒலி பின்தங்குகிறது. இவர்கள் பெட்டி நடைமேடையை விட்டு முழுக்க நீங்கி வெளியேறுகிறது.

அந்தப் பெண் இரண்டு கைகளாலும் முகத்தை மூடிக் கொண்டு குலுங்கினாள். நடந்த சமாசாரத்தை ஏழெட்டுப் பேர் பார்த்திருப்பார்கள். அத்தனை பேரின் கண்களிலும் அதிர்ச்சி நிரம்பியிருந்தது.

பரிசோதகர் வரும்போது ரயில் தாம்பரத்தை நீங்கியிருந்தது. செக்கச் சிவந்த கண்களுடன் ஜன்னலுக்கு வெளியில் வெறித்துப் பார்த்துக்கொண்டு வந்தாள் அவள். மற்றவர்கள் அவரவர் வேலையில் கரைந்து காணாமல் போயிருந்தார்கள்.

பரிசோதகரிடம் கேட்டு வேறு பெட்டிக்கு மாறிப் போய்விட்டாள் அந்தப் பெண். நிம்மதி கெட்டுவிட்ட மாதிரி உணர்ந்தான் சடகோபன். பாட்டுக் கேட்க முடியவில்லை. வேறு யோசனை எதன்மீதும் கவனம் திரும்ப மறுக்கிறது. தாசிக்கு உதவிய சாமியார் கதை மாதிரி[45] ஆகிவிட்டது. ஜன்னலுக்கு வெளியே

45 'அது என்ன கதை?' என்று பிற்பாடு இஸ்மாயிலைக் கேட்டேன். சிரித்துக் கொண்டே சுருக்கமாகச் சொன்னான்:

மூன்று கோவணாண்டிச் சாமியார்கள் ஓடையைக் கடக்க வந்தார்கள். இக் கரையில், ஏகப்பட்ட அலங்காரத்துடன் ஓர் இளம்பெண். அக்கரைக்குப் போக வேண்டியவள். தொடைவரை சுழித்து ஓடும் தண்ணீரில் இறங்குவதற்கு அஞ்சி நிற்கிறாள். இவர்களிடம் உதவி கேட்டாள். ஒரு சாமியார் அவளைத் தன் கைகளில் ஏந்திச் சுமந்து எதிர்க்கரை சேர்ப்பித்தார். நன்றி சொல்லிவிட்டு விடுவிடுவென்று போய்விட்டாள்.

கிட்டத்தட்ட அரை மைல் நடந்த பிறகு இரண்டாவது சாமியார் சொன்னார்: 'ஐயோ, அவள் பெண்பிள்ளையாயிற்றே.'

எதிர்ப்புறம் விரைகிற தரை நெடுகிலும், புடைத்த முலையை இறுக்கிப் பிடிக்கும் கை ஒன்று உருண்டு உருண்டு தொடர்ந்தோடி வந்து சடகோபனைத் தொந்தரவு செய்துகொண்டே இருந்தது.

விழுப்புரம் வரும்போது மனம் சுதாரித்தது. காட்சியை விடுத்து, கேள்விகளின் பக்கம் திரும்பியது.

அந்தப் பெண்ணுக்கு, தான் மறைத்த அங்கத்தின்மீது அந்நியக் கை அழுந்தி விலகிய அனுபவம். அந்தரங்கத்தின் பிம்பம் சேதமுற்ற வருத்தம்.

அழுத்திவிட்டுப் போனவனுக்கு என்ன கிடைத்தது. இன்னொருமுறை பார்க்க வாய்ப்பேயற்ற, அடுக்கடுக்காகத் துணி மூடிய சதைப்புடைப்பைக் கணநேரம் உள்ளங்கையால் தீண்டுவதில் கிடைக்கும் நிறைவு என்ன வகையானது? அது போகட்டும், ஸ்பரிசமேயில்லாமல் வெறும் பார்வைக்குக் கிடைத்த சங்கதி இவ்வளவு படுத்தியெடுக்கிறதே, இதில் எனக்குக் கிடைத்தது என்ன, இழப்பு என்ன?

கேள்விகளின் பிடுங்கல் தாளாமல் கழிவறைக்குப் போனான் சடகோபன். தாழிடும்போது உறைத்தது. காமம் என்பது வெறும் அந்தரங்க உறுப்புகள் மட்டும் சார்ந்தது அல்ல போல. உடம்பின் ஒவ்வொரு கணுவிலும், உடம்பைச் சுற்றி உறைபோலக் கவிந்த, கண்ணுக்குப் புலனாகாத மண்டலம் முழுவதும் அது நிரம்பியிருக்கிறது போல...

அந்த நிமிடம் முதல், காமம் என்பது தன்னனுபவமாக மட்டுமில்லாமல், விசாரணைப் பொருளாகவும் மாறியது சடகோபனுக்கு. தன்னுடைய எழுத்து நெடுகிலும் இச்சை, இணைவேட்கை தொடர்பாக விதவிதமான சந்தர்ப்பங்களையும் சாத்தியங்களையும் கண்டுபிடிப்புகளையும் நிகழ்த்திப் பார்ப்பவனானான்.

ஒரு காதல்

என்றாலும், பெண்ணுடல் தொடர்பாகவும், பெண் மனம்

மூன்றாமவர் சொன்னார்: ‘அதிலும்கூட, தாசியாயிற்றே. ஞானக்கண் சொல்கிறதே?’

சுமந்து கடந்த சாமியார் வியந்தாராம்: ‘அட, அப்படியா? பெண்ணுருவமா அது?!’

இன்னும் அரை மைல் கடந்த பிறகு அவரவர் வாக்கியத்தை மறுபடியும் உதிர்த்தார்கள் மற்ற இருவரும். நமது சாமியார் மறுபடி வாய் திறந்தார் – ‘நான் அந்த உருவத்தை அந்த இடத்திலேயே இறக்கிவிட்டு விட்டேனே.’

‘நல்ல கதை’ என்று சான்றிதழ் தந்தான் சுகவனம். தொடர்ந்து, ‘முலை மேல் அமர்ந்த ஈ’ என்று ஞானக்கூத்தன் கவிதை ஒன்றை நினைவு படுத்தினான்.

தொடர்பாகவும் தனக்குள் சேகரமாகியிருந்த சகல செய்திகளையும் மறுபரிசீலனை செய்யவும், மாற்றி அடுக்கவுமான தேவையை சடகோபன் உணர்ந்தது அவன் வாழ்க்கைக்குள் பரிமளா வந்து சேர்ந்த பிறகுதான்.

சிறு வயதிலிருந்து தன்னோடு ஓடிவிளையாடிய சிறுமி, திடீரென்று ஒதுங்கிச் செல்ல ஆரம்பிப்பதையும், முகமும் உடம்பும் புதுவிதமாகப் பூரித்து மலர்வதையும் அவளைப் பார்க்கும்போதெல்லாம் ஆச்சரியமாகக் கவனிப்பான் சடகோபன். அவள் முன்னால் இருக்கும் சமயங்களில் தன்மீது தனக்கே அதீதமான கவனம் உருவாவதையும் சற்றுச் சங்கடமாக உணர்வான்.

ஆனால், அவளுக்கு எந்தவிதமான அவஸ்தையும் இருந்த மாதிரித் தெரியவில்லை. அல்லது, அதைக் காட்டிக்கொள்ளாமல் இருப்பதில் அநாயாசமான வெற்றி கண்டாளோ என்னவோ. அபூர்வமாய் இவனுடன் பேச நேரும் சந்தர்ப்பங்களில் ஒருமையிலோ பன்மையிலோ விளிக்காமலே பேசும் வித்தையும் அவளுக்குக் கைவந்திருந்தது.

மாமா இறந்து ஒரு வருடம் முடிவதற்குள், பரிமளா கல்லூரி முடித்தவுடன், அவளை இவனுக்குக் கட்டிவைத்து விடுவது என்று பெரியவர்கள் முடிவெடுத்து செயலில் இறங்கினார்கள். இவர்கள் இருவரின் சம்மதத்தைக் கேட்கவேண்டும் என்றுகூடத் தோன்றவில்லை அவர்களுக்கு, பாவம்.

உள்ளூர எந்தவிதமான எதிர்ப்புணர்ச்சியும் இல்லாததால் இருவரும் மௌனமாக அந்த ஏற்பாட்டை ஏற்றுக்கொண்டார்கள். ஆனால், சடகோபனுக்கு மட்டும் சிறு நமைச்சல் இருந்து கொண்டிருந்தது.

தான் பார்க்கிற சினிமாக்களும், வாசிக்கிற புத்தகங்களும் எல்லாருக்கும் ஏற்புடையவை அல்லவே, மனைவியாக வருகிறவளுக்கு ஒருவேளை இதெல்லாம் பிடிக்காமல் போனால் தன்னுடைய கதி என்ன[46] என்று அடிமனத்தில் ஓர் உறுத்தல் எப்போதுமே உண்டு. தான் திருமணத்துக்குத் தயாராகிவிட்டோம் என்று உணர்ந்த சந்தர்ப்பத்தில் அது தீவிரம் கொண்டது.

இப்போது பரிமளாவுடன்தான் திருமணம் என்று ஆன பிறகு, அவளை நேரில் சந்தித்து இது சம்பந்தமாக விளக்கத்தைப் பெற்றுவிடவேண்டும் என்று விரும்பினான். அல்லது, இதை

46 என்னுடைய கதையில் வந்த ரங்கநாதனின் நினைவு வந்தது. சுகவனத்தின் முகத்தை உற்றுப் பார்த்தேன். அவனுக்கும் இதே நினைவு வந்தது போன்ற தடயம் எதுவும் தென்படுகிறதா என்று. தியானத்தில் ஆழ்ந்த புத்தரின் ஒன்றுவிட்ட சகோதரன் மாதிரி இருந்தான் அவன்.

ஒரு சாக்காக வைத்துக்கொண்டு அவளைத் தனியாகச் சந்திக்க உள்மனம் விழைந்ததுதான் காரணமோ என்று பிற்பாடு பலதடவை யோசித்துப் பார்த்திருக்கிறான்...

கல்லூரி வாசலில் போய் நின்றான். காத்திருக்கும் நேரத்தில் படபடப்பு ஜாஸ்தியானது. தொடர்ச்சியாய் இரண்டு சிகரெட்டுகள் பிடித்து சமனப்படுத்திக்கொள்ள வேண்டியிருந்தது. கடைசிக் கொத்துப் புகை வெளியேறும் தருணத்தில் மாணவிகள் மந்தை மந்தையாக வெளியே வந்தார்கள். சற்றுத் தொலைவிலேயே பரிமளாவைப் பார்த்துவிட்டான்.

இவ்வளவுநாள் கண்ணுக்குத் தெரிந்த பரிமளா இல்லை அவள். யாரோ ஒருத்தி மாதிரி, புத்தம் புதிதாகப் பார்க்கக் கிடைத்தவள் மாதிரி உணர்ந்தான்... இவனை முன்பே எதிர் பார்த்திருந்தவள் மாதிரி, முகக் குறிப்பில் ஒருவிதமான ஆச்சரியமும் இன்றி, இவனருகில் வந்து நின்றாள். நேரடியாகப் பன்மையில் பேசினாள்:

சொல்லுங்கோ.

அந்த ஒரு சொல்லில், பல வருடகாலம் தாம்பத்தியம் நடத்தி முடித்த உணர்வை எட்டினான் சடகோபன். யோசித்து வைத்திருந்த வாக்கியங்கள் தொண்டைக்குள்ளிருந்து வெளியேற மறுக்கின்றன. நாக்கு உலர்ந்து போனது...

பள்ளியில் படிக்கிற காலத்தில் ஒருதடவை பேச்சுப் போட்டிக்குப் பெயர் கொடுத்துவிட்டான். மேடையேறி மைக் அருகில் போனவுடன் உடம்பு முழங்காலுடன் முடிந்துவிடுகிற மாதிரியும், அதற்குக் கீழே வெறும் காற்று மட்டுமே இருக்கிற மாதிரியும் வெலவெலத்தது. கைகூப்பி, ‘வணக்கம்’ என்று சொல்லிவிட்டு, ஆரம்பிக்காத உரையை முடித்துக்கொண்டு இறங்கிவிட்டான்.

அதே நிலைமையில் இப்போது இருக்கிற மாதிரித் தோன்றியது. பேசாமல் வணக்கம் சொல்லிவிட்டுத் திரும்பிவிடலாமா என்று யோசனை ஓடும்போது, ஆறுதலாக பரிமளா ஒரு வாக்கியம் பேசினாள்:

சிகரெட் குடிச்சுட்டு வந்தேளா?

அவள் குரலில் கண்டிப்பு இல்லாதது இன்னும் பெரிய ஆறுதலாக இருந்தது. அசட்டுத்தனமாகச் சிரித்துக்கொண்டே,

ஆமாம்.

என்றான்.

நெறையக் குடிப்பேளோ?...

நிறைய என்றால் என்ன, குறைய என்றால் எத்தனை என்று விவாதபூர்வமான யோசனையில் இறங்கினான் சடகோபன். எந்த எண்ணைச் சொன்னால் பாதகமில்லாமல் இருக்கும் என்ற கணக்கு ஓடியது. உண்மையைச் சொல்லவேண்டும் என்று தோன்ற மாட்டேனென்கிறதே என்று கேவல உணர்ச்சியும் தோன்றியது.

அதெல்லாம் இல்லே... கொஞ்சமாத்தான்...

என்று குழறினான்.

பரவால்லே, நான் கண்டுக்க மாட்டேன்...

என்று இதமாகச் சொன்னதோடு நிறுத்தியிருக்கலாம் பரிமளா.

...எனக்கு சிகரெட் மணம் ரொம்பப் பிடிக்கும்.

என்று அதிர்ச்சி கொடுத்தாள். தான் இதுவரை அவளைப் பார்த்ததேயில்லை என்று தோன்றியது சடகோபனுக்கு.

பிறகு என்னவெல்லாம் பேசிக்கொண்டிருந்தார்கள், எவ்வளவு நேரம் என்பது முக்கியமேயில்லை. அன்று தொடங்கி, பெண்மனத்தின் இடுக்குகள் பலவற்றையும் பரிமளாவின் வழியாகக் கண்டறிய ஆரம்பித்தான் சடகோபன். தான் பார்த்தேயிராத பெண்ணுடன் குடும்பம் நடத்துகிறோம் என்ற புத்துணர்வு கொஞ்சமும் குறையாத வகையில் பரிமளா இவனிடம் நடந்து கொண்டாள் பின்னாளில் என்று சொல்லி முடித்துவிடுவது பொருத்தமாக இருக்கும்.[47]

திரும்பிச் செல்லும் வழியில், பரிமளாவின் பிம்பம் மெல்ல மெல்ல உருமாறிக்கொண்டே வந்தது. முன்னெப்போதையும் விட நெருங்கியும் வந்தது.

...ஓரிரண்டு வருடங்களுக்கு முன்பு, கிரி மாமா கொடுத்த ஏதோ வேலையை முன்னிட்டு கொடைரோடுக்குப் போன நாள் நினைவு வந்தது.

பரிமளாவுக்கு டைஃபாய்டு. பட்டப்படிப்பு முதல் வருடம் படிக்கும் இளம்பெண்ணை, தன் அருகில் படுக்கவைத்து உடம்போடு இறுக்கி அணைத்து முதுகில் தட்டிக்கொண்டிருந்தார் தகப்பனார். குளிர் தாங்காமல் நடுங்கிக்கொண்டிருந்தாள் பரிமளா. அந்தக் காட்சியைப் பார்த்த கணத்தில் நாராயண மாமா

47 இந்த வாக்கியத்தைக் கதையின் பகுதியாகச் சொன்னானா, எங்கள் இருவருக்குமான உரையாடலேதானா என்று சிறு குழப்பம் வந்தது எனக்கு. பின்னர் நிவர்த்தி செய்துகொள்ளலாம் என்று அப்படியே பதிவு செய்திருக்கிறேன்.

தொடர்பாகத் தனக்குள் உருவாகியிருந்த எதிர்மறை எண்ணங்கள் சகலமும் பொசுங்கிப் போனதாக உணர்ந்தான் சடகோபன். மற்றவர்களுக்கு எப்படியோ, பிரியமான தகப்பன்தான் மாமா என்று தோன்றியது...

இப்போது, மாமாவின் இடத்தில் தான் இருக்கிற மாதிரிச் சித்திரம் உண்டானது. மானசீகமாக இறுக்கி அணைத்ததில் பரிமளா நசுங்கித் திணறினாள். புருஷோத்தமனுடன் பகிர்ந்து கொள்ள வேண்டும் என்று சடகோபனுக்குத் தோன்றாத முதல் எண்ணமாக இது அமைந்தது.[48]

கொஞ்சம் ஞானம்

புருஷோத்தமன் செய்த மிகப்பெரிய உதவிகளில் ஜெகபதி ராஜுவை அறிமுகப்படுத்தி வைத்ததை முதன்மையாகச் சொல்ல வேண்டும். 'மஹாராணி வளையல் கடை' என்ற சிறு தகரப் பெயர்ப்பலகை கண்ணுக்குத் தெரியாத விதத்தில் தொங்கும் கடையொன்றை புது மண்டபத்தில் நடத்தி வந்தார் ராஜு. சராசரியை விடக் குள்ளமானவர். அடர்ந்த கறுப்பு நிறம். க்றீச்சிடும் குரல். பெரும்பாலும் உச்ச ஸ்தாயியில் பேசுவார்.

இரண்டாம் தடவை தேடிப் போனபோது, ஒன்று போலவே இருக்கும் ஏகப்பட்ட கடைகளில் இவருடைய கடையை அடையாளம் தெரியாமல் சற்று திணறிப் போனான். உரத்த குரலில் ஜெகபதி சொன்னார் —

---

48 'கதையின் மற்ற இடங்களோடு ஒப்பிடும்போது, இந்தக் பகுதி சுவாரசியமேயில்லாமல், தட்டையாக இருக்கிறது' என்று சுகவனம் அபிப்பிராயப்பட்டான். எனக்கும் அதே எண்ணம்தான். இந்தக் கதையின் பெரும்பாலான இடங்கள் இப்படித்தானே இருக்கின்றன என்று நினைத்துக்கொண்டேன்.

சுகவனம் காரணம் கண்டுபிடிக்க முயன்றான்...

> 'இஸ்மாயிலுக்குப் பெண்களுடனான பரிச்சயம் அவ்வளவாக இல்லை. தவிர, காதல் என்ற சமாசாரத்தை வெறும் சதை சார்ந்த மிகையுணர்ச்சி என்று கருதுகிறவனால் ஒரு காதல் அனுபவத்தை உணரவோ விவரிக்கவோ முடியாமல் போவது இயற்கைதான். இதே சம்பவத்தைக் கிருஷ்ணன் எழுதினால் பிரமாதப்படுத்தியிருப்பான்.'

வழக்கமாக எதிர்த்து மல்லுக்கட்டும் இஸ்மாயில், ஏனோ தெரியவில்லை, அமைதியாக இருந்தான். கொஞ்சநேரம் கழித்து, 'இப்படி இருப்பது தன் இயல்புக்கு விரோதமாயிற்றே' என்று கவலைப்பட்டானோ என்னவோ,

> என்ன இருந்தாலும் கிருஷ்ணன் அளவுக்கு அளவில்லாத மேய்ச்சல் அனுபவம் நமக்குக் கிடையாதுல்லப்பா.

என்றான். இருவரும் சிரித்தார்கள். நானும் அசட்டுத்தனமாகச் சிரித்து வைத்தேன். நான் விலகிவந்த, என்னை விலக்கிப்போன, பெண் பிம்பங்கள் வரிசை கட்டிவந்து நெஞ்சை அடைத்தன. அந்த மடையன்களானால், சிரித்துக்கொண்டே இருந்தார்கள்.

ஜெகபதி கடைன்னு கேட்டா கைக் கொளந்தைகூடச் சொல்லுமே.

கைக் குழந்தைகள் தெளிவாகப் பேசுமா என்பது போகட்டும், இவருடைய பெயரை 'கெஜபதி' என்றல்லவா புருஷோத்தமன் சொன்னார்? என்றென்றும் தீராத மர்மம் இது. கர்ம சிரத்தையாக 'கெஜபதி' என்றே உச்சரிப்பார் அவர்.

பட்டப்படிப்பு முடித்து, வேலை கிடைப்பது வரையிலான[49] இடைவேளையில், ஜெகபதி ராஜுவின் கடைக்கு அடிக்கடி சென்று உட்கார்ந்திருப்பதை வழக்கமாக்கிக்கொண்டான் சடகோபன். பெரும்பாலும் சாயங்கால வேளைகளில்தான் செல்வான். கடையின் முன்மேடைக்கு அடியில் உள்ள திறப்பின் வழியாகக் குனிந்து வருமாறு சொல்லி, உபரியாக இருக்கும் முக்காலியைத் தட்டிக்காட்டி அமரச் சொல்வார் ராஜு. அவருடைய உதவியாளனான பாஸ்கரன்,

பரவால்லெ சார். நான் நின்னுக்கிடுதேன்.

என்று பெருந்தன்மையாகச் சொல்வான். மீசை முளைக்க ஆரம்பித்த பருவம். கடைக்கு வரும் பெண்களின் கைகளைப் பிடித்து வளையல் மாட்டிவிடும்போது, அவன் முகம் முழுக்க மந்தகாசம் நிரம்பியிருக்கும். குறிப்பாக, அவனைவிட இரண்டு பங்கு வயதான, திருமணமான பெண்களிடம் பேசும்போது

49 சடகோபனின் வயது, அழகுராஜன் – அவர் வழியாகப் புருஷோத்தமன் – அவர் வழியாக ஜெகபதி ராஜு என்று அடுக்கிக்கொண்டு போகும்போது, கதையில் காலப் பிசகு வந்துவிடும் போலிருக்கிறதே, இதைப்பற்றி கவனமாக விவாதித்து சீர்பிரித்துக்கொண்டால் தேவலையே என்று தோன்றியது. சாவகாசமான ஒரு சந்தர்ப்பத்தில் இஸ்மாயிலிடம் இதைப் பிரஸ்தாபித்தேன். முகத்தைச் சுளித்தான்.

கதையின் உள்ளோட்டத்தைப் பற்றித்தான் எனக்குக் கவலை. இது மாதிரி சில்லறை விவகாரங்களை நான் எப்போதுமே பெரிதாக எடுத்துக் கொள்ள மாட்டேன்.

என்று சலிப்பாகச் சொன்னான். வண்டிவண்டியாகப் புனைகதை எழுதிக் குவித்திருக்கிறானில்லையா, சலிப்புத்தட்டத்தான் செய்யும். நல்லவேளை,

இப்படி உதாசீனம் செய்கிற அளவுக்குச் சிறிய விஷயம் இல்லை இது. கதையின் நம்பகத்தன்மை தொடர்பான படு சீரியஸான விஷயம்.

என்றான் சுகவனம். இவன் அவனை ஒரு வெற்றுப் பார்வை பார்த்துவிட்டு, என் பக்கம் திரும்பினான்.

கிஷ்ணா, அப்பிடி முக்கியமான விஷயம்னு உனக்குப் பட்டதுன்னா, எழுதும்போது நீ சரி பண்ணிக்கோ.

என்று சுருக்கமாக முடித்துவிட்டான். 'உன் கதை. உனக்கே அவ்வளவு அக்கறையில்லையென்றால், எனக்கென்ன தலையெழுத்தா?' என்று எரிச்சல் ஊறியது எனக்குள். அவன் சொன்ன விதமாகவே எழுதிவிட்டேன். காலப் பிழை எதுவும் தட்டுப்பட்டால், அதற்கு இஸ்மாயில் மட்டுமே பொறுப்பு, நான் அல்ல.

அவன் கண்களில் அபூர்வமான மலர்ச்சி இருக்கும். சிலவேளை, உபரியான சமிக்ஞைகளும் ஜொலிக்கும். அந்த நேரங்களில் அவன் முகத்தைப் பார்த்துக்கொண்டே இருக்கவேண்டும் என்று ஆவல் கொள்வான் சடகோபன்.[50]

ஜெகபதி ராஜுவின் கடைக்கு வாரத்தில் நான்கு நாட்களாவது பிடிவாதமாக சடகோபன் சென்றதற்கு முதல் காரணமும், சாயங்காலங்களில் புதுமண்டபத்துக்குள் காற்றுப்போல நுழைந்து வெளியேறும் பெண்கள் கூட்டம்தான். ஆனால், வெகு விரைவில், அவர்கள்மீது பார்வையையும் கவனத்தையும் குவிக்க முடியாதவண்ணம் ராஜுவின் பேச்சில் தோயத் தொடங்கினான். ராஜுவும், இவனுக்கு அந்தக் காட்சியின் சுகத்தை அரைமணிநேரம் வழங்கிவிட்டு,

நடப்பமா?

என்று கேட்டவாறே, குனிந்து கடையின் முன்பக்கக் குட்டிக் கதவின் வழி தவழ்ந்து வெளியேறுவார். இவன் பின்தொடர்வான். எழுகடல் தெருவில் நுழைந்து மறுமுனையில் வெளியேறி, சில நாள் தெப்பக்குளம் வரைக்கும்கூட நடந்து சென்றிருக்கிறார்கள். சோர்வான நாட்களில், ஆடிவீதியில் எங்காவது ஓர் இடம் பார்த்து உட்கார்ந்துவிடுவார்கள்.

---

50 இந்த இடத்தில் கதையைச் சற்று நிறுத்திக்கொண்டு, 'வாயரிஸம்' பற்றிச் சிறு உரை நிகழ்த்தினான் இஸ்மாயில். 'அடுத்தவரின் காமச் செயல்பாடுகளை வேடிக்கை பார்க்க விழையாத இன்னொரு மனிதமனம் இனிமேல் தான் பிறக்க வேண்டும்' என்றான். 'காமம் என்பது ஒரே நேரத்தில் ஐந்து புலன்களையும் ஈர்த்துக் குவியச் செய்யும் செயல்பாடு. அந்த நேரத்தில் புறவயமான விமர்சனமோ, ஒப்பீடோ மனத்தில் இயங்குவதற்கில்லை. சுயம் முற்றாக அமிழ்ந்து முயங்கிவிடுகிறது. தர்க்கத்தின் அடிப்படையில் இயங்கிப் பழகிவிட்ட மனித மனம், தன் சுயத்திலிருந்து விடுபட்டு காம நடவடிக்கைகளைப் பார்க்க விரும்புவது இயல்பான விஷயமே' என்றும் சொன்னான்.

'மனித மனத்தின் பிறழ்வுகள் அனைத்தும் இயற்கையானவை என்றும், இயல்பான அறவுணர்வுகள் மொத்தமும் செயற்கையானவை, கூட்டு வாழ்க்கை நம்மீது திணித்தவை என்றும் அடுக்கிக்கொண்டே போவது மேற்கத்தியத் தத்துவ மற்றும் சமூகவியலாளர்கள் உருவாக்கிய பார்வை – உண்மையில் அதுதான் செயற்கையானது' என்று பொங்கினான் சுகவனம்.

'ஆசாரமான கீழை மனங்கள் இப்படித்தான் சொல்லும், ஆழ்மனத்தின், கூட்டு நனவிலியின், இண்டு இடுக்குகளில் மண்டிக் கிடக்கும் இருட்டை நேருக்குநேர் சந்திக்க தைரியமில்லாத கோழை மனங்கள், சநாதனிகள்' என்று பதிலடித்தான் இஸ்மாயில். 'இப்படிப்பட்ட ஆஷாடபூதி மனங்களின் ஆதரவை நம்பிப் பெருவெற்றிகளைக் குவிக்கும் தமிழ் வணிக சினிமாவின் ஆதாரக் கோட்பாடே வாயரிஸம்தான்' என்றும் கோபமாகச் சொன்னான்.

அதிவேகமாக பதில் சொல்லும் முனைப்புடன் வாய்திறந்தான் சுகவனம். அதற்குள், பயணத்தில் விவாதங்களின் இடம் குறித்த ஒப்பந்தத்தை நினைவூட்டி அவர்கள் இருவரின் ஆவேசத்தையும் தணித்த பெருமிதத்தை நான் அடைந்தேன்.

ஒரு கணமும் ஓயாமல் பேசிக்கொண்டேயிருப்பார் ராஜு. பல நேரம் சடகோபனுக்கு சந்தேகம் தட்டும், நாம் கேட்பதற்காகப் பேசுகிறாரா, இல்லை தனக்காகவே பேசிக்கொள்கிறாரா என்று. இவன் 'ம்' கொட்டுவதற்குக்கூட இடைவெளியில்லாமல் பாயும் பேச்சு. புருஷோத்தமன் சொல்வார்:

> கெஜபதி ஸாரோட ஒரு மணி நேரம் பேசுறது, பத்து நாப்பது புஸ்தங்கள்லெ பிடிச்ச இடமாத் தேடிப் படிச்சு முடிச்சிர்ற மாதிரி.

அது உண்மைதான். புருஷோத்தமன் அறிமுகப்படுத்தாத வேறு ஒரு தளம் நோக்கி இவனை நகர்த்தியவர் ஜெகபதி ராஜு..

பகல் முழுவதும் கடையில் உட்கார்ந்திருக்கும் ராஜு, தனக்குப் பக்கவாட்டில் உள்ள இழுப்பறையில் குறைந்தது ஏழெட்டுப் புத்தகங்களாவது வைத்திருப்பார். வாடிக்கையாளர்கள் வராத நேரங்களில் தேர்வுக்குப் படிக்கிற மாணவன் மாதிரி விசுவாசமாகப் படித்துக்கொண்டிருப்பார் என்று பாஸ்கரன் சொன்னான். அவற்றில் சிலவற்றைப் பார்த்திருக்கிறான் சடகோபன்.

The Buddhist Way — Christmas Humphreys

Dancing Wu Li masters — Gary Zukav[51]

Uncommon Wisdom — Fritjof Capra

Dreams, Memoirs & Reflections — C G Jung

The Way of Sufi — Idris Shah5[52]

நினைவுப்பாதை — நகுலன்
விநோத ரச மஞ்சரி — வீராசாமி செட்டியார்
ஜே ஜே சில குறிப்புகள் — சுந்தரராமசாமி
வெக்கை — பூமணி

இவை போக, நிரந்தரமாக தனிப்பாடல் திரட்டு இருக்கும்.

---

51 அ. இந்தப் பட்டியல் தொடர்பாக இரண்டு செய்திகள் சொல்ல வேண்டும். Dreams of a Final Theory என்ற, Steven Weinberg நூலின் பெயர் சொன்னான் இஸ்மாயில். அது வெளிவந்த ஆண்டு 1993 என்று பின்னால் அறிந்தேன். தெரிந்தே காலப் பிழை ஒன்று இடம்பெற அனுமதிக்கக் கூடாது என்ற அக்கறையால் Wu li Mastersஸை சேர்த்திருக்கிறேன். இது வெளிவந்தது, 1979இல். சடகோபன், ஜெகபதி ராஜு இருவரின் வயதுக்கும் பிராயத்துக்கும் ஒத்து வரும் என்பதோடு, இஸ்மாயில் சொன்ன புத்தகத்துக்கு ஏறக்குறைய சமானமான பதிலியாகவும் இருக்கும்.

52 ஆ. இரண்டாவது, ஓர் ஒருவரிச் செய்தி. இவற்றையும் சேர்த்து எவ்வளவோ ஆங்கில நூல்களை எனக்குப் படிக்கக் கொடுத்திருக்கிறான் இஸ்மாயில், பாவம். பத்துப் பக்கம் தாண்ட முடியாமல் சிரமப்பட்டு, திருப்பிக்கொடுத்து, வசவு வாங்கியிருக்கிறேன்.

அபிதான சிந்தாமணியும் இருக்கும் — முழுத் தலையணை சைஸுக்கு.

ஜெகபதி ராஜு சின்னத்தாராபுரத்தைப் பூர்விகமாகக் கொண்டவர். இளம் வயதில் தாய் — தந்தையை இழந்தவர். உறவினர்கள் திருச்சியில் உள்ள பள்ளிக்கூடத்தில் கொண்டு சேர்த்தனர். விடுதியும் இணைந்த பள்ளி. துறவிகளால் நடத்தப்படுவது. கடுமையான கட்டுப்பாடுகள் உடையது. பள்ளியிறுதியில் மிகச் சிறந்த மதிப்பெண்கள் எடுத்த பிறகு, விடுதியின் ஆதரவு முடிந்துபோனது. ராஜு மதுரைக்கு வந்து சேர்ந்தார். அந்த நாளைப் பற்றி ராஜு ஒருமுறை சுவாரசியமாகச் சொன்னார்:

> தம்பி, ஆஸ்டலெ விட்டு வெளியேறி வந்தனா, கைகாலெக் கட்டியிருந்த கவுறுக எல்லாமே அறுபட்ட மாதிரி ஆயிருச்சு.[53] முழூ ஒலகமும் எனக்காகத் திறந்து கெடக்கு. இருபத்துநாலு மணிநேரப் பொழுதும் என் கைவசம் இருக்கு. என்ன வேணாச் செய்யலாம். எங்கெ வேணாப் போகலாம். கணியன் பாட்டு ஞாபகம் வந்துச்சு. 'யாதும் ஊரே யாவரும் கேளிர்.' அதெ ஒட்டிக்கிட்டு பிரபந்தம் ஞாபகம் வருது. 'ஊரிலேன் காணியில்லை, உறவு மற்றொருவரில்லை'. எந்த ஊரும் என் ஊருதான்ங்கிறதும், எனக்குன்னு ஊரே இல்லேங்கிறதும் எதிரெதிர் சமாசாரம்னு நெனைச்சிக்கிட்டிருக்கமே, ரெண்டுமே ஒரே நெலைமைதான். என்னா, மொதல் வாக்கியத்திலே அபாரமான தன்னம்பிக்கை ஒட்டிக்கிட்டிருக்கு. சக மனுசங்க மேலேயும் நம்பிக்கை வைக்கச் சொல்லுது. ரெண்டாவது வாக்கியத்திலே, ஏதோ துர்ப்பாக்கியம் நடந்துட்ட மாதிரி ஒரு தொனி. 'பெருமாளைத் தவிர வேற யாரையும் நம்ப முடியாது, ஒளுங்காப்போயி சரணாகதியாயிரு' ங்கிற தொனி.
>
> அது எப்பிடியோ போகட்டும், நான் சொன்ன மாதிரி, அபரிமிதமான சுதந்திரம் கையிலே கெடைச்சிச்சுன்னு வச்சிக்கங்க, மனுசன் திக்கித் திணறிப் போவான். என்ன செய்யிறதுன்னே தெரியாது. இப்ப ரோட்டுலெ வண்டி ஓட்டுறோம், எடது பக்கம்தான் போகணும்னு

---

53 ஜெகபதி ராஜுவின் பேச்சை இஸ்மாயில் கூறியவிதமான பேச்சுநடையில் எழுதவில்லை. அவனுடைய மொழிப்பிரயோகத்தை இதுவரை நான் எழுத முயன்றதேயில்லை. தனது தகப்பனாருக்கு உள்ளதுபோல இயல்பான இஸ்லாமியக் கொச்சை அல்ல இஸ்மாயிலுடையது... மதுரை மாவட்டத்தின் பேச்சு வழக்கை ஒட்டி எழுத முயன்றிருக்கிறேன். ஜெகபதி ராஜு கொங்கு மண்டலத்தவர் என்றாலும், அங்கே வளராதவர் என்பதால் இதற்கு ஒரு நியாயமும் கிடைத்துவிடுகிறதல்லவா?

ஒரு விதி உண்டாக்கிப்பிட்டான். நிம்மதியாப் போச்சு. மீறணும்னு நெனைக்கிறவனும் எதிர்ப்பக்கமா ஓட்டி திருப்திப்பட்டுக்குவான். 'இஷ்டத்துக்குப் போங்கடா'ன்னு சொல்லிட்டா என்னா ஆகும்? எல்லாப் பயலும் தடுமாறிப் போவானா இல்லியா? அன்னக்கி, வெளியேறுன அன்னக்கி, அது மாதிரித்தான் நானும் தடுமாறி நின்னேன். அன்னைய வரைக்கும் சுதந்திரம் சம்பந்தமா நான் வச்சிருந்த அபிப்பிராயம் எல்லாம் ஒரே சுருக்கிலே மாறிப் போச்சு...

ராஜு புகையிலைப் பழக்கம் உள்ளவர். எவர்சில்வர் வெற்றிலைச் செல்லத்தைக் கையோடு சுமந்துகொண்டே திரிவார். அன்று கீழஆடிவீதியின் ரம்மியமான காற்றில் சாவகாசமாக உட்கார்ந்திருந்தார்கள்.

செல்லத்தைத் திறந்து, கொத்தாக வெற்றிலைகளை அள்ளினார். ஒரே மாதிரி இருக்கும் வெற்றிலைகளில் கவனமாக ஆராய்ந்து சரியாக மூன்றைத் தேர்ந்தெடுத்தார். லேசாக உதறிவிட்டு, ஒவ்வொன்றையும் மடியில் தேய்த்துத் துடைத்தார்.

ராஜுவின் அசைவுகளில் அபாரமான நிதானம் இருக்கும். ஒரு சமயத்தில் ஒரு வேலை மட்டுமே செய்ய வேண்டும் என்ற பிடிவாதமான சித்தாந்தம் கொண்டவர். நன்றாக மென்று, புகையிலைச் சாறை உள்ளே இறக்கி, சக்கையைக் கன்னத்தில் எலுமிச்சம்பழ ஸைஸுக்கு ஒதுக்கிக்கொள்ளும் வரை ஒரு வார்த்தைகூடப் பேசமாட்டார்.

... நேரா ரயிலடிக்கிப் போனேன். நானா எங்கே போனேன்? யாரோ எதுவோ முதுகுலெ கைவச்சுத் தள்ளுற மாதிரி உடம்பு போயிச் சேந்தது. பெஞ்சுலெ உக்காந்திருந்தேன். மதுரெ போற வண்டி வந்தது. அந்த ஊரெ எனக்குப் பிடிக்கும். ரெண்டாவது பாரம் படிக்கிம் போது கல்விச் சுற்றுலான்னு மதுரைக்கிக் கூட்டிட்டுப் போனாங்க. மஹால், தெப்பக்குளம், மீனாட்சி கோவில், அழகர் மலைன்னு அந்த ஊர் முழுக்க ஒருமாதிரி வரலாறும் புராணமும் கலந்து பிசைஞ்ச கணக்கா பழைய வாடை அடிக்கும். மீனாட்சியம்மன் கோயிலைச் சுத்தி இருக்கிற தெருக்கள்லெயும் முடுக்குச் சந்துகள்லெயும் தீரவே தீராத புராதன காலம் ஒண்ணு படுதா மாதிரித் தொங்கிக்கிட்டிருக்கிறதெ இப்பக்கூடப் பாக்க லாம்.

...விடிகாலையிலே மதுரையிலே வந்து எறங்கினேன். பகல் முளுக்க சும்மா கால்போன போக்குலெ திரிஞ்சேன். ராத்திரி வந்ததும் மதுரை வேற ஊரா ஆயிருச்சு. நான் முன்னப் பின்னப் பாத்திருக்காத ஊரா. பாதாள லோகம்

மாதிரி, நாக லோகம் மாதிரி.

...பஸ்டாண்டு ஏரியாவுலே நடக்காத சோலி இல்லே. சாதாரணமாப் பாத்தா, பஸ்ஸேற வந்தவுக, வந்து எறங்கினவுகங்கிற மாதிரி இருக்கும். கஞ்சா யாவாரிக, பத்து மணிக்கித் தலைகொள்ளாமெப் பூ வச்சிக்கிட்டு வாடிக்கை சிக்குமான்னு திரியுறவுக, அவுகளைக் கூட்டிக் குடுக்க ஆள் தேடுறவுக, அசந்தவனைத் தாப்பாப் போட்டு என்னத்தையாச்சும் லவட்டிக்கிட்டு ஓடலாமான்னு தேட்டெட பாத்து அலையுறவுக, ஊரெ விட்டு ஓடியாந்து இன்னது செய்யிறதுன்னு தெரியாமத் தெகைக்கிற என்னைய மாதிரிக் கிராக்கிக, ராத்திரிச் சவாரி கிடைக்கிமா மூணுபங்கு நாலுபங்கு வாடகை தீட்டிறலாம்னு காத்திருக்கிற ஜட்கா, ரிக்ஷா ஓட்டுறவுகன்னு வேற உலகம் அது.

...அடிவயித்திலேருந்து பயம் கிளம்புது. இவ்வளவு நா அடைபட்டுக் கிடந்த ஆஸ்டல் பாதுகாப்பான இடமாத் தெரியிது. நான் ஆசைப்பட்ட சுதந்திரம் பிசாசு மாதிரி எதுக்கெ நின்னு என்னெப் பாத்துக் கைகொட்டிச் சிரிக்கிது.

...பிச்சமூர்த்தியோட கவிதை ஒண்ணைப் பிற்பாடு படிச்சேன். நிரந்தரமா என் மனசிலே வந்து பதிஞ்சிருச்சு. கண்ட கண்ட சமயத்திலேயெல்லாம் ஞாபகம் வரும். வரிவரியா மனசிலே ஓட்டிப் பாக்கும்போது, அன்னைக்கி மதுரே ன்ற வேத்தூரு பஸ்டாண்டுலே ராத்திரிப் பதினோரு மணிக்கி நான் தனியா நின்னுக்கிட்டிருந்தது மனசிலே காட்சியா ஓடும். அந்தக் கவிதை சொல்லுது...

> கூட்டிலிருக்கும் கிளிக்குஞ்சே!
> கண்மூடி ஏங்காதே.
> உன் பஞ்சரம் சிறையல்ல.
> கம்பிகள் இறகின் வைரியல்ல
> பஞ்சரமாகாப் பெருவெளியில்
> உனக்கு வைரி அநந்தம்.
> நீயோ வெறும் குஞ்சு.

...வெளியூர்லருந்து ஒரு பஸ் வந்து நின்னது. புஸ்தி மீசை வச்ச ஒரு ஆள் எறங்குனாரு. பாத்த பார்வையிலே எப்பிடித்தான் கண்டுபிடிச்சாரோ, நேரா எங்கிட்டெ வந்து என் கையைப் பிடிச்சு இளுத்துட்டுப் போயிட்டாரு. சீனிப் பண்டாரம். மதிச்சியத்திலே வீடு. நடத்தியே கூட்டிக்கிட்டுப் போனாரு. இப்ப மாதிரி வாகனங்களோட காலம் இல்லே அது, மொளங்கால்லே வலு இருந்த தலெமொறையோட காலம். நானெல்லாம் இந்த மதுரைக்குள்ளெ குறுக்கும்

நெடுக்குமா எம்புட்டுத்தூரம் நடந்திருப்பேன்ங்கிறீங்க? . . . ஆச்சா, ஆனைக்கல்லுலே ஒரு ராக் கடை வாசல்லே போயி நின்னோம். அதுக்குள்ளெ என் பூர்வகதை தீந்துருச்சு. சின்னக் கதைதானே.

...பண்டாரம் மிளகுப் பால் வாங்கிக் குடுத்தாரு. சும்மா சொல்லக் கூடாது, அந்த ருசியும், அந்த ராத்திரியும், பண்டாரம் என் முன்னங்கையைப் பிடிச்ச இறுக்கமும், அவரு சொன்ன வார்த்தைகளும், எனக்குக் கெடைச்ச நிம்மதியும் சொட்டுக்கூடச் சிந்தாமே அப்பிடியே பத்தரமா எனக்குள்ளே இருக்கு. மேல்க்கொண்டு கல்பாலத்தைப் பாத்து நடந்தோம். பண்டாரம் சொல்றாரு, 'எலே அய்யா, கெட்ட களுதெ ஊரு இது. ஒன்னய மாதிரி அப்பிராணி சப்பிராணி சிக்கினான்னா ஒக்கிட்டு உருப்படாமெ அடிச்சிரும். நீ பேசாம நம்மளோட இருந்துரு.'

...பண்டாரம் அம்மன் சந்நிதியிலே வாசனாதி திரவியக் கடை வச்சிருந்தாரு. பத்துக்கடை தாண்டி வரும்போதே சந்தன வாசனை இளுக்கும். பரம்பரை பரம்பரையா நடத்திட்டு வர்ற கடை. ஆனா, தன்னோட கடையிலே என்னை வேலைக்கி வச்சிக்கிறலே. புதுமண்டபத்திலே வளவிக் கடையிலே சேத்துவிட்டாரு. நாலஞ்சு வருசம் தொளில் பளகினதும் சொந்தமா ஒரு கடையை ஒத்திக்கி வாங்கிக் குடுத்தாரு. அப்பறம் அந்தக் கடையே எனக்குச் சொந்தமாயிருச்சு...

சடகோபன் திகைத்துப்போய் உட்கார்ந்திருந்தான்.

ஜெகபதி ராஜூ வெறும் வளையல் கடை மட்டும் நடத்தவில்லை, பழனியிலும் திருத்தணியிலும் காணிக்கைமுடி குத்தகை எடுத்திருக்கிறார். அள்ளிய முடியை கழிவு நீக்கிச் சுத்தம் செய்து, சவுரி மற்றும் விக் தயாரிக்கும் நிறுவனம் ஒன்றுக்கு விற்பனை செய்வதுதான் அவரது பிரதான தொழில். அதையெல்லாம் ராஜூவின் இரண்டு மகன்கள் நிர்வகித்து வருகிறார்கள். 'பகல் பொழுதில் சும்மா இருக்க வேண்டாம் என்று வளையல் கடையில் வந்து உட்கார்கிறார்' என்று முன்பே புருஷோத்தமன் சொல்லியிருந்தார்.

ஆக, வசதியான மனிதர், கே கே நகரில் இரட்டை மாடி வீட்டுக்குச் சொந்தக்காரர், மாடியில் ஓர் அறை முழுவதும் ஆங்கிலத்திலும் தமிழிலும் புத்தகங்களாக நிரப்பி வைத்திருக்கிறவர், புது மண்டப வாசலுக்கு தினமும் சொந்தக் காரில் வந்து இறங்குகிறவர் என்றெல்லாம் தெரியுமே தவிர, அவருடைய பூர்வகதையைக் கேட்கும்போது பிரமிப்பாய் இருந்தது.

வெற்றிலைச் செல்லத்தைத் திறந்து சிறு பாலித்தீன் பையை எடுத்தார் ராஜு. வலது கன்னத்தின் உட்புறம் உருண்டையாய் ஒதுக்கியிருந்த வெற்றிலைச் சக்கையை உள்ளங்கையில் துப்பி, பைக்குள் உருட்டினார். பையைச் சுருட்டி, மறுபடி செல்லத்துக்குள் வைத்துக்கொண்டார். கோவில் பிரகாரத்தில் எச்சில் போடக் கூடாது என்றுதான்… மறுபடி பேசினார் ராஜு:

…இவ்வளவும் ஒரு ஆள் செய்யிறாருன்னா, சும்மாவா செய்வாரு. கூட்டு வாழ்க்கைன்னு வந்ததுக்கப்பறம் விலை இல்லாத சரக்கே கிடையாது தம்பீ — அன்பு உள்பட. உங்களுக்கு மிஞ்சி இருக்கிறது ஒரேயொரு சாய்ஸ்தான். சரக்குக்குத் தகுந்த விலைதானா, விலைக்குத் தகுந்த சரக்குத்தானா ன்னு எடைபோட்டுப் பாக்கலாம். ஒத்து வந்தாச் சரி, இல்லேன்னா வேற சரக்கு வேற விலை வேற யாவாரம். நகந்து போகலாம்.

…பண்டாரம் கேட்ட விலை ரொம்ப எளிமையானது. அவருடைய மகளெ நான் கட்டிக்கிறணும்… இளம் பிள்ளை வாதத்திலே வலது கால் ஊண முடியாத அளவு சூம்பிப்போயிருக்கும் அதுக்கு. ரெண்டு கஷ்கத்திலெயும் கட்டை ஊணி நடக்கும். அந்தப் பிள்ளையை அது ருதுவாகுறதுக்கு முன்னேயிருந்தே நான் பாத்திருக்கேன். அவளோடெ குடுத்தனம் நடத்துறது என் கற்பனையிலேயே இருந்ததில்லே.

…ஆனா, பண்டாரம் கேக்குறாரு. இன்னக்கி இப்பிடி ஒரு கேள்வி வந்துதுன்னா, ஒருவேளை, மாட்டேன்னிருப்பேன். அந்த வயசு அப்பிடிப்பட்டது கிடையாது. விறுவிறுப்பும் தைரியமும் மட்டுமில்லே, தியாக உணர்வும் நன்றி உணர்ச்சியும் நியாய உணர்ச்சியும் நிரம்பின வாலிப வயசில்லே?

…கொஞ்சம்கூட யோசிக்காமெ சரீன்னுட்டேன். பண்டாரம் ரெண்டாவது தடவையா என் முன்னங் கையெ இறுக்கிப் பிடிச்சாரு. பல வருசத்துக்கு முந்தி பஸ்ஸ்டாண்டிலே பிடிச்ச அளவு இறுக்கமா இல்லே, கொஞ்சம் நெகிழ்வாத்தான் இருந்தது…

ஜெகபதி ராஜு சிரித்தார்.

ராஜுவுக்கு வாசிக்கும் பழக்கம் ஏற்பட்ட விதம் பற்றியும் சொல்லியிருக்கிறார். விடுதியில் மிகச் சிறந்த நூலகம் ஒன்று இருந்ததாம். ராமகிருஷ்ணர், விவேகானந்தர், ரமணர்

தொடர்பான நூல்கள், மஹாபாரதம் கீதை உபநிஷதங்கள் ஆங்கிலத்தில் பால் பிரண்ட்டன் ஆல்டஸ் ஹக்ஸ்லி ஊஸ்பென்ஸ்கி குர்ஜீஃப் என்று மிகப் பெரிய நூலகம்.

> ...வெவரம் தெரியாத வயசிலேயே மேல்கிளைக் குருவி கீழ்க் கிளைக் குருவீ[54] ன்னெல்லாம் படிக்கவும் பேசவும் ஆரமிச்சிட்டேன் தம்பீ...

என்று சிரித்தார் ராஜு. அந்த நாட்களில் 'சுதந்திரம்' என்ற சொல்லுக்கு அதீதமான ஆகர்ஷணமும், வசீகரமும் இருந்ததாம்.

> ...என்ன செய்ய, முந்தின தலைமுறை ஆட்களுக்கு அரசியல் சுதந்திரம் முக்கியமா இருந்தது. எங்க தலை முறைக்கி அதுதான் நடைமுறையாயிருச்சே, அடுத்தகட்ட சுதந்திரம் என்னது ன்னு யோசிச்சம்னா அக விடுதலைதானே?

தன்னளவில், தன்னுடைய பால்ய நாட்களின் காரணமாகத் தானோ என்னவோ, சுதந்திரம் என்பது கிட்டத்தட்ட கடும் பீடிப்பாகவே தன்னைத் தொற்றியிருந்தது என்றார் ஜெகபதி ராஜு.

காவிரியில் ஒருநாள் குளித்துக்கொண்டிருந்திருக்கிறார். மாநிலப் பிரச்னைகள் எல்லாம் தொடங்காத, நீர்வரத்து அமிதமாக இருந்த, நாட்கள் அவை. நீரில் இழுவை சற்று அதிகமாய் இருந்தது.

---

54 இந்தப் பகுதியை இஸ்மாயில் சொன்ன அன்று இரவு, தூக்கம் பிடிக்காமல் புரண்டுகொண்டிருந்தபோது, மேற்படிக் குருவிகளைப் பற்றிக் கேட்டேன். தாஜ் மஹாலையும், அதன் செந்நிற நகலான ஃபதேபூர் சிக்ரியையும் பார்த்துவிட்டு உடல் தளர்ந்து திரும்பியிருந்தோம். கரோல்பாகில் நாங்கள் தங்கியிருந்த விடுதியில், உட்கார்ந்து பேசுவதற்கு வாகாக பால்கனி இருந்தது. சாம்ராஜ்ய எச்சங்களைப் பார்த்துத் திரும்பிய மனநிலையோ என்னவோ, அதை 'உப்பரிகை' என்றான் இஸ்மாயில்.

....அந்தக் குருவிகளில் ஒன்றுக்கு உடம்பு உண்டாம். அதாவது, கீழ்க் கிளைக் குருவிக்கு. மேல் கிளைக் குருவிக்கு உடம்பு ஒன்றைத் தவிர எல்லாம் உண்டு. கீழ்க் குருவியை அது அவதானித்துக்கொண்டே இருக்கும். இதன் உணர்வுகள் அத்தனையும் அதற்குத் தெரியும். உதாரணமாக, கீழ்க் குருவி பழம் உண்கிறது என்று வைத்துக்கொள்வோம், பழத்தின் ருசி அதற்குத் தன்னனுபவம் அல்லவா? மேல்க் குருவிக்கு, பழமும், அதை உண்ணும் குருவியுமே தன்னனுபவமாக இருக்கும். ஆனால், அந்தக் குருவி தான் அல்ல என்பதால் முழுமையான புறவயப் பார்வையும் இருக்கும் . . .

இஸ்மாயில் சொன்னதில் இவ்வளவுதான் எனக்குப் புரிந்தது. சுகவனம் மேற் கொண்டு சில விஷயங்கள் சொன்னான், உருவம் – அருவம், ('வானத்தின் மீது மயிலாடக் கண்டேன் – மயில் குயில் ஆச்சுதடீ' – என்று தாயுமானவர் பாட்டை அவன் மேற்கோள் காட்டியது நினைவிருக்கிறது.) பசு பதி பாசம், சத் சித் ஆனந்தம், அன்னமய கோசம், பிராணமய கோசம், மனோமய புருஷம் என்றெல்லாம் மிகக் கனத்த சமாசாரங்கள். பெயர்ச்சொற்கள் மட்டுமே மனத்தில் தங்கின, மற்றபடி எனக்கு ஒன்றுமே புரியவில்லை என்பதோடு, புனைகதை என்ற கலைவடிவம் இந்த மாதிரி சங்கதிகளையெல்லாம் எந்த அளவுக்குத் தாங்கும் என்றும் தெரியவில்லை. அதனால், சுருக்கமாக நிறுத்திக் கொள்கிறேன்.

மிதந்து வந்து கடந்த சுழி ஒன்று இடுப்பில் கட்டியிருந்த துண்டை வன்மையாய் அவிழ்த்துக் கொண்டு போய்விட்டது.

> ... ஓடுற தண்ணியிலே ஒடம்பு நேரடியா நனையிறது சுகமான அனுபவமா இருந்தது. குனிஞ்சு பாத்தேன். கட்டுப்பாடு எதுவுமே இல்லாம நின்னுக்கிட்டிருந்தவனை, இன்னம் ஒரே ஒரு சங்கதி கட்டுப்படுத்தி வைச்சிருக்குன்னு தோணுச்சு. அருணாக் கயிறு. இடுப்பு வலிக்க வெறுங்கையாலெ இளுத்து அறுத்தெறிஞ்சேன். அவ்வளவுதான், பரிபூரண சுதந்திரம் கிட்டியாச்சு.

ராஜூ வாய்விட்டுச் சிரித்தார். சடகோபனும் சிரித்தான்.

புதுமண்டபத்தில், ஜெகபதி ராஜூ வேலைக்குச் சேர்ந்த கடைக்காரரின் மூத்த மகன் சிங்காரவேலுவுக்கு இவருடைய வயதேதான். உள்ளூர்க் கல்லூரியில் இன்ட்டர் சேர்ந்திருந்தார். அவர் வழியாகத்தான் தமிழில் அறிமுகமாகியிருந்த மாற்று வாசிப்புக்கு ஜெகபதி ராஜூ பழக்கமானார்.

சிங்காரவேலு 'மாங்காய்த்தலை' என்று ஒரு புத்தகம் கொண்டுவந்து கொடுத்தாராம். ந பிச்சமூர்த்தி என்பவர் எழுதிய சிறுகதைகளின் தொகுப்பு. அப்புறம் 'பொய்த்தேவு' என்ற நாவல். க நா சுப்பிரமணியம் என்பவர் எழுதியது. சிங்காரவேலு தற்சமயம் கார்ப்பரேஷன் வங்கியில் கிளை மேலாளராகத் தென் கர்நாடகத்தில் எங்கேயோ பணிபுரிகிறார்.

> அப்பப்ப மதுரைக்கி வரும்போது என்னையும் வந்து பாத்துட்டுப் போவாரு. என்னா, அவரு தொளில் அவரெ அமுக்கிப் போட்டுருச்சு. 'ஒரு வரிகூடப் படிக்க அவகாசமில்லே ராஜூ' ன்னு செல்லமாப் புலம்புவாரு. அதுபத்தி வருத்தமொண்ணும் படுற மாதிரி இருக்காது. நமக்கு, இப்பிடி ஒரு வாசிப்பு அமைஞ்சு போச்சு. அதான், காப்பியடிச்சவன் பாஸாயிட்டான் — காப்பியடிக்கக் காட்டுனவன் ஃபெயிலாயிட்டான்ங்குற மாதிரித்தான்.

ராஜூவின் சிரிப்பு தொடர்ந்தது.

ராஜூவுடன் பேசுவது ஒருவித அலாதியான உணர்வை விளைவிக்கும். சுதந்திரம், காலம், பிரபஞ்சம், பேரண்டம், அநந்தம், காலாதீதம், துரியம் என்கிற மாதிரியான வார்த்தைகள் சரளமாகப் புழங்கும். இதுபோக, cosmic consciousness, inner space என்கிற மாதிரி ஆங்கிலச் சொற்றொடர்கள் வேறு. சடகோபனுக்கு இந்த வார்த்தைகளின் அறிமுகம் கிடைத்ததைத் தவிர வேறு பெரிய பலன் ஒன்றும் இருந்ததாகச் சொல்ல முடியாது — ஆனால், ராஜூவின் பேச்சில் எழும்பி வரும் ஒரு வகைத் தர்க்கம்

கவர்ச்சியாக இருந்தது. அதன் அடிப்படையில் எல்லாமே சந்தேகத்துக்குரிய இடத்துக்கு நகர்வதைக் காண முடிந்தது. உச்சபட்சமாக, தான் சடகோபன் என்பது மெய்தானா என்னும் இடத்துக்கு நகர்த்திக்கொண்டு போனது. நல்லவேளை, இதன் அடுத்த கட்டத்துக்குள் நுழைவதற்கு முன்பாக, நடைமுறை வாழ்க்கை வேறுபக்கம் இழுத்துப் போய்விட்டது.

என்றாலும், இதற்குள், மிக முக்கியமான மாற்றம் ஒன்று சடகோபனிடம் நிகழ்ந்தேறியிருந்தது. ஜெகபதியின் பரிச்சயத்துக்கு முன்பு இருந்த மாதிரி, தன்னை மட்டும், தன் வாழ்க்கையை மட்டும் கவனிக்கிறவனாக இல்லாமல் ஆகிப் போனான்...

எல்லா நல்ல விஷயங்களையும் மாதிரியே, ஜெகபதியின் உறவும் ஒருநாள் முடிவுக்கு வந்தது.

பரமக்குடி நண்பர்கள் இருவருடன் ராஜஸ்தானுக்கு சுற்றுலாப் போய்த் திரும்பினான் சடகோபன். இரண்டு வாரங்கள் ஜெகபதியைச் சந்திக்கவியலாமல் போனதில் பெருகியிருந்த ஏக்கத்துடன் வளையல் கடைக்குச் சென்றவனை பாஸ்கரன் எதிர்கொண்ட விதம் வழக்கம்போல இல்லை. ஜெகபதி ராஜு வழக்கமாக உட்கார்ந்திருக்கும் இடம் வெறுமையாக இருந்தது. பாஸ்கரன் இரண்டே வாக்கியங்களில் விஷயத்தை முடித்து விட்டான்.

> மொதலாளி ஊர்லெ இல்லேங்க. இன்னமே நீங்க இங்கே வரவேணாம்னு சொல்லச் சொன்னாரு...

இவன் முகம் உடனடியாய்க் கூம்பியதைக் காணச் சகிக்காமலோ, பழைய நாட்களின் நட்புணர்வு அடிமனத்தில் குறுகுறுத்ததாலோ, உபரியாக ஒரு வாக்கியம் உதிர்த்தான் பாஸ்கரன்.

> ...ஒங்ககிட்டே மட்டும் இல்லே சார். அவரெத் தேடி வர்றவுங்க எல்லார்ட்டெயும் சொல்லீறச் சொன்னாரு. நேத்துத்தான் புருசோத்தமஞ் சார்ட்டெச் சொன்னன்.

உடனடியாகப் புருஷோத்தமனைச் சந்தித்து துக்கத்தைப் பகிர்ந்துகொள்ளத் துடித்தான் சடகோபன். அதற்கு முன், குமரேசன் கடையில் ஒரு டீயும் சிகரெட்டும் போட்டுவிடலாம் என்று முடிவெடுத்தான்.

குமரேசன் வலது காலை முழுசாகச் சாய்த்து நடப்பார். நாற்பது நாற்பத்தைந்து சிகரெட் அட்டைகள் ஒரு கையிலும், மறு கையில் டீ நிரம்பிய கண்ணாடித் தம்ளர்கள் தொங்கும் கம்பிவளையத் தூக்கும் கொண்டு சாய்ந்து சாய்ந்து வருவார். இடது கண் மலர்ந்தும் மறு கண் இடுங்கியும் இருக்கும். ஏதாவது

பாட்டை உரத்து முனகிக்கொண்டே நடப்பார்.

ஜெகபதி கடையில் மூன்று தம்ளர்களை வைத்துவிட்டு, இவருடைய அட்டையைத் தேடிக் குறித்துக்கொண்டு, அடுத்த கடைக்கு நகர்வார். அட்டையைத் தேடும் அவகாசத்தில் ஓரிரு வாக்கியங்கள் பேசவும் செய்வார்.

> ஐயர்வாள்த்தம்பி மூஞ்சி சொணங்கி இருக்கே என்னா விசயம்?
>
> அய்யா, ஒங்க மூத்த மயென் ஒசூரோடெ போயிறப் போறாராமில்லே?
>
> எலே பாஸு, அந்த முக்காட்டுக்காரியோடெ அதென்னா அம்புட்டுச் சகவாசம்? வடக்கத்திப் பொட்டச்சிக நம்மூருப் பொம்பளையாளுக மாருதி யில்லடீ. சாக்குரதெ.

பதிலுக்காகக் காத்திருக்காத மனிதர். அநேகமாய் யாரும் பதில் சொல்லவும் மாட்டார்கள் அடுத்த கடை வாசலைத் தொடுமுன் ஒரு வரி பாட வேறு செய்வார்...

சடகோபனைப் பார்த்ததும் பிரியமாய்ச் சிரித்தார் குமரேசன். மாபெரும் தொந்தியில் முடிச்சிட்ட அழுக்கு நிறத் துண்டு அணிந்திருந்த, கழுத்தைச் சுற்றி ஆரம் மாதிரிப் பாலுண்ணிகள் பொலிந்த டீ மாஸ்டரிடம்,

> தம்பிக்கி ஷ்ட்டாங்கா ஒரு டீ போடுண்ணே.

என்று உரத்துச் சொன்னார். உள்புறம் திரும்பி,

> கோவாலு, டீ டோக்கன் ஒண்ணு குடு. அப்பிடியே வில்ஸு பில்ட்டரு ஒண்ணு எடு.

உரிமையாளரின் மகனிடம் சொல்லிவிட்டுத் திரும்பினார். சடகோபன் சட்டைப்பையை நோக்கிக் கை உயர்த்துவதைப் பார்த்துவிட்டு,

> தம்பீட்டெக் காசு வாங்காதெப்பா. நம்ம கணக்கு. இன்னமேக்கொண்டு தம்பி எங்கே இங்கிட்டு வரப் போகுது...

என்று சடகோபனைப் பார்த்து மீண்டும் பிரியமாய்ச் சிரித்தார்.

> ...என்னா தம்பீ, ஒங்களையும் அந்தப் பொடிப்பய திருப்பி அனுப்பீட்டானாக்கும்? கிளவனுக்கு என் வயசு தம்பி. இருவத்தஞ்சு வருசம் குடுத்தனம் நடத்தின பெறகு, இந்தத் தேவிடியா மகனுக்குத் தெரிஞ்சு போச்சாம் — பொண்டாட்டி நொண்டீன்னு. இருக்கட்டுமே,

நொண்டீன்னா மனுசப் பெறவி கெடையாதா? கவட்டெத் தொறந்து காட்டுனப்ப நொண்டீன்னு தெரியலையாக்கும்? இம்புட்டையும் பாத்துக்கிட்டு அப்பேர்க்கொத்த மீனாச்சியாத்தாளும் சும்மாத்தானெ நிக்கிறா? அந்த முண்டைக்கும் நம்மளை மாரி ஒண்ரெக்கண்ணுதானோ என்னமோ, போங்க...

அதற்குள் வேறு வாடிக்கையாளர்கள் வந்துவிட்டார்கள். அவர்களின் தேவையை விசாரித்துவிட்டு, டீ மேடையில் இருந்த எச்சில் தம்ளர்களை எடுத்தார். கீழே இருந்த பிரம்மாண்டமான அலுமினியப் பாத்திர அழுக்குத் தண்ணீரில் அவற்றை அமிழ்த்தினார். அவர் முனகிய பாட்டு சடகோபன்வரை கேட்டது.

வஞ்சகனின் உடலெல்லாம் வாதம் வர வேண்டாமோ?
வாய் நிறைந்த பொய்யனுக்கு சூலம் வர வேண்டாமோ?

சிகரெட்டைப் பற்ற வைக்க சடகோபன் நகர்ந்தான்.

...நீங்க இதுக்கெல்லாம் சங்கடப்பட்டுக்கிறாதீங்க தம்பி. இவனெப்போயி மனுசன்னு நம்புனதுக்கு நமக்கு புத்திக் கொள்முதல்னு நெனைச்சிக்கிருங்க. இங்கிட்டு வந்தாப் போனா, நம்மளையும் ஒரெட்டு பாத்துட்டுப் போங்க.

தலையாட்டி நன்றி சொல்லிவிட்டு, ஒரு கையால் சைக்கிளைத் தள்ளிக்கொண்டு நடந்தான் சடகோபன்.

புருஷோத்தமன் மெஸ்ஸுக்கு சைக்கிளை மிதிக்கும்போது, காற்றில் சலனமேயில்லை போலத் தோன்றியது. மனத்திலும் புழுக்கம் நிரம்பியிருந்தது. வெக்கை தாளாமல் எங்கெங்கோ புரண்ட மனத்தில் ஜெகபதி ராஜுவுடன் பேசிக்கொண்டிருந்த சந்தர்ப்பம் ஒன்று ஞாபகம் வந்து தொலைத்தது.

...அன்றைக்கு மிகுந்த உற்சாகத்தில் இருந்தார் ஜெகபதி. பாஸ்கரன் லீவு. வாடிக்கையாளர்கள் அதிகம் வராத நாள். பேச்சு எங்கெல்லாமோ அலைந்தது. நெற்றிப் பொட்டுகள் வியர்க்கப் பேசிக்கொண்டேயிருந்தார்.

... தம்பீ, நாம ரெண்டுபேரும் எங்கெ உக்காந்திருக்கோம்?

பேச்சின் வேகத்தில் ஜெகபதியின் புத்தி பிறழ்ந்துவிட்டதோ என்று ஒரு கணம் கவலைப்பட்டான் சடகோபன். நல்லவேளை, இவன் பதில் எதுவும் சொல்வதற்கு முன்பாக, ஜெகபதியே பாய்ந்தார்.

...என் கடையிலே. இல்லே, புதுமண்டபத்திலே. இல்லே, கீழச் சித்திரெ வீதியிலே. அதுவுமில்லே, மதுரையிலே.

ம்ஹூம். தமிழ்நாட்டுலே. இந்திய தீபகற்பத்திலே. வட்டத்தை விரிச்சுக்கிட்டே போனா? மேலே உயரப் போகப் போக, கீழே உள்ள அடையாளங்களெல்லாம் மங்கிக்கிட்டே போகுமால்லியா? 'அமானுஷ்யமான உயரத்திலே யிருந்து பாருங்கப்பா' ங்குது ஞானவாத பவுத்தம். அது சொல்லுது, 'நாமெல்லாம் சூனியத்திலே இருக்கோம்'. அதாவது, நாம ரெண்டுபேரும் உக்காந்திருக்கிறது சூனியத்திலே. புரியிதா?...

புன்னகைத்தார் ஜெகபதி. சடகோபன் கிறுகிறுத்து உட்கார்ந்திருந்தான்.

...விடுங்க. வேற மாதிரிச் சொல்லுறன்.

என்று எதிரிலிருந்து ஒரு ரப்பர் வளையலை எடுத்தார். இரண்டு விரல்களால் அதைச் செங்குத்தாகப் பிடித்தார்.

இந்த வளையலுக்கு முன்னாடி என்னா இருக்கு.

ஒண்ணுமே யில்லே.

பின்னாடி?

ஒண்ணுமே யில்லே.

வளையத்துக்குள்ளே?

ஒண்ணுமே யில்லே.

பாத்தீங்களா, சுத்திலும் ஒண்ணுமே யில்லே. ஒண்ணுமில்லாததுக்கு மத்தியிலே வளையல் இருக்கு. 'ஒண்ணுமில்லே' ங்கிறதுக்கு ஒரு டெக்னிக்கல் டெர்ம்தான் 'சூனியம்' ங்கிறது. நாமளா அதைப் 'பாழ்வெளி' ன்னு தப்பாப் புரிஞ்சிக்கிர்றோம். எல்லாம் நிரம்பிய சூன்ய வெளியிலேதான் நாம இருக்கிறது — நகுலனோடெ கவிதெ ஞாபகம் வருதா? 'யாருமற்ற பிரதேசத்தில் என்ன நடக்கிறது?'

சந்தோஷமாகச் சிரித்தார் ஜெகபதி. தொடர்ந்து 'சூன்யாதீதம்' நோக்கிப் பறக்கத் தொடங்கினார்.

இன்னும் கொஞ்சம் கலைஞானம்

வழக்கமான மனோலயத்தில் இருந்தார் புருஷோத்தமன். கல்லாவில் இருந்தவர், இவனைப் பார்த்ததும் எழுந்து வந்தார். சாப்பிடுகிறவர்களையும், பரிமாறுகிறவர்களையும் மேற்பார்வை செய்துகொண்டிருந்த சீனிவாசனைக் கையாட்டி அழைத்தார்.

பாத்துக்கப்பா.

என்று சொல்லிவிட்டு சடகோபனை அழைத்துக்கொண்டு வெளியில் வந்தார். சீனிவாசன் கல்லாவில் ஏறி அமர்ந்து கொண்டார். இவர்கள் ரயில் நிலையத்தை நோக்கி நடந்தார்கள். அதற்குமுன் சைக்கிளை நன்றாகப் பூட்டினோமா என்று ஒருமுறை சோதித்துவிட்டு வந்தான் சடகோபன்.

ரயில் நிலையத்தைக் கடந்து, ஜெய்ஹிந்துபுரம் பாலத்தின் கீழ் நடந்து, ரயில் பாதையைத் தாண்டி, மதுரைக் கல்லூரி மைதானத்தின் குறுக்காகச் சென்று, படிக்கட்டுகள் போல அமைந்த இருக்கைப் பலகைகளில் அமரும்வரை இருவரும் ஒரு வார்த்தைகூடப் பேசிக்கொள்ளவில்லை.

சடகோபன் சட்டைப்பையிலிருந்து சிகரெட்டையும் தீப் பெட்டியையும் எடுத்தான். புருஷோத்தமன் செருமிக்கொண்டார்.

ஒரு ஏழு பாய்ண்ட்டு இருக்கு கோபி...

என்று தொடங்கினார். அவர் சொல்லச் சொல்லத் தன்வயமாகத் தொகுத்துக்கொள்ள முயன்றான் சடகோபன்.

1. கெஜபதி ஒரு முதல்நிலை சிந்தனையாளர் என்பதில் கொஞ்சமும் சந்தேகமில்லை. தம்முடன் பேசிக் கொண்டிருந்த ஒரு சந்தர்ப்பத்தை புருஷோத்தமன் நினைவு கூர்ந்தார். கிட்டத்தட்ட சடகோபனுக்கு ஞாபகம் வந்த சந்தர்ப்பம் போன்றதேதான் அது.

...அன்று புருஷோத்தமனும் கெஜபதியும் சிந்தாமணி தியேட்டருக்கு எதிர்வரிசையில் உள்ள அம்சவல்லியில் பிரியாணி — பாயா சாப்பிட்டுக்கொண்டு இருந்தார்கள். பேச்சினூடே கெஜபதி இவரைக் கேட்டார்:

புருஷோத்தமன், நாம எங்கெ உக்காந்திருக்கோம் தெரியுமா?

சொல்லுங்க.

அநந்தத்திலே... என்னா அப்பிடிப் பாக்கிறீங்க? நமக்குத் தான் இது நிகழ்காலம். திருமலை நாயக்கருக்கு? மங்கம்மா ராணிக்கு? அவ்வளவு ஏன், என் மாமனார் சீனிப் பண்டாரத்துக்கு? அவங்களுக்கெல்லாம் சின்னஞ்சிறு யூகமாவது இருந்திருக்குமா, எனக்கும் உங்களுக்கும் நட்பு உண்டாகும், ரெண்டு பேரும் ஒண்ணா உக்காந்து பிரியாணி சாப்பிடுவோம்னு?...

கெஜபதி சிரித்தாராம். இவருக்கும் சிரிப்பு தொற்றிக் கொண்டதாம்.

...என்னா, அநந்தம்னு சொன்னவொடனே மனசு இந்தப் பக்கம் கண்ணுக்கெட்டாத தூரம் பாக்கக் கிளம்பிடுது.

அந்தப் பக்கம்னு ஒண்ணு இருக்கால்லியா? ஆக, காலத்தோடெ எந்த ஒரு புள்ளியும் அநந்தத்திலேதான் இருக்க முடியும். அந்தப் புள்ளியைத் தன்னோட அனுபவமா உணர்ற ஒருத்தனுக்கு அது நிகழ்காலமாத் தெரியுது. அந்தப் புள்ளியோடெ நிரந்தரமின்மெ புரியுற இன்னொருத்தன், அநந்தத்தை அனுபவமாக் கொள்ள ஆரமிச்சுர்றான். சரிதானே?...

2. கெஜபதி என்ற தனிநபரோடு அல்ல, நாம் தொடர்பு கொண்டது. அந்தத் தனிநபரின் சொற்களாக உதிர்ந்த கருத்துக்களோடு மட்டுமே. அந்தக் கருத்துக்கும் கெஜபதி தனியுரிமை கொண்டாட முடியாது. சமூகப் பிடிப்புகளின் தர்க்கத்திலிருந்து விடுபடும் எந்த ஒரு மனமும் விளைவிக்கக் கூடியவை, தமக்கென்று தனித்துவமான பாரம்பரியம் கொண்ட கருத்துக்கள்தாம் அவை.

3. தனிநபர் ஒழுக்கத்தையும் கருத்துக் கள ஆய்வுகளையும் நேரடியாகத் தொடர்புபடுத்துவதும், சமூக ஒழுக்கவிதிகளின் பெயரால் கருத்துக்களின் கூர்மையை மழுங்க வைப்பதும் ஒருவிதத்தில் மதரீதியான செயல்பாடு மட்டுமே. தனது சகாவின் ஆய்வுக் கட்டுரையைக் களவாடி, தன் பெயரில் பிரசுரித்தார் என்று நியூட்டன் மீது கூடப் புகார் எழுந்தது. அதற்காக ஒளியியல் சம்பந்தமாக அவர் தெரிவித்த கருத்துக்கள்மீது அவநம்பிக்கை கொள்ளத் தகுமா?

4. கெஜபதி பேசிய பல்வேறு விஷயங்களுக்கும் அடிநாதமாக இருந்த கோட்பாடுகள் இரண்டு. ஒன்று காலம். மற்றது சுதந்திரம். எந்த ஒரு பெண்ணுடனும் எந்த ஓர் ஆணும் பாலுறவு கொள்ளலாம் என்பது மொழி தோன்றுவதற்கு முன்னால் மனித சமுதாயம் கடைப்பிடித்த ஒழுக்க விதிதான். குடும்பம் என்ற செயற்கையான, பொருளாதார அரசியல் அமைப்பு, மத அமைப்பாக மாறும் இடத்தில்தான் பாலியல் உறவுகள் பற்றிய விதிகளும், பாவ — புண்ணியம் பற்றிய கவனமும் உற்பத்தியாகியிருக்கின்றன என்பதுதான் கெஜபதியின் தரப்பு.

5. ஆக, குமரேசன் என்ற டீக்கடைத் தொழிலாளிக்கு வேண்டுமானால், கெஜபதியின் செயல் அருவருப்பை ஊட்டலாம். ஐம்பது வயது அரைக்கிழவர் இருபத்தி ரண்டு வயது இளம்பெண்ணை, வாடிக்கையாளராக வந்தவளை, தன்னுடன் இணைத்துக்கொண்ட பெருந்திணை உறவைப் பொருந்தாக் காதலாக அவர் பார்க்கலாம். அந்தப் பெண்ணின் அபிப்பிராயத்தை குமரேசன் கணக்கில் எடுத்துக்கொண்டாரா? நம்மை மாதிரி அறிவு ஜீவிகள்

இதுபோன்ற விஷயங்களை உணர்வுபூர்வமாக அணுக வேண்டியதில்லை.

6. நாம் இதில் கவனிக்க வேண்டிய அம்சம், ஆண் பெண்ணுக்கிடையில் உண்டாகும் ஈர்ப்பு, எந்தவிதமான பாகுபாட்டையும் பொருட்படுத்துவதில்லை என்பது மட்டுமே. தன்னுடைய உரையாடல்களில் சதா வலியுறுத்தி வந்த 'சுதந்திரம்' என்ற அம்சத்தை நிஜமாகவே நடைமுறைப் படுத்தியிருக்கிறார் கெஜபதி என்றுதான் புருஷோத்தமன் கருதுகிறார்.

7. புருஷோத்தமனுடனான ஆரம்பகட்ட உரையாடல் ஒன்றில் கெஜபதி சொல்லியிருக்கிறார் — ஆப்பிரிக்கப் பழங்குடியின மொழி ஒன்றில் 'காலம்' என்ற சொல்லே கிடையாதாம். அதற்குப் பதிலாக, 'தேய்மானம்' என்ற பொருள்தரும் சொல் ஒன்றுதான் புழக்கத்தில் இருக்கிறதாம்...[55]

கெஜபதியின் விஷயத்தில் அது நூறு சதவிகிதம் நடைமுறையாகிவிட்டது என்று நீங்கள் நினைப்பதற்கு முழு நியாயம் இருக்கிறது கோபி. ஆனால், அதுவும்கூட, கெஜபதி என்ற தனிநபரின் விஷயத்தில் மட்டும்தான்.

புருஷோத்தமன் 'கெஜபதி' என்று உச்சரித்த இடத்திலெல்லாம், 'ஜெகபதி' என்று தன்னிச்சையாகத் திருத்திக்கொண்டானே தவிர, அவர் சொன்ன பாய்ண்ட்டுகள் எதனுடனும் ஒத்துப் போகத் தயாராக இல்லை சடகோபன்.

இந்த மனிதனும் ஏதாவது கள்ளத்தனமான வேலையில் ஈடுபட்டிருக்கிறாரோ, அதற்கான சப்பைக்கட்டுகளை இப்போதே தயார் செய்துகொள்கிறாரோ என்றுகூடச் சந்தேகம் உதித்தது.

ஆனால், ஜெகபதி ராஜுவுக்கும் தனக்கும் மட்டுமல்ல, புருஷோத்தமனுக்கும் தனக்கும் உள்ள உறவும்கூட இவர்கள் பேசுகிற விஷயங்கள் மட்டும்தானே என்றும் தோன்றத்தான் செய்தது.

டீ குடிப்பமா?

---

55 'இது கற்பனையான செய்திதான் – நிஜமான செய்தி வேறொன்று இருக்கிறது. ஆப்ரிக்காவில் உள்ள ஒரு பழங்குடியினரின் பிரக்ஞையில் 'சதுரம்' என்ற வடிவமே கிடையாதாம். அதாவது, நடந்து செல்லும் பாதையில் ஒரு பெட்டி கிடந்தால் இடறிக் கொள்வார்கள். எது இடறியது என்று பார்க்க முடியாமல் தவித்தும் போவார்கள்' என்று இஸ்மாயில் சொன்னான்.

என்னால் கொஞ்சம்கூடப் புரிந்துகொள்ள முடியவில்லை.

என்றார் புருஷோத்தமன். கல்லூரியின் பிரதான வாயிலை நோக்கி நடந்தார்கள். அரசினர் பாலிடெக்னிக் வாசலில் இருந்த டீக்கடை நோக்கிப் போனார்கள்.

வழக்கமாக இருப்பதைவிட டீயில் இன்று சூடும் சுவையும் அதிகமாக இருந்ததாகப் பட்டது. பாதி குடித்துக்கொண்டிருக்கும்போது, புருஷோத்தமனுக்கு எட்டாவது பாய்ண்ட் நினைவு வந்துவிட்டது போல. தொண்டையைச் செருமிக்கொண்டார். சடகோபன் தன் கவனம் முழுவதையும் அவர்மீது குவித்தான்.

...ஆனா, இதுலே கவனிக்க வேண்டிய வேற ஒரு விஷயம் இருக்கு. யாரோ ஒரு ஆளு, யாரோ ஒரு பொம்பளையோட ஓடிப் போனதுலே நம்ம டீக்கடை குமரேசனுக்கு எம்புட்டு ஆத்திரம் வருது பாத்தீங்களா? இந்த தர்மாவேசம்தான் ஆசிய மனங்களோடெ தனிச் சொத்து. மேற்கத்திய கலாச்சாரம், இதெல்லாம் அவரவர் விவகாரம் னு ஒதுக்கிட்டுப் போயிரும்...

காலித் தம்ளர்களை வைத்துவிட்டு மெஸ்ஸை நோக்கி நடக்க ஆரம்பித்தார்கள். மதுரைக் கல்லூரிப் பாலத்தில் ஏறி இறங்கும் வரை மௌனமாக நடந்தார்கள். தீயணைப்பு நிலையம் அருகில் வந்தவுடன் சடகோபன் பக்கவாட்டில் திரும்பிப் பார்த்தான். புருஷோத்தமன்,

சொல்லுங்க கோபி.

என்றார்.[56]

---

56 ‘கதை இத்துடன் முடிந்தது’ என்று அறிவித்தான் இஸ்மாயில். சுகவனம், ஏதோ பாக்கியிருப்பதாக அபிப்பிராயப்பட்டான். தொடர்ந்து பேச்சு வளர்ந்தது. மாறி மாறிப் பேசினார்கள். சாரம் இதுதான்:

சுந்தர ராமசாமி ஜே ஜே முன்வைத்த ‘கொந்தளிப்புத் தத்துவம்’ பற்றிக் குறிப்பிடுகிறார் – அது இன்னதென்று விவரிப்பதில்லை; ஆனால், கார்லோஸ் கேஸ்டநெடா செவ்விந்திய மரபில் உள்ள – மாற்று மெய்ம்மை பற்றிய நம்பிக்கைகளைத் தனிமனித உணர்வனுபவமாக மாற்ற உதவுகிற – லாகிரிப் பொருட்களையும் அவற்றைப் பயன்படுத்தும் விதத்தையும் விளைவான அனுபவங்களையும் மிக விரிவாக எழுதியிருக்கிறார் என்பது சுகவனத்தின் பார்வை.

‘நவீனத்துவம் சர்வசாதாரணமாகத் தாண்டிச் செல்லும் சந்தர்ப்பங்களை நுட்பமாகவும் நுணுக்கமாகவும் விவரித்து, தான் சொல்வது அத்தனையும் சத்தியம் என்று நிறுவ இப்படித்தான் செவ்வியல் மரபு பிரயாசைப்படும்’ என்று சொன்னான் இஸ்மாயில். இந்தக் கருத்தில் சுகவனத்துக்கும் உடன்பாடு இருந்தது. இந்த உரையாடலின் மத்தியில், மேற்கோள் காட்டுகிற அருகதை கொண்ட வாக்கியம் ஒன்றை இஸ்மாயில் உதிர்த்தது நினைவிருக்கிறது.

கதைகளை முடிக்க வேண்டும் என்று பிரயாசைப்படுவது செவ்வியலின் இயல்பு. கதைகளை முறிப்பதுதான் நவீனத்துவத்தின் இயல்பு.

ஆனாலும், இஸ்மாயில் உள்ளூற மறுபரிசீலனை செய்துகொண்டே யிருந்தான் போல.

சடகோபன் பின்னாட்களில் எழுதியவை என்று பதினோரு குறுங்கதைகள் சொன்னான். காலகட்டம், வேளை என்று எதையும் பெரிதாகப் பொருட்படுத்திக் குறிப்பிடாத கதைகள். அத்துவானமாகத் தொடங்கி அத்துவானத்தில் முடிபவை. அவற்றைத் தனிப் பகுதியாக அமைக்கும்படியும் சொன்னான். அவற்றுக்குப் பொதுத் தலைப்பாக 'தருணக் கதைகள்' என்று வைக்கச் சொன்னான்.

> இந்தக் கதைகளை புருஷோத்தமன் படித்தாரா, என்ன அபிப்பிராயம் சொன்னார்?

என்று ஆர்வமாய்க் கேட்டேன். இஸ்மாயில் சற்று யோசித்தான்.

> 'பொது இடத்தில் பார்த்தால் புன்னகைத்து விலகி விடும் அளவுக்கு அந்த உறவு தொய்ந்து போயிருந்தது. என்றாலும், இந்தக் கதைகள் பிரசுரமானபோது மற்றவர்களிடம் வெகுவாக சிலாகித்துப் பேசினார் புருஷோத்தமன்' என்று சொல்லிவிட்டுச் சிரித்தான்.

சடகோபன் எழுதிய ‘தருணக் கதைகள்’

(எ)

குறுங்கதைகள்[57]

57 இந்தக் கதைகளை எழுதுவது சம்பந்தமாக சிறு தயக்கம் எழுந்தது. என்னுடைய மொழியில், நான் கதைகள் எழுதுகிற பாணியில் எழுதினால் சரியாக இருக்குமா என்று. சுகவனத்துடன் தனியாக இருந்தபோது கேட்டேன். அவன் இயல்பாக தைரியம் சொன்னான்:

> அது ஒண்ணும் பிரச்சினையில்லடா. பாக்கப்போனா, மூணுபேரோட கதையையும் நீயேதானே எழுதப் போறே? தவிர, அண்ணா திமுகவுக்காக டியெம்மெஸ் பாடின கட்சிப் பாட்டுக்களைக் கேட்ருக்கேல்ல? எம்ஜீயாரே தன்னைப் பத்திப் பாடிக்கிற மாதிரி இருக்கும்! அதுகக்கு என்ன செய்றது?!

அட, வாஸ்தவம்தானே!... என்றாலும் இஸ்மாயிலை நினைத்து, தயக்கம் நீடிக்கத்தான் செய்தது. அதனால், சடகோபன கதையை எழுத ஆரம்பிக்கும் முன்பாகவே இந்தக் கதைகளை எழுதிவிட்டேன். கேட்கும்போது இருந்ததைவிட, எழுதும்போது மேற்படிக் கதாபாத்திரங்களும் அவர்களின் களமும் காட்சியாகவே புலப்பட்டதும், அது தந்த ஆச்சரியமும் போதையும் பிரமாதமாக இருந்தன.

எனவே, மையத்தை மட்டும் வைத்துக்கொண்டு, அதைத் தத்ரூபமாக்குவதற்காக, சில வாக்கியங்கள் வர்ணனைகளை நானாகவே எழுதிச் சேர்த்தேன். எழுதுமுன் இருந்ததைவிட அதிகத் தயக்கத்துடனும், அச்சத்துடனும் இஸ்மாயிலிடம் காட்டினேன். அவன் சொல்லும் அபிப்பிராயத்தைப் பொறுத்து, முழுப் பிரதியையும் எழுதலாம், அல்லது கைவிட்டுவிடலாம் என்று யோசித்து வைத்திருந்தேன்.

முதல் கதையைப் படித்தவுடனே, தன் வாழ்நாளின் உச்சபட்ச ஆச்சரியத்தை அடைந்தவன் மாதிரி பிரமித்துவிட்டான் இஸ்மாயில். என் கையை இறுக்கிப் பிடித்துக் குலுக்கினான்.

> புனைகதையெ சொல்றதுக்கும் எழுதுறதுக்கும் எவ்வளவு வித்தியாசம் இருக்குன்னு இப்பத்தாண்டா தெரியுது. சும்மா சொல்லக்கூடாது, நான் சொன்னதைவிட ரொம்ப

1

அதிகாலையில் அமிர்தம் கனவு கண்டாள். ராட்சத மலைப்பாம்பு இவளை விழுங்குகிறது. சம்போகத்தின் உச்சத்தில்போலப் பிணைந்த கால்களைத்தான் முதலில் விழுங்கியது. தான் முழுசாக உள்ளே இழுபடும்வரை பார்த்துக்கொண்டிருந்தாள். முழங்கால்கள் தொடை மார்பு என்று பாம்பின் வாய்க்குள் வழுக்கி இறங்கும்போது பயமும் பரவசமும் ஒருங்கே திணறடித்தன. சாவை நினைத்து அச்சம்தான். ஆனால், தலை மறைவதற்குச் சற்றுமுன் புருஷன் முகம் ஞாபகம் வந்ததா, ஆனந்தமாகப் பாம்புக்குள் சென்று மறைந்தாள்.

பாம்புக்குள் விரிந்திருந்த உலகம் வித்தியாசமாக ஒன்றும் இல்லை. உள்ளே சென்றது இவளேதான் என்பதால், வெளியே இவள் பார்த்த அதே உலகம்தான் உள்ளேயும் கிடந்தது. சொல்லப்போனால், வெளியே இவளை சதா மேய்த்துக் கொண்டு இருந்த புருஷன் உள்ளேயும் அதே பணியைத் தொடரவே செய்தான்.

ஆனால், முதல் வித்தியாசம், வெளியுலகில் சதா ரோதனை செய்தவன் உள்ளே இவளை நெருங்கவும் முடியவில்லை. கால் வழுக்கியது. அமிர்தத்தின் உடம்பு காக்காப்பொன்போல மினுங்கியதும், புருஷனின் உடம்பு தெருக் கோடியில் உள்ள மூத்திரச் சுவர் மாதிரிக் காறை உதிர்ந்து இருந்ததும் அடுத்த வித்தியாசம். மூன்றாவது, வெளியே 'அவர், இவர்' என்றும் 'ஐயோ, அடிக்காதீங்களேன்' என்றும் பேச வேண்டியிருந்த கிழவனை பாம்புக்குள் இருந்தபோது 'அவன், இவன்' என்று, 'அடா புடா' என்று ஏச முடிந்தது. அமிர்தம் நிறையப் பேசவும் செய்தாள். யானைக்குட்டி மாதிரி உடம்பு அவனுக்கு. அமிர்தம் ஈர்க்குச்சி மாதிரி இருப்பாள். ஈர்க்குச்சிமீது யானை விழுந்து அமுக்கும்போது, 'மூச்சுத் திணறிச் சாகப்போகிறோம்' என்று பயமாக இருக்கும். அதைக்காட்டிலும், முன்பின் தெரியாத பாம்புக்குள் தண்ணீரில் மிதப்பதுபோல வழுக்கிச் செல்வது எவ்வளவோ இதமாக இருந்தது.

விடிந்தபோது, கனவு நன்றாக நினைவிருந்தது. வெளியில் சென்றிருந்தவன் வீடு திரும்புவதற்குள் அடுப்படி வேலைகளை

நல்லா எழுதியிருக்கடா கிருஷ்ணா.

என்று புளகாங்கிதப்பட்டான்.

இதைத்தானே நான் ஆரம்பத்திலிருந்து சொல்லிக்கிட்ருக்கேன்?

என்று சலித்துக்கொண்டான் சுகவனம். அவன் கண்கள் லேசாகக் கலங்கியிருந்த மாதிரிப் பட்டது – என்னுடைய. பிரமையாகக் கூட இருக்கலாம்.

முடித்தாள் — கனவில் வந்த பாம்பு நேரில் தென்படக் கூடாதா என்று ஏங்கியவாறு.

பத்தரை மணி வாக்கில் புருஷன் வந்து சேர்ந்தார். நேரில் பார்க்கும்போதும் மூத்திரப் பிறை மாதிரியே தெரிந்தார். இருவருக்கும் பதினேழு வயது வித்தியாசம். அந்தப் பதினேழு வருஷம்தான் அவர்மீது படிந்த மூத்திரக்கறை என்று அமிர்தத்துக்குத் தோன்றியது. மனம் கொள்ளாத சிரிப்புடன் குளிக்கப் போனாள். வழக்கத்துக்கு மாறான உல்லாசம் உடலுக்குள் ஊறி வியர்வைபோல வழிந்தது. ஏனோ, வழக்கம்போலப் பாவாடையை மாரைச் சேர்த்துக் கட்டிக்கொள்ளாமல் நிறை அம்மணமாய்க் குளிக்க ஆசையாய் இருந்தது.

அதில் ஓர் அபாயம் இருக்கிறது. பக்கத்து மொட்டை மாடியிலிருந்து பார்த்தால் கூரையற்ற குளியலறை அப்பட்டமாய்த் தெரியும். பக்கத்துவீட்டில் புதிதாய்க் குடிவந்திருக்கும் இளைஞன் எந்நேரமும் மாடியில்தான் இருக்கிறான். கைப் புத்தகத்தில் ஒரு கண்ணும் கொல்லையில் நடமாடும் அமிர்தத்தின்மீது மறு கண்ணுமாய் நடைபழகுகிறான். தோளெலும்பு புடைத்து முருங்கைக்காய்போல இருக்கிறான்.

‘பார்த்தால் பார்க்கட்டுமே’ என்று எண்ணியபடி உடைகளைந்தாள் அமிர்தம். கனவில் மினுங்கிய உடல் இன்னும் அதிகமாய் மினுங்கியது. மொட்டை மாடிக் கண்கள் வெறிப்பதை அறியாதவள்போல இயல்பாகக் குளிக்கத் தொடங்கினாள். வழக்கத்தைவிட தீர்க்கமாக வெகுநேரம் குளித்தாள். என்றும்போல உட்கார்ந்துவிடாமல் நின்றவாறு குளித்தாள்.

தலையைத் துவட்டியவண்ணம் மேலே நோக்கினாள். அவன் அவசரமாய் முகத்தைத் திருப்பிக்கொண்டு நகர்ந்தான். இனம்புரியாத நிறைவு அமிர்தத்தின் மனமெங்கும் நிரம்பியது...

பதினொன்றரை மணிக்கு எச்சில் தட்டு ரணவேகத்தில் தன் உடம்பில் வந்து மோதி ‘கணார்’ என்று தரையில் விழுந்து உருண்டபோது, இனிமேல் தினசரி வெகுநேரம் குளிக்க வேண்டும் என்றும் பாவாடையில்லாமல்தான் குளிக்க வேண்டும் என்றும் உறுதியாகத் தீர்மானித்துக்கொண்டாள் அமிர்தம்.

2

மத்தியான வேளை. மண்டையைத் துளைக்கும் உச்சி வெயில். வெறிச்சோடிய மின்ரயில் நிலையம் கத்திரிவெயிலின் உக்கிரத்தைப் பலமடங்கு அதிகரித்துக் காட்டியது. வெயிலின் விளிம்பை நீங்கி விலகியோடத் துடித்து நீளும் தண்டவாளங்கள் தொலைவில் வளையுமிடத்தில் கானல் மிதந்தது. இன்றைக்குச் சென்று வந்த நேர்முகத்தின் பலன் பற்றி மீண்டும் ஒரு மின்னல் முத்தையாவுக்குள் ஓடி விதிர்த்து மறைந்தது.

குளிர்பானம் குடிக்க முடிவெடுத்தான். கடைக்காரரிடம் பானத்தின் பெயர் சொன்னான்.

நிலையக் கூரையைத் தாங்கி நின்ற கம்பத்தின் அருகே, பார்வையில்லாத பெண் ஒருத்தி உட்கார்ந்திருந்தாள். அவள் மீது கவனம் குவிந்தது. குச்சிகுச்சியான கைகள். தட்டையான மார்பு. எலும்பைத் தவிர வேறு எதுவும் இல்லாத உடல். முன்பக்க முந்தானை பிடிப்பின்றி விலகி ஒருக்களித்திருந்தது. தோள்பைக்குள்ளிருந்து எடுத்த மஞ்சள் பையை மடியில் கவிழ்த்துக் கொட்டினாள். உதிர்ந்த சில்லறைகளை வேகவேகமாக எண்ணத் தொடங்கினாள் — அருகில் நின்ற சோனிக் குழந்தையை அவ்வப்போது 'காசெ எடுத்தே, கொன்னுப்புருவேன்' என்று மிரட்டிபடி.

எவ்வளவு காசுகள். முத்தையாவுக்கு ஒரு கணம் பொறாமையாக இருந்தது. சில்லறைகளை ஒரு பெரிய சுருக்குப் பைக்குள் போட்டுவிட்டு, தோள்பைக்குள் கையை நுழைத்துத் துழாவினாள். தன்னைச் சுற்றிலும் கையெட்டும்வரை தரையைக் கையால் தடவிப் பார்த்தாள். 'பைக்குள்ளெருந்து ஒரு பத்து ரூவா நோட்டு விளுந்திச்சே. எங்கெ சனியனே? கையிலெ வச்சிருக்கியா, திருட்டுச் சிறுக்கி?' என்று குழந்தையின் முதுகில் ஓர் அறை வைத்தாள்.

'இல்லே, இல்லேம்மா' என்று அலறி விட்டு, உரத்து அழ ஆரம்பித்தது அது.

> அப்ப அவென்தான் களவாண்டுருப்பான். எங்கெ அந்தப் பிச்செக்கார நாயெ. அவனெ எங் கையாலெ ஒரு சாத்துச் சாத்துனாத்தான் எனக்கு அடங்கும்.

என்று அறிவித்துவிட்டு, ரயில் பாலப் படிக்கட்டை நோக்கி நடந்தாள். கைக்கோலை ஊன்றாமல் அவள் விரைவாக நடப்பதை வியப்புடன் பார்த்தான் முத்தையா. தடுமாறாமல் நடந்தாளே

யொழிய, சட்டென்று புரியாத, துரிதமான ஒரு கணக்கு அவள் நடையில் இருப்பது தெரிந்தது. குழந்தை அழுதுகொண்டே பின்னால் ஓடியது.

ஒழுங்கற்ற குச்சுத் தாடியுடன் கீழ்ப்படியில் உட்கார்ந்திருந்த வனிடம் போய் நின்றாள். அவனும் பார்வையில்லாதவன். ஏதோ சொல்லியவாறு அவன் உச்சந்தலையில் ஓங்கிக் குட்டினாள். எதிர்பாராத தாக்குதலில் நிலைகுலைந்தவன் உடனடியாய் சுதாரித்துக்கொண்டான். 'தேவிடியாச் சிறுக்கி' என்று ஆவேசமாய் எழுந்தான். இவள் இருந்த திசையில் கையை வீசினான். வீச்சின் அரைவளையத்துக்கு வெளியில் நகர்ந்துவிட்டிருந்தாள் இவள்.

இருவரும் ஒருவரையொருவர் தாக்குவதற்காக முயன்று காற்றில் கடும் வேகத்துடன் இலக்கின்றிக் கைகள் போய்வந்தன. குழந்தை பெருங் குரலில் அலறிக்கொண்டே அருகில் நின்றது.

முத்தையா பதட்டத்துடன் நகர்ந்தான். எட்டிக் கழுத்தை நீட்டி வேடிக்கை பார்த்த கடைக்காரர்,

> நீங்க தலையிடாதீங்க சார். அவுங்க ரெண்டுபேரும் புருசம் பொண்டாட்டி.

என்றார்.

அவன் கையில் அவள் தலைமுடி அகப்பட்டுவிட்டது. கையால் சுழற்றிக் கீழே தள்ளி அவள் மேல் விழுந்தான். எலும்பு தரையில் மோதும் ஒலி தட்டென்று கேட்டது. இலக்கு சிக்கியதில் நிம்மதியானவர்கள் மாதிரி இருவரும் ஒருவரையொருவர் ஒருகையால் பிடித்துக்கொண்டு மறுகையால் தாக்கிக்கொண்டு உருண்டார்கள். சுற்றிலும் பத்திருபது பேர் சேர்ந்து விட்டார்கள்.

தொலைவில் ரயிலோசை கேட்டது. சண்டை உடனடியாக நின்றது. அவள் உடைகளை வேகமாகச் சரி செய்துகொண்டாள். அவன் தனது தோள் பையிலிருந்து பெரிய கஞ்சிராவை எடுத்தான். ரயில் வந்து நின்றது. பெட்டிச்சுவரைக் கையால் தடவி உணர்ந்து இருவரும் ஏறினார்கள். அழுகையை நிறுத்தியிருந்த குழந்தை பின்தொடர்ந்தது. மறு நிமிடம் ரயில் கிளம்பியது. அவள் பாடும் குரல் ஜன்னல் வழி வெளியே வந்தது.

> நான் பேச நினைப்பதெல்லாம் நீ பேச வேண்டும்...

அவனுடைய தாளம் பின் தொடர்ந்தது. 'நல்ல குரல் அவளுக்கு' என்று நினைத்துக்கொண்டான் முத்தையா.

3

ஹோட்டலையும் வீட்டையும் பிரிக்கும் திரையான கோணிப் படுதாவை விலக்கி எட்டிப் பார்த்தார் நாயர். அம்மிணி அயர்ந்து தூங்குகிறாள். அவளுடைய தாயார் கொல்லையில் பாத்திரம் தேய்க்கிறாள். அலுமினியப் பாத்திரங்கள் உராயும் ஓசை நாராசமாகக் கேட்டது. சூழலின் ஒலிகள் எட்டாத தொலைவில் அம்மிணி நிச்சிந்தையாகக் கிடந்தாள். உறக்கத்தின் நிம்மதி பூத்த முகம்.

நேற்று நாயுடுவின் ஆள் வந்தபோது இவள் பள்ளியிலிருந்து திரும்பியிருக்கவில்லை. கெட்டிக்காரி. தான் படித்த பள்ளிக்கூடத்திலேயே வாத்திச்சி ஆகிவிட்டாள் — சம்பளம் பேருக்குத்தான் என்றாலும். வண்ணக்குடை பிடித்து நடக்கும் போது குடைக்குக் கீழ் ஒளிரும் வெளிச்சத்தில் பேரழகாய்ப் பொலியும் முகம். கொஞ்சம் துள்ளித்துள்ளி நடக்கும் கால்கள். தந்தம்போல மினுங்கும் முன்னங்கைகள். சொர்ண வளையல்களைச் சுமக்கும் அருகதை கொண்டவை. தகப்பனுக்கு வக்கில்லையாதலால் ரப்பர் வளையல்கள் அடுக்கியிருக்கும்.

அம்மிணி நடந்துபோகும்போது நாயருக்கு உள்ளூரப் பெருமிதம் பொங்கும். நாராயணன் நாயர் என்று ஒருத்தன் வந்து டீக்கடை போடாவிட்டால், இந்தப் பாண்டிக்காரக் கிராமத்துக்கு இப்படி ஒரு பேரழகின் பாதம் படும் பாக்கியம் வாய்த்திருக்குமா என்று மனம் பொங்கும். அதெல்லாம் நேற்று வரை. சாயங்காலம் வெயில் தணிவதற்குச் சற்றுமுன் நாயுடுவின் காரியஸ்தன் வந்து சென்ற பிறகு அவமானமும் பயமும் நிரம்பியிருக்கிறது.

நாயுடுவுக்கு நாற்பது வயதிருக்கும். நாயரைவிடப் பத்து வயது இளையவர். அம்மிணியைப் பார்த்தவுடனே பிடித்துவிட்டதாம். அதாவது, நாயர் இந்த ஊரில் வந்து குடியமர்ந்த சமயத்திலேயே. அம்மிணிக்கு ஐந்து வயது அப்போது.

மூன்றாந்தாரமாகக் கேட்கிறார். ராணி மாதிரி வைத்துக் கொள்வாராம். சாதி சனங்களைச் சமாளிப்பது அவர் பொறுப்பு. அம்மிணியின் தம்பி திரிவிக்ரமனை வளைகுடா நாட்டில் வேலைக்கு அனுப்பித்தருவார். நாயரின் ஹோட்டலைப் புதுப்பிக்கப் பணம் தருவார். இதையெல்லாம் எல்லாரிடமும் சொல்லிக்கொண்டிருக்க வேண்டியதில்லை. கல்யாணம் என்று ஒன்றுகூடப் பண்ண வேண்டியதில்லை. காதும் காதும் வைத்த மாதிரி நடத்திவிடலாம்.

அந்த ஆள் திரும்பிப் போனபிறகு வயிற்றைக் குமட்டியது.

வாந்தியெடுத்தால் தேவலை என்று தோன்றியது. கிராமத்தில் பாதி நாயுடுவுடையது. நாயர் இந்த ஊரில் குடியமர வந்த போது கடைபோட இடம் உதவியவர் அவர்தான்.

இரவெல்லாம் தூக்கமின்றிப் புரண்டுகொண்டிருந்தார் நாயர். மனைவியிடம் கலந்து பேசத் தைரியமில்லை. நாயுடுவைப் பகைத்துக்கொள்ளத் தைரியமில்லை. இத்தனை வயதுக்குப் பிறகு வேறு ஊரில் சென்று குடியமரத் தைரியமில்லை — நாயுடுவுக்கு இருக்கும் அரசியல் செல்வாக்குக்கு வேறு மாநிலத்தில் சென்று குடியேறினாலும் தப்பமுடியாது.

கொல்லைப்புறம் சென்றார் நாயர். போகும்போது மறக்காமல் வெற்றிலைச் செல்லத்தை எடுத்துக்கொண்டு போனார். பழுத்து அழுகிய வெற்றிலைகள்தாம் நாலைந்து கிடந்தன. மறுநாள் தேவைக்காக முந்தின நாள் இரவே வாங்கி வைப்பது வழக்கம். நேற்று முதல்தான் எல்லாம் மாறிவிட்டதே... பெட்டிக் கடை சோமுவுக்கு இருநூறு ரூபாய்வரை பாக்கி. மளிகைக் கடைக்கு பாக்கி. வெளியில் சொன்னால் கேவலம், நாவிதன் முத்தையாவிடமும் ஏகாலி பிச்சையிடமும்கூட கடன் வைத்திருக்கிறார்.

வாழ்நாள் முழுவதையும் கடன்மூலமாகவே கடந்து வந்திருப்பது திடீரென்று நினைவு வந்து பெரும் ஆயாசம் தோற்றியது. வெற்றிலையின் ருசியைத் தாண்டிச் சுரந்த கசப்பை நாலைந்துமுறை எச்சில் கூட்டித் துப்பினார்.

அம்மிணி வெளியில் வந்தாள். இவரைப் பார்த்துப் புன்னகைத்துவிட்டு, கால்வாய்க்கரை நோக்கி நடந்தாள். வடிவான பெண். யாருக்குமே ஆசை வரும். போகிறவளைக் கண்ணெடுக்காமல் பார்த்துக்கொண்டிருந்தார்.

அவளுக்கும் தனக்குமான இடைவெளி கூடக் கூட யார் வீட்டுப்பெண்ணோ நடந்து செல்வதுபோலத் தோன்றியது நாயருக்கு ...

பார்வை திரும்பியபோது, நாயரின் மனைவி கழுவிக் கவிழ்த்து வைத்திருந்த அலுமினியப் பாத்திரங்கள் எவர்சில்வர் பாத்திரங்களாய் மாறி மின்னின, ஒரு கணம்.

4

நடந்தது எல்லாமே ஒருவகைக்கு நல்லதாகத்தான் போயிற்று. இல்லாவிட்டால், சுந்தரம் கோயம்புத்தூரில் படித்து கிரிமினல் வக்கீலாகி வாழ்க்கையில் இந்த அளவு உயர்ந்திருக்க முடியுமா?

ஆனாலும், அப்பாவின் ஆன்மா நிம்மதியற்று அலைகிறதாம். ராமேஸ்வரத்தில் வந்து கரையேற்றினால் சாந்தியடைவார் என்று மனைவியோடு வந்திருக்கிறான். நீத்தார் கடன் வழங்க ஈர உடுப்புடன் அமர்ந்திருக்கும்போது, பக்கத்தில் இருக்கும் வடக்கத்திக் குடும்பத்தின் மேல் கவனம் செல்கிறது.

கணவனுக்குப் பக்கத்தில் ஆளுயரப் பால்செம்பு ஒன்று அமர்ந்திருக்கிறது. சுள்ளென்ற நிறத்துக்காகவும் ஆகிருதிக்காகவும் மட்டுமில்லை, ஈரத் துணிக்குள் அடங்காமல் மதர்த்துத் தெரியும் மார்புக்காகவும்தான் இந்தச் சொற்றொடர் நினைவு வருகிறது. ஜப்பான் உபயமாகக் கிடைத்தது.

ஜப்பானுக்கு ஜப்பான் என்று எப்படிப் பெயர் வந்தது என்று யாருக்கும் தெரியாது. ஜப்பானுக்கே தெரியாது. அவனுடைய சொந்தப் பெயருமே அவனுக்குத் தெரியாது. வயது என்ன என்றும் தெரியாது. அவனுக்கு என்னவெல்லாம் தெரியும் என்பதும் அநேகம் பேருக்குத் தெரியாது. 'ஆதரவற்றவன். ஊரார் புண்ணியத்தில் வளர்கிறான். சொன்ன வேலையைச் செய்து, கொடுக்கிற கூலியை வாங்கிக்கொள்கிறான். ஏதோ, பீடி குடிக்கிறான். மற்றபடி தங்கமான பையன்' என்பதுதான் ஊருக்குள் அவனைப் பற்றி நிலவிய அபிப்பிராயம்..

சுந்தரத்தின் குடும்பம் ஊரைவிட்டு வெளியேறிய காலத்தில் சுந்தரத்துக்குப் பன்னிரண்டு வயது. அப்பா தையல்காரர். வீட்டுத் திண்ணையே கடை. ஆறு பெண்கள் பிறந்த குடும்பம். துணி தைக்க வந்த வேற்று சாதிப் பையனுடன் சுந்தரத்தின் நாலாவது அக்காவுக்குத் தொடர்பு ஏற்பட்டுவிட்டது. வெளியில் தெரியாமல் எவ்வளவு நாள் தொடர்ந்ததோ, அக்காவின் வயிறு மெல்லப் பருக்கத் தொடங்கியதும் சகலருக்கும் தெரிந்துவிட்டது.

தையல்காரர் 'வேண்டுமென்றே மகளைக் கூட்டிக் கொடுத்துவிட்டார்' என்று பஞ்சாயத்தில் பிராது வந்தது. காதலனுடைய அப்பா ஆளும் கட்சியில் ஒன்றியச் செயலாளர்.. உண்மையில், சுந்தரம் குடும்பத்தின் சாதியைவிடப் பெறுமதியில் குறைந்த சாதிதான். ஆனால், பணமா சாதியா என்று வந்துவிட்டால், நீங்களே எதைத் தேர்வு செய்வீர்கள்?

தையல்காரர் பஞ்சாயத்தில் தலைகுனிந்து நின்றார். அடுத்த நாளே ரகசியக் காதலன் மெற்றாஸுக்கு வண்டியேறிவிட்டான். அங்கிருந்து ஸிலோன் போய்விட்டதாகக் கேள்வி. அதற்கு அடுத்த வாரம் அக்கா நன்கு புடைத்த வயிற்றோடு ஊர்க்கிணற்றில் மிதந்தாள். கருமாதி முடிந்ததும் இவர்கள் ஊரைவிட்டுப் பெயர்ந்துவிட்டார்கள்.

இதெல்லாம் நடக்கப் போவதற்கான அறிகுறியை பஞ்சாயத்துக்குப் பல வாரங்கள் முன்பே காட்டிவிட்டான் ஜப்பான். ஆனால், பன்னிரண்டு வயது சுந்தரம் என்னதான் செய்துவிட முடியும்?

ரெட்டியார் தோப்புப் பக்கம் சுந்தரத்தைக் கூட்டிக்கொண்டு போயிருந்தான் ஜப்பான்.

அம்மணமாகப் பார்க்கக் கிடைத்த முதல் பெண்ணுடம்பு சொந்த அக்காவுடையதாகிவிட்டதே என்று பிற்பாடு மனம் ரொம்பச் சங்கடப்பட்டாலும், அன்று அக்கா புதுசாகத் தெரிந்தாள். வீட்டில் பூனைபோலப் பம்மித் திரியும் அக்காவுக்குள் இவ்வளவு ஆவேசமா என்று ஆச்சரியப்பட்டான் இவன்...

ஆரம்பத்தில் திருட்டுத்தனமாகவும், பின்னாட்களில் பகிரங்கமாகவும் குடிக்கும் சிகரெட், நனவிலும் கனவிலும் தாண்டிச் செல்லும் பெண்கள் யாவரும் சுமந்து செல்லும் முலைகள், தனியாய்க் கிடைக்கும் தருணங்களில் சீறி எழும் வேட்கை என்று எல்லாம் ஜப்பான் தந்த கொடைகள்தாம். ஜப்பான் மட்டும் இவன் வாழ்க்கையில் வராமல் இருந்திருந்தால் சுந்தரம் வெறும் சிறுவனாகவே இருந்திருப்பான்.

பல வருடங்கள் கழித்து ஊட்டியில் சந்திக்க நேர்ந்த சிவஞானம் ஒரு செய்தி சொன்னான். இவர்கள் வெளியேறிய மறுவருடமே ஜப்பானும் ஊரைவிட்டுப் போய்விட்டானாம். 'தையக்காரர் மகனெப் பாக்கப் போறேன்' என்று சொல்லித்தான் காணாமல் போயிருக்கிறான்...

எள்ளும் தண்ணீரும் இறைக்கும்போது ஜப்பானின் பழைய முகம் சுந்தரத்தின் நினைவில் மிதந்தது. பிதுர்க்களின் வரிசையில் சேர்ந்திருப்பானோ அவன் என்ற சந்தேகமும்தான்.

5

இது நடந்தது 1960களின் மத்தியில். சிவப்பிரகாசம் தலைமையாசிரியராகப் பொறுப்பேற்ற பிறகு வந்த முதல் விஜயதசமி நாள் அன்று. முதன்முதலாக ஒரு பெண்குழந்தையுடன் பள்ளிக்கூடப் படியேறி வந்தவனை அதன்பிறகு ஒரு நாளும் மறக்க முடியாமல் போனது சிவப்பிரகாசத்துக்கு. குழந்தையைப் பள்ளிக்கூடத்தில் போட வந்திருந்தான் அந்தத் தகப்பன்.

மாறுவேடத்தில் வரும் தமிழ் சினிமா நாயகன் மாதிரி அடர்ந்த மீசை வைத்திருந்தான். கன்னத்தில் மச்சமும் கறுப்புக் கண்ணாடியும் மட்டும்தான் இல்லை. கையோடு கொண்டு வந்த வீச்சரிவாளை மேஜைமேல் வைத்தான். சலவை வேட்டியை முடிந்த அளவு வழித்து ஏற்றிக்கொண்டு எதிர் நாற்காலியில் அமர்ந்தான்.

குழந்தையின் நாசித் துவாரங்களிலிருந்து ஊற்றுப் பெருக்கெடுத்து, நிற்காமல் ஒழுகியது. தலையில் சற்று அதிகமாகவே பூசப்பட்ட எண்ணெய் நெற்றியில் வழிந்தது. முக்கால் பங்கு கருவித் தீர்ந்த தேங்காய்ச் சிரட்டை ஒன்றைக் கையில் பிடித்திருந்தது. எலி மாதிரி, அடிக்கொரு தடவை கறண்டிக்கொண்டது.

நவீன யுகம் இன்னும் புலராத கிராமம் என்பதால் பிறப்புச் சான்றிதழ் என்றெல்லாம் ஒன்றும் கிடையாது. குழந்தை பின்தலையைச் சுற்றிக் கையைக் கொண்டுவந்து மறுகாதைத் தொடவேண்டும். அவ்வளவுதான். மற்றபடி, தகப்பன்மார் சொல்வதுதான் பிறந்த தேதி — அல்லது, தலைமையாசிரியர் மனமுவந்து வழங்குவது.

குழந்தையின் பெயர் கேட்டார் சிவப்பிரகாசம்.

'கே ஆர் விசயா' என்றான் தகப்பன். சொல்லும்போது அவன் கண்கள் மினுங்கின. சிவப்பிரகாசம் திகைத்தார்.

ஒங்க பேரு?

முத்து.

ஊரு?

கோவிலாங்கொளம்...

அப்பொ, குழந்தை கே எம் விஜயாதானே.

அதெல்லாம் இல்லேங்க. அவ பேரு கே ஆர் விசயாதான்.

மறுபடியும் மினுங்கிய கண்கள்.

அதில்லேங்க, பிற்பாடு கொளந்தைக்கி ஏதும் சிரமமாயிடக் கூடாதில்லே?

செரமம் என்னாங்க செரமம். அஞ்சாப்பு வரைக்கும் படிக்கப் போடப் போறோம். சடங்காயிட்டா நிறுத்தீரப் போறோம். எவனாச்சும் ஒரு களுதையப் பிடிச்சுக் கட்டிப்போட்றப் போறோம். எல்லாருக்கும் நடக்குறதுதானங்க. அதுக்காக, நம்பளுக்குப் பிடிச்ச பேரெ நம்ம பெத்த பிள்ளைக்கு வய்க்காமெ ஊராம் பிள்ளைக்கா வய்க்கிறது?

சிவப்பிரகாசம் எவ்வளவோ மன்றாடிப் பார்த்தார். எதுவும் படியவில்லை.

தகப்பனுக்குப் படிக்கத் தெரியுமா என்று கேட்டார். தெரியாதாம். ஓரளவு ஆசுவாசமானார். அந்தப் பெண்ணின் பெயரைப் பதிவேட்டில் 'எம். கேயார் விஜயா' என்று எழுதினார். 'தாயார்' என்று பெயர் வைப்பதில்லையா?

ஓரளவு மனம் சமாதானப்பட்டது. ஆனால், இவர் அவ்வளவு புழுங்கியிருக்க வேண்டியதில்லை. மூன்றாம் வகுப்போடு படிப்பை நிறுத்திவிட்டு கேயார் விஜயா வயல் வேலைக்குப் போய்விட்டாள்.

என்றாலும், சிவப்பிரகாசத்தின் மனம் முழுசாகச் சமாதானப்படுவதற்கு, அடுத்துப் பல வருடங்கள் காத்திருக்க வேண்டி வந்தது. 1977 வரை. எம்ஜீயார் தமிழகத்தின் முதல்வராகப் பதவியேற்கும்வரை.

6

தங்கள் கம்பெனி கவிழ்ந்துவிட்டது என்பதை செய்தித்தாளில் பார்த்துப் பதறிப்போனான் அண்ணாமலை. முதலாளிகள் ஓடிப்போய் விட்டார்களாம். அவர்களுக்கென்ன, பிறவிப் பணக்காரர்கள். தலைமறைவானாலும் ராஜ வாழ்க்கை. தன்னை மாதிரி நடுவாந்தரங்கள்தாம் சிங்கியடிக்கும்.

அடிவயிற்றில் நடுக்கம் கிளம்பியது. மனத்திரையில் வெவ் வேறு வாடிக்கையாளர்களின் முகங்கள் வரிசையாய் ஓடி மறைந்தன. அந்த ரமாகாந்த் முகம் வந்த மாத்திரத்தில், நிறுவனம் கவிழ்ந்தது கோலாகலமான திருவிழாவாக உருக்கொண்டது. சட்டையை மாட்டிக்கொண்டு சிகரெட் பிடிக்கக் கிளம்பினான்.

அண்ணாமலைக்குக் காசுக் கவுண்ட்டரில் வேலை. அலுவலகத்துக்குள் ரமாகாந்த் நுழைந்ததும் ஒருவித அசட்டுச் சந்தன மணம் எழும்பும். கவுண்ட்டருக்கு அருகில் வந்ததும் சாவு வீட்டுப் பூவாசனைபோல நெடியடிக்கும். நேரே மாலாவின் கவுண்ட்டருக்குப் போவார்.

நிறுவன ஊழியைகளில் ஆகக் குறைந்த வயதுள்ளவள் மாலா. ஆகப் பெரிய... சீச்சி. இப்படியெல்லாம் யோசிக்கவே கூடாது. அப்புறம் அந்தக் கிழவனுக்கும் தனக்கும் என்ன வித்தியாசம்.

முன் பற்கள் உதிர்ந்ததால் உட்புறம் பதிந்த உதடுகள். மாறுகண். வெளிப்புறம் விலகிய இடது விழியில் பூ விழுந்த வெள்ளை. காது மடலுக்குப் பின்னால் மட்டும் மிச்சமிருக்கும் நீண்ட தலைமுடிகளை இழுத்து உச்சந்தலைக்குக் கொண்டு வந்து படிய வைத்திருப்பார். மொத்தமே நூற்றுச் சொச்சம் முடிகள்தாம். அத்தனையும் அவ்வளவு சாயக் கருமை. நெற்றி முழுக்க விபூதி.

சம்பந்தமில்லாமல் டெனிம் ஜீன்ஸும், டீ ஷர்ட்டும் அணிந்திருப்பார். ஒல்லிக் குச்சி உடம்புக்குப் பொருந்தாதவை இரண்டும். விலை மலிவான துணியெடுத்து, திறமைக் குறைவான டெய்லரிடம் தைத்து வாங்கியவை மாதிரி இருக்கும். பட்டையான தோல் பெல்ட் வேறு.

மாலாவிடம் விசாரித்தபோது சொன்னாள் — கணக்கு ஆரம்பித்தபோது 'ராமையா' என்று பெயர் இருந்ததாம். பிறகு, கெஜட்டில் கொடுத்து 'ரமாகாந்த்' என்று மாற்றிக்கொண்டிருக்கிறார். மாதாந்தரச் சீட்டு போடுகிறார். மாதம் பத்தாயிரம் — அண்ணாமலையின் சம்பளம்போல இரண்டு மடங்கு. அடுத்த மாதம் முடியவிருக்கிற, ஐந்து வருடச் சீட்டு.

கோடம்பாக்க முகவரி. மின்வாரியத்தில் உயர்பதவியில் இருந்து ஓய்வுபெற்றவராம் — ஐந்து வருடம் முன்னால்.

> போயும் போயும் அந்தாளைப் பத்தி ஏன் ஸார் விசாரிக்கிறீங்க? சரியான பச்செ. தப்புத்தப்பாப் பேசிக்கிட்டு இளிக்கும். அது பாக்கும்போதே நமக்கு ஒடம்பெல்லாம் கூசும். தலையெளுத்து. இதெயெல்லாம் தாங்கிக்கிற வேண்டியிருக்கு.

என்று அலுத்துக்கொண்ட மாலா,

> இவ்வளவுதான் ஸார் தெரியும் அவரெப் பத்தி. ராஜி மாமி வந்தா இன்னும் நெறையச் சொல்லுவாங்க. அவுங்க இவரு தெருதானாம்.

என்று முடித்தாள்.

ராஜலட்சுமி இவர்கள் நிறுவனத்தின் மூத்த ஊழியை. மகள் பிரசவத்துக்காக நீண்ட விடுப்பில் போயிருந்தார். அண்ணாமலை சேர்ந்த மறுவாரம் போனார். சென்ற வாரம் திரும்பி வந்தார். மிகச் சரியாக அண்ணாமலை வேலையில் இருந்த ஆறு மாதம்.

மாமி வந்தவுடன் கிழவர் விவகாரம் தெளிவானது. இருபத்தைந்து வயதுப் பெண்ணை மூன்றாம் தாரமாகக் கல்யாணம் செய்திருக்கிறாராம் அவர். அவளை வீட்டில் வைத்துப் பூட்டிவிட்டுத்தான் வெளியே செல்வாராம்... சிகரெட் கையைச் சுட்டது. தரையில் வீசி நசுக்கினான்.

சீட்டுக் கம்பெனி கவிழ்ந்ததில் கிழவர் மாரடைத்துச் சாகிற மாதிரி ஒரு காட்சி மனத்தில் வந்தது. இவன் பார்த்தறியாத அந்தப் பெண் தலைமாட்டில் உட்கார்ந்து அழுகிறாள். ஆனால், அவள் உள்ளூரச் சிரிக்கிறாள் — அது அண்ணாமலைக்கு மட்டுமல்ல, ஊருக்கே தெரியும்.

அண்ணாமலை சிரித்துக்கொண்டான். கெட்ட விஷயங்கள் எல்லாம் முழுக்கக் கெட்டவை அல்ல என்று தோன்றியது.

7

இது எத்தனாவது வாய்தா என்றே ஞாபகமில்லை ராமருக்கு. நீதிமன்ற வளாகத்தின் அரச மரத்தடிப் பிள்ளையாரை வெறித்தான். 'ஒன்னைய சாட்சி வச்சிக்கிட்டுத்தானே இம்புட்டு அநியாயமும் நடக்குது' என்று முனகிக்கொண்டான். ஒரே துணையாய் நீதிமன்றம் வந்திருந்த தாய்மாமன் திடீரென்று நினைவு வந்தவர் மாதிரி, 'மாப்ளே ஒரு அம்பது ரூவா இருந்தாக் குடு. பீடி வாங்கணும்.' என்றார். ஒரு பீடிக் கட்டுக்கு ஐம்பது ரூபாய். மாவட்டத் தலைநகரைவிட்டு வெளியேறக் கூடாது என்ற நிபந்தனையில்தான் ஜாமீன் வழங்கியிருக்கிறார்கள். கிராமத்தில் இருக்கும் குடும்பத்துக்கும் ராமருக்கும் இடையில் ஒரே போக்குவரத்து மாமன்தான். பகைத்துக்கொள்ள முடியாது. சட்டைப் பையிலிருந்து எடுத்துக் கொடுத்தான்.

எதற்காக நீதிமன்றங்களுக்கும் காவல் நிலையங்களுக்கும் தவறாமல் சிவப்பு வர்ணம் அடிக்கிறார்கள் என்று கேள்வி ஓடியது. 'நெருங்காதே, அபாயம்' என்பதற்காகத்தான் இருக்கும் என்று பதில் தோன்றியது. தான் இருக்கும் நிலைமையையும் தாண்டிப் புன்முறுவல் விரிந்தது. அப்போதுதான், வளாகத்துக்குள் அவள் வந்துகொண்டிருந்தது தென்பட்டது.

எரிக்கும் மஞ்சள் நிறச் சேலை. சுமார் நூறடி தொலைவிலேயே மூஞ்சிக்கு வெள்ளையடித்த மாதிரி துலக்கமாய்த் தெரியும் பவுடர் பூச்சு. முழுக்கவே தொழில்காரியாகி விட்டாள் என்று தோன்றியது. சென்றமுறை அவள் நடந்து வந்தபோது 'சலக் சலக்' என்று எழுந்த கொலுசொலி தந்த அந்தரங்கமான எரிச்சல் இப்போதும் எழுந்தது. இவளை ஒருதடவை கூடத் தொட்டதில்லை. அவளாக வந்து துரத்தித் துரத்தி இவனுடன் பேசி மசிய வைத்தாள். அடிமனத்தில் ஒருவிதத் தயக்கத்துடன்தான் அவளுடன் உட்கார்ந்து பேசுவான். அவள்,

சாதியென்னாங்க சாதி?'

என்று சவடாலாய்ச் சொல்லுவாள். எம்ஜீயார் படங்கள் தந்த உறுதி அவளிடம் நிறைய இருந்தது.

யாருமே பார்க்க வாய்ப்பில்லாத இடங்களில்தான் கடைசி வரை சந்தித்துக்கொண்டார்கள். ஆனால், ராமர் அவளைக் கற்பழித்ததை நேரில் பார்த்ததாகப் பதினேழு பேர் சாட்சி சொன்னார்கள். அத்தனைபேரும் அவளுடைய சாதிக்காரர்கள். விசாரிக்க வந்த காவல் அதிகாரியுமே அவர்களுடைய சாதிதானாம். மருத்துவ சோதனை செய்த டாக்டரம்மாவுக்கு

சல்லிசாக ஒரு விலை இருந்தது.

பட்டப்படிப்புவரை முடித்தும், உள்ளூரில் மற்றும் கல்லூரி இருந்த மாவட்டத் தலைநகரத்தின் ஒவ்வொரு அங்குலத்திலும் சாதியின் வியாபகத்தைக் கண்டிருந்தும் எப்படியோ ஏமாந்துவிட்ட தன் தலையில் மானசீகமாகக் குட்டிக்கொண்டான் ராமர்.

> சாட்சி சொன்ன பயக அத்தினி பேரும் அவகிட்டப் படுத்து எந்திரிச்சிட்டாங்ய மாப்ளே.

என்று மாமன் சொன்னார். ஊர்க் கடைசியில் அவளுக்குத் தனியாகக் குடிசை போட்டுத் தந்திருக்கிறாராம் அவள் தகப்பன்.

> கீசாதிக்காரப் பயலுக்குப் பொண்டாட்டியா இருக்கத விட, சொந்த சாதிக்காரவுகளுக்குக் கூத்தியாளா இருக்கது உத்தமம்.

என்று தகப்பனும் மகனும் ஊர் பூராச் சொல்லிக்கொண்டு திரிகிறார்களாம்.

> அவர்கள் என்ன வேண்டுமானாலும் சொல்லிக்கொள்ளட்டும், செய்துகொள்ளட்டும். இவள் எப்படிச் சம்மதித்தாள்?... இப்படித்தான் ஆகும் என்று முன்னமே தெரிந்திருந்தால், தொடவாவது செய்திருக்கலாம். தோப்புக்குள் வைத்து நன்றாக அவளை...

ராமர் குமைந்தான். வயிற்றைக் குமட்டி வாந்தி வருவது மாதிரி இருந்தது.

பெட்டிக்கடையில் நின்று யாரிடமோ சிரித்துச் சிரித்துப் பேசிக்கொண்டிருக்கிறாள். வெயில் பட்டதால் மஞ்சள் சேலையின் எரிப்பு அதிகரித்திருந்தது. இவன் பக்கம் ஒருதடவைகூடத் திரும்பிப் பார்க்காமல் கவனமாக நிற்கிறாள். அவள் சேலையின் நிறமாக நின்று எரிவது, எதிர்காலம் பற்றி தான் கண்ட கனவுகள் அத்தனையும்தான் என்று ராமருக்குத் தோன்றியது. தொடர்ந்து பார்த்துக்கொண்டே இருந்தபோது பார்வை மங்கி வந்தது.

யாரோ இவனைப் பிடித்துக் குற்றவாளிக்கூண்டுக்கு அழைத்துப்போனார்கள். மைனர் பெண்ணைக் கடத்திக் கற்பழித்த குற்றத்துக்கு நீதிபதி தண்டனை அறிவித்தபோது ராமர் முற்றாகச் சுயநினைவு இழந்திருந்தான்.

8

அதிர்ந்துபோனான் ராமமூர்த்தி. சிவகாமி நீண்டகால விடுப்பில் சென்றது அவள் கூறிப் போன மாதிரி ஓய்வெடுக்க அல்லவாம். முற்றிய புற்றுநோய்க்கு சிகிச்சை எடுப்பதற்காக' என்று திருஞானம் சொன்னார். திருஞானம் அதிகம் பேசுபவர் அல்ல. தன்னிடம் பேசுபவர்களைப் பாதியில் முறிப்பதிலும் வல்லவர். பொதுவாக, முசுடு' என்று குறிப்பிடுவார்கள் அவரை — அவர் இல்லாத வேளைகளில். அந்தப் பெயர் தப்பு என்பதை நிரூபிக்கிற மாதிரி, மேற்சொன்ன விஷயத்தை இவனிடம் கூறியபோது அவர் கண்கள் கலங்கியிருந்தன. தவிர, அவராகவே முன்வந்து சொன்னார்.

கிளையில் ஒவ்வொருவருக்கும் பட்டப்பெயர் உண்டு. ராமமூர்த்திக்கும் உண்டு — 'ரஸிகன்' என்று அவனை அழைப்பார்கள். சிவகாமியின் பட்டப்பெயர் சற்று வேறுமாதிரியானது. பொது இடத்தில் உரத்துச் சொல்ல வாய்கூசும் பெயர். ஆண்கள் மத்தியில் மட்டும் புழங்கி வந்த ஒன்று. எந்நேரமும் விலகிக் கிடக்கும் இடதுபுற முந்தானை வெளிக்காட்டிய மார்க் கதுப்பு தொடர்பான பட்டப்பெயர்.

சென்ற வருடம் இந்தக் கிளைக்குப் பணிமாற்றலாகி வந்தபோது, இருபத்திச் சொச்சம் சக ஊழியர்களும் இவனைப் பார்வையால் தொடர்ந்தவண்ணம் இருந்தார்கள். சுற்றிலும் ஒற்றர்கள் நிரம்பியிருக்கும் மைதானத்தில் அம்மணமாய்த் திரிகிற மாதிரி உணர்ந்தான் ராமமூர்த்தி. வந்த அன்றே ராம மூர்த்தியிடம் வெகு சரளமாகப் பேசி, புதிய இடத்தைப் புதிய இடம் மாதிரியே இவன் உணராமல் செய்த ஒரே நபர் சிவகாமி.

இவனுடைய இருக்கைக்கு வலதுபுறம் உள்ள இருக்கை சிவகாமியினுடையது. இடது முழங்கையை முன்புறம் ஊன்றி அதன் உச்சியில் தலையை ஒருச்சாய்த்து, வலதுகையால் பரபரவென்று எழுதுவாள். ராமமூர்த்தியின் பார்வை அடிக்கொருதரம் அவள்புறம் தானாகத் திரும்பும். கைவிடப்பட்ட குழந்தை மாதிரி கவுண்ட்டரின் சரிவுப் பலகைமீது பாவமாகப் படிந்து கிடக்கும் சிவகாமியின் இடது முலை.

ஆல்ஃப்ரட் தேவசகாயம் ஒருமுறை இவனைத் தாண்டிப் போனபோது முதுகில் ஓங்கி அடித்துவிட்டு, 'ரசிச்சது போதுமப்பா!' என்று கிசுகிசுத்துவிட்டுப் போனான். அன்று சாயங்காலம்தான் ராமமூர்த்திக்குப் பட்டப்பெயர் சூட்டப்பட்டது.

கண்ணாடிப்பேழைக்குள் கிடத்தப்பட்டிருந்த சிவகாமியின் முகம் சிவகாமியின் முகம் போலவே இல்லை. கன்னங்கள் அதைத்திருந்தன. முகம் அசாத்தியமாய் வெளுத்திருந்தது. அக்கறையின்றி அப்பித் தீற்றப்பட்ட குங்குமம். கோத்துக் கட்டிய கைகளுக்கிடையில் பிதுங்கி உயர்ந்திருந்த நெஞ்சுப்பகுதி. திருமாங்கல்யம் பார்வையில் படும்விதமாக அதன்மேலாகக் கிடத்தப்பட்டிருந்தது. மட்டமான ஊதுபத்தி, காற்றாடி இல்லாத அறை, அஞ்சலிக்காகச் சாத்திய மாலையின் உதிர்ந்த இதழ்கள் என்று கலவையான துர்வாடை நிலவியது அங்கே.

'சிவகாமிக்கு என்னதான் செய்தது?' என்று அவளது கணவரிடம் கிளை மேலாளர் ஆறுதலாய்க் கேட்டார். அவர் குமுறியவாறு பதிலளித்தார். அவளுக்கு ஏற்கனவே புற்றுநோய் இருந்ததாம். இரண்டு வருஷங்களுக்கு முன்பே இடதுமுலையை அகற்றியாகிவிட்டதாம். இவ்வளவு காலம் அடங்கிக் கிடந்த வியாதி பிடரிப் பக்கம் மீண்டெழுந்ததுதான் பிரச்னை.

முகத்தில் வெந்நீரைக் கொட்டிய மாதிரி உணர்ந்தான் ராமமூர்த்தி. இவ்வளவு காலமும் தான் ரசித்தது வெறும் ஸிலிக்கான் புடைப்பையா? கால்கள் துவள்கிற மாதிரி இருந்தது.

... துக்கம் கேட்க வந்த பெண்மணி குலுங்கிக் குலுங்கி அழுகிறாள். விலகிய முந்தானையின் புறம் தன்னியல்பாக ராமமூர்த்தியின் பார்வை நகர்ந்தது. சட்டென்று அருவருப்பாக உணர்ந்தான் ராமமூர்த்தி. சுற்றிலும் நிலவும் துர்வாடை தன்னிடமிருந்துதான் கிளம்புகிற மாதிரியும் உணர்ந்தான்.

9

வனம் தனது அடர்த்தியை இழந்துகொண்டு போகிறது. இல்லை, இவன்தான் அதன் மறுவிளிம்பை நோக்கி நகர்கிறான். வனத்தைக் கிழித்து யார்யாரோ நடந்து இவனுக்கான பாதையை நிர்மாணித்திருக்கிறார்கள். தாமறியாமல் அவர்கள் செய்த தயவின் காரணமாக இவன் பயணம் இயல்பாக வேகமெடுத்திருக்கிறது.

குதிரையின் வாயில் வெண்மை ததும்புகிறது. விரையும் வேகத்தில் நுரைத் துமிகள் இவனது முன்னங்காலில் ஈரமாகத் தெறிக்கின்றன. ஆனாலும் அதன் ஓட்டத்தில் சிறு தயக்கமும் இல்லை.

உண்மையில், எத்தனையோ செய்திகள் காதில் விழுந்த காரணத்தால் வனத்தைப் பற்றி இவனுக்குள்ளும் ஒருவித அபிப்பிராயம் உருவாகியிருந்தது. ஆனால், சொல்லப்பட்ட வனத்துக்கும் நேரில் உள்ள வனத்துக்கும்தான் எவ்வளவு வேறுபாடு?

மறுபுறம் மலையொன்று இருப்பதாகவும், வனம் முடியும் இடமும் மலை துவங்கும் இடமும் ஒன்றேயாக இருக்குமென்றும் கேள்விப்பட்டிருந்தான்.

வனத்தின் நுழைவாயிலில் இவன் நின்றிருந்தபோது, வசந்தம் இறங்கியிருந்தது. தாவரங்களின் தளதளப்பில் இவனுக்கான அன்பும் வரவேற்பும் துலக்கமாக இருந்தன. உள்ளே வரவர மரங்களின் தடிமனும் இறுமாப்பும் அதிகரித்து வந்தது. அதற்கேற்ப இவனுடைய உள்ளத்திலும் இறுக்கம் மேவி வந்தது. அடிக்கடி உடைவாளை உருவ வேண்டி வந்தது. எதிர்பாராது எதிர்வரும் குறுமிருகங்களையும் பாதையில் குறுக்கிடும் காட்டுக் கொடிகளையும் இவனது நிர்த்தாட்சண்யம் விரட்டியும் வெட்டியும் விலக்கி வந்தது.

பால்யத்தின் ஏதோ நாளில் தொடங்கிய பயணம், சிறுகச் சிறுக வாலிபம் நோக்கி முன்னேறியது. சிசுக் கனவில் மிதந்த முலைகளுக்கும் பிராயத்தின் நனவில் கடந்து செல்லும் முலைகளுக்கும் பருமனிலும் பயன்பாட்டிலும் ஏகப்பட்ட இடைவெளி.

எத்தனையோ பருவங்கள் வந்து சென்றுவிட்டன. இவனும் குதிரையும் இரு வேறு வியக்திகள் அல்ல, ஒரே சருமத்தின் இரண்டு தொடுமுனைகள் என்ற அறிதலுக்கு வந்து சேர்ந்திருந்தான். தானும் ஒருவகைக் குதிரைதான், குதிரைக்கும் ஒரு தான் உண்டு.

ஆனால், இதோ, குதிரையின் உடல் சோர்கிறது. இவனது மனமோ, எதிர்விகிதத்தில் கிளர்கிறது.

மரங்களின் தன்மை மாறி செடிகளின் இலைகள் வெளிறத் தொடங்கி வேனலின் ஆதிக்கம் பேசாப் பெரும்பொருளாய் எங்கெங்கும் விரவத் தொடங்குகிறது. நுழைவதற்குப் போலவே வெளியேறவும் எத்தனையெத்தனை வழிகள், பாதைகள் இருக்க வேண்டும். ஆனால், ஒருபோதும் வெளியேற முடியாத சிறையெனக் காட்சி தரும் வனத்தில் சிக்கிய உணர்வு...

மூச்சுத் திணறியபோது விழிப்பு வந்துவிட்டது. கனவில் குதிரைமீது சென்றவன் யார் என்று கொஞ்சமும் சாயல் தெரியவில்லை. உருவமும் அதன் உணர்வுகளும் சிந்தனையும் துல்லியமாய்த் தெரிந்தபோதும், தகவலாகவே தெரிந்தன, தன்னுணர்வாக அல்ல.

கடைசிக் கட்டத்தில் இவனிடமிருந்து குதிரைக்காரனும் குதிரையும் முழுசாக விலகிச் செல்லவும் செய்தார்கள்...

அன்று சாயங்காலம் யதேச்சையாக பஸ்ஸ்டாண்டில் சந்தித்த ரகுபதி கண் கலங்கி நின்றிருந்தார். 'ஜீ ஹெச்சுக்குப் போகணும். கூட வர்றியா?' என்று ஏக்கமாகக் கேட்டார்.

வண்டியில் ஏற்றிக்கொண்டு போனான். அவருடைய நெருங்கிய உறவினன் விபத்தில் இறந்துவிட்டான். இரண்டு சக்கர வாகனம் வழுக்கி சரக்கு லாரிக்கு அடியில் போய் நசுங்கிவிட்டான். ஸ்தலத்திலேயே மரணம்.

பிணவறையில் பனிப்பெட்டி கொள்ளாமல் படுத்திருந்தவனை சில நொடிகளுக்கு மேல் பார்க்கத் தாளவில்லை. கோணலாகச் சாய்ந்திருந்த முகத்தின் நடுவில் அழுத்தமான கீறல். பாதி திறந்திருந்த கண்கள் இரண்டும் ஒன்றுக்கொன்று எதிராக வெளிப்புறம் திரும்பியிருந்தன. உதடுகள் லேசாக விலகித் திறந்திருந்தன. சற்றும் குலையாத பல்வரிசை.

பின்னர் ஒருபோதும் மறக்கவியலாத தொந்தரவாக இரண்டு அம்சங்கள் இவனுக்குள் நிரந்தரமாக வந்து அமர்ந்தன. ஒன்று, இறந்தவனின் முகத்தில் உறைந்திருந்த மெல்லிய புன்னகை. இரண்டாவது, அவனது முகம் அதிகாலைக் கனவில் வந்த குதிரைக்காரனுக்கு உடனடியாகப் பொருந்திப் போனது...

10

சாக்கடையை மீறி வழிந்த கறுப்பு நீர் தெருவில் பரந்திருந்தது. அழுகிய பலாப்பழ வாடை எங்கெங்கும். புறநகர்ப் பகுதி அது. தெருவிளக்குக் கம்பங்கள் தவிர வாழ்க்கை வசதிகள் எதுவும் கிடையாது.

வீட்டு வசதி வாரியத்திற்காக இந்தப் பகுதியை எடுத்துக்கொள்ளப் போகிறார்கள் என்ற வதந்தி சில வருடங்களாக உலவி வந்தது. கையிருப்பைக் கொண்டும், அடுத்த இருபது வருடங்களில் சேமிக்கவிருக்கும் தொகையைக் கடனாக வாங்கியும் வீடு கட்டிக் குடிவந்திருக்கும் அனைவருமே கீழ் மத்திய தரக் குடும்பங்கள். வீடுகளை இழந்தால் அநேகம் பேர் தற்கொலை செய்து கொள்ளும் வாய்ப்பிருக்கிறது என்று நினைத்துக்கொண்டான்.

மாணிக்கத்தின் வீட்டுச் சுவர்களில் காறை உதிர்ந்துவிட்டது. வெள்ளையடிப்பதற்கு குறைந்தது இரண்டாயிரம் வரைக்கும் செலவாகும். ஒத்திக்கு எடுத்த வீட்டை எதற்காக வெள்ளையடிப்பது? தவிர, காசுக்கு எங்கே போவது? இவளுக்கு வைத்தியச் செலவுக்கே பணம் புரட்ட முடியவில்லை...

கர்ப்பப்பையை உடனடியாய் நீக்கியாக வேண்டுமாம். பொது மருத்துவமனைக்குப் போக தைரியம் இல்லை. மாணிக்கத்தின் உறவினர்களில் பலரும் பொது மருத்துவமனையில் இறந்தவர்கள்தாம். பல தலைமுறையாகப் பராரிகளாய் வாழ்க்கை நடத்திவரும் பரம்பரை தனது என்று தோன்றியது மாணிக்கத்துக்கு. காறித் துப்பினான்.

நல்ல மதிப்பெண்கள் வாங்கியும் படிப்பைத் தொடர வசதியில்லை. மேற்கொண்டு படித்திருந்தால், இன்னும் கொஞ்சம் நல்ல வேலைக்குப் போயிருக்கலாம். அப்பா கொண்டு போய்ச் சேர்த்துவிட்ட சேட்டிடம் கொத்தடிமை மாதிரி இருந்திருக்க வேண்டாம். வெயிலிலும் மழையிலும் லொடக்கு சைக்கிளில் ஊர் முழுவதும் அலைந்து வசூலுக்குச் சென்று வந்தால், அன்றைய பேட்டாவை ‘அடுத்தநாள் சேர்த்து வாங்கிக்கொள்ளேன்’ என்று பெருந்தன்மையாகச் சொல்வார் சேட். அவருக்கு மாதாமாதம் செல்ஃபோன் மாற்றியே கட்டுப்படியாகவில்லை பாவம்.

இன்று கிட்டத்தட்ட இருபது பேரிடம் கேட்டுவிட்டான். வெறும் பத்தாயிரம் ரூபாய்தான். யாரும் கொடுக்கத் தயாராயில்லை. எதை நம்பிக்கொடுப்பார்கள்? இவனுக்கும்தான் திருப்பித்தர என்ன வழியிருக்கிறது? ஒருநாள் சம்பளம் போனதுதான் மிச்சம். வெறுங்கையோடு வீட்டுக்குத் திரும்பினான்.

கண்ணாடியில் முகத்தைப் பார்த்தபோது, தோலுக்குப் பதிலாக அவமானத்தால் முகத்தை இழுத்துக் கட்டியிருப்பதாகத் தோன்றியது.

குழந்தைக்குத் தெரியுமா இதெல்லாம்? அவனுக்குக் கீழ் பிறக்க இருந்த நாலைந்து உடன்பிறப்புக்களை அவர்கள் தென்பட்ட மாத்திரத்திலேயே அழித்ததுதான் இப்போதைய சிக்கலுக்குக் காரணம் என்பதெல்லாம் எடுத்துச் சொன்னாலும் விளங்குமா அவனுக்கு?... ஓடிவந்து முழங்காலைக் கட்டிக் கொண்டு,

அப்பா என்னா வாங்கிட்டு வந்தே.

என்று கேட்டான். கையாலாகாத்தனம் பொங்கி எழுந்து பிஞ்சு முதுகில் ஒரு வலுத்த அறையாகப் பதிந்தது. அழுதுகொண்டே உள்ளே சென்று படுத்துவிட்டான் குழந்தை...

குல்ஃபி வண்டிக்காரன் மணியடித்துக்கொண்டே போகிறான். அபூர்வமாக, குளிர்ந்த காற்று தெருவில் நுழைந்து கடந்து செல்கிறது. மாணிக்கம் ஆகாயத்தை நிமிர்ந்து பார்த்தான். நகர்ந்துகொண்டிருந்த மேகங்களுக்கு எதிர்த்திசையில் மிதந்து விரைவதாகத் தோன்றிய முழு நிலா பேரழகாக இருந்தது. 'அட, குழந்தைக்கு இதைக் காட்ட வேண்டுமே' என்று தோன்றியது. வீட்டுக்குள் வேகமாக நுழைந்தான்.

அட்டை ஊர்ந்த மெழுகுத்தடம் மாதிரிக் கன்னத்தில் பளபளக்கும் நீர்க்கறையுடன் ஆழ்ந்து உறங்கியிருந்தான் குழந்தை. உறக்கத்தின் நிம்மதியில் அவனுடைய முகமும் முழுநிலா மாதிரித்தான் தெரிந்தது.

11

திருவேங்கடம் திண்ணையில் இருந்தார். பத்தாம் நாள் காரியத்துக்கு வந்தவர்கள் வீட்டுக்குள் கூடி உரத்த குரலில் பேசிக் கொண்டிருக்கிறார்கள். வீதியில் அலுவலக நேரத்தின் பரபரப்பு உச்சகட்டத்தை எட்டியிருக்கிறது. காது நிரம்ப ஒலிகளும் பார்வை நிரம்பக் காட்சிகளும் கொட்டிக் கிடந்தும் தன்னந்தனியாக இருப்பது மாதிரி உணர்ந்தார்.

இனி எஞ்சியநாள் முழுவதும் தனியாகத்தானே இருந்தாக வேண்டும்? 'போதும், உனக்குத் துணையாக இருந்தது' என்கிற மாதிரி கோமளம் போய்விட்டாள். வியாதி முற்றாமல் இருந்தால், இத்தனை சீக்கிரம் போயிருக்க மாட்டாள். ஆனாலும், அவள் விருப்பப்படியேதான் நடந்துவிட்டது. 'உங்களுக்கு முன்னால் நான் போயிடணும்' என்று எத்தனை தடவை சொல்லியிருக்கிறாள்? இருந்த நாட்களில் அவளை இன்னும் கொஞ்சம் கனிவாக நடத்தியிருக்கலாமோ?

பேச்சுக் குரல்களில் சாந்தாவின் குரல் தனித்துக் கேட்டது. பொறியில் சிக்கிய எலி மாதிரி வீறும் குரல். ஒருகாலத்தில் இந்தக் குரலில் கிறங்கிக் கிடந்தது நினைவு வந்தது.

தொடர்ந்து அந்த மொட்டைமாடித் தனிமையும். கவ்வி இறுகிய உதடுகளும், புதிய எல்லைகளுக்கு நகரும் பரபரப்பும், பெண்ணுடம்பின் புதிய ஆழமொன்றைத் தன் உடம்பால் தேடி அடைந்ததும் நினைவில் வந்து நிரம்பின. விதிர்த்துக் கொண்டார். இருபத்தைந்து வருட மணவாழ்வில் கோமளத்திடம் பகிர்ந்து கொள்ளாதது எதுவுமே கிடையாது — அந்த ஒரு சம்பவத்தைத் தவிர. நிச்சிந்தையாய்க் கிடக்கும் நீர்ப் பரப்பில் கல்லெறிந்து கலக்குவது அவசியமா என்ன?

ஆனால், அந்த ஒருமுறைதான். மறுநாளிலிருந்தே ஒருவருக்கொருவர் அந்நியம்போல நகர்ந்துகொண்டார்கள். சாந்தா மாயவரத்தில் கோர்ட் குமாஸ்தாவுக்கு வாழ்க்கைப்பட்டாள். நாலைந்து வருடம் கழித்து ஓர் ஆண்குழந்தையை சுவீகாரம் எடுத்துக்கொண்டார்கள். பையன் இப்போது ஏதோவொரு தகவல் தொழில்நுட்ப நிறுவனத்தில் கைநிறையச் சம்பாதிக்கிறான். அவனுடன்தான் காரில் வந்திருக்கிறாள் சாந்தா.

குழந்தைப்பேறில்லாததாலோ என்னவோ, அன்று மொட்டைமாடிக்கு வந்த அதே உடம்பும், உற்சாகமுமாய் இருக்கிறாள். கோமளம் மூன்றாவது பிரசவத்துக்குப் பிறகே தொய்ந்துவிட்டாள். மாதம் ஒரு தடவை இணங்கினால் அதிகம்;

பெரும் அதிருப்தியுடன் விலகுவார் திருவேங்கடம்.

மனைவியின் மரணத்தால் கடந்த பத்து நாட்களாகத் தூர்ந்துபோயிருந்த சுனைகள் மறுபடி திறக்கிற மாதிரி உணர்ந்தார். சாந்தாவின் குரல்தான் காரணம்...

யாரோ அருகில் நிற்கிற உணர்வு தட்டியது. சாந்தா. விடை பெறுவதற்காக நிற்கிறாள்.

முதுமை கொடுத்த சலுகையோ என்னவோ, இவருடைய வலது முன்னங்கையை ஆறுதலாகப் பற்றியபடி அருகில் உட்கார்ந்தாள். ஒன்றும் பேசிக்கொள்ளாமல் கொஞ்சநேரம் அமர்ந்திருந்தார்கள். சற்றுக் கமறிய குரலில் திருவேங்கடம் சொன்னார்:

அவள்ட்டெப் பகுந்துக்காத எதுவுமே இல்லே சாந்தா...

அவள் கண்களை உறுத்துப் பார்த்தவாறு தொடர்ந்தார்.

...அந்தத் திருட்டு மாங்கா விஷயத்தைத் தவுர.

பல வருஷங்களுக்கு முன்னால் ஒளிர்ந்த அதேவிதமாய் சாந்தாவின் கண்கள் ஒரு கணம் ஒளிர்ந்தன. பிறகு நிதானமாய்ச் சொன்னாள்:

ஆனா, அவளுக்குத் தெரியும்.

திருவேங்கடம் அதிர்ந்தார்.

என்ன சொல்றே நீ?

ஆமா. நீங்க மறுவீடு போய்ட்டுத் திரும்புனீங்களே, அதுக்கு அடுத்தநாள் உங்களை நான் பாக்க வந்தேன். அப்பொ நாங்க கொஞ்சநேரம் தனியாப் பேசிட்டிருந்தோம்... ஆனா, நாஞ் சொல்லலே.

திருவேங்கடம் பெருமூச்சு விட்டார். இறந்தவளோடு தாம் வாழவே இல்லையோ என்று தோன்றியது. நடு முதுகில் ஒரு மின்னல் ஓடி மறைந்தது.

சுகவனம்

சுகவனம் அடிப்படையிலேயே சாதுவானவன். அநியாய நிதானம். இஸ்மாயிலின் வேகத்துக்கு எதிர்த் துருவமான நிதானம். நான் இப்படிச் சொல்கிறேனா, இஸ்மாயில் ‘மந்தம்’ என்பான். சிலசமயம் சுகவனத்தின் முகத்துக்கு நேரேயே சொல்வான். சுகவனம் அப்போதும் நிதானமாகப் புன்சிரிப்பான்:

> சொல்லட்டுமேடா. அவனுக்கு அப்பிடிப் படுது.

என்பான். இன்னும் கனிவான சந்தர்ப்பங்களில்,

> வாஸ்தவம்தானேடா. நான் அப்பிடித்தானே இருக்கேன்.

என்று மலர்ந்து சிரிப்பான்.

அவன் இல்லாத ஒரு நாளில் — நானும் இஸ்மாயிலும் மட்டும் இருந்து சண்டையே போடாமல் பேசிக்கொண்டிருந்த அபூர்வ நாள் அது — சுகவனத்தைப் பற்றிக் குறிப்பிடும்போது இஸ்மாயில் கண்ணீர் மல்கினான். இதயம் என்ற உள்ளுறுப்பே இல்லாத, உடம்பு முழுக்க மூளை மட்டுமே வைத்திருக்கிற விசித்திரப் பிறவி என்று தான் இஸ்மாயிலை நினைத்திருந்தேன் — அதுவரை.

> அவனெ மாதிரி ஒர்த்தன் கிடைக்க மாட்டாண்டா... சின்ன வயசிலே அவங் கப்பாவைப் பாத்திருக் கானால்லியா... அவரு மாதிரி இருந்துறக் கூடாதுன்னு ஆழ்மனசிலே உறுதி விளுந்துருச்சு. அதான் இப்பிடி இருக்கான். அவனையறியாமத்தாண்டா இப்பிடி இருக்கான்.

‘உன்னைப் பற்றி அவனுக்கும் இதே அபிப்பிராயம் இருக்க வாய்ப்பிருக்கிறது அல்லவா இஸ்மாயில்?’ என்று நினைத்துக்கொண்டேன். சொல்லவில்லை.

இஸ்மாயிலின் தகப்பனார் சாந்த சொரூபி. ஐந்து வேளை தொழுகையும், மெல்லிய குரலும், புண்படுத்தாத வார்த்தைகளும், இதமான அத்தர் மணமும் கொண்டவர். அவரை வைத்துத் தனியாக ஒரு நாவலே எழுதலாம்.[58]

காஸிம் பாய்க்கும் சுகவனத்தின் அப்பாவுக்கும் ஒரே ஒரு ஒற்றுமைதான் உண்டு. இவரும் அபாரமான பக்திமான். நாலடி தூரத்தில் வரும்போதே நயம் பழனி விபூதியின் மணம் ஆளைத் தூக்கும். மற்றபடி, அவருக்கு நேர் எதிரான மனிதர் இவர். நேர்மையைக் குற்றம் சொல்ல முடியாதுதான். தாலுக்கா ஆஃபீஸில் குமாஸ்தாவாக இருந்தார். 'பணிக்காலம் முழுக்க லஞ்சமே வாங்காதவர்' என்று பெயர் வாங்கினார். ஆனால், 'முசுடு'[59] என்று பட்டப்பெயர் சம்பாதித்திருந்தார். இரண்டாம் தாரம் மணமுடித்த பிறகுதான் அவருடைய ரௌத்திரம் இந்த அளவு அதிகரித்ததாம். அந்த அம்மாளுக்கும் இவருக்கும் கிட்டத்தட்ட இருபது வயது வித்தியாசம்.

---

58 ஹஜ்ஜுக்குப் போக என்று வருடம் முழுக்கப் பணம் சேர்ப்பார் காஸிம் பாய். தம்மைத் தவிர ஒரு டஜன் ஏழைகளுக்கும் தமது செலவில் மனுச் செய்வார். நாளது தேதிவரை சீட்டுக் குலுக்கலில் இவருக்கு வாய்ப்பு விழவில்லை. இது அல்ல விஷயம் – இவர் மனுச்செய்த ஏழைகளில் ஒருவருக்காவது சீட்டு விழுந்துவிடும். சேர்த்துவைத்த பணத்தை அவருடைய செலவுக்குக் கொடுத்துவிடுவார். பல வருட நடைமுறை இது. காஸிம் பாய் ஒரே வாக்கியத்தில் சமாதானம் சொல்வார்:

> அது ஹஜ்ஜுக்குப் போறதுக்காகச் சேத்த பணம்தானே.

'சூஃபி கதைகளில் வரவேண்டிய மனிதர்' என்று சுகவனம் அவரைப்பற்றிச் சொல்வான். இஸ்மாயிலின் எந்த சுதந்திரத்திலும் தலையிடாத தகப்பன்.

59 'அப்படியென்றால் என்ன அர்த்தம்?' என்று எனக்கு ரொம்பநாளாய் இருந்து வந்த சந்தேகத்தை, எங்கள் கிராமத்துக்குப் போனபோது குடியானவர் சம்பூர்ணத்திடம் கேட்டேன். இடது கையால் மறைப்பு வைத்த பிறகும் கண்களை இடுக்கி சூரியனைப் பார்த்துவிட்டு,

> மணி மூணரை இருக்குமா?

என்று பதில் சொன்னார். இன்னும் இன்னும் என்று உரத்து நாலு தடவை கேட்ட பிறகு என் கேள்வி புரிந்துவிட்டது. விளக்கினார். மாமர இலைகளைச் சுருட்டிக் கூடுகட்டி வசிக்கும் ஒருவிதச் செவ்வெறும்பின் பெயராம் அது. கட்டெறும்பு அளவில் இருப்பது. மதுரை ஜில்லாக்காரரான சம்பூர்ணம் இன்னொன்றும் சொன்னார்:

> நம்பூரப்பக்கம் அந்தக் களுதையெ சுளுக்கீ ம்பாக. ஐயிரு மகனே, நீங்கதேன் டவுனுக்காரராச்சே. இதையெல்லாம் என்னாத்துக்குக் கேக்குறீக?

என்னுடைய எதிர்வினையை எதிர்பார்க்காமல் மடமடவென்று நடந்து தோட்டத்துப் பக்கம் போனார் கிழவர். போவதற்கு முன்னால் தன் வேஷ்டி மடிப்பிலிருந்து ஒரு கொத்துத் தட்டாங்காய் (இதைக் 'காராமணி' என்கிறார்கள் சென்னையில்) எடுத்து என் கையில் வைத்துவிட்டுப் போனார்.

சுகவனத்தின் அப்பாவிடம் செருப்படி வாங்காத ஆட்களே அநேகமாய்க் கிடையாது. சக ஊழியர், உடனடி மேலதிகாரி, ஊழியர் சங்க நிர்வாகி, ஒட்டன்சத்திரம் பஸ்ஸ்டாண்டில் சிக்கிய தயிர் வியாபாரி, தமிழகத்தின் பிரசித்தி பெற்ற ஆன்மீக மடக் காரியஸ்தர், உள்ளூர்க் காய்கறி மார்க்கெட்டில் கொத்தமல்லி கொசுறு தர மறுத்த, பதிலுக்கு அரிவாளைத் தூக்கிக் கொண்டு துரத்திய கிழவர் என்று அது ஒரு மாபெரும் பட்டியல். இதற்கு வாகாக இருக்க வேண்டும் என்பதற்காகவே வாழ்நாள் முழுவதும் ஹவாய்ச் செருப்பு அணிந்தவர் ஆலால சுந்தரம்.

முன்னங்கைகளிலும் முகத்திலும் நிரந்தரமாக சிராய்ப்புக் காயங்களுடன் இருப்பார் — அடிவாங்கியவர்களும் அவர்களுக்கு வேண்டியவர்களும் சும்மா இருப்பார்களா என்ன? யாராவது புதியவர்கள்,

என்ன ஸார் காயம்?

என்றால்,

சைக்கிள் ஓட்டும்போது கீளெ விளுந்துட்டேன்.

என்று நிரந்தர பதில் வைத்திருந்தார்.

'இவருக்கு எதிர்முனையில் இருப்பது என்ற முடிவைத் தானறியாமலே எடுத்துவிட்டான் சுகவனம்' என்பதுதான் இஸ்மாயிலின் கண்டுபிடிப்பு. ஆனால், சுகவனம் வேறுமாதிரிச் சொன்னான்:

தகப்பனார் இரண்டாம் திருமணம் செய்துகொண்டதும், இவனை தான் வளர்ப்பதாகச் சொல்லி அழைத்துக்கொண்டு போய்விட்டாள் சுகவனத்தின் பாட்டி. தந்தைவழிப் பாட்டிதான். அந்தக் கிழவியிடம் கற்கக் கிடைத்த பாடங்கள் அநேகம் என்று மனம் நெகிழ்ந்து சொல்வான் சுகவனம். அதில் ஒன்றுதான் எதற்கும் பதற்றமடையாமல் இருப்பது. இன்னொன்று, கனிவின் திருவுருவமாய்த் திகழ்வது.[60]

---

60 கிச்சனின் மகன் ராமானுஜமும், இஸ்மாயிலின் மகள் வஹீதாவும் ஒரே பள்ளிக்கூடத்தில் படித்தார்கள். உள்ளூரில் நடந்த வர்த்தகக் கண்காட்சிக்குக் குழந்தைகளை அழைத்துக்கொண்டு நாங்கள் போயிருந்தபோது, திடீரென்று தூறல் போட ஆரம்பித்தது. குழந்தைகள் இருவரும் ஒருவருக்கொருவர் கைகளை இறுக்கிப் பிடித்துக்கொண்டு 'ஜீஸஸ், ஜீஸஸ்' என்று முணுமுணுத்தது கண்கொள்ளாக் காட்சி.

பள்ளிக்கூடத்தில் குழந்தைகள் விளையாடும்போது, லவ் பண்ணுவது பற்றிப் பேச்சு வந்திருக்கிறது. குழந்தைகள் அப்போது ஒன்றாம் வகுப்புப் படித்தார்கள். தமிழ் சினிமாவின் பலம் அப்படி. குழந்தைகள் என்ன

பாட்டிக்கு நிரந்தரமாக மலர்ந்த முகம். இளம் வயதில் கணவரையும் தலைமுடியையும் இழந்த நார்மடிக் கிழவி அவள். சதா பேசிக்கொண்டே இருப்பாள்.[61] அவள் சொல்வாளாம்:

> ங்கொப்பன் சரியான கோழைடா சுகம். இல்லாட்டா, இப்பிடிப் பாக்கறவனையெல்லாம் அடிக்கணும்னு தோணுமா? எங்கெ எதிராளி அடிச்சுறப் போறானோன்னு பயம். தான் முந்திக்கணும்னு பதட்டம். பொம்மனாட்டியிலேயும் கம்மனாட்டி நானு. என்னையே எத்தனை தடவை அடிச்சிருக்காங்கறே?

இன்னொன்றும் அடிக்கடி சொல்வாள்:

> பிசாசுக்குப் பிறந்தது பிசாசாத்தான் இருக்கணும்னு

பண்ணும் பாவம். அவரவர் லவ் பற்றிச் சொல்லிக்கொண்டே வந்தபோது, ராமானுஜம் வஹீதாவை லவ் பண்ணுவதாகச் சொன்னானாம். இது மிஸ்ஸின் காதுகளுக்குப் போய்விட்டது. அவர், பெற்றோரை அழைத்துவரச் சொல்லி ஏழெட்டுக் குழந்தைகளுக்கு உத்தரவு போட்டுவிட்டார்.

இஸ்மாயில், 'தான் சென்றால் ரணகளம் ஆகிவிடும், கொலைக்குற்றத்துக்காகச் சிறை செல்லவும் வாய்ப்பிருக்கிறது' என்று அபிப்பிராயப்பட்டதால், நண்பர்கள் சங்கம் கூடி கிச்சனுடன் சுகவனம் செல்வதாக முடிவெடுக்கப்பட்டது.

சுகவனம் அன்று மிஸ்ஸிடம் கூறிய வாசகங்கள், கேட்டுக்கொண்டு நின்ற பிற பெற்றோரால் ஊர் முழுவதும் பரவியது பின்னர் தெரிய வந்தது. (முன்பின் அறியாதவர்களெல்லாம் இவனுக்கு வணக்கம் சொல்ல ஆரம்பித்தார்கள். அந்த வருடம் பள்ளியின் பெற்றோர் ஆசிரியர் சங்க ஆண்டுவிழாவுக்குத் தலைமை தாங்க சுகவனத்தை அழைத்தார்கள். 'அட போங்க, எனக்குக் குழந்தையே கிடையாது' என்று இவன் மறுத்துவிட்டான்.) சுகவனம் அந்த மிஸ்ஸிடம் சொன்னது இதுதான்:

> என்னம்மா இப்பிடிப் பண்ணிட்டீங்க. கொழந்தை அப்பிடிச் சொன்னா, 'தப்புடா, வஹீதாவை மட்டும் லவ் பண்ணக் கூடாது. க்ளாஸ்லெ இருக்கிற எல்லாரையும் லவ் பண்ணணும். மிஸ்ஸெ லவ் பண்ணணும். பிரின்ஸிபாலெ லவ் பண்ணணும். இந்த ஊர்லெ நீ லவ் பண்ணாத ஒரு ஆள்கூட இருக்கக் கூடாது' ன்னுல்ல சொல்லித் தரணும். அதுக்காகத்தானே உங்ககிட்டே அனுப்புறோம்.

மிஸ்ஸும் இளம் பெண்தான். மிரண்டு போனாள். கலங்கிய குரலில் இவனிடம் கேட்டாளாம்:

> நீங்க யார்னு சொல்லலியே ஸார்.

இதற்குக் கிச்சன் உரத்த குரலில் பதில் சொல்லியிருக்கிறான்.

> ம்..? எல்லாரையும் லவ் பண்ணுறவன்.

61 'பழமொழிச் செல்வி' என்று பாட்டிக்குச் செல்லப் பெயர் வைத்திருந்தான் சுகவனம். ஏற்கனவே உள்ள பழமொழிகளோடு, சுயமாகப் பழமொழிகள் உருவாக்குவதிலும் வல்லவள் பாட்டி. உதாரணத்துக்கு ஒன்று: 'குதிரைச் சவாரி பண்றேன் குதிரைச் சவாரி பண்றேன்னு குண்டியைக் கிழிச்சுண்டு வந்து நிக்கலாமா?'

இல்லேடா அய்யா. ஒங்க தாத்தா[62] மாதிரி சாதுப் பிறவிக்கு ங்கொப்பன் வந்து பிறக்கலையா?

ஆனால், சுகவனத்தின் அப்பாவுக்கு இன்னொரு முகம் இருந்தது.

---

62 தாத்தாவின் அப்பாவித்தனத்தையும், பாட்டியின் நகைச்சுவை உணர்வையும் விசேஷமாகச் சொல்வான் சுகவனம். சில வருடங்கள் மட்டுமே தன்னுடன் வாழ்ந்து மறைந்த புருஷனின்மீது அவளுக்கு இருந்த காதலையும்தான். இப்போதைக்கு, பாட்டி சொன்னதாக சுகவனம் சொன்ன இரண்டு சம்பவங்கள் நினைவு வருகின்றன.

தாத்தாவின் பெயர் ராமநாதன். கல்யாணமான புதிதில் பாட்டியையும் கூட்டிக்கொண்டு ஸ்பெஷல் நாடகம் பார்க்கப் போனாராம். ஏதோ கோவில் திருவிழாவுக்காக, திறந்தவெளியில் போட்ட இலவச நாடகம். இவர்கள் போய்ச் சேரும்போது நாடகம் ஆரம்பித்து நடந்துகொண்டிருந்தது. 'எள் போட்டால் எள் விழாத' கூட்டமாம். வெளிவிளிம்பில் உட்கார்ந்து நாடகம் பார்த்திருக்கிறார்கள். பாட்டி:

> என்னத்தெப் பாத்தோம். கூத்துப் பாத்தவன் குண்டியெத்தான் பாத்தோம்! வசனம் மட்டும் கேட்டுது. அம்புட்டுத்தான். அந்தக்காலத்திலே, நடிக்கறவாளுக்கெல்லாம் வெங்கலத் தொண்டைன்னா...

ஏதோ ஒரு உணர்ச்சிமயமான கட்டம். நாயகி, போருக்குச் செல்லும் கணவனைப் பார்த்து,

> பிராணநாதா...

என்று குமுறி விளித்தாளாம். தாத்தா இருந்த இடத்திலிருந்து எழுந்து, வலதுகையை உயர்த்தி, மேடைவரை கேட்குமளவு உரதத குரலில்,

> இந்தோ இருக்கேன்.

என்று கூவினாராம். கூட்டத்தில் ஒரே அமளியாகிவிட்டது என்று சொல்லிச் சிரிப்பாள் பாட்டி.

இரண்டாவது சம்பவம், இவர்கள் மதுரைக்குப் போயிருந்தபோது நடந்தது. காக்காத்தோப்புத் தெருவில் ஒரு விசேஷத்துக்காகப் போயிருந்தார்கள். வீட்டுக்குள் இடமில்லை என்று தாத்தாவும் பாட்டியும் வெளித்திண்ணையில் படுத்துக்கொண்டார்கள்.

> ஓரத்திலே அவர்தான் படுத்துண்டார் பாத்துக்கோ. பொண்டாட்டி உருண்டு கீழெ விழுந்துருவளாம்!

என்று சிரித்தாள் பாட்டி.

நள்ளிரவில் தாத்தாவுக்கு முழிப்புத் தட்டியிருக்கிறது. கண்ணுக்கு முன்னால் நெருப்புக் கங்கு மினுங்குகிறது. சடாரென்று திண்ணையிலிருந்து குதித்து, தெரு மண்ணைக் கூட்டிக் கூட்டி அள்ளி கங்கின்மீது போடுகிறார். சத்தம் கேட்டு எழுந்த பாட்டி விழுந்து விழுந்து சிரித்தாளாம். தாத்தா நெருப்பு என்று நினைத்தது, நின்றுகொண்டிருந்த லாரியின் பின்புற அபாய விளக்கை!

ஆனால், இந்தப் பாட்டியிடம் வளர்ந்தும், நகைச்சுவை உணர்வு சற்றும் தொற்றாத சீரியஸான ஆளாய் சுகவனம் ஏன் மாறினான் என்பது தனியாக ஆராய வேண்டிய சங்கதி.

கடுமையான வாசிப்பு. இன்னதுதான் என்றில்லை, எந்நேரமும் புத்தகமும் கையுமாகத்தான் இருப்பாராம். பெரும்பாலும் ஆங்கிலப் புத்தகங்கள். பி ஜி வுட்ஹவுஸ், ஜி கே செஸ்ட்டர்டன், பெர்நார்டு ஷா என்று ஒரு காலகட்டத்தின் தலையாய எழுத்தாளர்கள்.தமிழில்என்றால்,கல்கிதேவன்எஸ்விவிஅகிலன் போன்றவர்கள். இதுபோக, சமஸ்கிருதத்தில் அபாரமான புலமை உண்டு.[63] ரகுவம்சமும், வால்மீகி ராமாயணமும் அவருடைய அபிமான காவியங்கள். தனக்குப் புனைகதைகள் சம்பந்தமாகவும், மொழி சம்பந்தமாகவும் உள்ள ஆர்வம் எல்லாமே அப்பாவிடமிருந்து தொற்றியதாகத்தான் இருக்க வேண்டும் என்று சுகவனம் பலதடவை சொல்லியிருக்கிறான்...

சுகவனம் சொன்ன கதையை, தொடர்ச்சியாகச் சொல்ல முயன்றிருக்கிறேன். பிற்பாடு யோசித்து, கதைக்குச் செறிவூட்டும் விதமாக, அவன் சொன்ன குறிப்புகளை அடிக்குறிப்பாகச் சேர்த்திருக்கிறேன். அதனால், சில வேளைகளில், நான் போட்ட அடிக்குறிப்பு எது, சுகவனம் சொன்ன குறிப்பு எது என்று குழப்பம் வரலாம். கதைப்போக்கில் தானாகவே சிடுக்கவிழக் கூடிய சிறிய விஷயம்தான் இது என்றாலும், வாசக சவுகரியம் கருதி, சுகவனம் கூறிய உபரித் தகவல்களின் முடிவில் 'சு' என்று குறிப்பிட்டிருக்கிறேன். இனி, சுகவனம் சொன்ன கதை...[64]

---

63 இது தொடர்பாகவும் முன்பு ஒருமுறை விவாதம் எழுந்தது.

> பெரும் வாசகராகவும், ஞானஸ்தராகவும் இருக்கும் ஒருத்தர் இவ்வளவு சிடுமூஞ்சியாக இருப்பது எப்படி சாத்தியம்?

என்று கேட்டேன். இஸ்மாயில் என்னுடைய கேள்வியையே திருப்பிச் சொன்னான், வினாக் குறியையும் எப்படியையும் மட்டும் எடுத்துவிட்டு...

> அறிவுக்கும் விவேகத்துக்கும் உள்ள வேறுபாட்டை நீ புரிந்துகொள்ள வேண்டும் கிருஷ்ணா. தன்னுடைய புலமையை யாரும் மதிக்கவில்லையே என்ற வயிற்றெரிச்சல்கூட, சக மனிதர்கள்மீது இவ்வளவு குரோதம் பொங்குவதற்குச் சரியான காரணம்தான். recognition hunger இல்லாத மனிதப் பிறவி உண்டா என்ன? சிலருக்கு அது அதீதமாய் இருக்கும்.
>
> திருவாளர் ஆலால சுந்தரம் அப்படிப்பட்ட ஒருத்தர்.

என்று சொல்லி முடித்தான் சுகவனம்.

64 இந்தக் கதை, முந்தின இரண்டு கதைகளுக்கும் சம்பந்தமேயில்லாத கால கட்டத்தில், முழுக்க முழுக்க வேறு மாதிரியான மொழி ஓட்டத்தில் வளர்ந்து வந்தபோது எனக்குள் சந்தேகம் உதித்தது – வழக்கம்போல. ஒன்றுக் கொன்று தொடர்பில்லாத கதைகள் ஒரே நூலாக எப்படி உருவாக முடியும்?

> நாம இந்த மூணையும் கோத்துப் புஸ்தகமாப் போடபோறோம்னு எதை வச்சு நீ முடிவு பண்ணினே? சரி, போடுறோம்ன்னே வையி, இந்தக் கதைகள்லாம் எப்பிடியிருந்தா ஒரே புஸ்தகமாகும் ங்கிறே?

என்று பரிவோடு கேட்டான் இஸ்மாயில். இவ்வளவு பரிவு நல்லதுக்கில்லையே என்று தோன்றியது எனக்கு. என்றாலும், தலையைக் கொடுத்தாகி விட்டது – இனிப் பின்வாங்க முடியுமா?

> சின்னச் சின்ன மாத்தங்கள் செஞ்சு பாக்கலாம். கங்காபாயோட பேரன் தான் ஜீவரத்தினத்தோடெ மாமனார்: ஜீவரத்தினத்தோடெ வகுப்புத் தோழன்தான் சடகோபன்ங்கிற மாதிரி ஒரு தொடர்பை உண்டாக்கிட் டோம்னா இந்த மூணு கதையும் ஒரே கதையாயிறாதா?

என்றேன்.

> இந்த யோசனை எனக்குப் பிடிக்கலே.

என்றான் சுகவனம்.

> அப்ப இன்னொண்ணு செய்யலாம்.
>
> சொல்லு.
>
> பத்திரிகையாளன் ஜீவரத்தினம் ஒரு நீண்ட பேட்டி எடுக்கிறான். அதுலே சடகோபன் ங்கிற எழுத்தாளர் தான் உருவான விதம் பத்தி விவரிக்கிறார். இஸ்மாயில் படர்க்கைலே சொன்ன கதையை தன்மை ஒருமைலே மாத்திடலாம். சடகோபன் ஒரு குறுநாவலைப் படிச்சதிலேதான் நாவல் எழுத இன்ஸ்பயர் ஆகிறார். அந்தக் குறுநாவல், சுகவனம் சொல்ற இந்தக் கதை. இப்போ மூணு கதைக்கும் ஒரு உள்இணைப்பு வந்துடுமில்லையா?
>
> இது பெட்டரா இருக்கு.
>
> இருந்தாலும், நீ சொல்றதெச் செயல்படுத்துறதுலெ ரெண்டு சிக்கல் இருக்கு கிருஷ்ணா. ஒண்ணு, சடகோபனுக்கு இன்ன வயசுன்னு நான் எந்த இடத்திலெயுமெ தீர்மானமாகச் சொல்லலே. 'ஒருத்தன் எழுத்தாளனா உருவாகுறதுக்கு, அவன் கருவிலே திருவுடையவனா இருக்கணும்ங்கிறதில்லே, இந்த மாதிரி, நடைமுறை வாழ்க்கையோட நடைமுறைப் போக்கிலேயேகூடக் காரணங்கள இருககக முடியும்' ன்னு சொல்றதுதான் என் நோக்கம். அதுனாலெ. இந்தக் கதையோடெ கால கட்டம், கதைக்குள்ளெ பேசப்படுற இலக்கிய விசாரங்கள் பத்திப் பெரிசா நான் அலட்டிக்கலே. ரெண்டாவது விஷயம்தான் இன்னும் முக்கியமானது. நீ என்னதான் இந்த மூணு கதையையும் ஒரே கயித் திலே கட்டிவசசாலும், மூணும் தனித்தனிக் கதையாத்தான் இருக்கும். ஒண்ணுக்கொண்ணு கோந்துபோட்டு ஓட்டிப்பிட்டா விறகுக் கட்டு ஒரே மரமாயிரும்னு நம்புறவனை ஸீரியஸான எழுத்தாளன்னு எப்பிடி எடுத்துக்கிர்றது. சொல்லு...

மூவரும் சிரித்தோம். சிரிப்பு அடங்கியபின் இஸ்மாயில் தொடர்ந்தான்:

> ...தனித்தனியா இருக்கட்டுமே. வாழ்க்கையோட மூணு வெவ்வேற நிலைகளை ஒரே சந்தர்ப்பத்தில் பார்க்கக் கிடைச்சதா இருந்துட்டுப் போகுது... மனுஷவாழ்க்கை பற்றி எழுதப்பட்ட எல்லாப் படைப்புகள் லேயும் மனுஷன் மட்டும்தான் மையம். அது இருக்குறவரைக்கும். எந்த ஒரு படைப்பும் முழுமையானதுதான் பாரேன், இங்கே, டில்லியிலே, சாப்பிடப் போற இடத்திலேயெல்லாம் வெங்காயம் வெள்ளிரிப் பிஞ்சு முள்ளங்கின்னு ஒண்ணுக்கொண்ணு சம்பந்தமில்லாத காய்களை வில்லை போட்டுக் கொண்ணாந்து வைக்கிறதில்லே? உணவுப் பண்டம் அப்பிடி இருக்கலாம்னா, நாவலும் இருக்கலாம்தான்.

மூவரும் மறுபடி சிரித்தோம்.

மாநிலம் என்று சொல்ல மாட்டேன்.[65] இருபதாம் நூற்றாண்டின் ஆரம்பக் கால்பகுதியில் நடந்த கதை.

சமஸ்தானங்களுக்கும், குறுநில மன்னர்களின் ஆட்சிக்கும், கலைகளுக்கும் பெயர் போன மாநிலம் அது...

65 இதுதான் சுகவனம். தகப்பனாரிடமிருந்து வம்சாவளியாய் சுகவனத்திடம் தொற்றிய இன்னொரு அம்சம் அபாரமான முன்ஜாக்கிரதை உணர்வு. இதை மட்டும் எதுவுமே செய்ய இயலவில்லை அவனால். எங்களாலும்தான்... ஆலால சுந்தரத்தின் எச்சரிக்கையுணர்வுக்கு ஓர் உதாரணம் சொல்லலாம்:

குடும்பத்தோடு வெளியூர் செல்வதென்றால், வாசல் பூட்டு அந்தப் பாடுபடுமாம். அப்பா பூட்டி மூன்று தடவை இழுத்துப் பார்த்த பிறகு, குடும்பத்தவர் ஒவ்வொருவரும் மும்மூன்று தடவை இழுத்துப் பார்த்து உறுதி செய்ய வேண்டும். இதெல்லாம் சுகவனம் சின்னஞ்சிறு பையனாய் இருந்த போது. கிராமத்து வீடு. உள்ளூர உளுத்துப் போயிருந்த மரக் கதவு. எல்லாரும் இழுத்துப் பார்த்த பிறகு, அப்பா இன்னொரு தடவை இழுத்துப் பார்த்தார். 'கிட்டத்தட்டத் தொங்கினார்' என்றான் சுகவனம். பூட்டு பாட்லாக்கோடு கையில் வந்துவிட்டது. இழுபட்ட வேகத்துக்கு எதிர்வினையாக கதவு மட்டமல்லாக்கத் திறந்துகொண்டது. பிறகென்ன, பயணம் ரத்து.

நண்பர்கள் கூடிக் கேலியும் கிண்டலுமாய் உரையாடிக்கொண்டிருந்த சந்தர்ப்பத்தில் இதைச் சொன்னான் சுகவனம். எல்லாரும் சிரித்தார்கள்.

> கிட்டத்தட்ட இதே விஷயத்தெ அ முத்துலிங்கமும் எழுதியிருக்காரு. அவரோடெ தகப்பனாரெப் பத்தின கட்டுரைதான். எந்த இதழ், என்ன தலைப்பு ங்குறது மறந்துருச்சு.

என்ற இஸ்மாயில்,

> கடல் கடந்த பிரதேசத்திலே, வேற ஒரு காலகட்டத்திலே, இன்னொரு தமிழ்க்குடும்பத்திலே இதே சம்பவம் நடந்திருக்குதுன்னா, இந்த அம்சம் தமிழ்ப் பண்பாட்டோடெ பகுதியோ என்னமோ..

என்று முடித்தான். நண்பர்களின் சிரிப்பால் அந்த இடமே அதிர்ந்தது.

நினைவு வனம்

1

ஆகாயத்தை உரசிக் கிடக்கிற மலைத் தொடரின் கீழ்மடிப்பாக உயர்ந்திருக்கும் சிறு குன்று. அதன் உச்சியில் அமைந்திருந்தது ஆசிரமம். அடிவாரத்திலிருந்து அறுநூற்றைம்பது கருங்கல் படிகள் உயரத்தில். குன்று முழுவதுமே ஆசிரமத்தின் பாத்தியதையில்தான் இருக்கிறது. முன்னொரு காலத்தில் இந்தப் பகுதியை ஆண்டதாகச் சொல்லப்படும் மன்னன் வழங்கிய மானியம் இது.

ஆசிரமத்தை நிறுவியவர் சுகப்பிரம்ம ரிஷியின் சிஷ்ய பரம்பரையைச் சேர்ந்தவர் என்பது ஐதீகம். கோவிலை நிர்மாணித்த அரசனின் கொள்ளுப்பேரன் காலத்தில் அந்த முனிவர் இங்கே வந்து சேர்ந்தார்.

இரண்டாக அறுபட்ட பலாக்காயை மறுபடியும் முழுமையாக்கக் கூடியவர்; இறந்துபோன பசுங்கன்றை உயிர்ப்பித்தவர்; கருங்கல் திப்பிகளை விழுங்கிச் செரிக்கும் வல்லமை பெற்றவர்; இன்னும் அநேக ஸித்திகள் கைவரப் பெற்றவர் என்றெல்லாம் சுவடிகள் சொல்கின்றன. அவர் உருவாக்கிய விதிகளின் பிரகாரமே, இன்றுவரை வாரிசுப் பட்டங்கள் தேர்ந்தெடுக்கப்படுகின்றனர்.

பீடாதிபதியைத் தவிர பிறர் வாசிக்கவே முடியாத, இரும்புப் பெட்டகத்தில் பாதுகாப்பாய் இருக்கிற, சுவடியின் வழிகாட்டுதல்படி புதிய

வாரிசுகள் இனங்காணப் படுகிறார்கள். இதுவரை இருந்திருக்கும் பட்டங்கள் அனைவருமே தாய்க்குத் தலைமகன்கள், தகப்பனை இழந்தவர்கள், பின்னந்தலையில் இரட்டைச் சுழி கொண்டவர்கள், சங்கீத ஞானம் உள்ளவர்கள், கன்னடத்தைத் தாய்மொழியாகக் கொண்டவர்கள் என்கிறது வரலாறு.

புரவல சமஸ்தானத்தின் பலவீன மிச்சங்கள், அடிவாரத்திலிருந்து நீளும் நாலைந்து ஜில்லாக்களில் பரவிக் கிடக்கின்றன — நிலங்கள், கட்டடங்கள், ஒரேயொரு மகத்தான அரண்மனை என. பிற சொத்துகள் மெல்ல மெல்ல பிரிட்டிஷாருக்குக் கப்பமாய்ப் போய்ச் சேர்ந்துவிட்டன. .

ஸ்தாபக ராஜாவின் ஓய்வுக்கால அரண்மனை குன்றின் மீது இருந்ததாம் — எதிர்க்கரையில். அதன் இடிபாடுகள்கூட இப்போது மிச்சமில்லை. இக்கரையிலிருந்து போகும் மரப்பாலம் மறு கரையில் உள்ள கோவில் வளாகத்தில் சென்று நுழைகிறது. தற்சமயம் அங்கே கோவில் மட்டுமே உண்டு. சிறுமியின் வடிவில் இருந்து பாலிக்கிறாள் அம்பிகை.

ஆயிரம் வருடங்களுக்கு முன் சமஸ்தானத்தை ஆண்ட மன்னனுக்குத் தீராத வயிற்று வலி. சகல வைத்திய முறைகளும், பாரதத்தின் பல்வேறு பகுதிகளிலிருந்து வந்த கணக்கற்ற வைத்தியர்களும் கைவிட்ட நிலை. மன்னன் தற்கொலை செய்து கொள்ள முடிவெடுத்தான்.

இப்போதைய கருவறை இருக்குமிடத்தில், அந்நாளில், நன்கு விளைந்த வேப்ப மரம் நின்றதாம். கிளையில் தொங்கவிட்ட தாம்புக் கயிற்று வளையத்தில் தலையை நுழைக்கிறான் ராஜா. அருகிலிருந்த புதரிலிருந்து குரல் கேட்டது . . . சிறுமியின் குரல்.

அட அசட்டு ராஜா!

மன்னன் மிரண்டுபோனான்.

இறங்கிப் போய்ப் பார்த்தான். ஐம்பொன் விக்கிரகம் ஒன்று கிடந்தது. புத்தம் புதிய பட்டுப்பாவாடையும் சட்டையும் அணிந்திருந்தது. இரண்டு அல்லது இரண்டரை அடி உயரம் இருக்கலாம். திருத்தமான விக்கிரகம். தீர்க்கமான நாசி. நீங்காத புன்னகை. இரண்டு கைகளிலும் ஏந்திக்கொண்டு அரண்மனைக்குப் போனான். அன்றிரவு கனவில் விக்கிரகம் வந்தது. வாய் திறந்து பேசியது:

நான் கிடைத்த இடத்தில் எனக்குக் கோவில் கட்டு. உன் வேதனை தீரும். உன் ராஜாங்கமும் சுபிட்சமாய் இருக்கும்.

ராஜா தலையாட்டினான். மறுநாள் பிரதானிகளைக் கூப்பிட்டுப்

பேசினான். வயிற்றுவலியின் உக்கிரம் குறைந்தது. வாணம் தோண்டிய நாளில் சுத்தமாக ஓய்ந்துவிட்டது.[66]

ஆகம சாஸ்திரத்தின் ஏதோ ஒரு ஷரத்துப்படி, கண்டெடுக்கப் பட்ட சொரூபத்துக்கு சின்னஞ்சிறு கோவில்தான் கட்ட வேண்டுமென்று ஆஸ்தான ஸ்தபதி பிடிவாதமாகச் சொல்லிவிட்டார். கருவறையும் சந்நிதியும் மட்டும் கொண்ட ஈரறைக் கோவில். வேம்பவதியம்மன் எதிர்க்கரையில் குடியமர்ந்த விதம் இதுதான். தல விருட்சம் வேம்பு.

கோவில்தான் சிறியதே தவிர, கீர்த்தியும் சம்பத்தும் மிக மிக அதிகம். கருவறையின் உட்சுவர் பொன்னால் வேய்ந்திருந்தது. உற்சவ நாட்களில் அம்பிகையின் உடம்பே தெரியாத அளவு பூட்டுவதற்கு நகைகள் உண்டு — வைரக் கிரீடம், வைரக் கச்சு என்று. கீழே சமஸ்தானக் கருவூலத்தின் பாதுகாப்பில் இருப்பவை.

அடுத்து வந்த வருடங்களில் ராஜாங்கம் கலகலத்தது. சகோதரச் சண்டையில் அரண்மனைச் சுவர்களை ராஜாவின் தம்பியே யானையைக் கொண்டு மோதி நொறுக்கினானாம். ராஜாவின் படைக்குப் பிரதம தளபதியாக இருந்தவன் அவன். கோவிலையும் இடித்து மண்ணாக்க முனைந்திருக்கிறான். மேலேறி இருந்து அவன் ஏவிய யானை, துதிக்கையால் அவனைச் சுற்றி இழுத்துத் தரையில் எறிந்து தலையை மிதித்துக் கூழாக்கி விட்டது என்று ஒரு கதை உண்டு.

அரண்மனையும் அரசாங்கமும் ராஜாவின் வாரிசுகளும் இருந்த தடயம் மிஞ்சாமல் காணாமல் போய்விட்டார்கள். வெவ்வேறு ராஜாக்கள். வெவ்வேறு வம்சங்கள். இன்றுள்ள சமஸ்தானாதிபதிகள் சுமார் முன்னூறு வருஷங்களாக ஆள்கிறதாகச் சரித்திரம் சொல்கிறது. பூர்விக ராஜாவின் வயிற்றுவலிக்குச் சாட்சியாய் வேம்பவதி மட்டும் முனைமுறியாமல் நிற்கிறாள்.

ஆயிரம் வருடம் என்பது கொஞ்சம் மிகையான கணக்காய் இருக்கலாம். ஆனால், பல நூறு வருடங்கள் பழைய கோவில் என்பதில் கொஞ்சமும் சந்தேகமில்லை. அக்கம்பக்க மரங்களில்

---

66 சுவடிகளில் கிடைக்கும் பழம்பாடல்களில், இன்னொருவிதமாகவும் புழங்குகிறது இந்தக் கதை. இதிலும் ராஜாவுக்குத் தீராத வயிற்றுவலிதான். ஓய்வுக்கால அரண்மனையின் உப்பரிகையிலிருந்து ராஜா குதித்ததாகவும், கலகலகலவென்ற சிரிப்புடன் இரண்டு பிஞ்சுக் கைகள் அவனைத் தாங்கி ஏந்தியதாகவும், அவை ஒரு சிறுமியினுடையவை என்பதைப் பார்த்த ராஜா மூர்ச்சையுற்றதாகவும் சொல்கிறது, மாற்றுக் கதை. மன்னனுக்குப் பிரக்ஞை மூண்டபோது, காப்பாற்றிய சிறுமியின் சாயல் உள்ள விக்கிரகத்தைக் கையில் ஏந்தி ஓர் அந்தணர் நின்றிருந்தார். தற்போதைய குருக்கள் ஸோமாஸ்கந்தரின் மூதாதை. அவர் கோரியதன் பிரகாரம் இந்தக் கோவில் எழுந்தது – சு

கூடமைத்திருந்த புறாக்கள் சாயங்காலங்களில் காற்றாட வந்து உட்காரும் இடமாக விளங்கிய கோபுரத்தின் சுதைத் தட்டுகளில் கரும் படலமாகப் பாசி அடர்ந்திருந்தது.

அத்தனை பறவைகள் வந்து செல்லும் கோபுரத்தில் ஒரேயோர் எச்சத் தடத்தைக்கூடக் காணமுடியாது. 'வேம்பவதியின் மகிமை' என்று சோமாஸ்கந்தக் குருக்கள் சொல்வார். அவருடைய அப்பா சொன்ன செய்தியாம் அது. அவருக்கு அவருடைய அப்பா. கர்ண பரம்பரையாக வரும் ஏகப்பட்ட துணுக்குகள் இந்தக் கோவிலைப் பற்றி உண்டு.

வனத்தில் கிடைத்த நாள் முதல் இன்றுவரை கன்னியாகவே இருக்கும் வேம்பவதியம்மனிடம் கங்கா பாய்க்குத் தனிப் பிரியம்... சந்நிதியில் யாரும் இல்லாத நாட்களில் அம்பிகையுடன் உரையாடவும்செய்வாள்.அம்பிகையின்ஆலோசனைப்படிதான் செயல்படுவாள்.

கங்கா பாய் உரையாடுவது வேம்பவதியிடம் மட்டுமல்ல, இக்கரையில் மூன்று கட்டடங்கள் கொண்ட ஆசிரம வளாகத்தில் உள்ள மரங்களிடமும் செடிகொடிகளிடமும் மட்டுமல்ல, பரப்பனங்காடிக்காரனான பாகன் குஞ்ஞிராமனின் அங்குசத்துக்குக் கீழ்ப்படிகிறதாய்ப் பாவனை செய்யும் மோகனனிடம் மட்டுமல்ல. அவள் உரையாடலின் எதிர்முனைகள் சாதாரணமாக யூகிக்க முடியாதவை. சில சமயம், மேகங்களிடமும் அகல்விளக்கின் சுடரிடமும்கூட உரையாடுவது உண்டு.

ஆசிரமத்தை அரைமனதாகத் தழுவிய மாதிரி பாதிவரை வளைத்து ஓடி அடிவாரம் நோக்கி இறங்குகிறது ஒரு சிற்றாறு. புராண கால நதி[67] என்று தலபுராணம் சொல்கிறது. கரையில் யானைக் குட்டிகள்போல நிற்கும் பாறைகள். பாறைகளின் இடைவெளிகளில் மண்டிய நாணல் புதர்கள். பருவம் எதுவானாலும், தவறாமல் உயர்ந்து வந்து ஆசிரம மரங்களுடன் சல்லாபிக்கும் இளங்காற்று.

மொசமொசவென்று மீன்கள் அடர்ந்த நீர்ப்பரப்பு. நன்கு விளைந்த உடம்பின் முழங்கைப்பருமன் உள்ள மீன்கள். ஆசிரமத்துக்கு வருகிறவர்கள் வீசும் பொரியை சிற்றுண்டியாகப்

---

67 அகத்தியரின் கமண்டலத்தைக் காக்கை இடறியதில் காவிரி பொங்கிக் கிளம்பியது அல்லவா? இந்தச் சம்பவம் முடிந்த பிறகு தரையில் உருண்டு கிடந்த காலிக் கமண்டலத்தை எடுத்துக்கொண்டு அகத்தியர் புறப்பட்டார். வெகுதூரம் வந்த பிறகு, வெற்றுக் கமண்டலத்தின் அடியில் இன்னும் கொஞ்சம் தண்ணீர் மீந்திருப்பதைக் கண்டார். தரையில் கவிழ்த்தார். அது இந்த நதியாகப் பெருகிவிட்டதாம். – சு

புசிப்பதற்கு அவை கரையோரம் வந்து குவியும்போது, நதி நீரலானது அல்ல — மீனாலானது என்று தோன்றும்.

போவதும் வருவதுமே ஆயுட்காலப் பணியாய்க் கொண்ட மீன்களின் ஊர்வலத்தை விட்டுப் பார்வையைத் திருப்பும் திராணி யாருக்கும் வாய்க்காது. உச்சிவேளையில் செங்குத்தாகப் பாயும் சூரிய ஒளியில் ஸ்படிகம் போலத் தெளிந்திருக்கும் நீர். மீன்கூட்டம் மனமிரங்கி இடைவெளி உருவாக்கும்போது, படுகையில் கிடக்கும் கூழாங்கல் ஒவ்வொன்றும் துல்லியமாய்த் தெரியும்.

நதி வளையுமிடத்தில் இருக்கைபோலக் குழிந்திருந்த பாறை தான் கங்கா பாயின் அரியாசனம். குளிர்காலங்களில் பனிக் கட்டி மாதிரிக் குளிர்ந்திருக்கும். நதி நிரம்ப நீர் ஓடும்... அமர்ந்த நிலையில் காலைத் தொங்கவிட்டால் பாதங்கள் நீரில் அமிழும். திடீரென்று நீருக்குள் உதிக்கும் வெள்ளிக் கட்டிகளை அருகில் வந்து பார்த்து மீன்கள் பிரமிக்கும். முறை வைத்துக்கொண்டு கூட்டங்கூட்டமாய்ப் பார்க்க வரும். வரிசையில் நின்று காத்திருந்து நுகர்ந்து பார்க்கும். தொலைவிலுள்ள மீன்களுக்குத் தகவல் அனுப்பி வரச் சொல்லும்.

சில தைரியசாலி மீன்கள் மிதக்கும் பாதத்தை முத்தமிடவும் செய்யும். கங்கா பாய் கால்களை லேசில் உயர்த்த மாட்டாள். மீன்கள் சாம்ராஜ்யத்தின் கனவுத்தேவதையாகத் தன்னைப் பாவித்துக்கொள்வாள். அவற்றுடனும் பேச முடியும் அவளால். ஆணை பிறப்பிக்க முடியும். இவள் கையில் பிடித்த நாணலின் மறுமுனையை நீருக்குள் ஊன்றினால், உணவுப் பொருள் என்று நம்பி வாய் திறந்து மேலேறும் மீன்களை ‘அசடு’ என்று செல்லமாகக் கண்டிப்பாள். ‘இப்படித்தானே தூண்டிலைப் பார்த்தும் ஆசைப்படுவீர்கள்’ என்று கரிசனமாக இடித்துரைப்பாள்.

தன் உடம்பில் வசந்தம் வந்து இறங்கிய செய்தியை முதல் முதலில் மீன்களிடம்தான் சொன்னாள் கங்கா பாய். அன்று விடிந்ததிலிருந்தே உடம்பில் ஒரு பரபரப்பு நிரம்பியிருந்தது. புலப்படாது ரீங்கரிக்கும் நாதம் விரவிக் கிடந்தது எங்கெங்கும். பச்சை இலைகளிலும், பாறையின் குளுமையிலும், நீர்ப்பரப்பின் சிற்றலைகளிலும், கோவில் கோபுரத்தில் களகளக்கும் புறாக்களின் இறக்கைச் சடசடப்பிலும், இருள் நெருங்குவதை அறிவிக்க மலரும் இரவுப்பூக்களின் சுகந்தத்திலும், நதியில் மூழ்கி எழுந்து வரும் மென்காற்றின் ஈரப் பதத்திலும் என எங்கெங்கும் எதிரொலித்த தாளம்.

அதிகாலைக் கனவில் தன் முகத்தை நோக்கி நெருங்கிவிட்டு, பகல் முழுக்கப் பித்தாகத் திரிய வைத்த முகத்தின் அடையாளம் தெளிவாகத் துலங்கவில்லை. தன் உதடுகளை அந்தக் கண்கள் ஏன்

அவ்வளவு ஆசையாகப் பார்த்தன என்பது விளங்கவில்லை. தன் கன்னங்களில் அந்தக் கன்னங்கள் ஏன் அவ்வளவு மிருதுவாக உரசின என்று புரியவில்லை. கனவில் உணர்ந்த தன் உடலில் முன்னங்கைகளின் ரோமக்கால்கள் ஏன் அப்படி முட்கள்போலக் குத்திட்டு நிமிர்ந்தன என்று தெரியவில்லை. சருமம் முழுவதும் வியர்க்குரு முளைத்தமாதிரிக் குறுணை பூசிவிட்டது.

முகம் கொஞ்சம்கூடத் தெளிவில்லாது மசங்கியிருந்தது தான். ஆனால், கரணைகரணையாய் இறுகியிருந்த தோள்த் தசைகளும் சதை புடைத்த கல் மார்பும் அணைத்துத் தன்னுடன் இறுக்கிக்கொண்ட எஃகு முன்னங்கைகளின் ரோம அடர்த்தியும் வலுவும் என அது ஓர் ஆண் உருவம் என்பதில் எள்ளளவும் சந்தேகமில்லை. எலுமிச்சைப் பருமன் உள்ள தன் மார்புக் குமிழ்கள் ரோமம் அடர்ந்த எதிர் மார்பில் அழுந்தி உராய்வதில் தனக்கு ஏன் இவ்வளவு கிளர்ச்சி?

அவன் யார் என்று உங்களுக்குத் தெரியுமா பிரஜைகளே?

என்று மீன்களைக் கேட்டாள். அசட்டுத்தனமாகப் பாதத்தில் மோதிவிட்டு, பதில் தெரியாத துக்கத்துடன் நகர்ந்து சென்றன அவை.

உனக்குத் தெரியுமா மோகனா?

இரும்புச் சங்கிலி பிணைத்த ஒற்றைப் பின்னங்காலைத் தவிர பிற கால்களை சதா மாற்றி ஊன்றியபடி தென்னோலைகளைப் பலகாரம் செய்துகொண்டிருந்த மோகனனின் பளிங்குக் கண்கள் வெறுமனே இவளை வெறித்ததோடு சரி. தொடுவதற்காக நீண்ட துதிக்கையிடமிருந்து விலகி நகர்ந்தாள்.

சடைசடையாய்ப் பிரி கோத்த சந்நியாசியின் தலைபோல விழுதுகள் தொங்க நின்றிருந்த ஆலமரத்துக்கு இவள் கேள்வி புரியவேயில்லை. ஓர் இலைகூட அசங்காமல் பிரமைபிடித்து நின்றது.

கோசாலையில் தாயார் மடியை முட்டி முட்டி வயிறு நிரம்பியதில் துள்ளாட்டம் போட்ட செவலைக் கன்றை நிறுத்தி உடம்போடு அணைத்துக்கொண்டு காதுக்குள் கேட்டாள். முதுகைச் சிலிர்த்துச் சுழிப்புக் காட்டிவிட்டு திமிறி விடுபட்டது அது.

ஏகாந்தமாகக் கிடந்த கோவில் வளாகத்துக்குள் நுழைந்தாள். கல் பாவிய தரையில் லேசாகக் குளிர் இறங்கியிருந்தது. இரவு பகல் எந்நேரமும் வாயிற்கதவு சாத்தப்படாத கோவில். ஒற்றை அகலின் வெளிச்சத்தில் வேம்பவதியம்மன் தனியாக நின்றிருந்தாள்.

அம்பாள் சந்நிதிக்கு இடதுபுறம் சுவாமி சந்நிதி ஒன்று கட்டவேண்டும் என்று மடாதிபதியிடம் கொஞ்சகாலமாய் ஓயாமல் நச்சரித்து வருகிறார் சோமாஸ்கந்தக் குருக்கள். இந்த விஷயத்தை அவர் எடுக்கும்போதெல்லாம் எரிச்சல் மூளும் கங்கா பாய்க்கு. இதோ, கன்னியான வேம்பவதிக்குக் கல்யாணமான பெண்போலக் கொசுவம் வைத்துப் புடவை உடுத்திவிட்டிருந்த குருக்களின் முட்டாள்தனத்தைப் பார்க்கும் போதும் பற்றிக்கொண்டுதான் வருகிறது...

வாய்திறந்து பதில் சொல்லவில்லையே தவிர, வேம்பவதிக்குத் தன் வேதனை புரிந்துவிட்டது என்றே பட்டது கங்கா பாய்க்கு. அகல் ஒளியில் மினுங்கிய வைரமூக்குத்தி லேசாக ஆடிய மாதிரித் தென்பட்டது ஒரு கணம். உள்ளுக்குள் பொங்கிய சிரிப்பை மூக்கை விடைத்து ஒடுக்கி விழுங்குகிறாள் வேம்பவதி என்று தோன்றியது.

தன் கனவில் வந்தவன் இன்னார் என்று வேம்பவதி அறிவாள் என்பதில் ஐயமேயில்லை. ‘தவிக்கட்டுமே கொஞ்சம்’ என்று வேண்டுமென்றே சீண்டுகிறாள் என்று நினைத்துக் கொண்டாள் கங்கா பாய். ஆனால், வேம்பவதி அவ்வளவு கொடூரமான தோழி அல்ல. அடுத்த ஆறே மாதங்களில் அவனை நேரில் கொண்டுவந்தே நிறுத்திவிட்டாள்.

2

காலை பூஜைக்கு சின்னப் பட்டம் வரவில்லை. இந்த வாரத்தில் இது இரண்டாவது தடவை. வழக்கம் போலவே, வெளிச்சத்தின் நிதானம் தெரியாமல் இன்னமும் தூங்குகிறானோ என்னவோ.

அம்பாளின் பாதத்தை நோக்கி வீசிய குங்குமத் துகளில் மந்திரங்களை முழுமையாக உருவேற்ற முடியவில்லை என்று தோன்றியது குருவுக்கு. விரல்கள் வெள்ளிக் கும்பாவுக்குள் தன்னிச்சையாகப் போய்வருகின்றன. ரங்கநாத சாஸ்திரி சமஸ்கிருதத்தில் போற்றி உச்சரிக்கும் ஒவ்வொரு நாமத்துக்கும் இணையாக ஒரு சிட்டிகை கிள்ளி வீசுகின்றன. வெள்ளியில் பளபளக்கும் அம்பாளுடைய உற்சவ விக்கிரகத்தின் பாதத்தடியில், சீரற்ற தர்க்கத்தின் விநோதக் கோல வடிவில் வீழ்ந்து கிடக்கும் அரளியும் நந்தியாவட்டமும் பன்னீர்ப்புஷ்பமும் குங்குமத் துளிகளை ஏற்று, குருதி துளிர்த்த தோற்றம் கொள்கின்றன.

மூடிய கண்களுக்குள் அம்பாளின் சொரூபம் அழுத்தமாகப் பதிந்திருக்க, மனம் மட்டும் தோய மறுத்து எங்கெங்கோ அலைந்தது... சின்னப் பட்டத்திடம் சமீபகாலமாக வந்து சேர்ந்திருக்கும் நிம்மதியின்மை, இப்படித்தான், குருவின் சமநிலையையும் அவ்வப்போது குலைத்துவிடுகிறது.

இந்தப் பையனிடம் அபிமானம் அதிகமாய்ப் படிகிறதோ தமக்கு? என்று உள்ளுக்குள் கேள்வி

ஓடியது. தவறான தேர்வோ[68] என்று மின்னல் வெட்டியது. தலையை உதறிக்கொண்டார்.

குரு ஏதோ சொல்ல முனைகிறார் போலும் என்று உச்சாடனத்தை நிறுத்தினார் சாஸ்திரி. கண் திறந்து, அவருடைய கண்களை உற்று நோக்கினார் குரு. தலையை இன்னொரு முறை ஆட்டினார் — 'நடக்கட்டும்' என்பது போல. கண்கள் இயல்பாக மூடிக்கொண்டன.

...குருவை அவரது குரு அறுபத்தைந்தாவது பட்டமாகத் தேர்ந்தெடுத்தவுடன், மிகப்பெரிய ஹோமம் ஒன்று நடந்தது ஆசிரமத்தில். இதே ரங்கநாத சாஸ்திரிதான் முன்னின்று நடத்தினார். அப்போது சாஸ்திரிக்கு நாற்பது வயது இருக்கலாம். நாற்பது வருடம் கழித்து இன்றைக்கும் சாஸ்திரியை நாற்பது வயதுதான் மதிக்க முடியும். தலை மட்டும் பஞ்சாய் நரைத்து விட்டது... தன் தலையிலிருந்து சற்றே விலகியிருந்த முக்காட்டை அனிச்சையாக நேர் செய்தது குருவின் இடது கை.

சாஸ்திரியின் வெண்கலக் குரல் சற்றும் மங்கவில்லை. விசேஷ நாட்களில் அதிகாலையிலும், நள்ளிரவிலும் நடக்கும் பூஜைகளில் இதே உற்சாகத்துடனும் தெம்புடனும் கலந்து கொள்கிறார். அந்தச் சமயங்களில், ஒரே நாளில் நாலைந்து தடவை நீராட வேண்டியிருந்தாலும் சோர்வதில்லை.

இளம் வயதிலேயே மனைவியை வைசூரிக்குப் பறிகொடுத்தவர் சாஸ்திரி. அதுவரை கீழே அரண்மனை வளாகத்தில் வசித்தவர், ஆசிரமத்திலேயே நிரந்தரமாக வந்து தங்கிவிட்டார். குருவின் குரு சாஸ்திரியை அழைத்து 'இரண்டாம் திருமணம் செய்துகொள்' என்று அனுமதி கொடுத்தாராம்.

> 'இவ்வளவு நாள்தான்' என்று அம்பாள் எழுதின கணக்கு. அதை மாற்றியெழுத நமக்கென்ன உரிமை? சந்நிதானம் மன்னிக்க வேண்டும்.

---

68 சமஸ்தானத்தின் ஆதரவில் ஆசிரமம் நடத்தும் வேதபாடசாலை, குன்றின் கீழே உள்ள அசுவபுரியில் உள்ளது. மாணவர்களில் தலைச்சன் குழந்தையாகப் பிறந்த, கல்வியில் சிறந்த, அங்க சுத்தமும் திருத்தமான முகமும் கொண்ட பதினோரு வயதுச் சிறுவனைப் பட்டத்திற்குத் தேர்ந்தெடுப்பது வழக்கம். தேர்வான மாணவனை மற்றவர்களிடமிருந்து பிரித்து ஆசிரமத்திற்குக் கொண்டு வந்துவிடுவார்கள். ரங்கநாத சாஸ்திரியிடம் சமஸ்கிருத இலக்கண இலக்கியங்களும், வேத, உபநிஷத்துக்களும் பயில வேண்டும். வான சாஸ்திரம், வைத்தியம், ஜோசியம் கற்றுத்தர தேவராஜ பண்டிதர். யோக சாஸ்திரமும், தத்துவ விசாரமும், தெலுங்கும், தெலுங்குக் காவிய சாஸ்திரமும் கற்றுத்தர பிச்சாண்டி ஐயர் என்ற தமிழ்க்காரர். யாருமே கற்றுத் தரவேண்டிய அவசியமின்றி உடம்பு தானாக அடைந்த ஞானத்தால் அவதிப்படுகிறான் சின்னப்பட்டம் என்பது குருவின் ஐயம் – சு

என்று மறுத்துவிட்டார் சாஸ்திரி. அந்த விவேகம்தான் சாஸ்திரிக்கு ஆசிரமத்தில் செல்வாக்கான ஸ்தானம் பெற்றுத் தந்திருக்கிறது. காவி உடுத்தி தான் அனுஷ்டிக்கும் சகலத்தையும் கிரஹஸ்தனாய்[69] இருந்தே சாஸ்திரியும் அனுஷ்டிக்கிறார் என்று நினைத்துக்கொண்டார் குரு. சின்னப்பட்டத்தைப் பற்றி சாஸ்திரியிடம் பேசவேண்டும்...

சாஸ்திரி செருமும் ஒலி கேட்டது. அட, ஸஹஸ்ரநாமம் முடிந்துவிட்டதா? எவ்வளவு நேரம் ஆனதோ. சுற்றிலுமுள்ளவர்கள் பார்த்துக்கொண்டிருக்கிறார்களே? நல்லவேளை, பூஜை நேரத்தில் கண்களை மூடிக்கொள்வதில் ஓர் அனுகூலம் இருக்கிறது — 'அம்பாளைத் தியானிக்கிறார் குரு' என்று எண்ணிக் கொள்வார்கள்.

குரு கண் திறந்தார். தூபக் காலில் கற்பூரத் துண்டுகளைக் குப்பலாக வைத்துக்கொண்டு கை படாத தொலைவில் நின்றிருந்தான் உத்தண்டி. அவன் முகத்தை உறுத்துப் பார்த்தார். சின்னப் பட்டத்தைத் தூண்டிவிடுவது இவன்தான் என்று ஒரு செய்தியும் காதுக்கு வந்திருக்கிறது.

இவர் தலையாட்டியதும், கற்பூரத்தைக் கொளுத்தி தூபக் காலை நீட்டினான். ஏற்கெனவே நிறைந்திருந்த கலவையான பூக்களின் நறுமணத்தோடு, கற்பூரப் புகையின் மணமும் இணைந்து கொண்டது. உத்தண்டி கைமணியை ஒலிக்க, தீபாராதனை நடந்தேறியது.

தண்டத்தை எடுத்துக்கொண்டு பந்தலைவிட்டு வெளியேறினார் குரு. மூன்று மாதத்துக்கொருமுறை புதுப்பிக்கப்படும் தென்னோலைப் பந்தலில்தான் தினசரி பூஜைகளும், அன்றாட ஹோமமும் நடைபெறும். கனத்த காறைக் கூரையின் வழி மந்திர ஒலியும், ஹோமப் புகையும் நேரடியாக வெளியேறாது, ஆகாய வெளியின் நிர்மலத்தில் உடனடியாகக் கலக்காது என்பதால் இந்த ஏற்பாடு.

பத்துப் பனிரண்டு பேர் கொண்ட சிறு ஊர்வலம் பின் தொடர்ந்தது. உச்சி காலத்தில், நித்திய பூஜை முடிந்தபிறகு, அம்பாளைத் தரிசித்துவிட்டு ஆசிரமத்துக்குத் திரும்ப வேண்டும் என்பது நியதி. வேம்பவதி ஆலயத்தில் நைவேத்தியம் முடிந்த

69 'அவருக்குத்தான் மனைவி இறந்துவிட்டார்களே, அப்புறமென்ன கிரஹஸ்தர்?' என்று சந்தேகம் கேட்டேன். சுகவனம் பொறுப்பாய் பதில் சொன்னான்:

> கிரஹஸ்தாசிரமம் என்பது ஒரு வாழ்முறை. பிரம்மச்சரியம், சந்யாசம், வானப்பிரஸ்தம் என்கிறவற்றையும் உள்ளடக்கிய நாலில் ஒன்று. அதில் ஈடுபட்டவர்கள் யாவரும் கிரஹஸ்தர்கள்தாம்.

பிறகுதான் ஆசிரமத்தில் முதல் வேளைச் சாப்பாடு ஆகும்.

குருவுக்கு முன்னால், கருந்தேக்கினால் ஆன, தந்தக் குமிழ் பூட்டிய செங்கோலைச் சுமந்து நடந்தான் பீமன். பெயருக்கேற்ற உடம்பு அவனுக்கு. நிறை கர்ப்பிணியாக எங்கிருந்தோ வந்து ஆசிரமத்தில் அடைக்கலமானவள் அவனது தாயார். கனத்த மழைக்கான அறிகுறிகள் தென்பட்ட சாயங்காலத்தில் மூச்சிரைத்துக்கொண்டு மலையேறி வந்து சேர்ந்தாள். எது கேட்டாலும், சைகையால் மட்டும் பதில் சொன்னாள். அந்த மொழியில் அவளுடைய பூர்விகத்தை அறிய முடியாமலானது.

'வாய் பேச இயலாதவள்' என்றே நினைத்திருந்தார்கள் எல்லாரும். வந்த பதினைந்தாவது நாள் வலி கண்டது. கீழே சிவேந்திரனிடம் சொல்லி அரண்மனை வைத்தியரையும், இரண்டு தாதியரையும் வரவழைத்தார்கள். பின்னொரு நாள், ரங்கநாத சாஸ்திரியுடன் ஏதோ தர்க்கம் நடந்தபோது, 'ஜாதகப் படி ராஜ வைத்தியத்துக்கான யோகம் இருந்ததால்தான் அந்த அனாதைப் பெண்ணுக்கு இது சித்தித்தது' என்று தேவராஜ பண்டிதர் சொன்னாராம்.

பிரசவத்துக்குப் பின் உதிரப்போக்கு நிற்க மறுத்துவிட்டது. நெருப்பில் காட்டிய வாழையிலைபோல வெளிறிச் சோர்ந்து போனாள் அவள். சுற்றிலும் நின்றவர்களை மலங்க மலங்கப் பார்த்தாள். ஐந்தாவது நாள், மிகுந்த பிரயாசைப்பட்டு சைகை செய்து, குருவைப் பார்க்க வேண்டும் என்று வேண்டினாள்.

'பிள்ளைப் பேற்றுச் சூதகம் கழியாத பெண்கள் குருவை தரிசிக்க உரிமை இல்லை' என்று வேண்டுகோள் மறுக்கப்பட்டது.

ஆனாலும், இதோ பின்னால் தயங்கித் தயங்கித் தொடர்ந்து வருகிறாரே, இதே ரங்கநாத சாஸ்திரிதான் குருவிடம் தகவல் சொன்னார். 'இன்னும் சில நாழிகைகளைத் தாண்டாது' என்று அரண்மனை வைத்தியர் சொன்னதையும் தெரிவித்தார்.

பீடத்தைவிட்டு உடனடியாகத் தாவி இறங்கி விடுவிடுவென்று அவளைப் பார்க்க நடந்தார் குரு. போகும் வழியில் கேட்கவும் செய்தார்:

> 'சூதகம் உள்ள பெண்களையும், கைம்பெண்களையும் சந்யாசி பார்க்கக் கூடாது' என்று எந்த கிரந்தத்தின் எந்த ஷரத்தில் சொல்லியிருக்கிறது சாஸ்திரிகளே?

சாஸ்திரிகள் மௌனமாக உடன் நடந்தார். குரு அதட்டலாக மீண்டும் கேட்டார்:

சொல்லும்.

சாஸ்திரத்தில் இல்லாத சில ஐதீகங்கள் சம்பிரதாயத்தில் நடைமுறையாவது வழக்கம்தான்...

வலது உள்ளங்கையால் வாயைப் பொத்திக்கொண்டு சாஸ்திரி முனகினார்.

மனிதப் பிறவி பூமிக்கு வருவதற்கு யோனிக்குழாய் தவிர்த்த மார்க்கங்கள் ஏதும் உண்டா சாஸ்திரிகளே? பிறகென்ன, பேதங்களும் சம்பிரதாயங்களும்? நாம் போவதற்குள் அந்த மாது காலமாகிவிட்டால், அதனால் விளைகிற பாவம் யார் கணக்கில் சேரும், சொல்லுங்கள்?

அதற்கு வாய்ப்பேயில்லை ஸ்வாமி. 'இன்னும் ஒரு முகூர்த்த காலம் நினைவுகூடத் தப்பாது' என்று தேவராஜன் நாடி பார்த்துச் சொன்னான்.

பதில் சொல்லாமல் விசையாக நடந்தார் குரு. புதிய கட்டடத்தின் ஒரு கோடியில் உள்ள அறையில் கோரைப் பாயில் கிடந்தாள் அந்தப் பெண்மணி. அவளே கிழிந்த கோரை மாதிரித்தான் இருந்தாள். சிரமப்பட்டுக் கைகளைக் கூப்பினாள். பேசக்கூடியவள் என்பது அப்போதுதான் முதன்முறையாகத் தெரியவந்தது. பதினைந்து நாள் ஆசிரம வாழ்வின் முதலும் கடைசியுமான ஒற்றை வாக்கியத்தைக் குழறல் இன்றிப் பேசினாள்:

என் பிள்ளை இனி உங்கள் பொறுப்பு ஸ்வாமி.

சுத்தமான தெலுங்கு. இனிமையான குரல். பலவீனமாக இருந்தாலும், பிசிறில்லாதது. சங்கீதத்துக்கு லாயக்கானது. அபய ஹஸ்தம் காட்டினார் குரு. தாயாரின் அருகில் ஒரு முழுக்கை நீளம் கிடந்த பிஞ்சின் ரோஜா உதடுகள் அசந்தர்ப்பமாகப் புன்சிரித்தன. பகவான் காட்டியது எந்தப் புஷ்பத்தையோ?...

அரிச்சுவடியோடு கல்வியை நிறுத்திக்கொண்டுவிட்டான் பீமன். ஆசிரியர்களின் பிரம்பு உடைந்ததுதான் மிச்சம். ஆனால், வக்கணையாய்ப் பேசும் சாமர்த்தியமும், முரட்டுத் துணிச்சலும் அவனிடம் பிறவிக்குணமாக வந்துசேர்ந்திருந்தன.

ஒருநாள், பாதி பூஜை நடந்துகொண்டிருக்கிறது. புயல் மாதிரிப் பந்தலுக்குள் ஓடிவந்தான் பீமன். கூடியிருந்தவர்கள் மிரண்டுபோய்ப் பார்த்தார்கள். பின்னோடு, கையில் புளிய மிளாறுடன் பிச்சாண்டி ஐயர் வந்து சேர்ந்தார். குருவின் முன்பு, நெடுஞ்சாண்கிடையாய் விழுந்தான்.

காப்பாற்றுங்கள் ஸ்வாமி, காப்பாற்றுங்கள். தயவுசெய்து, அடிப்பதை நிறுத்தச் சொல்லுங்கள்.

இந்தப் பயல் ஓயாமல் விஷமம் செய்கிறான். இன்று என் பலகைக்கு அடியில் செந்தேளைப் பிடித்துப் போட்டிருந்தான். பாடமும் படிப்பதில்லை.

என்று புகார் சொன்னார் பிச்சாண்டி ஐயர். குரு பீமனைப் பார்த்தார்.

என்ன பீமா...

என்றார். அவன் விடைத்த நெஞ்சுடன்,

ஆமாம் ஸ்வாமி. எனக்குப் படிப்பு வரமாட்டேனென்கிறது ஸ்வாமி. பேசாமல் கோசாலைக்கு அனுப்பிவிடுங்கள். நமது வேமூரி ராவுக்கு ஒத்தாசையாய் இருந்துகொள்கிறேன்.

அன்றுடன், அவிழ்த்துவிட்ட மாதிரி ஆகிவிட்டான்.

...உத்தண்டி சின்னப்பட்டத்தின் ஆலோசகனாய் விளங்குகிறான் என்றால், இந்த பீமன் கங்கா பாயை வதைக்கிறான் என்று செய்தி வருகிறது. பட்டாம்பூச்சி மாதிரி வளாகத்துக்குள் திரியும் அந்தச் சிறுமியின் நிம்மதியைக் கெடுக்கிறான் என்ற ஒரே காரணத்துக்காக இவனை ஆசிரமத்திலிருந்து வெளியேற்றிவிட முடியும். தாயாருக்குக் கொடுத்த வாக்கு அல்லவா தடுக்கிறது?

ஆனாலும், இவன் தொடர்ந்து ஆசிரமத்தில் இருப்பது யாருக்குமே நல்லது இல்லை. சிவேந்திரன் அடுத்த முறை வரும்போது 'அரண்மனை வேலைக்கு எடுத்துக்கொள்' என்று அனுப்பிவிட வேண்டியதுதான்.

மரப்பாலத்தில் நடக்கும்போது பாதக் குறடுகள் டடாக் டக் என்று பேரோசை எழுப்பின. ஆசிரம வளாகத்தில் யாரும் காலணி அணியக் கூடாது. குருவோ, வெறுங் காலில் நடக்கக் கூடாது. ரத்தச் சிவப்பு நிறப் பட்டு மாத்திரமே உடுத்த வேண்டும். பசுநெய் இல்லாமல் ஒருவேளையும் சாப்பிடக் கூடாது. நடைமுறைக்குத்தான் இவர்கள் சந்யாசிகள். மற்றபடி, பிரபஞ்சத்தையே பரிபாலிக்கும் குரு என்பதால், சக்கரவர்த்திபோலத்தான் சகலமும். செங்கோல் உண்டு, சாமரம் உண்டு, குன்றை விட்டு இறங்குவதென்றால், பயணம் செய்வதற்குப் பல்லக்கும் உண்டு.

ஒரு அதிகாரமும் இல்லாத சக்கரவர்த்தி.

என்று உள்ளுக்குள் ஒரு வாக்கியம் ஓடியது. இந்த பீமன் பயலைக்கூட வாய்விட்டுக் கடிந்துகொள்ள முடியாது. சந்யாசிக்குக் கோபமும் பாசமும் கூடாதல்லவா?

கோயிலுக்கும், ஆசிரமத்துக்கும் மானியமாக இருக்கிற சொத்துகளில் ஆசிரமத் தலைமைக்கு அனுபவபாத்தியதை தான் உண்டு. அவற்றைப் பராமரிக்கும் காரியஸ்தரைவிட தலைமைக்கு அதிகாரம் குறைவு.

ஆனாலும், தேவைகளைக் கருத்தறிந்து பூர்த்தி செய்கிற அசுவதாசர்கள்[70] இருக்கும்வரை கவலையில்லை. பணிவுக்கும், கரிசனத்துக்கும், நீதிக்கும் பேர்போன வம்சம் அது. ஆசிரமம் இருப்பது அவர்களுடைய அரசாட்சியின் கீழ்தான் என்றாலும், குருவின் முன்னிலையில் சாதாரணப் பிரஜைகள் போலத்தான் நடந்துகொள்வார்கள். அவர்கள் கடைப்பிடிக்க வேண்டிய முறைகள் பற்றி எழுதப்படாத விதிகள் இருந்தன.

இடது உள்ளங்கையில் முழங்கை ஊன்றிய வலது கையினால் வாயைப் பொத்தியபடிதான் ராஜா குருவிடம் பேச வேண்டும். தரிசனம் முடிந்தபிறகு, குருவைப் பார்த்தபடியே பின்வாங்கி நிலைவாசலைக் கடக்கவேண்டும். தினசரி அதிகாலையில் அரண்மனையிலிருந்து குதிரையில் ஏறி, ஆசிரமத்துக்கு வந்து, ‘இங்கே இரவு நிம்மதியாய்க் கழிந்தது’ என்று தகவல் பெற்றுச் செல்லத் தனியாக ஒரு வீரனை நியமித்திருந்தார்கள். அவன் வந்து நல்ல செய்தி சொன்னபிறகுதான் அசுவதாசர் காலை உணவு கொள்ளலாம்.

சந்யாச ஆசிரமம் என்றாலும் வலுவான பாதுகாப்பு அமைத்திருந்தார்கள் அசுவதாசர்கள். குன்றைத் தழுவி மேலேறி வரும் யானைப்பாதையில் மூன்றும், செங்குத்தாக மேலேறும் படிக்கட்டுப்பாதையில் இருநூறு படிகளுக்கு ஒன்று என்றும் காவல் சாவடிகள் உண்டு. இத்தனை பாதுகாப்பும் ‘ஒருமுறை குருவாக அமர்ந்தவர்கள் மனம் மாறி இறங்கி ஓடிவிடாதிருக்கத்தானோ என்னவோ’ என்று தலைமைப் பதவியேற்ற புதிதில் சாஸ்திரியிடம் சொல்லிச் சிரித்தார் குரு...

மௌன ஊர்வலம் கோயில் வாசலுக்கு வந்து சேர்ந்தது.

அம்பாள் தனியாக நின்றுகொண்டிருந்தாள். இன்று பச்சை சார்த்திய கோலம். நாச்சியார் கொண்டையும், அதில் மின்னும்

70 நாலைந்து ஜில்லாக்களைப் பரிபாலனம் செய்யும் சமஸ்தான மன்னர்களின் பெயருக்கு ‘அசுவதாசன்’ என்ற பின்னொட்டு உண்டு. இப்போதைய மன்னன், சிவேந்திர அசுவதாசன். கோயில் கட்டிய ராஜாவின் வம்சம் சிதைந்த பிறகு, சமஸ்தானம் பல்வேறு கைகள் மாறி, இவர்கள் கைக்கு வந்து சேர்ந்தது. ‘முடிசூட்டிக்கொள்ளுமுன் அசுவமேத யாகம் செய்த வம்சம் என்பதால் இந்தப் பெயர்’ என்று பழம்பாடல்கள் கதை சொல்கின்றன. சமஸ்தானத்தில் பாரம்பரியமாகப் புழங்கி வரும் வதந்தி வேறு விதமாகப் போகிறது. வம்சத்தின் பிதாமகன் முந்தைய வம்ச ராஜாங்கத்தில் குதிரை லாயப் பொறுப்பாளனாக இருந்தவன் என்கிறது அது – சு

வைரக்கல் ஜடைபில்லையுமாய் ஜொலித்தாள்... அன்றாடம் புதிதாய்க் கட்டிவரும் தோள் மாலை, நெய்த்தீபங்கள் சுமந்த திருவாட்சி, முன்புறம் பக்கத்துக்கொன்றாகத் தொங்கும் பஞ்சதிரி விளக்குகள் என்று சகலத்துக்கும் நடுவில் தனியாக நின்றிருந்தாள் அம்மை. கடந்து போகும் வருடங்களையும், தரிசிக்க வந்து செல்லும் தலைமுறைகளையும் தூசென நிராகரிக்கும் தனிமை.

'உன்போலத்தான் தாயே நானும், ஆனால் என் தனிமை நானாக விரும்பி ஏற்றுக்கொண்டது அல்ல. குருநாதர் என்மேல் சுமத்தியது.' என்று உதடு பிரியாமல் மறுகினார் குரு. அம்பாள் லேசாகப் புன்சிரிக்கிற மாதிரிப் பட்டது. குருவின் மனம் சற்று நெகிழ்ந்தது. சாஸ்திரியுடன் பேச வேண்டிய முதல் வாக்கியத்தை நிதானமாக உருவாக்கிக்கொண்டது...

கூட்டத்தின் மத்தியில் தனியாக இருக்கிற மாதிரி, தனியாக இருக்கும்போதும் ஏகப்பட்டபேருடன் இருக்க முடியும் அல்லவா சாஸ்திரிகளே?

வாஸ்தவமான பேச்சு. எல்லாமே சித்தம் உருவாக்குகிற பிரமைகள்தாமே?

'எல்லாவற்றுடனும், எல்லாருடனும் இருந்துகொண்டே தனியாகவும் இருக்கப் பழகவேண்டும்' என்பதற்காகத் தானே இவ்வளவு பெரிய ஆசிரம பரிபாலனம், பூஜை புனஸ்காரம் எல்லாம்?

அவ்விடம் சொல்கிற வார்த்தைகள் ஒவ்வொன்றும் ரத்தினம். பீடம் தரும் ஞானத்தைவிட, பிறவி தரும் ஞானம் இன்னும் பெரியதல்லவா?

சின்னப்பட்டத்துக்கு நீர் சொல்கிற பிறவி ஞானம் இருக்கிறதா என்று தெரிந்துகொள்ளாமலே தேர்ந்தெடுத்து விட்டேனோ சாஸ்திரிகளே?...

பொதுவாக, பக்தர்களிடமும் சதஸிலும் பேசும்போது சந்நிதானம் 'நாம், எமது' என்றுதான் தம்மைப் பற்றிக் குறிப்பிட வேண்டும் என்பது நியதி. சாஸ்திரியிடம் மாணவனாக இருந்த காலத்தை ஒருபோதும் மறப்பதற்கில்லை என்பதால், அவரிடம் மட்டும் விதிவிலக்கு ஏற்படுத்திக்கொண்டிருக்கிறார் குரு.

ரங்கநாத சாஸ்திரி தோளில் கிடந்த அங்கவஸ்திரத்தின் நுனியை ஏந்தித் தன் வாயைப் பொத்திக்கொண்டார்.

...ஆனால், அதைத் தெரிந்துகொள்ள முடியாத அளவு என்னுடைய உள்ளுணர்வும் பலகீனமானதுதானோ என்னவோ?

என்று தனக்குத்தானே சொல்லிக்கொள்கிறவர் மாதிரிக் குரல் மங்கினார் குரு.

அவ்விடம் விசாரப்படுவதற்கு ஒரு நியாயமும் இல்லை. விருட்சம் வளரும்போது வெளிச்சத்தைத் தேடித் தன் உடம்பை தானே திருகிக்கொள்கிறது. விதையைப் பார்த்து விருட்சத்தின் கோணல் வடிவத்தைத் தெரிந்து கொள்ள முடியுமா என்ன? ஈச்வர லீலை என்று சாந்தப் பட வேண்டியதுதான்.

சாஸ்திரியைக் கனிவுடன் பார்த்தார் குரு. முகம் மலர்ந்து புன்னகைத்தார். சாஸ்திரி சற்றே ராகமாக ஒரு சுலோகம்[71] சொன்னார்:

ஒளி தேடி நெளிந்து வளர்வது செடியின் இயல்பு
பள்ளம் தேடிப் பாய்ந்து நகர்வது நீரின் இயல்பு
பகல் தேடி ஓடிக் கடப்பது இரவின் இயல்பு – பூபதியே
உன் அருள் நாடிச் சொல்லை வளைப்பது புலவர் இயல்பு.

சாஸ்திரி முடிக்கும்வரை அமைதியாய் இருந்த குரு லேசாகச் செருமிக்கொண்டார். கண்மூடி ஒப்பித்து முடித்த சாஸ்திரி கண் திறந்த மாத்திரத்தில் அவருடைய பார்வையை நேருக்கு நேராகச் சந்தித்துக் கேட்டார்:

ஆக, விருட்சம் கோணுவதற்கு நியாயம் உண்டு, வெளிச்சத்தைத் தேடுவது அதன் இயல்புதான் என்கிறீர்?

அபசாரம் அபசாரம். சந்நிதானத்தின் முன்னிலையில் துடுக்காகப் பேசியது பிசகுதான். தப்பு தப்பு.

இரண்டு கன்னத்திலும் ஓங்கி ஓங்கித் தட்டிக்கொண்டார் சாஸ்திரி.

சம்பிரதாயத்தையெல்லாம் விட்டுத் தள்ளும். மனசில் பட்டதை நேரடியாய்ச் சொல்லும். சின்னப்பட்டத்தின் போக்கில் ஒரு வித்தியாசம் வந்து சேர்ந்திருக்கிறதே, நீர் கவனித்தீரா, இல்லையா?

தூக்கத்தில்கூடப் பெரியவர்களைப் பற்றி அபவாதமான

71 சுகவனம் இந்த சுலோகத்தை முதலில் சமஸ்கிருதத்தில் சொன்னான். முறையான உச்சரிப்பில் அவன் சமஸ்கிருதம் பொழிவதைக் கண்மூடிக் கேட்டால் தொழில்முறைப் புரோகிதன் என்றே நம்பிவிடலாம். சிறுவயதில் தகப்பனாரிடம் கேட்ட சமஸ்கிருதப் பாடம் அப்படிப்பட்டது.

பிறகு, பெரிய மனது பண்ணி, அவனே தமிழிலும் பெயர்த்துச் சொன்னான்.

வார்த்தைகள் சொல்லக் கூடாது என்று பயிற்றுவித்துத் தான் என் ஆசிரியர்கள் என்னை வளர்த்தார்கள். பீடத்தில் நியமனம் ஆகிவிட்டதென்றால், சிறு குழந்தையும் லோக குருதான். 'வயசு பாராட்டாமல் நமஸ்கரித்து ஆசி பெற்றுக்கொள்வது நம் கடமை' என்றும் சொல்லிக் கொடுத்திருக்கிறார்கள்...

விஷயத்துக்கு வாரும்.

சென்றவாரம், சின்ன ஸ்வாமிக்கு கடோத்பவன் கதை[72] சொன்னேன். 'அட, தேவலையே! புருஷன் பெண்டாட்டி என்று இரண்டும் வைத்துக்கொள்ளலாம். இரண்டு விதமாகவும் சந்தோஷிக்கலாம். இல்லையா?' என்கிறார்.

குரு வாய்விட்டுச் சிரித்தார்.

வயசு... வயசு... அந்த நாட்களில் நானுமே இப்படித் தானே

---

72 அசுர குரு சுக்ராச்சாரியாரின் சீடனும் மருமகனுமாகிய கசனுடைய சீடனாக இருந்தவன் கடோத்பவன். பகலில் கேட்ட பாடத்தை இரவுகளில் மறந்துவிடும் வியாதி கொண்டவன். வனப் பாதையில் எதிர்ப்பட்ட கரடியின் வன்காதலுக்குப் பணிந்து இவனைப் பெற்றாள் தாய். பிறந்த சமயத்தில் உடலெங்கும் கருகருவென்று ரோமம் இருந்ததாம். வளர வளர, மனித உடம்புக்கு உரிய விதத்திலான ரோமம் மட்டும் மீந்து, மற்றவை உதிர்ந்தன.

வனத்தின் ஆழத்தில் உள்ள தடாகத்தினருகில் தாயார் பராமரிப்பில் வளர்ந்தான். இவன் வாலிபப் பிராயத்தை எட்டும் சமயத்தில் ஸர்ப்பம் தீண்டி இறந்து போனாள் அவள்.

தாயின் முதலாவது ஆண்டுத் திதியை முன்னிட்டுப் பிதுர்க்கடன் கொடுப்பதற்காக தடாகக் கரைக்குப் போனான் கடோத்பவன். அன்று தடாகக் கரையில் விசித்திரமான நிசப்தம் நிலவியது. 'சூழல் வழக்கம்போல இல்லையே, கிளைகள் அசையும் ஒலியோ, பறவைகளின் குரலோ, காற்றின் சலனமோ கேட்கவில்லையே' என்கிற மாதிரிக் கவனமோ, உறுத்தலோ கொஞ்சமும் தோன்றாதபடி விதிப்பயன் அவனை நடத்திச் சென்றது என்கிறார் பௌராணிகர்.

பூமி மார்க்கமாகப் பறந்து சென்ற தேவகன்னிகை ஒருத்தி, தடாகத்தின் அழகில் மயங்கி, நீராடுவதற்காகத் தரையிறங்கியிருந்தாள். கடோத்பவன் வந்து சேர்ந்தபோது, மனித உடம்பும் மீனின் விசையும் செந்தாமரை நிறமும் உலோகப் பளபளப்பும் கொண்ட பேரழகு நீரில் துழாவித் திளைத்திருந்தது. வைத்த கண் வாங்காமல் பார்த்துக்கொண்டிருந்தான் இவன். குளித்து முடித்து, கரையேறி வந்த அம்மண உடம்பில் சூரிய ஒளி பட்டபோது தாமிரம் போல மின்னியது. பிரம்மாண்டமான அரச மரத்துக்குப் பின்னால் மறைந்து நின்று கண்டு களித்தவன், மோகத்தின் குறுகுறுப்பு தாளாமல் தும்மிவிட்டான்.

அப்ஸரஸ் திரும்பிப் பார்த்தாள். 'குருடாகக் கடவது' என்று சாபமிட்டாள். இவன் நமஸ்கரித்து வீழ்ந்து மன்றாடினான். அவள் மனம் இரங்கினாள். 'இன்னொரு சாபமும் இடுவேன். இரண்டில் ஒன்றை நீ தேர்ந்துகொள்ளலாம்' என்றாள். இரண்டாவது சாபம் இதுதான்: 'பகல் நேரத்தில் ஆணாகவும், இரவு நேரங்களில் பெண்ணாகவும் ஆயுள் முழுக்க இருக்கக் கடவது.' நிரந்தரமாகப் பார்வையை இழப்பதைவிட இது உத்தமம் என இரண்டாவதைத் தேர்ந்துகொண்டான் கடோத்பவன் – சு

இருந்தேன்? பூர்வ ஜென்மப் புண்ணியம், பெரியவர் என்னைக் காசிக்கு அனுப்பிவிட்டார். அரிச்சந்திர கட்டத்தில் ஒரு பகலும் ஒரு ராத்திரியும் இருந்தால் போதாதா, சிதையில் சதை பொசுங்கும் நாற்றத்தில் எல்லாச் சிந்தனைகளின்மீதும் தன்னாலே வெறுப்பு மூண்டுவிடும். ருசிகரமாய் இருக்கும் சகலமும் அநித்தியம் என்று மரத்துப் போய்விடும்...

சாஸ்திரியும் புன்னகைத்தார். குருவின் குரல் திடீரென்று தீவிரம் கொண்டது.

. . . ஆனால், சின்னப்பட்டத்தைக் காசிக்கோ, வேறெங்குமோ அனுப்புவது உசிதமில்லை — நம் கண் பார்வையிலிருந்து மறைந்த மறுகணம் கட்டறுத்துக்கொண்டு பாய்ந்து கிளம்பிவிடும் காளை...

இருவரும் ஏக காலத்தில் பெருமூச்சு விட்டார்கள்.

...நீர் ஒரு உபாயம் சொல்லுமேன்.

சொல்லலாம்... கொஞ்ச நாளாகவே எனக்கும் இதுபற்றி யோசனை ஓடிக்கொண்டுதான் இருக்கிறது. சந்நிதானம் கேட்காமல் சொல்லலாகுமா என்று தயங்கினேன்.

சொல்லும். அதுதான் கேட்டுவிட்டேனே!

அது... அது உசிதமாய் இருக்குமோ என்றுதான்...

அட, புதிர் வளர்க்காமல் சொல்லும் சாஸ்திரி. உசிதமல்லாவிட்டால் கைவிடப் போகிறோம். அவ்வளவுதானே.

நான் சொல்ல வந்தது... என் மனசுக்குப் பட்டது... அதாவது நான் சொல்ல நினைப்பது... என்னவென்றால்...

அட. சொல்லுமய்யா...

கராவலம்ப ஸ்தோத்திரம்[73] நினைவு வந்தது எனக்கு...

---

73 பிரம்மச்சாரியான ஆதிசங்கரர், காமம் பற்றிய சூத்திரங்களும் அங்கமாக விளங்கும் விவாதமொன்றில் பங்கேற்குமுன், குடிகாரனான மன்னன் ஒருவனின் உடம்பிற்குள் கூடு பாய்கிறார். காமரூபத்தின் அரசனான அவன் சமீபத்தில்தான் இறந்திருக்கிறான்.

சங்கரரின் பழைய உடம்பை சீடர்கள் பாதுகாக்கிறார்கள். ராணிக்குப் புதிய ராஜாவைப் பிடித்துப் போவதுடன், யாரோ புனிதரின் ஆன்மா தன் கணவனின் உடம்புக்குள் புகுந்திருக்கிறது என்பதும் புரிந்துவிடுகிறது. இந்த ஆன்மாவை நிரந்தரமாகச் சொந்தமாக்கிக்கொள்ள எண்ணுகிறாள். ‘ராஜ்யத்துக்குள் எங்கெல்லாம் மனிதச் சடலங்கள் இருக்கிறதோ, அனைத்தையும் கைப்பற்றி அழியுங்கள்’ என்று வீரர்களுக்கு உத்தரவிடுகிறாள்.

குருவின் முகம் ஒருகணம் இறுகி மீண்டது.

ஓ. அப்படி வருகிறீரா?

குரு மௌனத்தில் அமிழ்ந்தார். சில கணங்கள் கழித்து, சிறு புன்முறுவல் உதித்தது. சாஸ்திரியிடமிருந்து கனத்த பெருமூச்சு ஒன்று வெளியேறியது.

சாஸ்திரிகளே, நீர் சுலோகம் சொல்லிக்கொடுத்த நாள் நினைவிருக்கிறதா?

சந்நிதானம் சொன்னால் கேட்டுக்கொள்கிறேன்.

. . .ஆந்திரத்திலிருந்து ஒரு நாட்டிய கோஷ்டி ஆசிரமத்துக்கு வந்துவிட்டுப் போயிருந்தது. அவர்களில் பேரழகியான ஒருத்தி இருந்தாள். கோவில் முன்னால் அமைந்த திறந்தவெளி மேடையில், பவுர்ணமி நிலா வெளிச்சத்தில், தானுமொரு குட்டி நிலா மாதிரி இருந்த அவள் ஆடிய நடனத்தைப் பார்த்தவர்கள் ஜென்மத்துக்கும் மறக்க மாட்டார்கள்... இப்போது சாஸ்திரி புன்னகைத்தார்.

...நான் வாலிபன் அப்போது. மறுநாள் காலையில் என் கண்களில் எதைப் பார்த்தீர் என்று தெரியவில்லை. பகவத்பாதரின் இந்தக் கதையையும் லக்ஷ்மீ ந்ருஸிம்ஹ[74] சுலோகத்தையும் பாடம் செய்வித்தீர்...

சாஸ்திரி 'ஆமாம்' என்கிற மாதிரித் தலையை ஆட்டினார்.

. . . அன்று நான் உம்மைக் கேட்ட கேள்வி நினைவிருக்கிறதா?

ஆஹா. மறக்குமா? கேள்விகளின் ரத்தினம் அல்லவா அது? அந்தக் குரலும் முகமும் செதுக்கிய பளிங்கு மாதிரி என் மனத்தில் அழுத்தமாக உள்ளனவே?...

சீடர்களிடமிருந்து சங்கரரின் உடலைப் பிடுங்கி எரியூட்ட முயல்கிறார்கள் வீரர்கள். என்ன நடக்கிறது என்பதை உணர்ந்த ஆதிசங்கரர் தம் ஆதி உடம்புக்குத் திரும்புகிறார். கராவலம்ப ஸ்தோத்திரத்தை இயற்றிப் பாடுகிறார். ஸ்ரீ லக்ஷ்மி நரஸிம்ஹ மூர்த்தி தோன்றி வீரர்களை விரட்டியடிக்கிறார் – இந்த சுலோகத்தின் ஒவ்வொரு பாடலின் கடைசி வரியும் 'லக்ஷ்மீ நரஸிம்ஹ மம தேஹி கராவலம்பம்' என்று இருக்குமாம்.

இதே கதை வேறுவிதமாகவும் சொல்லப்படுகிறது – சங்கரரின் தலையைக் கொய்து காளிக்குப் படைக்க அவருடைய சம்மதத்தைப் பெற்றுவிடுகிறான் ஒரு காபாலிகன். வாளை ஓங்கும் சமயத்தில் சங்கரரின் சீடரான பத்ம பாதர் – இவருடைய பூர்வாசிரமப் பெயர் சநந்தனர் – வான்வழி பறந்து வந்து காபாலிகனைக் கிழித்துக் குதறி சங்கரரை மீட்கிறார். சீடரின் உடலில் ஆவிர்ப்பவித்த நரசிம்மரை நோக்கி ஆதிசங்கரர் பதினேழு சுலோகங்கள் இயற்றுகிறார். 'இந்தக் கதையை விரிவாக இன்னொரு நாள் சொல்கிறேன்' என்று நகர்ந்துவிட்டான் சுகவனம்.

74 சமஸ்கிருதம் அறிந்தவர்கள் இப்படித்தான் உச்சரிப்பார்களாம் – சுகவனம் சொன்னான்.

சாஸ்திரி சில கணங்கள் அமைதியாக இருந்தார். பிறகு, சற்று வேகமான குரலில் தொடர்ந்தார்:

...'அது எப்படி சாஸ்திரிகளே, ஒரு சரீரத்தின் அனுபவம் இன்னொரு சரீரத்தில் ஞாபகக் குறிப்பாகத் தங்க முடியும்?'... அடேயப்பா, ரத்தினமல்லவா அது?

உம்முடைய பதில்?

அதுவும் ஞாபகம் இருக்கத்தான் செய்கிறது. 'உடம்புக்குத் தன் அனுபவத்தை தானே நினைவுகூரக் கருவி உண்டா? உடம்பில் தங்குகிற ஞாபகத்தை வாசித்தறிவது ஆன்மாவின் பணி அல்லவா?' என்றேன். பதிலா அது, வெறும் சமாளிப்புதானே.

அவையடக்கமாகச் சொல்லிக்கொள்கிறீர் சாஸ்திரி. ஞான சமுத்திரம் நீர். இன்னொன்றும் சொன்னீர் — 'ஆன்மாக்களும் அழிவதில்லை, ஆன்மாக்களின் ஞாபகங்களும் அழிவதில்லை. வெற்றுவெளியாகப் புலப்படும் ஆகாயத்தில் மிதப்பது மேகங்கள் மட்டுமல்ல, தலைமுறை தலைமுறையாக வாழ்ந்து உடலழிந்த மானுட ஆன்மாக்களின் ஞாபகங்களும்தான்'...[75] நீர் ஒருவர் மட்டும்

---

75 இந்த இடத்தை மிக ஞாபகமாக நினைவில் வைத்திருந்து மறுநாள் விடிந்தவுடனே இஸ்மாயில் சொன்னான்:

அது பிரமாதமான தியரிடா சுகவனம். Fritjof Capra மாதிரி ஆட்கள் கையிலெ இப்பிடியொண்ணு கிடைச்சா, 'இன்ட்டர்நெட் உருவானதே இந்திய சாஸ்திரத்தின் இந்தக் கோட்பாட்டிலே இருந்துதான்' னு சொல்லி, The Dance of Emptinessனு தலைப்பு வைச்சுப் புஸ்தகம் எழுதி, மில்லியன் கணக்கிலெ வித்தும் தீத்துருவாங்க.

அவர்களாகச் சிரித்துக்கொண்டார்கள். கொஞ்சம் தைரியம் வரவழைத்துக் கொண்டு,

ஜெகபதி ராஜு சொன்ன மேல்கிளைக் குருவி – கீழ்க்கிளைக் குருவி சமாசாரமும் கிட்டத்தட்ட இதே கோட்பாடுதானே?

என்று கேட்டேன். ஆச்சரியமும் பெருமிதமும் பொங்க என்னைப் பார்த்தான் சுகவனம்.

நீ கெட்டிக்காரண்டா கிருஷ்ணா...

என்று சந்தோஷமாகச் சொன்னான். இஸ்மாயில் ஆமோதிக்கிற மாதிரித் தலையாட்டினான் – 'அதிலென்ன சந்தேகம்' என்கிற மாதிரி. சுகவனம் தொடர்ந்து சொன்னான்:

...பெரும்பாலான கீழ்த்தேச மதங்கள்லே இந்த நம்பிக்கை இருக்குடா கிருஷ்ணா. 'உடம்பு வெறும் ஊடகம்தான், சிந்தையைச் சுமந்து நிற்கிற வாகனம்தான்' ங்கிற நம்பிக்கை.

இஸ்மாயில் குறுக்கே பாய்ந்தான்.

எனக்கு இன்னொண்ணு தோணுச்சுடா. நீ கவலைப்பட்டியே, இந்த மூணு கதையையும் எப்பிடி ஒருங்கிணைக்கிறதுன்னு. இப்போ பாரு, நீயே ஒரு சமாசாரம் சொல்லுறே. Inter - textualityக்காக ரொம்ப மெனக்கெடவெல்லாம்

இல்லாமல் போயிருந்தால் இவ்வளவு நிதானம் என்னிடம் வந்து சேர்ந்தேயிருக்காது சாஸ்திரிகளே…

அவ்விடத்தின் கருணை… அவ்விடத்தின் கருணை…

என்று தழுதழுத்தார் சாஸ்திரி. குரு கண்களை மூடி யோசனையில் ஆழ்ந்தார். சில கணங்கள். கண்கள் திறந்தன.

நீர் சொல்கிற யோசனையைப் பரீட்சித்துப் பார்க்கலாம் என்றுதான் தோன்றுகிறது… அது சரி, சொக்கட்டான் ஆட யோசனை சொல்லிவிட்டீர். கட்டத்துக்கும் காய்க்கும் ஏற்பாடு ஏதாவது உண்டா?

சாஸ்திரியின் கண்களை உறுத்துப் பார்த்தார். சாஸ்திரி தமது பார்வையைத் தரையில் கிடத்தினார். முனகலான குரலில், தயங்கிய தொனியில் சொன்னார்:

கங்கா பாய்.

மீண்டும் கண்ணை மூடினார் குரு. முகம் சற்றுச் சுருங்கியது.

சர்வேஸ்வரா…

என்று பெருமூச்சு விட்டார். கண் திறந்தபோது, இவ்வளவு நேரம் இருந்த சுமுக பாவம் விலகி, மீண்டும் குருவாகியிருந்தார்.

சின்னப்பட்டத்திடம் பேசுவதற்கு முன், குழந்தையிடம் பேசி விடும். இருவரிடமும் பேசும் பொறுப்பும் உம்முடையதுதான்.

உத்தரவு.

என்று தலைதாழ்த்திக் கைகூப்பி வணங்கிவிட்டு, முன்னோக்கிப் பார்த்தபடியே பின்வாங்கிப் போகும் சாஸ்திரியை வெறித்துப் பார்த்தார் குரு.

சாஸ்திரி, ஒரு நிமிஷம்…

யந்திரம்போல நின்று நிமிர்ந்து பார்த்தார் சாஸ்திரி.

…அதற்கு முன்னால் லக்ஷ்மிபாயிடம் ஒரு வார்த்தை பேசி விடும்.

உத்தரவு.

சொல்லை உதிர்ப்பதற்கு முன்னால் உயர்ந்து வாயருகில் மூடிபோல நின்றிருந்த வலது உள்ளங்கையை இறக்கியபடி பின்வாங்கினார் சாஸ்திரி.

வேணாம்டா கிருஷ்ணா. கதை எழுதுற யாரையும்விட, வாசகன் கெட்டிக்காரன்.

3

குன்றின் இடுப்புவரை ஏறி, ஆறாவது கொண்டை ஊசி வளைவில் திரும்பியவுடன் வேம்பவதி ஆலய கோபுரம் தட்டுப்படும். மறக்காமல் 'தாயே' என்று முனகியபடி, கன்னத்தில் போட்டுக்கொள்வாள் லக்ஷ்மி பாய். இன்று அது கண்ணில் பட்ட மாத்திரத்தில் குதிரை கனைத்தது. 'நல்ல சகுனம்தான்' என்று நினைத்துக் கொண்டாள். வழக்கமாக, கோவில் வளாக முன்றிலில், கல் பாவியிருக்கும் தரையில், வண்டிச்சகடை கடகடக்கும் சத்தம் எழும்பியதும் துள்ளிக் குதித்து ஓடிவருவாள் கங்கா. 'இன்றும் குழந்தை வந்துவிட வேண்டுமே' என்று சிறு பதைப்பு மூண்டது.

இதற்கு முன் ஒரே ஒரு சந்தர்ப்பத்தில்தான் கங்கா வராது இருந்தாள். இரண்டு வருடங்களுக்கு முன்னால், ஒரு மாசி மாத வெள்ளிக்கிழமைக் காலைப்பொழுது அது.

அன்று ஆசிரமத்திலிருந்து திரும்பிய குதிரைவீரன் கொண்டுவந்த செய்தியைக் கேட்டதும் பரபரத்தது மனம். பைரப்பா வழக்கமாக ஓட்டுகிற, லக்ஷ்மி பாயின் உபயோகத்துக்கு மஞ்சுநாதா கொடுத்திருந்த, வண்டியின் பைதா கழன்றுவிட்டது என்று பட்டறைக்குப் போயிருந்தது. திவான் மாளிகைக் கோச்சு வண்டியை இரவல் வாங்கிக்கொண்டு விரைந்து வந்தாள் லக்ஷ்மி பாய். ஆனால், அந்த வண்டியையும் பைரப்பாவைத்தான் ஓட்டிவரச் சொன்னாள். மனத்தின் வேகத்துக்கு ஈடாக வண்டி ஓட்டுவதற்கு பைரப்பாவால் மட்டும்தான் முடியும் என்பது ஒரு காரணம். என்றாலும், பிரதான காரணம், மனத்தில் படபடப்பு மீறும் சமயங்களில் பைரப்பா உடன் இருந்தால் யானை பலம் என்பதுதான்.

தவிர, அம்மா இருந்த காலத்திலிருந்தே நடந்து மலையேறியதில்லை லக்ஷ்மி பாய். ஆனாலும், அந்த முறை, நடந்து ஏறுவதை விட அதிக தாமதமும், அயர்ச்சியும் ஏற்படுவதாகத் தோன்றியது. வண்டியை விட்டிறங்கி ஓடியே ஏறினால் இன்னும் சீக்கிரம் போய்விடலாமோ என்று துடிப்பாயிருந்தது... 'ஆவணியில் தானே பனிரண்டு முடிந்தது பெண்ணே, அதற்குள் என்ன அவசரம்?' என்று தனக்குள் கேட்டுக்கொண்டாள்.

'தாயாரை உரித்துவைத்திருக்கிறாள் கங்கா' என்று ஒருத்தர் பாக்கியில்லாமல் சொல்வார்கள். இதிலும்தான்.

...ஆனால், பெண்ணே, தாயாரைப்போலச் சீரழிந்த வாழ்வு உனக்கு வேண்டியதில்லை. மைசூர்ப் பட்டணத்துக்குக் கூட்டிச் சென்று உன்னை மிகப் பெரிய நாட்டியத்தாரகை ஆக்கப் போகிறேன். ஒரே ஆண்பிள்ளையைக் கல்யாணம் செய்துகொண்டு, குழந்தைகுட்டிகளுடன் தீர்க்காயுசாய் நீ வாழப் போகிறாய் கண்ணே.

ஆசிரமப் பொறுப்பில் உன்னைக் கொண்டுவந்து விட்ட போதே குருவிடம் வரம் வாங்கிக்கொண்டிருக்கிறேன். அவர் வாக்குத் தவறாதவர். உனக்காகவே மணிரங்குவைத் தஞ்சாவூரிலிருந்து வரவழைத்திருக்கிறார். பந்தநல்லூர் பாணியில் மணிரங்குவைப் போலக் கரைகண்ட இன்னொரு நட்டுவனார் உண்டா? சின்னப்பட்டத்துக்குச் சமானமாக சமஸ்கிருதம் தெலுங்கு காவிய சாஸ்திரம் என்று உனக்கும் கற்றுத் தருகிறார்களா இல்லையா?

நான் எடுத்த பிறவியின் கீழ்மைகள் எல்லாவற்றையும் உன் மூலமாகத்தான் தீர்த்துக்கொள்ளப் போகிறேன் கண்ணே...

கீழ்மை என்று சொல்லிவிட முடியாதுதான் — மாளிகை மாதிரி வீட்டில், வண்டியும் குதிரையும் சமையலுக்கு ஆளும் என்று சீமாட்டி மாதிரி வாழ்க்கை. அம்மாவின் பூர்விகத்தோடு ஒப்பிட்டால் நான் அமோகமாகத்தான் வாழ்கிறேன்.

ஆனாலும், ஏதோ ஒன்று குறைகிறதா, இல்லையா? கணவனோடும் குழந்தைகளோடும் தெருவில் நடந்து செல்லும் குடும்பஸ்திரீகளைப் பார்க்கும்போது பொறாமையும் ஏக்கமும் பொங்கத்தானே செய்கிறது? இந்தமாதிரி உணர்வுகளை அம்மா எப்படித்தான் சமாளித்தாளோ?...

தன் கதையைப் பலதடவை சொல்லியிருக்கிறாள் அம்மா. அவளுடைய பூர்விகம் ஆந்திரப் பிரதேசமாம்.

> எந்த ஊர், எந்த ஜில்லா என்றெல்லாம் எதுவுமே தெரியாது கண்ணே. மனசுக்குள் அதெல்லாம் பூர்வ ஜென்மக்

> கனவு மாதிரி எங்கோ வெகுதூரத்தில் கிடக்கிறது. இந்த சமஸ்தானம் மாதிரி இவ்வளவு ஏரி குளங்களும், பசுமையும் இல்லாத பிரதேசம் என்று மட்டும் ஞாபகமிருக்கிறது. கல் விளைகிற பூமி.

திம்மையா ஸ்வாமியின் தகப்பனார் ஆந்திராவுக்கு ஏதோ வேலையாய்ப் போயிருக்கிறார். திரும்பி வரும் வழியில் ஒரு குடும்பம் கழைக்கூத்து நிகழ்த்திக்கொண்டிருந்ததாம். தரையில் நட்டு வைத்த உயரமான மூங்கில் கழிகளின் இடுப்புகளை இணைத்துக் கட்டிய கயிற்றில், தன்னைவிடப் பல மடங்கு உயரமான இன்னொரு கழியை இரண்டு கைகளிலும் ஏந்திக் கொண்டு, ஒரு முனையிலிருந்து எதிர்முனைக்கு நடந்துவருகிற சிறுமியைப் பார்த்துவிட்டார், பெரிய ஸ்வாமி. அவருக்கு நாற்பது வயது இருக்குமாம், அந்தச் சமயத்தில்.

வண்டியை நிறுத்தச் சொன்னார். கவனம் வித்தையிடமிருந்து மெல்ல நகர்ந்து சிறுமியின்மீது ஊன்றிப் படிகிறது. கழியை லகுவாக ஏந்திய முன்னங்கைகள். மயிலின் பாதங்கள் மாதிரி நளினமாகக் கயிற்றில் அழுந்தி விலகும் பாதங்கள். கடினமான பணியில் ஈடுபட்டிருப்பதன் தடயமே தெரியாது புன்முறுவலிடும் முகம். அதன் பிரமிப்பூட்டும் அழகு. புருவங்களும் சிரிப்பதைப் பார்த்துத் தாம் சொக்கிவிட்டதாகப் பின்னாளில் அம்மாவுடன் நெருக்கமாக இருக்கும் சந்தர்ப்பங்களில் சொல்லிச் சொல்லி மாய்வாராம் பெரிய ஸ்வாமி.

சிறுமியின் தகப்பனை அழைத்துப் பேசினார். மகளைத் தருவதற்கு லேசில் சம்மதிக்கவில்லை அவன். தாயும் அழுகிறாள். ஆனால், முன்னும் பின்னும் உள்ள ஆள் படை பரிவாரங்களும், அவர்கள் பிடித்திருந்த குத்தீட்டிகளும், ஆறு குதிரை பூட்டிய சாரட்டும், 'விலையாகத் தருகிறேன்' என்று பெரிய ஸ்வாமி காட்டிய தங்க நாணயங்களும் தாய் தகப்பனைச் சம்மதிக்க வைத்தன.

சாரட்டில் ஏற்றி சமஸ்தானத்துக்குக் கொண்டுவந்தார். இன்னும் பூத்திராத சிறுமி அவள். ஆஸ்தான நர்த்தகி ஞானமணியின் பொறுப்பில் விடுத்தார். ஞானமணிக்குக் குழந்தை கிடையாது. இவளை சந்தோஷமாக ஏற்றுக்கொண்டாள். தனக்குத் தெரிந்த சகலத்தையும் மனம் கோணாமல் கற்றுக்கொடுத்தாள். குறிப்பாக, வீணை வாசிக்க.

> பூர்விகத்தில் எல்லாரும் என்னை 'ரத்னம்மா' என்று கூப்பிட்ட ஞாபகம் கண்ணே. ஞானமணி அம்மாவுக்கு அந்தப் பெயர் வசீகரமாக இல்லையாம். 'சியாமளா' என்று பெயர் மாற்றினார். பிற்பாடு அந்தப் பெயரே

நிலைத்துவிட்டது. வயது கூடியபோது நான் சியாமளா பாய் ஆகிவிட்டேன்...

இதைச் சொல்லும்போது அம்மாவின் முகத்தில் தென்படும் உணர்ச்சி துக்கமா சந்தோஷமா என்று யாராலும் அறுதியிட்டுச் சொல்ல முடியாது.

...ஆனால், கயிற்றிலிருந்து இறங்கியது உடம்பு மட்டும்தான் கண்ணே. இன்றுவரை மானசீகமாக எந்நேரமும் கயிற்றில்தான் நடந்து வருகிறேன். ஒவ்வொரு சந்தர்ப்பத்திலும் நமக்கு நல்லது என்ன, நம் எஜமானர்களுக்கு நல்லது என்ன என்று எடை பார்த்து, தீர ஆலோசித்துவிட்டு, எஜமானர்களுக்கு சாதகமாக முடிவெடுத்து விடுவேன் — அதன் பலன்தான் இவ்வளவு ஐசுவரியமும்.

பெருமூச்சு விடுவாள் அம்மா.

சியாமளா பாய்க்கு இருபது வயதானபோது பெரிய ஸ்வாமி மாரடைத்து இறந்தார். அவருடைய புதல்வர் திம்மையா, எவ்வளவு நாளாய் அடக்கிவைத்த மோகமோ, தகப்பனை எரித்துவிட்டு வந்த மறுநாளே வீடு தேடி வந்துவிட்டார் —ரகசியமாகத்தான். நாளாவட்டத்தில், ஊரறியத் தம்முடன் இணைத்துக்கொண்டார்... ஆக, அம்மாவுக்கே சற்றுக் குழப்பம்தான், லஷ்மி பாயைத் தனக்குள் விதைத்தது தகப்பனா, மகனா என்று.

வயோதிகம் முற்றியபோது, லக்ஷ்மி பாயின் பிறப்பு சம்பந்தமான காலகுழப்பம் இன்னும் முற்றிவிட்டது அம்மாவுக்கு. பின்னாட்களில் ஓரிரு தடவைகள் வந்து ருசி பார்த்துவிட்டுப் போன, திம்மையா ஸ்வாமியின் அபிமானத்துக்குகந்த, சமஸ்தானப் பிரமுகர்களில் ஒவ்வொருவர் பெயராகச் சொல்லிப் புலம்புவாள் — மகளுடன் தனித்திருக்கும்போது.

ஆரம்பத்தில் லக்ஷ்மி பாய்க்கு நாட்டியத்திலும் இசையிலும் அவ்வளவாக ஆர்வமில்லை. அந்த ஒரு விஷயத்தில் மட்டும் அம்மாவின் மூர்க்கம் கடுமையாக வெளிப்படும். பயிற்சிக்கு டிமிக்கி கொடுத்தால் மணிப்பிரம்பை எடுத்து, கண்மண் தெரியாமல் விளாசிவிடுவாள். பிறகு, வீறல்களுக்கு அவளே எண்ணெய் தடவிவிட்டபடி குமுறி அழுவாள்.

...உடம்பு சாஸ்வதமில்லை கண்ணே. கட்டு விட்ட பிறகு ஆண்களுக்கு நம் மீது ஆசை போய்விடும். 'இவள் கிழண்டுபோனாள், இருக்கவே இருக்கிறாள் இன்னொரு கழுதை' என்று ஓடிவிடுவார்கள். தாலி கட்டிக் குடித்தனமா நடத்துகிறார்கள், கிழவியான பிறகும் தாம்பாளத்தில் வைத்துத் தாங்க? வித்தை மட்டும்தான் அப்போது

காப்பாற்றும். பிராயத்தில் எனக்கும் பிடிக்காதுதான், 'நம்முடைய பாட்டுக்கும் ஆட்டத்துக்கும் கிறங்கியா உட்கார்ந்திருக்கிறார்கள். நிகழ்ச்சி முடிந்து வியர்வை அடங்குவதற்கு முன்னால் படுக்கைக்கு வருவதை நினைத்துக்கொண்டுதானே வேடிக்கை பார்க்கிறார்கள்' என்று தோன்றத்தான் செய்யும்...

இந்த இடத்தில் அம்மா வேறெங்கோ பார்க்க ஆரம்பிப்பாள். தன் கண் கலங்குவதைப் பெண் பார்த்துவிடக் கூடாது என்று நினைப்பாளோ என்னவோ.

...ஆனால், வித்தை மட்டும்தான் என்றைக்கும் காப்பாற்றும் — எந்த ஒரு மனுஷனும் இல்லை... நீயும்தான், ஒரே மனுஷனுக்கு விசுவாசமாக இருக்க வேண்டும் என்று யோசனைகூடச் செய்யாதே மகளே. அவர்கள் போக்கிலேயேதான் நாமும் யோசிக்க வேண்டும். 'இந்த ஆள், இல்லாவிட்டால் இன்னொருத்தன்' என்று நாலைந்து பேரையாவது கைக்குள் வைத்துக்கொள்ள வேண்டும். எதற்குச் சொல்கிறேனென்றால், ஆண்பிள்ளைகளின் சுபாவம் அப்படிப்பட்டது. எந்த நேரத்தில், யார் முறித்துக் கொண்டு போவார் என்று அந்த வேம்பவதிக்குத்தான் வெளிச்சம்...

வேம்பவதியம்மனிடம் அபார பக்தி அம்மாவுக்கு. கோச்சு வண்டியை அடிவாரத்தில் நிறுத்திவிட்டு நடந்தே மலையேறுவாள். லக்ஷ்மி பாய் பிறந்து வளர்ந்தபிறகு, இவளை மட்டும் வண்டியில் ஏற்றி அனுப்பிவிட்டு தான் நடந்து தொடர்வாள்.

என் பெண்ணை ஒரு பூ கீறக்கூட விடமாட்டேன்.

என்று பெருமையாகச் சொல்லிக்கொள்வாள்.

லக்ஷ்மி பாய் தன் தாயுடன் ஆசிரமத்துக்கு வந்த நாட்களில், தற்போதைய குரு சின்னப்பட்டமாக இருந்தார். இப்போதுள்ள முன்வழுக்கை, பெருந் தொந்தி, மையமான மொண்ணைச் சிரிப்பு என்று எதுவும் கிடையாது அப்போது. லக்ஷ்மி பாய்க்குப் பதினேழு வயது. சின்னப்பட்டத்துக்கு இருபத்திச் சொச்சம் இருக்கலாம். அவர்மீது பதியும் கண்களைப் பறித்துத்தான் எடுக்க வேண்டும்.

ஞானத்தின் தேஜஸ் பளிச்சிடும் வதனம். அதிராத குரல். மினுங்கும் வெண்கல நிறம். நாள் தவறாத தோட்ட வேலையின் காரணமாக, தனியாகச் செய்து பொருத்தின மாதிரித் தசைத் திரள்கள். சின்னப்பட்டமாக இருக்கும்போது தலையை மழிப்பதும்

முக்காடிடுவதும் கிடையாது. கருகருவென்று அடர்ந்த, வெட்டிச் சீராக்கப்பட்ட தாடிமீசையும், பிடரிவரை புரளும் கேசமும், நிஜமாகவே சிங்கம் போல கம்பீரமான நடையும் என்று, சந்நியாசம் வாங்கிய வஸ்தாது போலக் காட்சியளிப்பார். லக்ஷ்மி பாய் தன் வாழ்நாளில் இயற்றிய முதல் பதம் அவரை முன்னிட்டுத்தான்.

ராகம் : கமாஸ் *தாளம் : ஆதி*[76]

பல்லவி

என் ப்ரேமையின் காந்தம் உன்னை ஈர்க்கவில்லையா?
பாராமுகமும் காதலின் பகுதிதானோ?

அநுபல்லவி

அரசே, என் அரசே, அட அரசே,
நீயென்ன குருடோ, இல்லை செவிடோ?

சரணம்

உருக்குக் கைகளில் துவளத் துடிக்கும்
வெற்றிலைக்கொடியை அறியாதவனா நீ?
உன் அகலத் தோள்களில் அமராமல்
விரியுமா இந்த மயிலின் தோகை?
என் நெடுமூச்சு புகையும் வெட்டவெளியில்
பாறைபோல் நிலைக்கவா பிறப்பெடுத்தாய்?

(அரசே)

போ போ, அசடே, பார்வையின் புண்ணியம் போதும்
எனக்கு
கனவின் சிறகுவீச்சைத் தடுப்பவர் யாவர்?
உயிர் உருகிப் பெருகும் ஆயிரமாயிர முத்தங்களை
மாலையாய்த் தொடுத்துச் சூடுவேன் உன் கழுத்தில்
என் ஆயுள் வரை, நீ திரும்பும் வரை.

(அரசே)

---

76 ராக, தாளக் குறிப்புகளை சுகவனம் சொன்னவுடன் எனக்கு சிரிப்பு வந்துவிட்டது. அவன் முறைத்தான்:

ஏன் சிரிக்கிறாய்?

பின்னே? யாருமே பாடாத பாட்டு. பாடவும் போவதில்லை. அதற்கு ராகம் தாளமெல்லாம் சொல்வது கொஞ்சம் ஜாஸ்தியில்லையா?!

சுகவனம் தானும் புன்னகைத்துவிட்டுப் பேசாமல் இருந்தான். இஸ்மாயில் சொன்னான்:

அதுதான் கிருஷ்ணா செவ்வியலுடைய இயல்பு. அதிகபட்ச நம்பகத் தன்மையை உருவாக்கி வாசகனைக் கிறங்க வைப்பது. தகவல்களைத் துல்லியமாகவும், நிறையவும், அடர்த்தியாகவும் கொடுப்பதன் மூலமே இது சாத்தியமாகும் என்று நினைக்கிற வகைமை அது.

என்று பொருள் தரும் தெலுங்குப் பதம். பாடலை 'அரசே, என் அரசே' என்று அனுபல்லவியில்தான் எப்போதும் ஆரம்பிப்பாள் லக்ஷ்மி பாய்.

சபை உற்சாகத்தில் துள்ளும். சபைக்குப் பின்புறத்தைக் காட்டக்கூடாது என்பது மரபு. மேடையில் திரைக்குப் பக்கவாட்டில் அமைந்த அரியாசனத்தில் குருவும், அவர் பாதத்தடியில் மணைப் பலகையில் சின்னப்பட்டமும் அமர்ந்திருப்பார்கள். முன்புறம் பார்த்த உடம்பும், மானசீகமாகப் பக்கவாட்டில் பதிந்த பார்வையுமாக ஆடி முடிப்பாள் லக்ஷ்மி பாய்.

அவ்வளவுதான். ஒருவருக்கொருவர் நேரடியாகப் பேசிக்கொள்ளாமலே அந்தக் கணப்பு அவிந்துபோனது. சின்னப்பட்டத்துக்கு தீட்சை கிடைத்தது. அதற்காகத்தான் காத்திருந்தாரோ என்னவோ, மூத்த பட்டம் சமாதியானார்.

லக்ஷ்மி பாயின் தாயார், சமஸ்தானத்துப் பிரமுகர்கள் பலரையும் வீட்டுக்கு அழைத்து மகளுடன் பழகச் சொன்னாள். தாயும் மகளுமாக மலையேறிச் செல்வது வெகுவாகக் குறைந்து விட்டது. அம்பாளைத் தரிசிக்கத் தாய் மட்டும் போவாள். பிரசாதத்துடன் இறங்கி வருவாள்.

ஆறுவருடம் கழித்து, வேம்பவதியம்மன் கோவில் கும்பாபிஷேகம் நடந்தது. மலை முழுக்க ஆட்கள் நிரம்பினார்கள். ஒரு மண்டல காலம் பகலில் ஹோமங்களும், முன்னிரவில் கலை நிகழ்ச்சிகளும் ஏற்பாடாகின. ஒரு சாயங்காலம் லக்ஷ்மி பாயின் நாட்டியம்.

தற்போதைய குருவான முன்னாள் சின்னப்பட்டம், முன்பை விடப் பெருத்திருந்தார். முகத்தில் சாந்தம் படர்ந்துவிட்டது. அமைதியின் ஒளி கண்களில் மினுங்கியது. மனத்தின் ஆழத்திலிருந்து வெளியேறிப் பரவும் பழைய சிரிப்பின் இடத்தில், எந்நேரமும் பொருத்திய செயற்கைப் புன்னகை வந்து அமர்ந்திருந்தது.

'அரசே, என் அரசே' பதத்தை விரும்பி சீட்டுக்களாக வந்துகொண்டிருந்தன மேடைக்கு. கடைசிவரை லக்ஷ்மி பாய் அந்தப் பாடலுக்கு அபிநயிக்க மறுத்துவிட்டாள். 'இல்லாத அரசனை நோக்கி என்னத்தைப் பாடுவது?' என்று உள்ளுக்குள் குமைந்தவாறு, புதிதாய்க் கட்டியிருந்த பாடலுக்கு நடனமாடினாள்.

'கள்ளன், நீ கள்ளன்' என்று பல்லவி தொடங்கும் பாடல். நட்டுவனாருக்குப் பக்கத்தில் அமர்ந்து பதங்களையும், ஜாவளிகளையும் பாடும் குணசுந்தரியின் குரலில் மெல்லிய ரகசியம் பேசும். நடுநடுவே 'கள்ளா, ஏ கள்ளா' என்று அரற்றும்

இடங்களில் அபூர்வமான சங்கதிகள் விழும்.

அன்னத்தின் வேடம் இட்ட வல்லூறா நீ?
இணையைவிடவும் இரை பெரிதா உனக்கு?
ஒற்றைக் காலில் தவமிருந்தேனே,
மீனுக்கு என நினைத்தாயா? இல்லை,
நீரில் தெரியும் அழகை வியக்க என்றா?
கள்ளா... ஏ கள்ளா...
குன்று முழுக்கப் படர்ந்த பூக்களில்
கடைசிப்பூவும் உதிரக் காத்திருந்தாயா?
வெறுமையின் காதலனா நீ?
கள்ளா... ஏ கள்ளா...
பால்யத்தின் இறுதியில் விழுங்கிய அகல் சுடர்
கொடுந்தீயாய் எரிகிறதே எனக்குள்,
எப்படித் தப்பினாய் நீ மட்டும்?
நீ கள்ளன். ஊருக்கு நல்லவன்
அபலையைக் கைவிட்ட பாப சிகாமணி.[77]

நடனமணிக்கு சன்மானமும் சால்வையும் பொற்தட்டில் வைத்து நீட்டினார்கள். ஐந்தடி தொலைவில் தாமே வழங்குவது போல பாவனையாகக் கை அசைத்தார் குரு. வாங்கிக்கொண்ட லக்ஷ்மி பாயின் கைகள் நடுங்கின...

ஆக, தனக்குள் ஓங்கி உயர்ந்து மங்கி மடிந்த ஜ்வாலையின் தோற்றமும் முடிவும் யாருக்குமே தெரியாது என்றுதான் எண்ணிக்கொண்டிருந்தாள் — அம்மா இறக்கும்வரை.

எந்தச் சிகிச்சைக்கும் அடங்காத காமாலை முற்றி, மரணப் படுக்கையில் கிடந்து பிராணனை விடும் தறுவாயில் தாயார் அருகில் அழைத்தாள்:

லக்ஷ்மீ, என் கண்ணே, நான் உனக்கு இரண்டு துரோகம் பண்ணிவிட்டேன். நாளும் பொழுதும் என் நெஞ்சை அரிக்கிறது. 'மன்னித்தேன்' என்று ஒரு வார்த்தை சொல்லு. அப்போதுதான் என் பிராணன் நிம்மதியாய் வெளியேறும். நெஞ்சுக்கூடு வேகும்...

அம்மா என்ன சொல்கிறாள் என்று புரியவில்லை. இன்னதென்றே

---

77 'இந்தப் பாடல்கள் இரண்டிலும் சந்தமும் இல்லை தாளமும் இல்லை. கொஞ்சம் மெனக்கெட்டால், கீர்த்தனை மாதிரியே உருவாக்கிவிடலாமே' என்று யோசனை சொன்னேன். சுகவனம் ஓரிரு நிமிடங்கள் யோசித்துவிட்டு,

வேணாம். இப்பிடியே இருக்கட்டும். ரெண்டுமே தமிழ்ப்பாட்டு கிடையாது. அதுனால சந்தத்தைப் பத்திக் கவலைப்பட வேண்டாம்.

என்று சொன்னான். எனக்கு ஆச்சரியமாக இருந்தது. இத்தனைக்கும் சுகவனத்துக்கு இசையார்வம் நிறையவே உண்டு. சரி, அவன் கதை, அவன் முடிவு என்று விட்டுவிட்டேன்.

தெரியாத குற்றத்தை என்னவென்று மன்னிப்பது? வீணை வாசிப்பதில் மிகப் பிரசித்தி பெற்ற அம்மாவின் நீண்ட விரல்கள் லக்ஷ்மியின் முகத்தை வருட ஏங்கிக் காற்றில் அலை பாய்ந்தன.

நெருங்கி முகத்தை நீட்டிக் காட்டினாள் லக்ஷ்மி. சருகு போல உலர்ந்திருந்த உள்ளங்கையை இவளது மிருதுவான கன்னத்தில் பதித்து அழுத்தினாள் தாய். விரல்கள் சொரசொரவென்றிருந்தன.

> ...யாருக்கும் தெரியாது. பெரியவர் ஒருநாள் என்னைக் கூப்பிட்டனுப்பினார். இப்போது மடைப்பள்ளி இருக்கிறதே, அந்த இடத்தில் மூத்த குருவின் சயன அறை இருந்தது நினைவிருக்கிறதா? அந்த அறைக்குக் கதவே கிடையாதே? நானும் குருவும் மட்டும் இருந்தோம். அவர் கேட்டார். 'சியாமளா, உன் பெண் சம்பந்தமாக என்ன முடிவெடுத்திருக்கிறாய்?' எதற்காகக் கேட்கிறார் என்று தெரியவில்லை. என் உத்தேசத்தை அவர் முகத்துக்கு நேரே என்னவென்று சொல்வது. மௌனமாக இருந்தேன். 'சின்னப்பட்டத்துக்கு உன் பெண்மீது அபிப்பிராயம் இருப்பதாகக் காண்கிறது. அவளுக்கும் விருப்பம் இருக்கிறதைப் பார்க்கிறேன். இந்த ஒரு காரணத்துக்காகத்தான் சின்னப்பட்டத்துக்கு தீட்சை அளிப்பதை ஒத்திப் போட்டுக்கொண்டு வருகிறேன். நீ சம்மதித்தால், அவனை விடுவித்துவிடுகிறேன். உன் பெண்ணும் குலத் தொழிலிலிருந்து வெளியேறிவிடலாம். ஆசிரமத்தின் பெயரை நாம் இரண்டுபேரும் காப்பாற்றி னோம் என்ற திருப்தி மிஞ்சும். என்ன சொல்கிறாய்?'

லக்ஷ்மி பாய்க்கு நெஞ்சை அடைத்தது. வயிற்றில் பெரும் பள்ளம் விழுந்து உடம்பின் நடுப்பகுதி தொய்ந்துவிட்ட மாதிரி இருந்தது. 'அடிப்பாவி, தெரிந்திருந்துமா காவு கொடுத்தாய்?'

தாயாரின் முகத்திலிருந்து பார்வையைத் திருப்பினாள். ஜன்னல் வழி தெரிந்த ஆகாயச் சதுரத்தில் வறண்ட நீலம் பாரித்திருந்தது. ஜன்னல் வழியாக அறைக்குள் பாயும் வெறுமையில் தான் முழுசாக மூழ்கி மூச்சுத் திணறுகிற மாதிரி உணர்ந்தாள் லக்ஷ்மி பாய்.

மகளின் முகத்திலிருந்து தாயார் கையை விலக்கிக் கொண்டாள். அதே ஜன்னலில் தனது பார்வையையும் பதித்தாள். திடீரென்று துக்கம் தாக்கிய மாதிரி நெஞ்சும் வயிறும் பதறின. ஆழ்ந்த பெருமூச்சை வெளியேற்றிவிட்டு, உடம்பு மறுபடி சமனமுற்றது.

> ...நான் தீர்மானமாக மறுத்துவிட்டேன். இந்த ஏற்பாட்டைச் செய்தாலும் ஆசிரமத்தின் புகழுக்குக்

களங்கம் ஏற்படத்தானே செய்யும்? 'தாஸி தன் மகளை அனுப்பி சந்யாசத்தை மோசம் செய்துவிட்டாள்' என்று ஊர் பேசாதா? ஆனால், உன்னை வைத்துத் தொழில் நடத்தி, கைநிறையச் சம்பாதிப்பது கெட்டுப்போகும் என்பதற்காகத்தான் மறுக்கிறாள் என்று பெரியவர் சந்தேகப்பட்டுவிடக் கூடாதே என்றும் கவலையாக இருந்தது. அவர் நிஜமான ஞானி. என் நினைப்பைப் புரிந்துகொண்டார். சின்னப்பட்டத்தை உடனடியாகக் காசிக்கு அனுப்பி இரண்டு வருஷம் தங்க வைத்தார்...

மெலிதாகச் சதை பூசிக் கட்டிலில் கிடக்கிற எலும்புக்கூட்டை அப்படியே கழுத்தை நெரித்துக் கொன்றுவிட்டால் என்ன என்று லக்ஷ்மி பாய்க்குள் ஓர் ஆவேசம் உயர்ந்தது. மனம் புழுங்கிச் சாகிறபடியாக நாலைந்து கேள்விகளாவது கேட்க வேண்டும் என்று துடித்தது.

வயிறு நிறையக் கடுகு நிரப்பிய மாதிரி, புடைத்த நடுப் பகுதியில் கறுத்த முட்டைகளுடன் கட்டில் கால் உச்சியில் உறைந்திருந்த பல்லி பார்வையில் பட்டது. எதிர்ப்புற முக்காலியில் இருந்த சிம்னி விளக்கின் வெளிச்சம், அம்மாவின் உருவத்தை மிகப் பெரிய கறுப்புத் திட்டாகச் சுவரில் படியவைத்திருந்தது. சுடர் அசைவதற்கேற்ப, சுவரில் படிந்த நிழலும் அலையாடியது.

அடிபட்ட நாய்போல உடனடியாக அடங்கிச் சுருண்டு கொண்டது லக்ஷ்மி பாயின் மனம். போனால் போகிறாள், எவ்வளவோ நீர் ஓடிவிட்டது. இனி என்ன செய்து என்ன? யார் தலைவிதிக்கு யார் பொறுப்பு? சாகக் கிடக்கிறவள், அவளைப் போய் வதைப்பானேன். கட்டுப்படாது கண்ணில் துளிர்த்த நீர் கன்னத்தில் உருண்டது... நல்லவேளை, தாயார் பார்க்கவில்லை... அவசரமாகத் துடைத்துக்கொண்டாள் லக்ஷ்மி பாய்.

போகட்டும் விடு. நீ எனக்கு எது செய்தாலும் நன்றாக யோசிக்காமல் செய்ய மாட்டாய். இப்போது என்ன கெட்டுப் போய்விட்டது. இதற்காக 'மன்னிப்பு, அது இது' என்று பெரிய வார்த்தை சொல்லலாமா?

ஆழ்மனத்தின் குமுறல் வார்த்தைகளில் ஒட்டிக்கொண்டு வெளியேறிவிடாமல் பார்த்துக்கொள்வது பெரும்பாடாக இருந்தது. தாயார் மேற்கொண்டு பேசினாள்:

உன் மனசு எனக்குத் தெரியும் கண்ணே. பகவான் எனக்குக் கொடுத்த வரமல்லவா நீ?...

அம்மா நீண்ட பெருமூச்சு விடுத்தாள். குளிர் ஜுரம் கண்ட மாதிரிக் கைகள் விசையாய் நடுங்கின.

...இப்படிப்பட்ட உனக்கு இரண்டாவது தடவையும் துரோகம் செய்தேன் கண்ணே. சண்டாளி நான். நேரே நரகத்துக்குத்தான் போய்ச் சேர்வேன்.

அதையும் சொல்லிவிடு அம்மா. எதுவாக இருந்தாலும், கலங்காமல் சொல்லு. கடைசி காலத்தில் தாயாரை வதைத்த பாவம் வேண்டாம் எனக்கு.

தாயின் தலையை ஆதுரமாக வருடினாள். பட்டு இழை மாதிரி இருந்த கூந்தல். நின்றால் புட்டத்தைத் தாண்டி இறங்கும். ஒரு கைப்பிடிக்குள் கொத்தாக அடங்கிவிடாத அடர்த்தி. அது எல்லாம் யாருடையதோ மாதிரி இருக்கிறது இப்போது. அடல்அடலாகச் சிக்குப் படிந்து, வெளுத்த நிறம் கொண்ட சணல் மாதிரி உறுத்தும் முடிகள். கந்தல் துணியாக ஆகிவிட்டாள் அம்மா. நானும் ஒருநாள் இப்படித்தான் ஆவேனோ? தொண்டைக்குள் கோலிக்காய் அடைத்து, மூச்சுத் திணறுகிற மாதிரி உணர்ந்தாள்.

உமிழ்நீரை விழுங்க, தாயின் தொண்டைக்குழி பிரயாசைப்பட்டு ஏறித் தாழ்ந்தது. தன்னை வளர்ப்பதற்கு அம்மா பட்டபாடுகளும், விருப்பத்துக்கு மாறாகத் தன்மேல் சுமந்துவிட்ட வாழ்க்கையும், மரணப்படுக்கையிலும் நிம்மதியாகக் கிடக்க முடியாமல் ஆகிவிட்ட தாயின் வாதனையும், எல்லாமே அபத்தமாய்ப் பட்டன. என்ன வாழ்வு இது?... அம்மா தொண்டையைச் செருமினாள்.

உனக்குப் பதிமூன்று வயது ஆகும்போது திம்மையா ஸ்வாமி ஆளனுப்பினார் கண்ணே. நீ வயதுக்கு வந்து ஒரு வருடம் ஆகியிருந்தது.

ம்.

அவரிடம் ஆறு குதிரைகள் பூட்டும் சாரட் இருந்தது.

ம்.

அவ்வளவு பெரிய வண்டி நம் இல்லத்தின் முன்னால் நிற்பதே நமக்குப் பெருமைதானே கண்ணே?

சொல்லு.

அதைப் பார்த்தபிறகு, சாமானிய ஆட்கள் படியேறி உள்ளே வரத் தயங்குவார்கள் அல்லவா?

'அம்மா ஏன் வளர்த்துகிறாள் கதையை' என்று எரிச்சலாக இருந்தது. லக்ஷ்மிபாயின் மனம் இரண்டாகப் பிளந்து கொண்டது. ஒரு பாதி, 'வளர்க்கட்டும், எப்போதோ தான் இழந்த ஏதோவொன்றைச் சிறிது நேரம் கழித்துத் தெரிந்து கொண்டால்

குடியா முழுகிவிடும்?' என்று சமாதானம் கொண்டது. மறுபகுதி, 'அந்த இழவை உடனடியாகத் தெரிந்துகொண்டால் உயர்ந்தெழும் படபடப்பிலிருந்து சீக்கிரம் விடுபடலாமே' என்று இறைஞ்சியது. என்றோ தான் இழைத்ததாகப் படும் துரோகத்தை வாய்விட்டுச் சொல்வதற்கு தைரியம் கூட்டிக் கொள்ளும்விதமாகத்தான் தாயாரும் நீட்டி முழக்கி நகர்கிறாளோ என்னவோ?

இப்போது திவான் இல்லத்தில் வண்டியோட்டியாய் இருக்கிறானே, பைரப்பா...

அந்தப் பெயர் காதில் விழுந்ததும், இவ்வளவுநேரமும் அலை பாய்ந்த மனம் சமனமுறுகிற மாதிரி உணர்ந்தாள் லக்ஷ்மி பாய்.

புடைத்த தோள்களும், அடர்ந்த கொடுவாள் மீசையும், இரண்டு உத்திகள் எதிரெதிர் நின்று கபடி விளையாடும் அளவு விசாலம் கொண்ட நெற்றியும், கத்திபோலக் கூர்மையான நாசியும், பலகைபோல அகண்ட நெஞ்சும், சந்தனம் மணக்கும் அக்குள்களும், நாபியிலிருந்து மேல்நோக்கியும் கீழ் நோக்கியும் அடர்ந்து மிகும் ரோமப் புதரும், மூச்சுத் திணறடிக்கும் வேகமும் . . .

...அவனுடைய தகப்பன் வெங்கட்டய்யா அப்போதுதான் திவானிடம் வேலைக்கு அமர்ந்திருந்தான். இந்த பைரப்பா அப்போது சின்னப் பயல்... உன்னைவிட நாலைந்து வயது பெரியவன்.

ம்.

தகப்பனும் மகனுமாக வந்தார்கள் — என்னை அழைத்துக் கொண்டு போக. வெங்கட்டய்யா என்னிடம் பேசும்போது வாயை உள்ளங்கையால் பொத்திக்கொண்டுதான் பேசுவான். அப்போதெல்லாம் 'திவான் அரண்மனையின் துரைசாணி நானேதான்' என்று கற்பனை செய்துகொள்வேன். இது எத்தனை அசட்டுத்தனங்களைப் பார்த்த உடம்பு என்கிறாய் கண்ணே?

ம்.

நமக்கு விதித்ததெல்லாம் வெறும் கனவு மட்டும்தானே லக்ஷ்மீ?

ம்.

வண்டியேறி ஓடினேன். அம்மாடி அம்மா, எனக்கு மூச்சு வாங்குகிறதே...

நிறையப் பேசிவிட்டாய் அம்மா. பிறகு சொல்லலாம். இப்போது அமைதியாய் இரு.

இப்போது சொல்லாவிட்டால் இனி எப்போதுமே வாய்க்காது லக்ஷ்மி. திவான் ஸ்வாமி சொல்கிறார் — சியாமளா, நீ வாழ்ந்த வாழ்க்கை வேண்டாம் உன் பெண்ணுக்கு...

அம்மாவுக்கு மூச்சை அடைத்தது. அலையலையாய் இருமல்கள் எழும்பி நீடித்தன. கண்கள் சிவந்து காதுமடலை நோக்கி நீர் இறங்கியது. தாயின் தலையைப் பரிவுடன் தடவினாள் லக்ஷ்மி பாய்.

இன்றைக்கு இது போதும் அம்மா. பேசாமல் தூங்கு.

இந்த வாக்கியம் காதில் விழுவதற்கு முன்னாலேயே அம்மாவின் கண்கள் கிறங்கியிருந்தன. ஒரு நொடியில் உறக்கத்தில் அமிழ்ந்துவிட்டாள் அம்மா. அது உறக்கம் இல்லை, நினைவிழந்த மூர்ச்சை என்பதை சாயங்காலம் திவான் மாளிகை வைத்தியர் வந்து உறுதிப்படுத்தினார்.

மறுநாளைக்கு மறுநாள் நினைவு திரும்பியபோது அம்மாவுக்குப் பேச்சு பறிபோயிருந்தது. நாக்கு சரளமாகப் புரளவில்லை. கொழகொழ என்று உளறிக்கொட்டினாள். குழறிவிழுந்த சொற்களின் பொருள் விளங்கவில்லை. மற்றவர்களுக்குப் புரியவில்லை என்பதில் ஆத்திரம் மிகுந்து முகம் சிவந்து தடுமாறினாள். இன்னும் அதிகமாய் உளறினாள்.

படுத்திருந்த நிலையிலேயே பாதங்கள் நடன ஒத்திகை செய்தன. எலும்பாக வற்றிப்போன கைகள் காற்றில் உயர்ந்து அடவு பிடிக்க முயன்றன. இரண்டாவது நாள், எதிரிலிருப்பவரை உத்தேசிக்காது, தனக்குத்தானே பேசிக்கொள்கிற பாவம் வந்து படிந்தது. லக்ஷ்மி பாய் எதிரில் வரும்போது மட்டும், ‘தெரிந்த முகமாக இருக்கிறதே’ என்பதுபோல வியந்து பார்த்தன விழிகள். இரண்டு நாட்கள் வெற்றுவெளியில் வீணை வாசிக்கிற அபிநயம் பிடித்துவிட்டுப் போய்ச் சேர்ந்தாள் அம்மா.

அவள் சொல்ல விட்டுப்போன துரோகம்தானோ என்னவோ, அடுத்த வாரமே எதிரில் வந்தது. திம்மையாவின் புதல்வர் மஞ்சுநாதா. லக்ஷ்மி பாயைப் பராமரிக்கும் பொறுப்பை ஏற்றுக்கொண்டார். மூர்க்கம், பேய்வெறி மற்றும் வெளியில் யாரிடமும் சொல்லி ஆற்றிக்கொள்ள முடியாத வக்கிரத்திடம் சிக்கி இவள் சின்னாபின்னமான இரண்டு வருடங்கள். ரத்தக் காயமில்லாமல் அந்த மனிதரின் பஞ்சணையை விட்டு இறங்கிய ஞாபகமே கிடையாது இவளுக்கு. இரண்டாம் வருடம் முடிந்த மாத்திரத்தில், இவள் அவருக்குப் புளித்துப் போனாள். எந்நேரமும் இவளே கதியாய்க் கிடந்தவர், எப்போதாவது வரவழைக்கத் தொடங்கினார். சௌராஷ்ட்ராவிலிருந்து சமஸ்தானத்துக்கு

வந்து அண்டிய ஒரு பெண்தான் காரணம் என்று பலரும் புறணி சொன்னார்கள். தினசரித் தொந்தரவிலிருந்து விடுபட்ட நிம்மதி உற்றாள் லக்ஷ்மி பாய். ஆனாலும், மஞ்சு நாதா என்ற பெயர் ஞாபகம் வரும்போதே, கோரைப் பற்களும், நீண்ட நகங்களும், சிவந்த விழிகளும் என்று புராணகால ராட்சஸ வடிவம் ஒன்று மனத்தில் எழும்பிவிடுகிறது — இன்று வரை.

வருமானமும் பாதுகாப்பும் உத்தரவாதமும் கருதி, வேறு மூன்று பேரையும் தன் ஆளுகைக்குள் கொண்டுவந்தாள். சமஸ்தான வயலின் வித்வான் ஹனுமந்தப்பா, போலீஸ் மந்திரி புட்டஸ்வாமி, ஆபரண வியாபாரி வரதராம் ஷெட்டி... ஆனால், லக்ஷ்மி பாய் எந்த இடத்தில் எச்சரிக்கை தவறினாளோ, மஞ்சுநாதா சும்மா விலகவில்லை — கங்கா பாயை இவளுக்குள் சேர்ப்பித்திருந்தார்.

இதை யாரிடமும் சொல்லாமல் தனக்குள் புதைத்துக் கொண்டாள் லக்ஷ்மி பாய். அதுதான் தவறாகிவிட்டது... இதுவும் அம்மா சொல்லிக்கொடுத்த பாடத்தால் வந்த வினைதான்...

> நம்முடைய சந்தோஷத்தை மட்டும்தான் மற்றவர்களிடம் பகிர்ந்துகொள்ள வேண்டும் கண்ணே. துக்கங்களை நமக்குள்ளேயே புதைத்துக்கொள்ள வேண்டும். தொழில் தர்மம் அப்படித்தான் சொல்கிறது. அழுமூஞ்சியாய் இருக்கும் தாஸி வீட்டுக்குள் எவனாவது படியேறி வருவானா?
>
> அப்படியென்றால், உனக்கு அழுகையே வராதா அம்மா?
>
> வராமல்? மனுஷ ஜென்மம் இல்லையா நான்? பிறகு இந்த வீணை எதற்கு இருக்கிறதாம்? எடுத்து மடியில் கிடத்திக்கொண்டு ஒரு சஹானாவோ, ஒரு ரஞ்சனியோ வாசித்தால் பறந்துவிடாதா துக்கம்? இந்த வீணையைத் தான் என் நிஜப் புருஷன் என்று நினைத்துக்கொள்வேன். சொன்னபடி கேட்கிற புருஷன். நாம் நினைத்ததைத் தான் பேசுகிற புருஷன். ஆனால், நீ பிறந்த பிறகு, என் வாழ்க்கையே நீதான் என்று ஆகிவிட்டாய் கண்ணே. 'கோடித் துக்கம் ஒரு குழந்தையின் முகத்திலே' என்று சொல்வார் ஞானமணி அம்மா. வாஸ்தவமான பேச்சு. உன்னைப் பார்த்த நொடியில் என் துயரமெல்லாம் பறந்தே போய்விடும் செல்லமே...

'கலைத்துவிடலாம்' என்று ராமவ்வா யோசனை சொன்னாள். இரண்டு காரணங்களால் அதை மறுத்துவிட்டாள் லக்ஷ்மி பாய். ஒன்று, தன் வயிற்றுக்குள் அடைக்கலம் என்று புகுந்துவிட்ட ஜீவனை அழிக்கும் பாபச் செயல் தகாது என்பது. இரண்டாவது,

‘கோடித் துக்கத்தை’ மறக்கவென்று உதித்திருக்கும் வடிகாலைத் தானே அடைப்பானேன்?...

பாதணிகளைக் கையில் தூக்கிக்கொண்டு ஆசிரமத்தை நோக்கி மரப் பாலத்தில் நடந்தபோது, மனத்தின் தரையில்போல, பருக்கைக் கற்கள் பாதத்தில் உறுத்தின. மண்தரைக்கு இறங்கியதும் அபூர்வமான சாந்தி வந்து கவிந்துகொண்டது. ஆசிரம வளாகத்தின் சிலீரென்ற கல்தரைக் குளுமையை இதமாக வாங்கிக்கொண்டன வெற்றுக் கால்கள்.

ஏதோ உந்த, ஒரு கணம் நின்று திரும்பிப் பார்த்தாள் லக்ஷ்மி பாய். அபயமுத்திரை பிடிக்கிற மாதிரி, நெடுநெடுவென்று நின்றது ஒற்றைக் கோபுரம்.

அடிக்கொருதரம் தனக்குள் எழுந்து மிரட்டும் மஞ்சுநாதாவின் முகத்தை இரண்டாகக் கிழித்துப் போடுவதற்காக அந்தக் கோபுரம் ஒருமுறை அசைந்த மாதிரி பிரமை தட்டியது லக்ஷ்மி பாய்க்கு.

4

சலசலத்து ஓடும் தண்ணீரில் பாதங்களை அளைந்துகொண்டு பாறையில் உட்கார்ந்திருந்தாள் கங்கா. ஓரத்தில் இளம் பச்சை, மத்தியில் கரும்பச்சை நிறத்துடன் சாவதானமாக நகர்கிற ஆறு. மேற்கே சுமார் ஐம்பது கஜ தொலைவில் நதிக்குள் புதைந்த பாறைகளில் மோதி ஆவேசம் கொள்கிறது. பாதை மறிபட்ட துயரம் நுரையாய்ப் பொங்குகிறது.

அந்த இடத்தில் ஆழமும் சுழிகளும் அதிகம் என்று சொல்வார்கள். முன்னொரு சமயம் ஆசிரமத்துக்கு வந்த மராத்திய இளைஞனின் ஞாபகம் வந்தது. திடகாத்திரமாய் இருந்தான் அவன். வெற்றுடம்பைக் குறுக்காகக் கீறிய பூணூலில் தடித்த மான்தோல் துண்டம் கிடந்தது. பாறைகளைப் பார்க்க என்று நீந்திப் போனவன், போயே சேர்ந்துவிட்டான். கீழே நாலு ஃபர்லாங் தள்ளி இடுப்புத் துணியையும் இழந்த உடம்பு நாணல் புதரில் ஒதுங்கிக் கிடந்ததாகச் சொன்னார்கள் — அதாவது, மீன்கள் தின்றது போக மிச்சம்.

அன்று வெறும் மனிதனாகத் தெரிந்தவன், இன்று ஞாபகத்தை மீட்கும்போது பேரழகனாகத் தென்படுகிறான். அடிமனத்தில் மீண்டும் ஒருதடவை அந்தக் குறுகுறுப்பு உயர்ந்து அடங்கியது. ஏனோ, அம்மாவைப் பார்க்க வேண்டும் என்று ஆவல் ஊறியது.

அம்மாவின் தொழில் இன்னது என்று அரசல்புரசலாக முன்னமே தெரியும். அதுதான்

எல்லாருக்கும் தெரியுமே. போன வாரம்கூட அந்த பீமன் நேரடியாகவே சொல்லித் திட்டினான்... நீர்ப்பரப்பின் பசுமை குலைந்து, அம்மாவின் முகம் மேலெழுந்து மிதந்தது. தன் பொருட்டு என்ன பாடுபட்டிருப்பாள் அம்மா? பெற்ற குழந்தையைப் பிரிந்திருப்பது தாயாருக்கு சாதாரண விஷயமா என்ன? அந்த வலியைப் பற்றி ஆண்பிள்ளைகளுக்கு என்ன புரியும்?

'ஏகப்பட்ட குழந்தைகளைப் பெற்றெடுத்த கிழவி மாதிரி யோசிக்கிறோமே' என்று பட்டது. அடிவயிற்றைத் தடவிக் கொண்டாள். பட்டுப்பாவாடையின் வழுவழுப்புக்கு அடியில் வயிற்றுச் சதை மிருதுவாக அழுந்தியது. கடந்த இரண்டு வருடங்களாக அடர்ந்து வரும் ரோமப் புதர் தொடங்கும் இடம் வரை மெல்ல அழுத்தி இறங்கிய கை சடாரென்று நின்றது. அவசரமாக மேலேறியது.

நீரில் அம்மாவின் முகம் மிதந்த இடத்தில் பீமனின் முகம் வந்து படிந்தது. அதைப் பார்க்க விரும்பாதவளாய் நீரோட்டத்தின் போக்கில் பார்வையை நகர்த்தினாள். பாறைகளில் மோதிக் காணாமல் போய்விட்டதா அம்மாவின் முகம்? சிறு கேவல் உள்ளெழுந்தது. உடனே அடங்கவும் செய்தது.

பீமனின் அகலமான முகம் துலக்கமாகத் தெரிய வீம்பாக நின்றது பிம்பம். கண்ணடிக்கிறான். விகாரமாக மூக்கையும் உதட்டையும் சுழித்தபடி இவளைப் பார்க்கிறான். மஞ்சள் பூத்த கோணல் பற்கள் தெரிய வழக்கமான இளிப்பு மலர்கிறது. உடம்பின் உட்சுவரில் கம்பளிப் பூச்சி ஊர்கிற மாதிரி[78] உணர்ந்தாள் கங்கா பாய்.

பீமனின் பிம்பத்தைப் பிடிவாதமாக நகர்த்த முயன்றாள். குருவின் முகத்தை அந்த இடத்துக்குக் கொண்டுவரத் தன்னிச்சையாகப் பலமுறை முயன்று முயன்று தோற்றது மனம். பார்வையை எதிர்க்கரை மரக்கூட்டத்துக்கு நகர்த்தினாள். அழுக்கு

---

78 பின்னர் ஒரு சந்தர்ப்பத்தில் இந்த உவமை பற்றி வெகுநேரம் பேசினான் இஸ்மாயில். காட்சியையும் உணர்ச்சியையும் வெற்றிகரமாக இணைப்பதற்காக செவ்வியல் மெனக்கெடும் விதம் பற்றிச் சொன்னான். செய்யுளில் வரும் உவமைகளுக்கு தானாகவே ஒரு குறியீட்டுத் தன்மை உண்டாகிவிடும் என்றும், உரைநடையில் வரும் உவமைகள் தமது சுட்டு எல்லையைத் தாண்டி, அதாவது, உவமேயத்தைத் தாண்டி, நகர்வதில்லை என்றும் சொன்னான். உரைநடையில் கவிதையின் சாயல் தட்டுப்படும் இடங்களிலெல்லாம் மொழி தன் இயல்புத்தன்மையை விட்டு நகர்ந்து உருவகமொழியாக உருக்கொள்வதை விளக்கினான். கவிதையில் இந்த உவமை நேர்த்தியாகச் சொல்லப்படும் பட்சத்தில் உவமை, உருவகம் என்ற இரண்டு பாத்திகளைத் தாண்டி 'படிமம்' என்ற, காட்சிபூர்வமான, மாமிசப் பிண்டமாக மாறுவதை விவரித்தான்.

குறுக்கே ஒரு சொல்லும் பேசாமல் ஆமோதிப்பாய்க் கேட்டுக்கொண்டிருந்தான் சுகவனம். நானும்தான்.

நிறமாக ஒரு நாலு கால் பிராணி நின்றது. மான்குட்டியோ, காட்டு நாயோ, கேளையாடோ. இவளை நோக்கி அதன் முகம் திரும்பியிருந்த மாதிரிப் பட்டது. முன்னங்கால்களை அகட்டித் தலையை நீர் நோக்கித் தாழ்த்தியது. நாலைந்து மிடறுகள் குடிக்கும் அவகாசம்தான். காட்டுக்குள்ளிருந்து யாரோ அவசரமாய்க் கூப்பிடுகிற மாதிரி, பின்திரும்பிப் பாய்ந்து, ஓடி மறைந்துவிட்டது.

மீண்டும் நீர்ப்பரப்பில் பார்வை குவிந்தபோது, பீமனின் பிம்பம் காணாமல் போயிருந்தது. சம்பந்தமேயில்லாமல் சின்னப் பட்டத்தின் பிம்பம் வந்து படிந்தது. நிம்மதியாய் இருக்கவிடாமல் இப்படி ஒவ்வொரு முகமாக வந்து சேர்கிறதே என்று அலுத்துக்கொண்டாள். முன்தினம் பிச்சாண்டி ஐயர் பாடம் சொன்ன தெலுங்குச் செய்யுள் நினைவு வந்தது.

பகலைவிடவும் இரவு உக்கிரமானது
வர்ஷ ருதுவில் நீர்நிலைகள் நிரம்புகின்றன
சிந்தை குரங்குபோலத் தாவிக்கொண்டிருக்கிறது
பிராயம் முற்றுகையில் மனம் முழுக்க முகங்கள்.

ஒன்றுக்கொன்று சம்பந்தமில்லாத வரிகளின்கீழ் அந்தரங்கமான அடியோட்டம் இருப்பதை விளக்கினார் ஐயர். செய்யுளின் பொருளை அவர் விவரித்தபோது, 'தனக்குள்ளும் அப்படித்தான் நடக்கிறதா' என்று ஒருமுறை விசாரித்துக்கொண்டாள் கங்கா பாய்.

ஐயர் பெரும்பாலும் சின்னப்பட்டத்தின் முகத்தைப் பார்த்துத்தான் பாடம் நடத்துவார். அபூர்வமாகச் சிலவேளைகளில் மட்டும் கங்கா பாயின் முகத்தைப் பார்ப்பார். 'சாப்பாட்டுக் கூடையை நெருங்கி வந்த பல்லி' என்று தன்னைக் கருதுகிறார் என்று ஒருமுறை தோன்றியது — 'காவியசாஸ்திரம் கற்கும்போது உவமானங்கள் தனக்குள்ளும் பொங்குகிறதே' என்று வியந்து கொண்டாள்.

ஐயராவது பரவாயில்லை, விருப்பமில்லாமல் தானம் வழங்கும் சீமானைப்போல இருக்கிறார். காற்றில்கூட வஸ்திரம் பட்டுவிடாத தொலைவில் விலகியே நிற்கும் சீமான். இந்தச் சின்னப்பட்டம் வெறிப்பதுதான் தாள முடியாததாக ஆகிவிட்டது. பீமனுடையது மாதிரியேதான் இவருடைய பார்வையும் என்றாலும், இரண்டுக்கும் ஒரு முக்கியமான வேறுபாடு உண்டு. அவன் மதம் கொண்ட வனமிருகம் மாதிரி ஒருவித ஆவேசத்துடன் பார்க்கிறான். இவர் அப்படியில்லை, 'ஒருதடவை, ஒரே ஒரு தடவை, பிச்சை போட மாட்டாயா அம்மணி' என்கிற மாதிரிப் பார்க்கிறார்.

சின்னப்பட்டம் அழகர்தான். அதில் துளியும் சந்தேகமில்லை. நாள் தவறாமல் கஸரத் போட்டும், நதி நீச்சலில் துளைந்தும்

இறுகியிருக்கும் புஜங்களும், சர்வாங்கம் செய்து மழுமழுவென்று இருக்கும் மார்பும் முன்னங்கைகளும் கால்களும் இழைத்த வெண்தேக்கு மாதிரிப் பளபளக்கும்தான். ஆனால், முகம்?

கங்கா பாயின் கனவில் வந்து இம்சை செய்யும் முகமே வேறு... ஒருநாள் அதிகாலைக் கனவில் உதயமாகிய முகம். கங்கா பாயின் உடம்பிலும் மனத்திலும் ஈரப் பசையாய் நிரம்பி வழிந்த முகம். அன்றுவரை அரும்பாய் இருந்த பூவை ஒரே ஸ்பரிசத்தில் மலர்ந்து சிரிக்க வைத்த அந்த அழகு முகத்தை, பிறகு மூன்றே நாட்கள்தாம் நேரில் பார்த்திருக்கிறாள். ஆயுள் முழுக்க அதை மட்டுமே பார்த்து வளர்ந்தவள் மாதிரி அடிமனத்தில் ஒட்டிக்கொண்டு விட்டது...

இசை ஒலிக்கும் இடங்களில் குறட்டை விட்டுத் தூங்கும் சின்னப்பட்டத்தின் முகத்துக்கு நேர் எதிரானது அது. இசையைத் தன் வாழ்நாள் தவமாக இயற்றிக்கொண்டிருப்பது. தபலாவை மேவி சிற்றொலி எழுப்பியும், அறைந்து குமுற வைத்தும், அதி வேகத்தில் பறக்கும் வண்ணத்துப்பூச்சியின் சிறகுகள் மாதிரித் தபலாவின் மேனியில் படிந்தும் விலகியும் ஜாலம் செய்யும் விரல்களோடு இணைந்துகொள்ளும் முகம். அந்த நேரங்களில் உள்ளங்கையின் பகுதிதான் தபலாவும் என்கிற மாதிரி பிரமை தட்டும். ஐயோ, அந்த விரல்களின் துடிப்பைத் தன் உடம்பு முழுவதும் ஏந்திக் குடிக்கவேண்டும் என்று பொங்கும் கங்கா பாய்க்கு.

பிடரிவரை இறங்கிய கேசம், கருகருவென அடர்ந்த தாடி மீசை, வியர்வை மீறியதில் உடம்புடன் ஒட்டித் தசைப் புடைப்புகளை வெளிச்சம் போடும் அடர்நிறக் குர்த்தா, சராசரி உயரம் கொண்ட ரங்கநாத சாஸ்திரி மாலை அணிவிக்க வரும்போது வில்போல் வளைந்து கைகூப்பிக் கழுத்தைக் காட்டிய அசாத்திய[79] உயரம், விசுக் விசுக்கென்று எந்நேரமும் விரையும் ஒட்ட நடை, வாசிப்பில் வேகம் எடுக்கும்போது கிறங்கிவிடும் கண்கள், குழந்தைபோலப் பிதுங்கும் உதடுகள் என்று இவளை முழுசாகக் கவர்ந்து சென்றுவிட்டான் அவன்.

பிரதான வித்வான் ஆலாப்பில் இருக்கும்போது, இவன் சும்மாயிருக்கமாட்டான். விஷமத்துக்கு அலையும் குட்டி யானையின் தும்பிக்கை மாதிரி சதா அசைந்துகொண்டும்

79 கதை சொல்லும்போது ‘ஆறரை அடி உயரம்’ என்றுதான் சொல்லியிருந் தான் சுகவனம். எழுதும்போது அவனிடம் சந்தேகம் கேட்டேன். ‘கதை நடக்கும் காலத்தில் அடிக் கணக்கு உண்டா, முழமும் கஜமும்தானே புழங்கியிருக்கும், வர்ணனை என்றாலும் பரவாயில்லை, கதாபாத்திரத்தின் எண்ணவோட்டமாக நகர்கிற பத்தியாயிற்றே இது’ என்று படபடவென தொலைபேசியில் நான் கேட்டு முடித்ததும், மறுமுனையில் சுகவனம் ஓரிரு கணங்கள் மௌனமாய் இருந்தான். யோசனை செய்திருப்பான். ‘அசாத்திய உயரம்’ என்று திருத்திக்கொள்ளும்படி சொன்னான். ஞாபகமாக என்னைப் பாராட்டவும் செய்தான்.

ஆடிக்கொண்டும் இருப்பான். ‘ஆஹா’ என்கிற மாதிரியும், ‘அடடே’ என்கிற மாதிரியும், ‘ஐயோ’ என்கிற மாதிரியும் கைகளை நீட்டியும், சுழற்றியும் பாவனை காட்டுகிறான். ஆலாப் அபூர்வமான புள்ளிகளை எட்டும்போது, அவையைப் பார்த்து ‘பாருங்களேன், பிரமாதம்... இல்லை?’ என்று கையைக் காட்டி இன்புறுகிறான். திருத்தமான புருவங்களும் தீர்க்கமான நாசியும் சின்னஞ்சிறு உதடுகளும் வழக்கத்தைவிடச் சற்றே இடுங்கிய கண்களும் முகத்தில் மாறாமல் படர்ந்த குழந்தைமையும் என்று...

தந்தி வாத்தியம் போலக் குரல் கொண்ட, தெலுங்கிலும் சமஸ்கிருதத்திலும் சுமார் நூறு சாகித்தியங்கள் பாடத் தெரிந்த, நடனத்தில் பெருவிருப்பம் கொண்ட, மருதாணித் தடங்கள் சிவந்த உள்ளங்கையும் நீள்விரல்களும் கொண்ட, ஓரளவு வீணை வாசிக்கத் தெரிந்த, தாயின் தோளை மிஞ்சிய உயரமும் அது நிரம்ப நளினமும் கொண்ட கங்கா பாய்க்கு ஏற்றவன் அவன் மட்டும்தான். மதுகாந்த் குண்டேச்சா. ரகசியமாக உச்சரிக்கும்போது பெயரின் ருசி பலமடங்கு அதிகரித்துவிடுகிறது.

சென்ற வசந்தவிழாவின்போது, ஆசிரமத்தில் நடந்த இசைக் கச்சேரிகளில் வாசிக்க வந்தான். முதல்நாள் யாரோ பொக்கை வாய்க் கிழவர் புல்லாங்குழல் வாசித்தார். இவன் பக்க வாத்தியம். மறுநாள் ஒரு மராத்திப் பெண்மணி பாடினாள். அபூர்வமான பாடகி. ஆஷா மஞ்ரேக்கர். ஆனால், இவன் வாசிப்பின் பிரளயத்தில், கற்றுக்குட்டிபோலத் தென்பட்டாள். மூன்றாவது நாள் ஸித்தார் வாசித்த பெரியவருக்கு இவன் பக்காவஜ் வாசித்தான். அந்த வாத்தியத்தை கங்கா பாய் முதல் தடவையாகப் பார்க்கிறாள். தபலாவைப் போலவே இரண்டு தனித் தனிக் குடங்கள். நாதம் மட்டும் வேறு மாதிரி — மேலதிக அழுத்தமும் ஆழமும் கொண்டு.

பெரிய பட்டம் ‘லய நந்தி’ என்று அவனுக்குப் பட்டம் வழங்கினார். தனக்கே விருது கிடைத்த மாதிரிக் கிளுகிளுத்தாள் கங்கா பாய்...

அப்பேர்ப்பட்ட ராஜகுமாரனுக்காகக் காத்திருக்கிறேன் — கேவலம், இந்த பீமனா எனக்குப் பொருத்தம்? அவனும், தாறுமாறாக அடுக்கிய சோழிகள் மாதிரி அவன் பல்வரிசையும், பத்தடி தள்ளி வரும்போதே நெடியடிக்கும் வியர்வை நாற்றமும், பரட்டைத் தலையும்... சீச்சீ. அம்மா சொல்லும் கதைகளில் வருகிற பேய் மாதிரி.

சின்ன வயசில் இங்கே கொண்டுவந்து விட்டுவிட்டாளே தவிர, வருஷத்தில் நாலைந்து தடவையாவது கங்காவுடன் வந்து ராத் தங்குவாள் அம்மா. ஆசிரம வளாகத்துக்கு வெளியில்,

மலையிறங்கிப் போகும் பாதையில், யாத்ரீகப் பெண்கள் தங்குவதற்கென்று தனிக் கட்டடம் இருக்கிறது. ஆறு அறைகளும் அவற்றுக்குப் பொதுவான கழிப்பறை குளியலறைகளும் கொண்டது. அஜ்ஜியின் அணைப்பில் தூங்கிப் பழகிய கங்கா பாய்க்கு அம்மாவிடம் படுத்துக்கொண்டால் லேசில் தூக்கம் வராது.

இவள் முதுகை வருடியவாறு, ஏகப்பட்ட கதைகளும் உபதேசங்களும் சொல்வாள் அம்மா. போனமுறை வந்தபோது கூட ஒரு ராஜாராணிக் கதை சொன்னாள். அரண்மனைக்கு தான்யங்கள் கொள்முதல் செய்துதரும் குத்தகை எடுத்திருந்த தனவணிகன் கதை. அவனை யானை மிதித்துக் கொன்ற கதை. அரண்மனைக்கு வரும் வழியில், தன் போக்கில் இரை தேடிக்கொண்டிருந்த சிட்டுக்குருவியைக் கல்லெறிந்து விரட்டினானாம். பட்டத்து யானை தண்டித்துவிட்டது. என்ன ஒரு விகிதப்பொருத்தமற்ற நீதி.

அம்மா சொல்லும் கதைகள் எல்லாவற்றிலும் தவறாமல் இடம்பிடிக்கும் நீதிகள் அனைத்துமே இப்படித்தான். அதிகப் படியானவை. நிர்த்தாட்சண்யமானவை. கொடூரமானவை என்றுகூடச் சொல்லலாம். அவற்றையெல்லாம் அம்மாவேதான் உருவாக்குகிறாளோ என்று கங்கா பாய்க்கு நிரந்தர சந்தேகம் உண்டு.

ஆனால், குறுக்கே கேள்விகளோ சந்தேகமோ கேட்டால் அம்மாவுக்குப் பிடிக்காது. திட்டுவாள். பல நாட்கள் பாதிக் கதையில் கங்கா பாய் தூங்கிவிடுவாள். மறுநாள் காலையில் ‘அந்தக் கதை என்னாயிற்று’ என்று கேட்டால் அம்மாவுக்கு நினைவிருக்காது. ‘எந்தக் கதை’ என்று திருப்பிக் கேட்பாள். ‘ஒரு கதையையும் பாதியில் நிறுத்தவில்லையே’ என்று வேறு சொல்வாள். ஒருவேளை, தான் தூங்கிவிட்டது அறியாமல் தொடர்ந்து சொல்லி முடித்துவிட்டாளோ என்று குழம்புவாள் இவள்.

சதா ஆண்களுடன் விளையாடுவதைப் பற்றியே யோசித்துக் கொண்டிருந்த சிறுமியைப் பேய் பிடித்த கதை சொன்னாள் ஒருமுறை. பெரியவர்கள் அவளை மரத்தில் கட்டிப்போட்டு விட்டார்கள் — தன் வயதுச் சிறுவனுடன் சொப்பு வைத்து விளையாடியதற்காக. செவ்வெறும்புகள் மொய்க்க, குளவிகள் தலையைச் சுற்றிப் பறக்க, ஓநாய்களும் நரிகளும் வந்து பாதங்களை மோந்து பார்க்க, குளிரும் வெயிலும் மாறி மாறி வதைக்க, நாலு நாள் ராப்பகலாக நின்றுகொண்டே இருக்கச் செய்தார்கள். ஐந்தாவது நாள் அவிழ்த்து விட்ட மாத்திரத்தில், பல நூறு

வருஷங்களாக அந்த மரத்தில் குடியிருந்த பேய் அவளைப் பிடித்துக்கொண்டது. கங்கா பாய் விளையாட்டாகக் குறுக்குக் கேள்வி கேட்டாள்:

> *இந்தப் பேய்களெல்லாம் ஏனம்மா, பெண்களை மட்டுமே பிடித்துக்கொள்கின்றன?*[80]

வழக்கமாகக் கோபித்துக்கொள்ளும் அம்மா, அன்று இந்தக் கேள்விக்குப் பதில் சொல்வதற்கு முன்னால் கொஞ்ச நேரம் மௌனமாக இருந்தாள். வசீகரமான, சிவந்த, முகம் அம்மாவுக்கு. சடாரென்று கறுத்துவிட்டது. நீண்ட பெருமூச்சு விட்டாள்:

> பெண்கள்தான் பிடித்துக்கொள்ள வாகானவர்கள் கண்ணே.

அடுத்த கேள்வியையும் கேட்டாள் கங்கா.

> ஆண்களுக்குப் பேய்களைப் பார்த்தால் பயம் இருக்காதா அம்மா?

> இருக்காது பெண்ணே. அவர்கள் வயிற்றில் சாப்பாட்டுக்கு மட்டும்தான் இடம் இருக்கிறது. பெண்களுக்குத்தான் வயிற்றில் குழந்தை வைத்துக்கொள்ளவும் இடம் இருக்கிறது. குழந்தை இல்லாத காலங்களில் அந்த இடம் முழுக்க பயத்தைத்தான் நிரப்பிக்கொள்ள வேண்டும்…

நீர்ப்பரப்பில் கால்கள் அளையும் ஓசையை மீறி, வலுத்த காலடியோசை கேட்டது. அம்மாவின் கதையிலிருந்து குதித்திறங்கிய பேய் மாதிரி பீமன் எதிரில் பிரசன்னமாகியிருந்தான். மஞ்சள் பற்களைக் காட்டி இளித்தான்.

கால்களை உயர்த்தி எழுந்தாள் கங்கா பாய். பாறையிலிருந்து அவசரமாய் இறங்கினாள். ஒற்றையடிப் பாதையில் கால்களை அகட்டி நின்றிருந்தான் பீமன்.

> உன் அம்மா வந்திருக்கிறாள் கங்கா? நேரே அவளிடம் போய் உன்னைப் பெண் கேட்கப் போகிறேன்…

மறுபடியும் இளித்தான். கங்கா முகம் சுளித்தாள்.

> …போகிற வருகிறவனுக்கெல்லாம் உடம்பு சேவகம் செய்வதற்கு, என்னை மாதிரி ஒரே ஒருத்தனின் பெண்டாட்டியாய் இருப்பது உத்தமம் அல்லவா?…

---

80 பின்னர் இது குறித்து சுகவனத்திடம் கேட்டேன்: 'இந்தத் தகவல் பிழையானது அல்லவா?'

அவன் என் கண்களை ஊடுருவிப் பார்த்துவிட்டு, கறாராகச் சொன்னான்:

> அது உனக்கும் எனக்கும் இஸ்மாயில் மாதிரி அறிவுஜீவிகளுக்கும்தான் தெரியும். லக்ஷ்மிபாய், கங்காபாய் என்ற பாமரப் பெண்களுக்கு அல்ல.

கசப்பாக ஊறிய எச்சிலைக் காறிப் பக்கவாட்டில் துப்பினாள் கங்கா. முகத்தை நொடித்துவிட்டு, அவனை மீறிப் பாதையில் தொடர்ந்து செல்ல யத்தனித்தாள்.

பாதையோரப் புதரின் முட்செடிகள் கீறலாம். பாவாடை கிழியலாம். போகட்டுமே. இந்த மிருகத்தின் எதிரில் கையாலாகாமல் நின்றுகொண்டிருப்பதற்கு அது எவ்வளவோ தேவலை... திடீரென்று ஞானோதயம் வந்த மாதிரி, புதருக்குள் நகர்ந்து, இவள் செல்வதற்கு வழி விட்டான் பீமன். விசுக்கென்று நகர்ந்த கங்கா பாயின் முன்னங்கையை இறுக்கிப் பிடித்தான். அப்பப்பா, இரும்புப் பிடி.

> ...தாராளமாகத் துப்பு பெண்ணே. எனக்கு மான அவமானமெல்லாம் கிடையாது. உன்னை ஒருநாள் தின்னாமல் விடப் போவதில்லை நான்.

முகத்தை நெருங்கிவர முயற்சித்தான். தெய்வாதீனமாக இருமல் ஒலி கேட்டது. சட்டென்று பிடியை விடுத்து விலகி நின்றான் பீமன்.

காவல்காரப் பொன்னப்பா. கையிலிருந்த நீண்ட கழியைக் காவலுக்குப் பயன்படுத்துகிறவர் மாதிரித் தெரியாது — நடக்க உதவியாக ஊன்றி வருகிற மாதிரி இருக்கும். மெல்ல மெல்ல எட்டுவைத்து நடந்து வரும் பொன்னப்பா நடமாடும் இருமல் யந்திரம். மடத்திலுள்ள ஆண்களிலேயே வயதில் மூத்தவர் அவராகத்தான் இருப்பார். இப்போதைய பட்டத்துக்கு முந்தின பட்டம் சின்னப்பட்டமாக இருந்தபோது வேலைக்கு வந்தவராம். ஆசிரமவாசிகளில் பெரும்பாலான ஆண்பிள்ளைகள் மாதிரி, ஒற்றைக் கட்டை. கழியை உயர்த்தி பீமனை நோக்கி நீட்டினார்.

> என்னடா செய்கிறாய் இங்கே?

> இல்லை அய்யா. கங்காவின் தாயார் வந்திருக்கிறார்கள். இவளை அழைத்துவரச் சொல்லி அனுப்பினார்கள்.

> அதுதானே கேட்டேன். குழந்தையிடம் வம்பு கிம்பு செய்தாயோ, மண்டையைப் பிளந்துவிடுவேன். ஜாக்கிரதை.

பாவனையாகக் கழியைத் தலைக்கு மேல் ஓங்கினார்.

> அபாண்டம். அபாண்டம். நான் அப்படிப்பட்டவனா அய்யா?

கிழவரின் பாவனையைத் தூக்கிச் சாப்பிடும் பாவனை இருந்தது பீமனிடம். பாசாங்காக வாயைப் பொத்திக்கொண்டு ஓரக் கண்ணால் கங்கா பாயைப் பார்த்தான். விரச சமுத்திரமாய்த் ததும்பிய ஓரக்கண்.

கிழவர் தொடர்ந்து நடந்தார். அவர் பார்வை விலகும் வரை உடன் வந்துவிட்டு, வேறுபக்கம் போனான் பீமன். சற்றுத் தொலைவு சென்றதும் மறக்காமல் கங்கா பாயைத் திரும்பிப் பார்த்துக் கண்ணடித்தான். 'அவ்வளவு நேரமும் அவனையே ஏன் பார்த்துக்கொண்டிருந்து தொலைத்தோம்' என்று தன்னையே கடிந்துகொண்டாள் கங்கா பாய்.

ஆசிரமத்துக்குப் போகும் வழியில் நடந்தாள். கால்கள் துவண்ட மாதிரி உணர்வு. எதற்காகத் திடீரென்று புறப்பட்டு வந்திருக்கிறாள் அம்மா? 'நல்ல செய்தி எதுவும் இருக்காது' என்று உறுதியாக நம்பியது உள்மனம். மனம் முழுவதும் பீதி நிரம்பியது. அல்லது, பீமன் பொய் சொல்லியிருப்பானோ? பீதி சற்றுக் குறைந்தது. அனிச்சையாகத் தொடர்ந்து நடந்தாள்.

ஆலமரத்துக்குச் சற்றுத் தொலைவிலேயே பேச்சுக் குரல்கள் கேட்டன. அட, அம்மாவின் குரல். அப்படியானால், அந்தத் திருட்டு பீமன் பொய் சொல்லவில்லை. மற்ற குரல் யாருடையது? ஆச்சரியம் இன்னும் அதிகமாகப் பொங்கியது. ரங்கநாத சாஸ்திரியல்லவா? ஊரறிந்த தனிக்கட்டையாயிற்றே. அம்மாவுடன் இங்கே வந்து தனியாக ஏன் இருக்கிறார்?

குரல்களும் சொற்களும் தெளிவுறும் எட்டத்தில் வந்து நின்றுகொண்டாள் கங்கா பாய். சுவாசத்தைக் கட்டுப்படுத்தி மெலிதாக்கிக்கொண்டாள். தொடர்ந்து இதைச் செய்ய முடியாத வகையில், தனது பெயர் அவர்களுடைய உரையாடலில் அடிபடுவது காதில் விழுந்தது.

அப்படியா சொல்கிறீர்கள்?

அம்மா.

பின்னே?

சாஸ்திரி.

பெரியவரா சொன்னார்?

என்னைச் சந்தேகப்படுகிறாயா லக்ஷ்மீ? உன் சிறு பிராயத்திலிருந்தே என்னைப் பார்த்துவருகிறவள் அல்லவா நீ? பொய் சொல்லக்கூடியவனா நான்?

அது இல்லை ஸ்வாமி. உங்களைவிட யாரை நான் பெரிதாக நம்பிவிடப் போகிறேன்? என் கவலையெல்லாம், இதனால் ஆசிரமத்துக்கு அபவாதம் வந்துவிடாதா என்றுதான்.

சரியாகச் சொன்னாய் அம்மா. விவேகிகள் அப்படித் தான் யோசிப்பார்கள். என்னுடைய கவலையும் அது தான். பெரியவரின் அக்கறையும் அதுதான். அதற்காகத் தானே இந்த உபகாரத்தைக் கேட்கிறோம். ஆசிரமத்துக்கு அபவாதம் எதுவும் வருவதற்கு முன்னால் காப்பாற்றி விடலாமே என்றுதானே...

பிரம்மாண்டமான சக்கரம் ஒன்று நிசப்தமாக, ஆனால் முரட்டுத்தனமாகச் சுழல்கிற மாதிரியும் எப்போதோ நடந்த சம்பவங்கள் திரும்பத் திரும்ப நடப்பதைத் தவிர வேறு மார்க்கமேயில்லை என்றும் தோன்றியது லக்ஷ்மி பாய்க்கு. உச்ச ஆரத்தில் தொற்றிக்கொண்டிருந்த லக்ஷ்மி பாய் என்ற அபலை, சக்கரச் சுழற்சியில் கீழ்முனைக்கு விசையாய் இறங்குகிற மாதிரி வயிற்றுக்குள் பள்ளம் உருவாவதை உணர்ந்தாள். நெடிய பெருமூச்சு உடைப்பெடுத்து வெளியேறியது. நாசித் துவாரங்கள் பொசுங்கிவிட்டமாதிரி உஷ்ணம்.

பெரியவர்கள் முடிவெடுத்த பிறகு நான் சொல்வதற்கு என்ன இருக்கிறது ஸ்வாமி? ஆனாலும், ஆனாலும்...

கங்கா பாய்க்காகத் தான் யோசித்து வைத்திருந்த எதிர்காலமும், அதில் நிரம்பியிருந்த செல்வச் செழுமையும் கீர்த்தியும் சொக்கப்பனை போல குபுக்கெனப் பற்றி எரிந்து ஒரு நொடியில் அடங்கிக் கரிச் சாம்பலாக மீந்திருக்கும் காட்சி மின்னி மறைந்தது. கண்கள் துளிர்த்தன.[81]

சொல்லம்மா. எதுவானாலும் என்னிடம் நீ தயங்காமல்

---

81 அடக்கிக்கொள்ள முடியாமல் குறுக்கிட்டே விட்டேன்:

சுகவனம். ஸாரி, ஒரு சந்தேகம்.

சொல்லு.

இவ்வளவு நேரமும் கங்கா பாயின் பார்வையில் நடந்துவந்த அத்தியாயம் திடீரென்று தடம் மாறுகிற மாதிரித் தெரிகிறதே?

ஏன் அப்படிச் சொல்கிறாய்?

பின்னே? கங்கா பாயின் பார்வைக்குத் தெரியாத கோணத்தில், தொலைவில் இருக்கிற லக்ஷ்மி பாயின் கண்கள் துளிர்த்தது எப்படித் தெரிய வரும்? இதைவிட, லக்ஷ்மி பாயின் எண்ணங்களையும் உணர்வுகளையும்கூட விவரிக்கிறாய்.

இஸ்மாயில் குறுக்கிட்டான்:

இது செவ்வியலின் இயல்பான குணாம்சங்களில் ஒன்று கிருஷ்ணா. இந்த வகையான கதைமொழிதல் முறைக்கு omniscient narration என்று பெயர்...

தொடர்ந்து, authorial intervention, credibility of text என்று என்னென்னமோ சொல்லி அடுக்கிக்கொண்டு போனான். ‘எல்லாமே வாஸ்தவம்தான்’ என்கிற முகபாவத்தோடு அமைதியாக இருந்தான் சுகவனம்.

சொல்லலாம். உன் தகப்பன் வயது எனக்கு...

'அது யாரென்று தெரியாத பிழைதானே இப்படி உங்களிடம் பேசிக்கொண்டு நிற்கிறேன்?' என்று உள்ளுக்குள் குமுறினாள் லக்ஷ்மி பாய். தயங்கித் தயங்கி பதிலளித்தாள்:

திடீரென்று கேட்டுவிட்டீர்கள். எனக்குத் திகைப்பாக இருக்கிறது ஸ்வாமி.

நியாயம்தானம்மா.

எனக்கு இரண்டு நாள் தவணை கொடுப்பீர்களா, ஸ்வாமீ? குழந்தையிடம் ஒரு வார்த்தை கலந்துகொள்கிறேனே.

அதிருப்தியின் ரேகை மின்னல்போல ஓடி மறைந்தது சாஸ்திரியின் முகத்தில். இதமாகச் சொன்னார்:

தாராளமாக அம்மா. பைரப்பாவிடம்கூடக் கலந்துகொள். அவனும் உனக்கு மிகவும் வேண்டியவன்தானே!

இத்தனை நேரமும் தலைகுனிந்திருந்த லக்ஷ்மி பாய் சடாரென்று நிமிர்ந்தாள். சாஸ்திரியின் முகத்தில் கேலிக்குறி எதுவும் தெரிகிறதா என்று தேடினாள். அது வழக்கமான வறட்சிக்கு மீண்டிருந்தது. மௌனமாக நின்றார்கள். துக்ககரமாக அரற்றும் பறவையொலி விட்டுவிட்டுக் கேட்டது.

காற்றின் சலனமேயற்று இறுக்கமடைந்திருந்த சூழலை இளக்கும் விதமாக சாஸ்திரி சொன்னார்:

...ஏதோ, உனக்கு வாய்க்காத பாக்யம் உன் பெண்ணுக்காவது கிடைக்கிறதே என்று நான் ஆறுதல் பட்டேன் அம்மணி.

அம்மா விசிக்கும் ஒலி. தொடர்ந்து தெம்பாக ஒலித்தது சாஸ்திரியின் குரல். எந்த நாளில், எந்த இடத்தில், எந்த வேளையில் நடந்தேற வேண்டும், கங்கா பாயை எவ்விதம் தயார் செய்வது, ஒருவேளை சின்னப்பட்டம் மீண்டுவராத பட்சத்தில் இளம் தம்பதியை எந்த மாகாணத்தின் எந்த ஊரில் குடியமர்த்துவது, அவர்களுடைய அடையாளங்களை மாற்றுவது சம்பந்தமான ஏற்பாடுகள், ஆசிரமம் அவர்களுடைய எதிர்காலத்துக்குத் தர உத்தேசித்திருக்கிற மானியங்கள் கொடைகள் என்று தயக்கமில்லாமல் பேசிக்கொண்டே போனார்... தன் கடைசி வாக்கியமாக மீண்டும் சொன்னாள் அம்மா:

இரண்டு நாளில் சொல்கிறேனே, ஸ்வாமி.

உசிதம் போலச் செய்யம்மா.

மண் தரையில் முழந்தாளிட்டு, சாஸ்திரியை நமஸ்கரித்தாள்.

சர்வ பாக்ய ப்ராப்திரஸ்த்து...

சாஸ்திரியின் குரலில் குழைவு நீங்கி, பழைய உறுதி திரும்பியிருந்தது.

கங்கா பாய்க்கு மூச்சடைத்தது. கண்கள் இருட்டின. தானமாக ஆசிரமத்துக்கு வந்து சேர்ந்து, கோமடத்துக் கொட்டிலில் கட்டிக் கிடந்தபடி, திரும்பிப்போகும் முன்னாள் எஜமானனை ஏக்கத்துடன் பார்க்கும் பசுவின் நிலையில் தான் இருப்பதாக உணர்ந்தாள். கன்னத்தில் சரசரவெனக் கண்ணீர் இறங்கியது. நீர்த்திரை மறைத்துக் கலங்கிய காட்சிப்புலத்தில், தண்ணீரில் மிதக்கும் ஓவியம் மாதிரிப் பெரிய ஸ்வாமியின் முகம் எழுந்தது.

அவருடைய சம்மதத்தின் பேரில்தான் இதெல்லாம் நடக்கிறதாமே? சாஸ்திரியைச் சந்தேகப்படுவதற்கில்லை. பொய் சொல்ல வேண்டும் என்று நினைக்கக் கூடியவர்கூட அல்ல. தவிர, இந்த ஏற்பாட்டில் அவருக்கு என்ன லாபம்?... பெரிய ஸ்வாமியா இப்படி? அவரா இந்த யோசனை சொன்னார்? பீமனா, காறித் துப்பிவிட்டு நகர்வதற்கு? பெரிய ஸ்வாமியை நிமிர்ந்து பார்க்கவாவது முடியுமா?...

மனத்தின் ஆழத்தில் புதைந்துபோயிருந்த காட்சி ஒன்று மேற்பரப்புக்கு உயர்ந்து மீண்டும் தன்னை நிகழ்த்திக்கொண்டது. நின்ற இடத்திலேயே சட்டடியாக உட்கார்ந்து முழங்கால்களைக் கட்டிக்கொண்டாள் கங்கா. தன்னையே இறுக்கிக் கொன்று கொள்ள நினைப்பவள் மாதிரிக் கைகளை நெருக்கிக் கொண்டாள்...

எந்த நாள் என்று நினைவில்லை. ஏதோ மிக விசேஷமான நாள். குருபௌர்ணமியாகக் கூட இருக்கலாம். ஆசிரமத்தில் கட்டுக்கடங்காத கூட்டம். தற்காலிகமாக அமைந்த மர மேடையில் சம்மணமிட்டு அமர்ந்து பெரிய ஸ்வாமி அருள் பாலித்துக்கொண்டிருக்கிறார். மிக மிக நீண்ட வரிசையில் நிற்கிறார்கள் பக்தர்கள்.[82] *அரைகுறையாய்ப் போர்த்திய அங்க வஸ்திரங்கள். மயிரடர்ந்தும், மழுமழுவென்றும், மழித்துச் சில நாட்களே ஆன அரைமுள் ரோமங்களுடனும், பொற்சங்கிலி அணிந்தும், சிவப்புக்கயிற்றில் கோத்த ஒற்றை உருத்திராட்சம் அணிந்தும், செல்வச் செழிப்பினால் முலை பருத்துப் புடைத்தும், தோள் எலும்பு துருத்தித் தெரியவும் என பாதி தெரிந்து பாதி மறைந்த ஆண் மார்புகள்.*

ஆளுக்கொரு பிரம்புத் தாம்பாளத்தை ஏந்தியிருக்கிறார்கள். விதவிதமான பழங்கள், புஷ்பங்கள். கலவையான மணங்கள் நிரம்பி அந்த அரங்கமே வாசனைக்கூடமாகத் திகழ்கிறது. வாலில்

---

82 இந்தச் சம்பவத்தை ஏற்படுத்திக்கொடுத்தது, இஸ்மாயில் சொன்ன கதையில் வரும் நாராயணய்யங்கார் சம்பந்தப்பட்ட ஒரு காட்சிதான் என்று பிற்பாடு சொன்னான் சுகவனம்.

சேர்ந்துகொள்ளும் பக்தர், ஸ்வாமியிடம் வந்து சேர்வதற்குக் குறைந்தது மூன்று அல்லது நான்கு நாழிகை ஆகலாம். சலிப்பின்றி மௌனமாக நிற்கிறார்கள். சிலர் ஒலிபிரியாத உதடுகள் துடிக்க ஏதோ ஸ்தோத்திரங்களைப் பாராயணம் செய்கிறார்கள்.

கீழே, தரையில், ஹோமகுண்டம். சுமார் ஒரு டஜன் புரோகிதர்கள் சூழ்ந்து அமர்ந்து தீ வளர்க்கிறார்கள். வெளியில் கேட்கும் மேள ஒலியை விஞ்சி எழும் முயற்சியில் உரத்து ஒலிக்கிறது வேதகோஷம்.

கங்காபாய்க்கு வயது மூன்றோ நாலோ இருக்கலாம். அம்மாவுடன் வந்திருக்கிறாள். குதிரைவண்டியில் வரும்போது, வழி முழுக்க அம்மா திரும்பத் திரும்பச் சொல்லிக் கூட்டி வந்தாள். ஸ்வாமியிடம் அம்மா இவளை ஒப்படைத்துவிட்டுத் திரும்பிப் போகப் போகிறாள். வாரம் ஒரு தடவை வந்து பார்ப்பாள். ஸ்வாமியின் ஸ்தலத்தில் இருப்பதற்கு யாராவது மாட்டேன் என்பார்களா? அம்மா கிளம்பும்போது அழக்கூடாது. சிரித்த முகத்துடன் கை அசைத்தால்தான் அம்மா நிம்மதியாகத் திரும்பிப் போக முடியும்.

அம்மா சொன்னவையெல்லாம் நினைவிருக்கிறதேயொழிய, அன்றைய வயதில் அதுவெல்லாம் புரிந்ததா என்று இப்போது நினைவிலில்லை. புத்தம் புதிதாகப் பளபளக்கும் தோல்பெட்டி நிறையப் புத்தாடைகள், தோள்பை நிறையத் தின்பண்டங்கள், இன்னொரு பை நிறைய விளையாட்டு சாமான்கள் என்று வண்டிவண்டியாகப் பொருட்கள் கிடைத்ததில் மனம் முழுக்க உற்சாகம் பொங்கியது நினைவிருக்கிறது.

அம்மா கிளம்பும்போது உற்சாகமாய்க் கையாட்டிவிட்டு, பார்வையைவிட்டு வண்டி நீங்கிய மாத்திரத்தில் கதறத் தொடங்கியதும், காவல்காரப் பொன்னப்பா கொடுங்கையில் தூக்கிக்கொண்டு ஆற்று மீன்களை வேடிக்கை காட்டக் கூட்டிப் போனதும் மிக நன்றாக நினைவிருக்கிறது.

...வண்டியில் வரும்போது, அம்மாவைப் பிரிவது பற்றி அம்மாதான் பெரும் கவலையுடன் பேசிக்கொண்டே இருந்தாள். கங்கா பாய்க்கு அது தொடர்பாக அப்போது சங்கடம் எதுவும் இருந்த ஞாபகம் இல்லை. ஆசிரமத்துக்கு வருவதற்கு முன்னாலும், அன்றாடம் ஒன்று அல்லது இரண்டு நாழிகைகள் மட்டுமே அம்மாவுடன் இருக்கக் கிடைக்கும்.

இரவுகளில் ராமவ்வாவுடன்தான் படுத்துத் தூங்கவேண்டும். வெள்ளை வெளேரென்ற முடிகள் புல்தரையின் அடர்த்திக்கு மண்டியிருக்கும் மொட்டைத் தலையை நார்மடி முக்காடு

கொண்டு மறைத்து வைத்திருக்கும் ராமவ்வாதான் கங்கா பாயை வளர்த்தவள். மிகுந்த இடைவெளி விட்டு வெள்ளியில் கோக்கப்பட்ட பவளச் சங்கிலி அணிந்திருப்பாள். அதைப் பிடித்துக்கொண்டு, ராமவ்வாவின் புடவையில் எந்நேரமும் மண்டிய பிசுக்கு வாடையில் புதைந்துகொண்டால்தான் கங்கா பாய்க்குத் தூக்கம் வரும். கொழகொழவென்ற கிழட்டு ஸ்தனங்கள் பஞ்சுத் தலையணை மாதிரி மெத்தென்றிருக்கும்.

பின்னிரவிலோ, அதிகாலையிலோ அம்மா வந்து இறுக்கிக் கொள்கிற மாதிரி உணர்வு தட்டும். விடிந்து பார்த்தால், அம்மா குளித்து முடித்து நறுவிசாக ஆடை அணிந்து வீட்டுக்குள் நடமாடுவாள். வெயில் ஏறும் நேரத்துக்குப் படுத்துத் தூங்கப் போய்விடுவாள். சாயங்காலம் விழித்து மீண்டும் குளித்துச் சாப்பிடுவாள். அகிற்புகையில் தலையை உலர்த்த, ஒப்பனைக்கு என்று ஒரு மணிநேரம் ஆகும். வாசலில் காத்திருக்கும் கோச்சு வண்டியில் கிளம்பிப் போய்விடுவாள்...

ஒக்கலில் கங்காவைத் தூக்கிக்கொண்டு, அரங்கத்தின் மத்தியை நோக்கி லக்ஷ்மி பாய் வருவதைப் பெரியஸ்வாமி பார்த்துவிட்டார். முன்னால் வரும்படி கையசைத்தார். வரிசையில் நின்ற எல்லாரும் இவர்களைத் திரும்பிப் பார்த்தார்கள். வரிசைக்காரர்கள் வெளியேறும் திறப்பின் வழி அம்மா உள்ளே நுழைந்தாள்.

கங்கா பாயை மேடைமீது நிறுத்தச் சொன்னார் ஸ்வாமி. பெயர் கேட்டார். சொன்னாள். அம்மாவின் பெயர் கேட்டார். சொன்னாள். 'ஏதாவது சுலோகம் கற்றுக்கொடுத்திருக்கிறாயா?' என்று அம்மாவிடம் கேட்டார். அம்மா ஆமாமென்றாள். 'அம்மா சொல்லிக்கொடுக்கவில்லை, ராமவ்வாதான் சொல்லிக் கொடுத்தார்கள், அம்மா வீட்டில் இருக்கவே மாட்டாள்' என்று கங்கா பாய் சொன்னாள். இளம் தொந்தியும் முளைகட்டிய சிறு மார்புகளும் குலுங்கச் சிரித்தார் ஸ்வாமி. அம்மா தலை குனிந்துகொண்டாள்.

எங்கே, அந்த சுலோகத்தைச் சொல்லு பார்ப்போம்.

மாட்டேன்.

அம்மா பதறிப்போய் கங்கா பாயின் கையை இறுக்கிப் பிடித்தாள். விட்டுவிடும்படி சைகை செய்தார் ஸ்வாமி. சிரித்தார். கூட்டத்தின் புறமாக முகத்தைத் திருப்பிக்கொண்டாள் கங்கா.

ஸ்வாமிக்காக ஒருதடவை சொல்லக் கூடாதா குழந்தை?

மாட்டேன். ராமவ்வாவிடம்தான் சொல்வேன்.

சுலோகம் சொல்லு, சாத்துக்குடி தருகிறேன்.

காணிக்கை வந்து பிரம்புக் கூடையில் குவிந்திருந்த சாத்துக்குடிகள் இரண்டைக் கைக்கொன்றாக வைத்து நீட்டினார்.

வேண்டாம்.

பிடிவாதமாகத் தலையசைத்தாள் கங்கா. ஸ்வாமி தொடர்ந்து சிரித்தார். வரிசையில் நின்ற பக்தர்களும் சிரித்தார்கள்.

சரி, நீ சொல்ல வேண்டாம். இந்தா, வைத்துக்கொள்.

சாத்துக்குடிகளை மீண்டும் நீட்டினார்.

எனக்கு இந்தப் பழம் பிடிக்காது.

அட, வேறென்ன பிடிக்கும் உனக்கு?

மிகப்பெரிய தென்னங்குடலையில் நிரம்பியிருந்த திராட்சைக் கொத்துகளைச் சுட்டினாள் கங்கா. எட்டி ஒரு கொத்தைப் பிய்த்து எடுத்தார். அதற்குள்ளாகவே சுலோகம் தொடங்கிவிட்டது:

சரஸ்வதீ நமஸ்துப்யம் வரதே காமரூபிணீ
வித்யாரம்பம் கரிஷ்யாமி ஸித்திர்பவது மே சதா[83]

மழலை பிரியாத குரல் ஓய்ந்ததும் படபடபடவென்று கை கொட்டிச் சிரித்தார் ஸ்வாமி...

என்றும்போலவே இன்றும் தண்ணீரில் ஓவியங்கள் மிதக்கின்றன. வழக்கம்போலத் துலக்கமாக அல்ல — மிதக்கத் தொடங்கியதும் ஓவியத்தின் நிறங்கள் தேய்கின்றன. கறுப்பு நிறம் பிரதானமடைகிறது. சித்திரம் மெல்லமெல்லக் களையிழக்கிறது. உருவத்தின் தீர்க்கம் குலைகிறது. ஓடும் நீர் சரசரவென இழுத்துச் செல்கிற ஓவியத்தின்மீது கழிவுத் துணிபோன்ற ஒன்று வந்து படிகிறது. பழுப்புநிற ரத்தக் கறையுடன் இருக்கிற தீட்டுத்துணி.

கண் இமைக்காமல் பார்த்துக்கொண்டிருந்த கங்கா பாயின் மனம் முழுக்கக் கசப்பும், அருவருப்பும், அச்சமும் மண்டின.

83 தோராயமாகத் தமிழிலும் பெயர்த்துச் சொன்னான் சுகவனம்:

சகல வரங்களையும் அருள்பவளே, விரும்பியதையெல்லாம் வழங்குபவளே, தேவீ, சரஸ்வதீ, உனக்கு வந்தனம். கற்கத் தொடங்குகிறேன், நான் வேண்டுகிற அனைத்தும் ஈடேறுமாக.

5

ஆகாயம் நன்றாகத் திறந்து கிடந்தது. கண்களை இடுக்கிப் பார்த்த பொன்னப்பாவின் பார்வையில், ஏராளமாகச் சிதறிப் பரவியிருந்த நட்சத்திரங்கள் நிரம்பின. அவற்றைப் பார்க்கும் போதெல்லாம் வைரவியாபாரியின் ஞாபகம் வந்துவிடும் அவருக்கு. புத்த கயாவுக்கு அருகில் உள்ள சிறுநகரில், அந்த வியாபாரியின் வீட்டில்தான் இவர் வேலைக்கு இருந்தார். அப்போது இருபத்திச் சொச்சம் வயது.

காஞ்சிபுரத்தில் பிறந்து வளர்ந்தவர் பொன்னப்பா. அந்த நாட்களில் பொன்னுச்சாமி என்று பெயர். இளம் வயதிலேயே தாய் தகப்பனைப் பறிகொடுத்து ஊரார் தயவில் வளர்ந்த பிள்ளை. காமாட்சியைத் தரிசிக்க வந்த வடக்கத்தி யாத்திரைக் கூட்டத்தாரோடு ஒட்டிக்கொண்டு கிளம்பியபோது, பனிரண்டு வயது. 'ஏன் போகிறாய்' என்று கேட்கக்கூட நாதியில்லை.

நதியின் போக்கில் செல்லும் சருகு மாதிரி எங்கெங்கோ இழுபட்டு, வைர வியாபாரியின் வீட்டில் வேலைக்கு அமர்ந்தான் பொன்னுச்சாமி. வந்து சேர்ந்த மாத்திரத்தில், இவனுக்கு 'சானு' என்று பெயர் சூட்டி அழைக்கத் தொடங்கினார்கள். வராந்தாவில் அமரவைத்து சாப்பாடு போடுவார்கள். பெரும்பாலும், மசித்த பாசிப் பருப்பும், மாட்டுத் தோல் மாதிரிக் கனத்த கோதுமை ரொட்டியும்தான்.

கடினமான வேலையொன்றும் கிடையாது. பகல் முழுக்க, முதலாளிக்குப் பாதுகாவலனாக இருக்க

வேண்டும். இரவில், வீட்டுத் திண்ணையில் காவலுக்குப் படுக்க வேண்டும். அவ்வளவுதான். நெற்றி உயர மூங்கில் கழியும், இடுப்பில் பிச்சுவாவும் வைத்துக்கொண்டு எந்நேரமும் விறைப்பாகத் திரிந்த அந்த சானுவை இப்போது நினைத்தாவது பார்க்க முடியுமா?

அப்போதிருந்த கொண்டை எங்கே, தோள் நிரம்பிய தினவு எங்கே, வாய் நிரம்பிய பற்கள் எங்கே, நடுங்காத முன்னங்கைகள் எங்கே, உறுமலான குரல் எங்கே?

எங்கெங்கோ எப்படியெப்படியோ கடந்து வந்த காலங்களில் அவையெல்லாம் ஒவ்வொன்றாக உதிர்ந்துவிட்டன போல. இப்போது இருப்பது நாடி தளர்ந்த அந்நிய உருவம். கண்ணாடியில் முகம் பார்க்கும்போதும், ஆசிரம வளாக வாசலுக்கு வரும் புதியவர்களை நிறுத்தி யாரென்று விசாரிக்கிற போதும், ஞாபகத்தில் பழைய நாட்கள் படரும்போதும், 'எது பொன்னுச்சாமி' என்று குழப்பமாகும்.

மனத்துக்குத்தான் அந்தக் குழப்பம். உடம்புக்கு அல்ல. நடுங்கும் கைகள் சதா ஞாபகப்படுத்திக்கொண்டேதானே இருக்கின்றன, இப்போது இருப்பது பொன்னப்பாதான் — பொன்னுச்சாமி அல்ல என்று.

அந்தச் சண்டாளி மட்டும் யோக்கியமாக இருந்திருந்தால், இப்படியோர் அல்லாட்டத்துக்கு ஆளாகியிருக்கவே வேண்டாம். முதலாளியின் மூன்றாவது மனைவி அவள். பொன்னுச்சாமியின் வாழ்வில் நேர்ந்த முதலும் கடைசியுமான ஒரே பெண் வாசனை.

முதலாளியின் முதல் இரண்டு மனைவிகளில் முதலாமவள் வருஷக்கணக்காகக் காத்திருந்த பிறகு கருவுற்றாள். பிரசவத்தின் போதுவயிற்றுக்குள் இறந்துவிட்ட குழந்தையைப் பின்தொடர்ந்து தானும் போய்ச் சேர்ந்தாள். இரண்டாமவள் ருதுவே ஆகாதவள். விஷயத்தை மறைத்து முதலாளிக்குக் கட்டிவைத்துவிட்டார்கள். புருஷனிடம் உண்மையைத் தெரிவித்துவிட்டு, அவர் ஆசையாய் அணிவித்த தொங்கட்டானில் இருந்த வைரத்தையே பொடி செய்து சாப்பிட்டுச் செத்தாள்... அதன் பிறகு பல வருஷங்கள் வைராக்கியமாக இருந்த முதலாளிக்கு ஐம்பதாவது வயதில் சபலம் மீறிவிட்டது.

சுமித்ராவைக் கல்யாணம் செய்துகொண்டபோது அவளுக்கு இருபது வயது. பொன்னுச்சாமி பணியமர்வதற்கு மிகச் சரியாக இரண்டு வருடங்களுக்கு முன்பு நடந்த விபத்துதான் அந்தக் கல்யாணம் என்று நெருக்கமாய் இருக்கும் சந்தர்ப்பங்களில் பொன்னுச்சாமியின் காதருகில் சொல்லிச் சொல்லிப் புலம்புவாள்.

முதலாளிக்குப் பொன்னுச்சாமி மீது அபாரமான நம்பிக்கை. சுமித்ரா மீதும்தான். அவர் முன்னிலையில் இருவரும் நிமிர்ந்து பார்த்துப் பேசிக்கொள்ளக்கூட மாட்டார்கள். மிதமிஞ்சிய சாப்பாடும் செல்வமும் உடலுழைப்பற்ற வாழ்முறையும் முதலாளியின் வயிறு முழுக்க நிரம்பி அவரை நித்தியகர்ப்பிணி போல ஆக்கியிருந்தன. இரவில் போதுமான தூக்கம் பிடிப்பதில்லை, விழித்திருந்தால் சுமித்ராவின் தொந்தரவு (இதையெல்லாம் சுமித்ராதான் சொன்னாள்) என்று பிரச்சினைகள் அதிகமானபோது, உள்ளூர் வைத்தியர் பரிந்துரைப்படி அபின் சாப்பிட ஆரம்பித்தார் முதலாளி.

இயற்கை ஏற்பாடு செய்த பிரகாரம், பொன்னுச்சாமியும் சுமித்ராவும் நெருங்குவது தவிர்க்க இயலாததானது. புருஷன் காரர் மயங்கிய பிறகு நள்ளிரவில்தான் சந்திக்க நேரும்: குதிரை லாயத்தில் சிற்றெறும்பும் கொசுவும் குதிரைலத்தி மணமும் மண்டிய வைக்கோல் மஞ்சத்தில்தான் இணைய வேண்டிவரும்; முன்பே தீர்மானமாகிவிடும் நாட்களில் முதலாளி உறங்கிய பின் சுமித்ராவுக்குப் பாதுகாவலாய் நியமிக்கப்பட்ட கிழவிக்கும் வண்டிக்காரன் பினோதுக்கும்கூட பாலில் கொஞ்சமாக அபின் கலந்து கொடுத்தாக வேண்டும்; கொலுசு சப்திக்காமல் பம்மிப்பம்மி நடந்துவர வேண்டும்; ஓசையெழாமல் பிணைய வேண்டிய நிர்ப்பந்தம் என்றெல்லாம் ஏகப்பட்ட வரையறைகளும் கட்டுப்பாடுகளும் இருந்தாலும், இவை அத்தனையையும் நிர்வகிக்கும் பொறுப்பை சுமித்ரா ஒருத்தியாகவே ஏற்றிருந்தாள்.

படுக்கையறைக்குப் பொன்னுச்சாமியை ஒருபோதும் வரவழைக்க மாட்டாள் — அந்த அறைக்குள் கிழவனின் நிழல் நிரம்பியிருக்கிறது என்றும், அதன் முடைநாற்றத்தில் தான் பெண் என்பதே மறந்துபோய்விடுகிறது என்றும் கோபமாகச் சொல்வாள்.

கொடி மாதிரி உடம்பு அவளுக்கு. குடம் மாதிரி இடுப்பு. குமிழ் மாதிரி முலைகள். பொன் முலாம் பூசிய மாதிரி சருமம். வீழும் அருவி மாதிரி வேகம். ஒரு பவுர்ணமி இரவில் பார்க்கக் கிடைத்த முழு உடம்பின் சித்திரம் பொன்னுச்சாமிக்குள் இன்றுவரை மங்காமல் பதிந்திருக்கிறது. வைக்கோலில் விரித்த கரும்பச்சை ஜமுக்காளத்தில், விரையும் பாம்புபோல நெளிந்த மருவற்ற வெண்ணிற உடம்பின் தகதகப்பு வேளைகெட்ட வேளைகளில் நினைவில் மேலெழும்பிச் சீண்டும். கிழவர் பொன்னுச்சாமி கிளுகிளுப்பு தாளாமல் மலர்ந்து சிரித்து விடுவார். எதிரில் நிற்பவர்களுக்குப் புரியாது, கிழவருக்கு சித்த சுவாதீனம் தவற ஆரம்பித்துவிட்டது என்று நினைத்துக் கொள்வார்களோ என்னவோ.

...விதிவசமாக, அன்று பொன்னுச்சாமி வீட்டில் தங்க வேண்டியதாகிவிட்டது. சமையல் கிழவி சொந்த ஊருக்குப் போயிருந்தாள். சுமித்ரா சமையலறைக்குள் புகுந்தவள், நல்ல பாம்பைப் பார்த்துவிட்டதாகக் கூவிக்கொண்டு வெளியே ஓடிவந்தாள். மிக முக்கியமான வியாபார ஜோலியாய் வெளியூர் கிளம்பிக்கொண்டிருந்தார் முதலாளி. குதிரை வண்டியில் நாலு மணிநேரப் பிரயாணம். இருட்டுவதற்குள் திரும்பிவிடலாம். ஒரேயொரு அலறலில் எல்லாத் திட்டமும் கலகலத்துவிட்டது.

சமையலறையில் அடுக்கியிருந்த விறகுகளை ஒட்டுமொத்தமும் நகர்த்திப் பார்த்தார்கள். நீர் நிரப்பியும் நிரப்பாமலும் இருந்த அண்டா குண்டாக்களைக் கொல்லைப்புறத்துக்கு இடம் பெயர்த்தார்கள். ம்ஹூம். தடயமேயில்லை. பிடாரன் யாரையாவது தேடிக் கூட்டிவரச் சொல்லிப் பொன்னுச்சாமியை அனுப்பலாம் என்றால் சுமித்ரா தனியாக இருக்கப் பயப்படுகிறாள். பொழுதானால் ஏறிக்கொண்டே போகிறது.

பொன்னுச்சாமிக்கு வண்டியோட்டத் தெரியாது. வீட்டுக் குதிரையும், பினோதைத் தவிர, யாருக்கும் கட்டுப்படாது. வேறு வழியே இல்லை. பொன்னுச்சாமியைக் காவலுக்கு இருத்திவிட்டு முதலாளி கிளம்பினார். அவர் முகம் லேசாக இருண்டிருந்ததோ என்று பொன்னுச்சாமிக்கு சந்தேகம்.

சுமித்ராவுக்கு இதுபோன்ற கவலைகள் எதுவுமே கிடையாது. குதிரைவண்டியின் சலங்கைச் சத்தம் அடங்குவதற்கு முன்பாகவே பொன்னுச்சாமியின் கழுத்தைக் கட்டிக்கொண்டு தொங்கினாள், ராட்சஸி. காதோரம் கிசுகிசுத்தாள்:

> நான் பாம்பைப் பார்க்கவில்லை சானு. பார்க்க வேண்டுமென்று ஆசைப்பட்டேன்!
>
> வேண்டாம் தாயே. இது வேண்டாத வேலை. யாராவது வந்துவிட்டால் வம்பு.

என்று வாய் சொன்னாலும், பொன்னுச்சாமியின் உடம்பில் தன்னிச்சையாய் விறைப்பேறியது. கைகள் ஆராய்ச்சியில் ஈடுபட்டன.

வரட்டுமே, தலையையா எடுத்துவிடுவார்கள்.

என்று கூறிக்கொண்டே விபரீதமான இடங்களில் கையைப் பதித்தாள் சுமித்ரா.

பொன்னுச்சாமிக்குள் நடுக்கம் ஊறியது. பட்டப்பகலில், முதலாளியின் வீட்டுக்குள், வெற்றுத்தரையில், யாரும் வந்து விட்டால் எழுந்து ஓடக்கூட அவகாசமில்லாத முற்றத் திறப்பில்...

இவன் மனம் அடுக்கிக்கொண்டே போக, அந்தப் பாதகி ஆவேசமாகச் செயல்பட்டாள். விறுவிறுவெனத் தன்னை உரித்துக் கொண்டு பொன்னுச்சாமியையும் உரிக்கத் தொடங்கினாள். ‘சானு... மேரா சானு...’ என்று அடிக்குரலில் அவள் சீறியதைக் கேட்டபோது, பொன்னுச்சாமிக்கு முதல்தடவையாக அச்சம் தட்டியது.

பயந்தது நடந்தேவிட்டது. வெறி மிகுதியில் வாசல் கதவைத் தாழிட மறந்துவிட்டிருக்கிறாள் பாவி. உடம்புகள் இரண்டும் தன்னிலை மறந்து பிணைவதை எவ்வளவு நேரம் பார்த்துக் கொண்டிருந்தாரோ. பிரியும்வரை காத்திருந்துவிட்டு, செருமினார் முதலாளி. எதிர்பார்த்தே வந்திருப்பார் போல.

அரைகுறையாக வேஷ்டியை இடுப்பில் சுற்றிக்கொண்டு நின்ற பொன்னுச்சாமியின் உடம்பு உதறத் தொடங்கியது. உள்ளூர்ப் பஞ்சாயத்தில் கொண்டு நிறுத்தினார் என்றால், நிஜமாகவே தலையை எடுத்துவிடுவார்கள். சண்டாளி சுமித்ரா சாவகாசமாக எழுந்து உடையை அணிந்துகொண்டாள்.

> சுமித்ரா, எனக்குக் கொஞ்சம் மோர் வேண்டுமே.

என்று அவளிடம் சாதாரணமாகக் கேட்டுவிட்டு,

> சகுனம் சரிப்படவில்லை சானு. அதுதான் திரும்பிவிட்டேன். அந்த அரக்கு நிறப் பேரேட்டை எடுத்து வா.

என்று நிதானமாகப் பேசிக்கொண்டே, வாசல் திண்ணையில் வழக்கமாக உட்கார்ந்து கணக்குப் பார்க்கும் இடத்துக்குப் போனார்.

இனம் புரியாத கனவின் மத்தியில் கையாலாகாமல் நிற்கிற மாதிரி உணர்ந்தான் பொன்னுச்சாமி. காலடியில் தரை இளகிவிட்டது. நடந்தால் பாதம் துவள்கிறது. கணக்குப் புத்தகங்கள் உள்ள அலமாரி வெகுதூரத்தில் ஏதோ அந்நிய தேசத்தில் இருக்கிறது. அரக்கும் பழுப்பும் நீலமும் பச்சையும் ஒரே நிறமாய்த் தெரிகின்றன — கறுப்பாய். பட்டப்பகலில் கவிந்து விட்ட நள்ளிரவில் பிறவி அந்தகன் மாதிரிச் சுவர் தடவி நடக்கவேண்டியதானது.

அன்றைய பகல் முழுவதும் வழக்கம்போலவே கழிந்தது. சுமித்ராவின் நடமாட்டக் கொலுசொலி அதே துள்ளலோடு வீடு முழுக்க ஒலித்தது. நெற்றிச் சுருக்கங்களின் நெளிவு மாறாத கூர்மையுடன், குனிந்த தலை நிமிராமல் கணக்குப் பார்த்துக் கொண்டே இருந்தார் முதலாளி. எதிர்பாராமல் கிடைத்த ஓய்வை, ஆனந்தமாய் உருண்டு களிக்கும் குதிரையின் உடம்பில் உண்ணி

பொறுக்கியவாறு, புகையிலை மென்று அனுபவித்தான் பினோத். என்றும்போலவே, வராந்தாவில் அமர்த்தி பொன்னுச்சாமிக்கு உணவு விளம்பினாள் சுமித்ரா. ரொட்டியும் பருப்பும் அவ்வளவு கசப்பாக, அதற்கு முன்னும் பின்னும் எப்போதுமே, இருந்ததில்லை.

தாட்சண்ணியமே இல்லாமல் வெளிச்சம் விலகிப் போனது. இடைவெளியே இல்லாமல் நமட்டிக்கொண்டிருந்த பொழுது பேய்க்கூட்டம் போன்ற இருளால் நிரம்பியது. திண்ணையில் படுக்கை விரித்துப் படுத்த பொன்னுச்சாமிக்கு இனி இந்த இடத்தில் உறங்க முடியாது என்று பட்டது. இந்த வீட்டில், இந்த ஊரில், இந்த மாகாணத்தில் . . . எங்குமே. 'ஒரே இரவில் பத்து இருபது மைல் ஓடிக் கடந்துவிட்டால்?' என்று ஓர் எண்ணம் தலைதூக்கியது. சிறுகச் சிறுக அது வலுப்பட்டு, கண்காணாத ஊரில் நிம்மதியாகப் படுத்திருக்கும் நற்கனவுக்குள் பொன்னுச்சாமி இறங்கியபோது யாரோ தட்டி உலுக்கினார்கள்... சுமித்ரா.

கைகூப்பினான் பொன்னுச்சாமி. ரகசியமான குரலில் இறைஞ்சினான். வழக்கம்போல அல்லாமல் தமிழில் ஏன் கெஞ்சினான் என்பது பின் எப்போதுமே விளங்காத புதிராக நிரந்தரமாகத் தங்கிவிட்டது.

> விட்டுரு தாயி. ஏதோ நல்லகாலம், இந்தமட்டோடெ போயிருச்சுன்னு விட்டுருவோம். அந்த மனுசன் ரெண்டு பேத்தையும் போட்டுச் சாச்சிருவான்.

உணர்வின் செய்திக்கு பாஷை வேண்டியதில்லைபோல. அவள் வாய்திறந்தாள்.

> உன் முதலாளிதான் கூட்டிவரச் சொல்கிறார் சானு.

வீட்டுக்குள் திரும்பி, படுக்கையறையைப் பார்த்துப் போனாள். சாவி கொடுத்த பொம்மை மாதிரிப் பின்தொடர்ந்தான். அரியணைபோல உயர முதுகுகொண்ட நாற்காலியில் வீற்றிருந்தார் முதலாளி. கால்மேல் கால்போட்டு அரச தோரணையில் இருந்தார்.

பிறகு நடந்த நிகழ்ச்சிகளை வாழ்நாளில் ஒருமுறைகூட நினைவுகூரக்கூடாது என்பதுதான் பொன்னுச்சாமியின் ஆசை. ஆனால், அந்தச் சனியன் பிடித்த இரவு, ஒவ்வொரு நாளும், உறக்கம் வந்து அமுக்கும்வரை, மனத்தில் நிழலாடி நிழலாடி சாகடிக்கும். விடிந்த மாத்திரத்தில் விட்ட இடத்திலிருந்து தொடங்கும். அதிலிருந்து தப்பிப்பதையே முழுநேர வேலையாய் பகல் முழுவதும், ஆயுள் முழுவதும் பார்த்து வந்திருக்கிறார் பொன்னுச்சாமி.

மண்வெட்டியால் ஏக்கர் கணக்கில் கொத்துவார். ஆற்றிலிருந்து குடம் குடமாக நீர் சேந்திவந்து மடைப்பள்ளியில் கொட்டுவார். காட்டுக்குள் சென்று மணங்குமணங்காக விறகு தரித்துவருவார். கோவில் வளாகத்தையும் ஆசிரம வளாகத்தையும் ஒற்றை ஆளாய் நின்று பெருக்கிக் கழுவி விடுவார். விசேஷ நாட்களில் ஆயிரக்கணக்கானவர்களுக்கு அன்னதானம் நடக்கும்; நூற்றுக்கணக்கான தேங்காய் மூடிகளை நின்றவாக்கில் துருவிப்போடுவார். உடம்பு துவண்டு உறக்கம் தொற்றும்வரை வளாகங்கள் இரண்டையும் கால் கெஞ்சக்கெஞ்சச் சுற்றி வந்து காவல் புரிவார்.

இத்தனையும் செய்தாலும், வருஷக்கணக்காகத் தொடரும் துன்பத்தை நிறுத்த முடிந்ததில்லை. முற்பகலில் மடைப்பள்ளியைத் தாண்டும்போது, உயிர் சுருளும். நைவேத்தியத்துக்காக வெல்லம் காய்ச்சுவார்கள். அந்த மணம் உயிரைக் கவ்வி இழுக்கும் — முத்தமிட நெருங்கும் சுமித்ராவின் திறந்த வாயில் எந்நேரமும் இருக்கும் தித்திப்பு வாசனை அல்லவா அது?

ஆக, மனத்தில் படிந்த கறை மாதிரி அந்தக் காட்சி லேசில் விலக மறுத்து இன்றுவரை தொந்தரவு செய்கிறது. வேறு பெண்களின் வாசனை பட்டாலே நாசி சுளித்துக்கொள்கிறது.

...அந்த விதிவச இரவில், முதலாளி வலது கையில் அபினை உருட்டிக்கொண்டே கட்டளைகள் இட்டான். சுமித்ரா பணிந்த அளவு இயல்பாக பொன்னுச்சாமியால் இசைய முடியவில்லை என்றாலும் இவனுக்கு வேறு வழியில்லை. ஊர்ப் பஞ்சாயத்தில் நின்று மானத்தையும் உயிரையும் இழப்பதைவிட, ஒரேயொரு ஆண்பிள்ளை முன்னால் அம்மணமாய் நிற்பது எவ்வளவோ தேவலை என்றுதான் தோன்றியது.

ஆனால், அந்தப் பழிகாரன் அடுத்துச் சொன்னதைக் கேட்டதும் பகீரென்றது. அபினை ருசித்துக்கொண்டே சாவகாசமாகச் சொன்னான் — மத்தியானம் அவனுக்குத் தெரியாமல் செய்து முடித்ததை, இப்போது அவன் முன்னிலையில் செய்து காட்ட வேண்டுமாம்.

பழிவாங்கும் உணர்வுடன் படுவேகமாக இசைந்தாள் சுமித்ரா. பொன்னுச்சாமிக்கு அங்கமெல்லாம் கூசியது. தொடையிடுக்கைச் சொறிந்துகொண்டே வேடிக்கை பார்த்தான் முதலாளி. காட்சியின் மயக்கமோ அபின் தந்த கிறக்கமோ, கண்கள் மெல்லமெல்லச் செருகின...

நள்ளிரவில் ஓடத் தொடங்கினான் பொன்னுச்சாமி. அன்று தொடங்கி முப்பத்தைந்து நாட்கள். இரவுகள்தோறும் ஓடுவான். பகல் முழுக்க எங்காவது ஒளிந்து உறங்குவான்.

சாப்பாடு இரவில்தான். கிடைத்ததை விழுங்கிவைப்பான். எதுவும் கிடைப்பது அபூர்வமாய் இருந்தது. பட்டினியாக ஓடுவது, சிரமத்தைப் பலமடங்கு அதிகப்படுத்தியது.

வடக்கே பெரும் பஞ்சம் தொற்றி ஜனங்கள் சாப்பாட்டுக்கு அலைக்கழிந்த காலகட்டம். பிராணிகளின் பாடு இன்னும் மோசம். அக்கம்பக்கத்தை துருவிப் பார்க்கும் அளவு அவகாசமில்லாதபடி பசி மூடியிருந்தது ஊர்களை. என்றாலும், நடந்து போவதற்கோ, பகலில் ஓடுவதற்கோ தைரியமில்லை பொன்னுச்சாமிக்கு. யாரோ பார்த்துக்கொண்டிருக்கிறார்கள் என்று சதா புழுங்கியது உள்ளுணர்வு. நிம்மதியாகச் சாப்பாட்டுக்கு இருந்த வழியை அடைத்துவிட்டு, துரத்தப்படும் நாய் மாதிரி ஓட வைத்த தன் கொழுப்பை எண்ணி எண்ணி நொந்துகொள்வான். ஒன்றுக்குப் போக வேஷ்டியை விலக்கும்போதெல்லாம் துக்கமும் அவமானமும் ஏக்கமும் பொங்கும்.

ஏதோவொரு நெடுஞ்சாலையில், நட்டநடு ராத்திரியில், கள்வன் போலவும் பிசாசு போலவும் சாலையின் பக்கங்களில் புறம்போக்காக விரிந்து இருட்டு படர்ந்திருக்கும் கட்டாந்தரையின் காவலன் போலவும் கனகாரியமாக எங்கோ பொழிவதற்கு ஓடும் மேகம் போலவும் நிற்க இடமின்றி ஆகாயம் நெடுக அலையும் நிலா போலவும் உயிர் பயத்தில் சாலையின் குறுக்காக நெளிந்தோடி மறையும் பாம்புபோலவும்... இலக்கறியாமல் ஓடி ஓடி நாட்களையும் வாரங்களையும் மைல்களையும் கடந்த பிறகு, 'போதும், இனி நடக்கலாம்' என்று தைரியப்பட்டது.

ஆசிரமத்தில் அன்று ஏதோ விசேஷம். எறும்புச்சாரி மாதிரி மனிதர்கள் மலையேறிக்கொண்டும் இறங்கிக்கொண்டும் இருந்தார்கள். அடையாளம் இல்லாத இன்னொரு கண்ணியாகச் சேர்ந்துகொண்டான் பொன்னுச்சாமி.

ஊரெல்லாம் பஞ்சம் வந்து செத்துக்கொண்டிருக்கும் போது, அதன் அறிகுறியே இல்லாமல் நெய்யும் தயிருமாய் உணவுச் செழிப்புடன் இருக்கும்[84] ஆசிரம வளாகத்தைப் பார்த்த மாத்திரத்தில் பிடித்துவிட்டது இவனுக்கு.

தற்போதைய பட்டத்தின் குரு அப்போது சின்னப்பட்டமாக

84 'இது எப்படி சாத்தியம்' என்று பின்னர் நான் கேட்டபோது, 'இது புனைகதை' என்று நினைவூட்டினான் சுகவனம். புனைகதை எந்த அளவு நடைமுறையை ஒட்டி அமையவேண்டும், 'மாய யதார்த்தமாக்கும்' என்று கோரும் பட்சத்தில் எந்த அளவு நடைமுறையை விட்டு விலகலாம், என்ன காரணம் பற்றி விலகலாம் என்கிற மாதிரி ஒரு விவாதம் தொடர்ந்தது – 'இன்றைய கதை அவ்வளவுதான்' என்று சுகவனம் முடித்துக்கொண்ட பிறகு.

இருந்தார். பெரிய பட்டத்தின் முன் சாஷ்டாங்கமாக விழுந்து, தன் விண்ணப்பத்தைச் சொன்னான் பொன்னுச்சாமி. ஆசிரமத்திலேயே இருந்துகொள்ள குரு அனுக்கிரகித்தார். வளாகத்தின் காற்றில்கூட பிரம்மச்சரியம் நிரம்பியிருந்த நாட்கள் அவை. தரிசனத்துக்கு மட்டுமே பெண்கள் வரலாம், அந்தி மயங்கிய பிறகு மலைமீது அவர்கள் தங்கக்கூடாது என்றெல்லாம் கறாரான நியதிகள் நிலவிய நாட்கள்.

விசேஷ நாட்களில் கலை நிகழ்ச்சி நடத்துவதற்காகவும் வேடிக்கை பார்ப்பதற்காகவும் கீழே அரண்மனையிலிருந்து வந்து சேரும் தாஸிகளும் அரசகுலப் பெண்களும் போக, அவையை நிரப்பப் பொதுஜனங்களும் வருவார்கள். நிகழ்ச்சிகள் முடியும்போது ராத்திரி முற்றியிருக்கும். எந்த அகாலத்திலும் அவர்கள் மலையிறங்கித்தான் ஆகவேண்டும். குன்றின் இடுப்பில் பெண் யாத்ரீகர்களுக்கென்றே கட்டப்பட்ட மண்டபத்தில் படுத்துக் கிடந்துவிட்டு, விடிந்ததும் கீழிறங்குவார்கள்.

அந்த நாட்களில் மலையில் சிறுத்தைகளும் புலிகளும் கரடிகளும் இருந்தன. இரவில் இறங்கும் கூட்டம் ஏகப்பட்ட தீப்பந்தங்களைப் பிடித்துக்கொண்டு முரசுகளையும் சேகண்டிகளையும் ஒலித்துக்கொண்டு இறங்கும். பகலில்கூட ஜனங்கள் கூட்டமாகத்தான் வந்து செல்வார்கள். அடிவாரத்தில் மலையேறக் காத்திருப்பவர்களின் எண்ணிக்கை அறுபது எழுபது என்று ஆனபிறகுதான் மலைப் பாதையின் இரும்புக்கதவைத் திறந்துவிடுவார்கள் காவலுக்கு நிற்கும் அரண்மனைச் சேவகர்கள்.

ஆசிரமத்தில் முதன்முதலாகத் தங்க வந்த பெண்ஜென்மம் இந்த பீமன் பயலின் தாயார். அதன் பிறகு கங்காவைக் கொண்டு வந்து ஒப்படைத்தாள் லக்ஷ்மி பாய். அவளை வளர்க்கவென்று அஜ்ஜிக் கிழவியும் வந்து சேர்ந்தாள்...

ஆயிற்று, பொன்னுச்சாமி இங்கே வந்து சேர்ந்து மிகச் சரியாக அறுபது வருடம் ஓடிவிட்டது. போன தாது வருஷம் வந்தார். அடுத்த தாது வருஷம் பிறந்து நாலு மாசம் ஆகிறது. நிலா வெளிச்சத்தில் பார்ப்பதற்கே கண்ணுக்கு மேல் கை மறைப்பு வேண்டியிருக்கிறது. உயர்த்தும்போது நடுங்குகிறது கை. நாடி தளர்ந்துவிட்டது. தோல் சுருங்கிவிட்டது. நகங்கள் வளரும் வேகம் குறைந்துவிட்டது. தலையில் உள்ள முடிகளை ஒவ்வொன்றாகப் பிரித்து எண்ணிவிடலாம். அத்தனையும் வெள்ளை முடிகள்.

எல்லாம் பழசாகி வயதாகி ஓய்ந்தும் மறந்தும் போன பிறகும், அந்த ஒரு ராத்திரி மட்டும் புதுக்கருக்கு அழியாமல் இருக்கிறது. புருஷன் கண்ணெதிரே அவன் சம்சாரத்தைப் பெண்டாள நேரிட்ட ராத்திரி.

இந்த இரண்டு வருடமாக வேறு ஒரு தொந்தரவு வந்து சேர்ந்திருக்கிறது. இந்தக் குழந்தை கங்கா திடீரென்று ஒருநாள் பெரிய மனுஷி ஆனாளா, முக பாவனைகளும் உடல் வாகும் சிறுகச் சிறுக மாறிவருகின்றன. அடிக்கடி கண்கொட்டுவதும், எள்ளுமுனை மாதிரி இருக்கும் நாசியைச் சுளித்து இல்லாத சளியை உறிஞ்சுவதும் மட்டுமில்லாமல், பறவைப் பாதம்போல அடிவைத்து நடக்கும்போதும், அம்பாள் சந்நிதியில் கண்மூடி நிற்கும்போதும், மின்னல் கணக்காய் இங்குமங்கும் திரியும் போதும், அச்சு அசல் சுமித்ரா மாதிரியே இருக்கிறாள்.

தனியாக அவளைப் பார்க்கும் சந்தர்ப்பங்களில் பொன்னப்பாவுக்குள் ஆழத்தில் எங்கோ புதைந்து மூர்ச்சையாகிக்கிடக்கும் பொன்னுச்சாமிக்குப் பிரக்ஞை தட்டி விடுகிறது. ஆவேசமாய் எழுந்து வருகிறான். நெஞ்சை அடைத்து நிரம்புகிறான். கிழவருக்கு மூச்சுத் திணற ஆரம்பித்துவிடுகிறது — நள்ளிரவில் ஓடிவந்தபோது இரைத்ததே, அதேவிதமாக. சுவாசம் தறிகெடுகிறது. தன்னிச்சையாய் உண்டாகும் விசித்திரக் கற்பனைகளின்மீது மனத்தின் இன்னொரு பகுதி குற்ற உணர்ச்சி கொள்கிறது. ‘மனிதப் பிறவியாடா நீ, உன் பேத்தி வயதல்லவா அந்தக் குழந்தைக்கு’ என்று புத்தி சொல்லித் துடிக்கிறது. மனத்தின் ஒரு பாதி உடம்புக்குச் சொந்தமானதாகவும், மறு பாதி உடம்பை மீறின நியாயத்துக்குச் சொந்தமானதாகவும் பிளந்து நிம்மதியைக் குலைக்கின்றன.

...இதோ, கங்கா நெருங்கி வருகிறாள். இனிமேலும் அவள் குழந்தை இல்லை. பாய்ந்து இவரை இறுக்கி அணைத்துக் கொண்டு நெற்றியிலும் மூடிய கண்களிலும் கன்னங்களிலும் காது மடல்களிலும் முறுக்கிழந்து தொங்கும் வெண்ணிற மீசையின் வேரிலும் மோவாய்க்கட்டையிலும் கூடுதட்டிய நெஞ்சிலும் ஓயாமல் முத்தமிடுகிறாள். எச்சிலின் ஈரத்தில் குளிர்கொண்டு நடுங்குகிறது கிழட்டு உடம்பு. உடைகளைக் களைவதற்கு முன்னால் பொன்னுச்சாமியின் கண்களை மூடிக்கொள்ளச் சொல்கிறாள்...

வெகுநேரம் கழித்து, பிரயாசைப்பட்டுக் கண்களைத் திறந்த கிழவரின் முன்னால் சுவர் மாதிரி ஒரு வெண்பரப்பு நின்றது. ‘ராத்திரியில் ஏது இவ்வளவு வெளிச்சம்?’ என்ற கேள்வியை முழுமைபெற விடாமல் அதன் பிரகாசம் கூடிக்கொண்டே போகிறது. வாணத்திலிருந்து பெய்வது மாதிரிப் பொறிகள் சொரிகின்றன. கண்களை மூடினாலும் பிரகாசம் மங்க மறுக்கிறது.

நெஞ்சில் யாரோ ஓங்கி ஓங்கி அறைகிறார்கள். ஒவ்வொரு அறைக்கும் மூச்சு நின்று மீள்கிறது. மீதமிருக்கும் பற்கள் எதிர்ப்புற

ஈறுகளில் அழுந்திக் கிட்டிக்கின்றன. உடனடியாக மலஜலம் கழிக்க வேண்டும் என்று உந்துகிறது. புதரை நோக்கி ஓடவோ, வேஷ்டியை உயர்த்தவோ அவகாசமில்லை. திறந்த நெஞ்சில் அறைகள் தொடர்ந்து வீழ்ந்துகொண்டிருக்க, பொன்னுச்சாமி உடம்பை விட்டு வெளியேறலானார்.[85]

---

85 'பொன்னப்பாவினுடையது கிளைக்கதைதானே, இது இவ்வளவு நீளமாய் இருப்பது சரிதானா' என்று வழக்கம்போல சந்தேகம் கேட்டேன். 'ஓரே கேள்வியைத் திரும்பத் திரும்பக் கேட்க நேர்கிறதே, உதிக்கும் கேள்வியை மறித்து நிறுத்தவும் திராணி இல்லாமல் போகிறதே' என்று குற்ற உணர்ச்சியில் நானாகக் குமைந்துகொண்டேனே தவிர, நண்பர்கள் என்னை ஏமாற்றவில்லை.

நடைமுறை பிசகாமல், மிக நீளமான விவாதத்தில் இறங்கினார்கள். இந்த முறை ஆச்சரியம் என்னவென்றால், ஒருவரையொருவர் மறுக்காமலே வெகு நேரம் பேசினார்கள். உலக இலக்கியத்தில் புனையப்பட்ட பல்வேறு நாவல்கள், அவற்றின் அத்தியாயங்களும் கதாபாத்திரங்களும் வனையப்பட்டிருக்கும் விதம் என்று அகலமாகப் பேசிக்கொண்டே போனார்கள். பாதிக்கும் மேற்பட்ட வார்த்தைகளும் வாக்கியங்களும் பொருள் எதையும் தராத வெற்றொலிகளாக என் தலைக்குமேல் கடந்து செல்வதை சும்மா பார்த்துக்கொண்டிருந்தேன். நினைவில் தங்கியவற்றை மட்டும் பதிவு செய்கிறேன். எதை யார் பேசினார் என்பது ஞாபகமில்லை.

1. அத்தியாயத்தின் நியாயமான நீளம் என்பது என்ன ?
2. அதை முடிவு செய்வது யார், எழுதுகிறவனா வாசிக்கிறவனா ?
3. ஓர் அத்தியாயம் அல்லது பாத்திரம் நிர்ணயமாகும் விதத்துக்கு conceptual reference போதுமா, contextual referenceஸும் வேண்டுமா ?
4. வெவ்வேறு வகைமைகளில், வெவ்வேறு கலாச்சாரங்கள், கால கட்டங்களில் எழுதப்படும் நாவல்கள் அனைத்துக்கும் பொதுவான விதிகளை நிர்ணயிக்க முடியுமா ?
5. அவ்வாறு விதிகள் நிர்ணயிக்கப்படும் பட்சத்தில், அவற்றை மீறுவது படைப்பாளியின் அடிப்படைக் கடமையும் உரிமையும் ஆகாதா ?
6. தனி மனித வாழ்க்கை என்பதுதான் என்ன, கணக்கற்ற குறுக்கீடுகள் கொண்ட ஒற்றைச் சம்பவம்தானே ? ஒரு குறுக்கீடு இந்த அளவுதான் இருக்கலாம் என்று யார் முடிவு செய்வது ? இந்தக் கிருஷ்ணனையே பார், நாற்பது வருஷத்துக்கு முன்னால் இறந்துபோன தகப்பனை இன்னமும் சுமந்துகொண்டே திரியவில்லையா ?

6

குதிரையை அவிழ்த்து வண்டிச் சக்கரத்தில் கட்டினான் வைரமணி. கொள்ளுப்பைக்குள் குதிரையின் முகத்தைச் செருகி, பையின் வாரை அதன் கழுத்தில் மாட்டிவிட்டான்.

சாய்பலகை மாதிரி நின்றிருந்த வண்டிக்குள் ஏறிப்படுத்தான். ஒரு கொள்கை முடிவாக, ஆசிரமத்துக்குள் நுழைவதில்லை வைரமணி. ஆரம்ப நாட்களில் லக்ஷ்மி பாய் சொன்னாளே என்று கோவில் வாசல்வரை போனான். அங்கிருந்த பார்ப்பனன் — இப்போதைய பூசாரி ஸோமாஸ்கந்தனின் தகப்பன் — இவனைப் பார்த்து 'என்ன சாதி?' என்று விசாரித்தான். இவன் 'ஒங்க ஆத்தா சாதிதான்' என்று முணுமுணுத்தபடி வெளியேறிவிட்டான். கேட்டவனின் காதில் பதில் விழுந்ததா என்று தெரியாது — வைரமணி ஒரு முடிவு எடுத்துவிட்டான்.

ஆசிரமத்துக்குள் சென்றிருக்கும் லக்ஷ்மி பாய் திரும்புவதற்கு எவ்வளவு நேரம் ஆனாலும், வண்டிக்குள் படுத்தே கிடப்பான். சிலவேளை உறங்குவான். பிறவேளைகளில், கடந்த காலத்தினுள் தலையை நுழைத்துக்கொண்டு விடுவான். நேரம் போவதே தெரியாது...

வைரமணியின் ஞாபகத்தில் மூன்று தினங்கள் அழுத்தமாகப் பதிந்திருக்கின்றன. சாப்பிடவும், உறங்கவும், வண்டியோட்டும் பொழுது தவிர

மற்ற நேரங்களில் சும்மாயிருக்கவும், வாய்ப்புக் கிடைக்கும் சமயங்களில் லக்ஷ்மி பாய்க்குள் ஆவேசமாய்ப் புதைந்து மீளவுமான வாழ்க்கை அமைந்து எத்தனையோ இரவுகளும் பகல்களும் தன்மீது கடந்துபோன பிறகும் வைரமணியின் மனத்தில் பின்திரை மாதிரி ஊன்றிப் படர்ந்து நிற்கிற தினங்கள்.

உண்மையில், அந்தத் திரையின்மீது விரையும் சித்திரங்கள் மாதிரித்தான் சகலமும் ஓடிக் கடக்கின்றன. மேற்படி தினங்கள் அழுத்தமாக நினைவிருப்பதால்தான், மற்றவர்கள் எல்லாருமே 'பைரப்பா' என்று அழைக்கும்போதும் 'நான் பைரப்பா அல்ல, வைரமணிதான்' என்று பிடிவாதமாகத் தன்னைக் கருதிக்கொள்கிறான் அவன்.

வரிசைப்படியே சொல்லலாம். என்றாலும், காதலும் கள்ளமின்மையுமாய் ஆரம்பித்து ஆச்சரியமும் அதிர்ச்சியுமாய் முடிந்த முதலாவதின் சுவடு மறைவதற்குள் இரண்டாவதின் விபரீதம் தொடங்கிவிடும். அதற்கு என்ன செய்ய?

இரண்டாவது நாளைப் பற்றிய ஞாபகம் உள்ளுக்குள் மலர்ந்து கலையும்போது மனத்தின் தரையெங்கும் பரவிவிடும் ஈரச் சிவப்பின் பிசுபிசுப்பு தாளமுடியாததாகிவிடும். நிலை குத்திய விழிகளும் லேசாகத் துடிக்கும் விரல்களும் என்று கண்முன் அடங்கும் அம்மண உடம்புகளின் காட்சி, பேய்க்கதையின் சுழிப்புபோல நடுங்கச் செய்யும்.

. . .இரண்டாவது தினத்தின் கொடிய இரவு காலியாகிப் புலர்ந்த அதிகாலை வெளிச்சத்தில் அப்பா ஓடுகிறார். அவருடைய தோள்மீது ஏழுவயதுச் சிறுவன் வைரமணி. வழக்கமாக விளையாடும் குதிரை விளையாட்டுத்தான். ஆனால், அப்பாவிடமிருந்து வழக்கமான சிரிப்பொலி கிளம்பவில்லை. அவருடைய நெற்றியிலிருந்தும் உச்சந்தலையிலிருந்தும் வியர்வையின் ஆவி கிளம்பி நெடியாய் மூச்சடைக்கிறது. ஓட்டத்தில் பிறழ்ந்துவிடாதபடி, வைரமணி அவருடைய நெற்றியை இரண்டு கைகளாலும் வளைத்துத் தன் உடம்போடு இறுக்கிப் பிடித்திருக்கிறான். அப்பாவின் காது மடல்களில் வெம்மை ஏறி வைரமணியின் இளம் புஜங்களில் உஷ்ணம் தட்டுப்படுகிறது . . .

கனவில் நிகழும் அதிகாலை ஓட்டத்தின் குறுக்கே, ஓடும் வழியில் எங்கோ அப்பா வீசியெறிந்த அரிவாள் திடீரென்று எதிரில் தோன்றுகிறது. தரையில் பிடி பாவாமல் அந்தரத்தில் ஆடிவரும் அரிவாளைப் பார்த்த மாத்திரத்தில் தலைகுப்புற விழுகிறார் அப்பா. என்ன ஆச்சரியம், அப்பாவின் தோளிலிருந்து வழுக்கிக் கவிழும் வைரமணி தலைகுப்புற வீழ்வது கட்டாந் தரையில் அல்ல, மெத்தென்ற பெண்மடியில்.

அபூர்வமான இதழும், முகம் உயர்ந்தால் கன்னத்தில் இடிக்கும் கச்சணியாத மிருது முலைகளுமாய் பூரணச்சந்திரன் போலச் சிரிக்கிறாள் லக்ஷ்மி பாய். சிறுவன் வைரமணி ஒரு கணத்தில் வாலிபனாய் இருக்கிறான். முலைதின்று பசியடங்கத் துடிக்கும் வாலிபனாக. குறுகுறுப்பில் நெளியும் லக்ஷ்மி பாயின் சிரிப்பு அவளது கொலுசுபோலவே கலகலவென ஒலித்துப் பரவுகிறது...

ஆயிரம் தடவைக்குக் குறையாமல் வந்து கலைந்த கனவு தான். ரத்தத்தில் தொடங்கி முத்தத்தில் முடியும் கனவு. பல சமயம், உடம்பின் ஆழத்தில் ஊறித் தேங்கியிருக்கும் நீர்ப் பசையை வெளியேற்றி விடும். புரளும் இடுப்பில் நசநசப்பை உணர்ந்தவாறு விழித்துக்கொள்வான் வைரமணி. இந்தத் தகவலைச் சொன்னவுடன் உபரியாக ஓர் இறுக்கமும் நாலைந்து முத்தங்களும் வழங்கவிருக்கும் லக்ஷ்மி பாயை நினைத்து ஏங்குவான். மஞ்சுநாதாவின் சயன அறையில் அவள் எந்தக் கோலத்தில் கிடக்கிறாளோ என்று மறுகுவான். அந்தப் பழிகாரனைக் கொன்று தன் லக்ஷ்மியை மீட்டுக்கொள்ள வேண்டும் என்று உடம்பின் ஒவ்வொரு அணுவிலும் கொதிப்பு ஏறும்... விடிந்தவுடன் எல்லாம் சரியாகிவிடும்.

முதல் தினம் நினைவில் வரும்போதெல்லாம் வைரமணியின் உடம்பு தானாகச் சிலிர்த்தடங்கும்.

திண்ணையிலிருந்து எழுந்து உள்ளே போகிறார் அப்பா. திறந்து கிடக்கும் அழிக்கதவைத் தாண்டி உள்ளே நுழையும் வைரமணி, பூனை போலப் பம்மிப் பம்மி அப்பாவைப் பின் தொடர்கிறான். வலது கையில் பிடித்த பம்பரத்தில் இடது கையால் சாட்டையைச் சுற்றி இறுக்கியபடி இவன் பின்னால் வருவது அப்பாவுக்குத் தெரியாது.

சமையல் அறையில் குந்தியமர்ந்து விறகடுப்புடன் மல்லாடிக்கொண்டிருக்கும் அம்மாவை நெருங்கி சொத்தென்று அமர்கிறார் அப்பா. திடுக்கிட்டுத் திரும்பும் மனைவியைப் பின்புறமிருந்தே இறுக்கி அணைத்து மல்லாத்திக் கிடத்த முயல்கிறார். இதற்குள், அவரது முதுகுப்புறமாகப் பாய்ந்த அம்மாவின் பார்வையில் வைரமணி பட்டுவிட்டான்.

மிரளும் கண்களுடன் திமிறும் அம்மாவால் உரத்து முனகத்தான் முடிகிறது. அம்மாவின் வாயை அப்பாவின் வாய் இறுக்கிக் கவ்வியிருப்பதுதான் காரணம். அம்மாவின் ரவிக்கைக்குள் கையை நுழைத்துப் பிசைய அப்பா முனையும்

போது இடதுகையால் அவர் முதுகில் ஓங்கி அறைகிறாள் அம்மா. உதடுகள் விடுபடுகின்றன.

நேரங்காலம் தெரியாது ஒனக்கு? மூதேவி, பின்னாடி ஒம் மயென் நிக்கிறாம் பாரு.

திரும்பிப் பார்க்கும் அப்பா, அசட்டுச் சிரிப்புடன் சொல்கிறார்:

அதுனால என்ன, அவனுக்கும் ஒரு புள்ளெயைப் பாத்துக் கட்டிவச்சிட்டாப் போச்சு. என்னாடா வைரம், ஒனக்கு ஒரு பொஞ்சாதி ஏற்பாடு செஞ்சுருவமா? பெரூசாக் கோவிச்சிக்கிர்றா ஒங்க ஆத்தா?

அப்பாவைத் தாண்டி அம்மாவின் அருகில் சென்று நிற்கும் வைரமணி,

நாயர் மாமாவும் இதே மாதிரித்தான் ஆத்தாளெப் படுத்துறாரு.

என்று வெகுளியாகச் சொல்லிச் சிரிக்கிறான்.

நாயி, என்னா நாயி ஒளர்றே?

என்று அவசரமாகக் கோபிக்கிறாள் அம்மா. அந்தக் குரல் நடுங்கியது கோபத்தினால் அல்ல, பதற்றத்தினால் என்பது பின்வந்த வருடங்களில்தான் வைரமணிக்குப் புரிந்தது. அதற்குக் காரணமும் புரிந்தது. ஆனால், அதற்குள் என்னவெல்லாம் நடந்து முடிந்துவிட்டது?

அம்மாவை முறைத்துவிட்டு இவனைத் தரதரவென்று இழுத்துக்கொண்டு வாசலில் இறங்கினார் அப்பா. முன் எப்போதும் இல்லாத இறுக்கமான பிடி. கிருஷ்ணன் கோயில் மைதானத்தின் ஓரம் சாதுவாக நின்றிருந்த மரத்தின் அருகே ஓட்ட நடையாய்க் கூட்டிப் போனார். புங்கமரத்தில் நீளநீளமாய்த் தொங்கிய காய்கள் பின்னாட்களில் நினைவு வரும்போது, ‘பசித்த மிருகத்தின் நாக்கு மாதிரி’ என்றொரு உதாரணம் தோன்றும் வைரமணிக்கு...

அப்பா கேட்ட கேள்விக்கெல்லாம் நிஜமான பதில்களைச் சொல்ல வேண்டியதாகிவிட்டது. ஆத்திரம் முற்றும்போது இடுப்புவாரைக் கழற்றிக்கொண்டு அம்மாவை அடிக்கக் கிளம்புவாரே, அதே முகம்தான் இப்போதும். வீணாகப் பொய் சொல்லி மாட்டிக்கொள்ளலாமா?

மாதவன் நாயர் அப்பாவின் நெருங்கிய சிநேகிதர். அப்பா வேலைபார்க்கும் கிட்டங்கியில் அப்பாவைப் போலவே காவல் காரராக இருக்கும் எட்டுப்பேரில் ஒருவர். கொஞ்ச நாளாகவே,

அப்பா இல்லாத நேரங்களில் வீட்டுக்கு வருகிறார். சில நாட்கள் பகலிலும் வருவார். வந்தவுடன் வைரமணியின் கையில் காலணா கொடுத்து, 'ஓடு, தொத்தன் கடைலெ எதுனாச்சிம் வாங்கித் தின்னுக்கோ' என்பார். அம்மா ஆமோதிப்பாய்ச் சிரித்துக் கொண்டு நிற்பாள்.

இவர்கள் வீடு, ஊர் எல்லையின் கடைசி வீட்டைவிட்டும் தள்ளியிருந்த ஒற்றைவீடு. பார்வைக்குக் கிட்டத்திலும், ஓட்டத்துக்கு வெகுதொலைவிலும் இருக்கும் தொத்தன் கடையைப் பார்த்து ஓடுவான் வைரம். அங்கே கிடைக்கும் அவல் வெகு ருசியாய் இருக்கும். கையில் பிடித்த பொட்டலத்துடன், சேக்காளிகள் விளையாடும் இடத்துக்குப் போய்விடுவான். தலை முழுக்கப் புழுதியுடன் வீடு திரும்பும்போது, நாயர் மாமா வந்திருந்ததே மறந்துபோயிருக்கும்.

இப்போதைய ஞாபகத்தில், அப்பாவைவிட மாதவன் நாயர் உயரமாகவும், சிவப்பாகவும், நெஞ்சு நிறைய அடர்ந்த முடியுடனும், தீர்க்கமான முக அமைப்புடனும் இருந்தார் என்பது விளங்குகிறது. அப்பாவைவிட அம்மாவுக்குப் பொருத்தமானவர் நாயர்தான் என்றும் படுகிறது.

> அதான் அந்தத் தேவிடியா மகன் நான் ராக் காவலுக்குப் போகுறப்பவெல்லாம், தனக்குப் பகல் கேட்டு வாங்கிக்கிர்றானா?

என்று உரத்து முனகிக்கொண்டார் அப்பா. புங்கமரத்தின் உச்சந்தலையை உலுக்கிவிட்டு இறங்கிப் போன காற்று, சற்றுத் தொலைவில் சுழித்துக்கொண்டது. தூண்மாதிரித் தூசியையும் சருகுக் குப்பையையும் குவித்து உயர்த்தி நின்றது.

மேற்சொன்ன அத்தனையும் நடந்தது வியாழக்கிழமை. ஞாயிற்றுக்கிழமை இரவில் சகலமும் முடிந்துவிட்டது. வைரமணியின் ஞாபகப் பரப்பில் அழுத்தமாகப் பதிந்திருக்கும் இரண்டாவது தினம் அந்த ஞாயிறுதான். இரவுப் பணிக்கு சைக்கிளில் ஏறி அப்பா புறப்பட்டுப் போன கொஞ்ச நேரத்தில் மாதவன் மாமா வந்தார். அம்மாவும் அவரும் முன்னறையில் உட்கார்ந்து பேசிக்கொண்டிருந்தார்கள்.

அவர்கள் வழக்கம்போல உரத்த குரலில் பேசவில்லை என்பதோடு, காதில் விழுந்த ஓரிரு வார்த்தைகளும் வைரமணிக்குப் புரியவில்லை. அம்மா அடிக்கொரு தடவை, 'என்னெ விட்டுரு சாமி' என்று கைகூப்பினாள். 'நான் பார்த்துக்கொள்கிறேன்' என்கிற மாதிரி மாதவன் மாமா தன் நெஞ்சில் தட்டித்தட்டிப் பேசினார்.

வைரமணிக்குத் தூக்கம் அமட்டியது. அம்மா எழுந்து வந்து இவனைத் தூக்கிக்கொண்டு போய்ப் பக்கத்து அறையில் கிடத்தினாள்.

கடாமுடாவென்ற சப்தம் கேட்டு வைரமணி விழித்த போது, பக்கத்து அறையிலிருந்து களேபரமான குரல்கள் கேட்டன. எழுந்து ஓடினான். அப்பப்பா! மறக்க முடியுமா அந்தக் காட்சியை? கூப்பிய கைகளுடன் அம்மா நிறை அம்மணமாக நின்றிருந்தாள். மாதவன் மாமா அப்பாவின் காலடியில் நெடுஞ்சாண்கிடையாகக் கிடந்தார். அப்பாவின் கால்களை இறுக்கிப் பிடித்திருந்தார். மாமாவுமே அம்மணமாகத்தான் கிடந்தார்.

மாமாவின் பிடியிலிருந்து அப்பா திமிறினார். வலது கை காற்றில் உயர்ந்து ஆடிய வேகத்தைவிட, அவர் உயர்த்திப் பிடித்திருந்த அரிவாளைப் பார்த்து மிரண்டேபோனான் வைரம்.

காலை உதறி விடுபட்ட அப்பா, முதலில் மாமாவின் உச்சந்தலையில் அரிவாள்நுனியால் கொத்தினார். அலறிக் கொண்டு நெருங்கிய அம்மாவின் கூப்பிய கைகள் வெட்டுப்பட்டுத் துண்டித்து விழுந்தன.

அடுத்த சில நிமிடங்களுக்கு அப்பா ரணவேகத்தில் வெட்டிக்கொண்டேயிருந்தார். விரல்களும் குரல்களும் சதைத் துணுக்குகளும் ரத்தத் துளிகளும் சிதறித் தெறித்த நிமிடங்கள். வெட்டுதோறும் உயர்ந்த அவர்களின் குரல்களில் உரம் குறைந்து வந்தது. இறுதி வெட்டுக்களின்போது இரண்டும் தீனமாகத் தணிந்து குறைந்திருந்தன. அம்மண உடம்புகள் துடித்துத்துடித்து அடங்கி ஓய்ந்ததும், சுவரோரம் அம்மா அவிழ்த்துப் போட்டிருந்த சேலையை எடுத்து அரிவாளைத் துடைத்தவாறே, அம்மாவின் முண்டத்தை இடதுகாலால் எத்தி, காறித் துப்பிவிட்டுத் திரும்பிப் பார்த்தார் அப்பா.

வாசல்நிலையின் இரண்டுபுறங்களிலும் கைகளைப் பதித்து, வழிமறிப்பதுபோல நின்றிருந்த வைரமணியைக் கண்டதும் குமுறினார். ஒரு கணம்தான். விரிந்த கூந்தலுடன் மறுபுறம் முகம் திருப்பி, எதிர்ச்சுவரோரம் உருண்டு கிடந்த தாயின் தலையைப் பார்த்து பிரமித்துப் போயிருந்த மகனை வாரி ஏந்திக்கொண்டு வாசலை நோக்கிப் பாய்ந்து ஊருக்கு எதிர்த் திசையில் ஓட ஆரம்பித்தார்.[86]

---

86 'பொன்னப்பாவின் கதையும் இதே மாதிரி, ஓட்டத்தின் வழியாகத்தானே வளர்ந்தது?' என்று கேட்டேன்.

'இன்னும் சில ஓட்டங்கள் வந்து சேரும்போது, இந்தக் கதையின் உள்ளோட்டமே ஓட்டம்தான் என்பது தெளிவாகிவிடும்' என்று சொல்லிச் சிரித்தான்

சுகவனம். ஆனால் இந்த விஷயம் அத்துடன் முடியவில்லை. மறுநாள் பாலிகா பஜாரில் சும்மா சுற்றிக்கொண்டிருந்துவிட்டு, அதன் கூரைமேல் உள்ள புல்தரையில் ஓய்ந்துபோய் உட்கார்ந்திருந்தபோது தொடர்ந்தது. (இந்தப் பகுதியின் உரையாடலைக் கொச்சைவழக்கில், நாங்கள் பேசிக்கொண்ட விதமாகவேதான், முதலில் எழுதினேன். விஷயத்தின் கனம் சற்றுக் குறைவதாகப் பட்டதால், பின்னர் எழுத்துமொழிக்கு மாறிவிட்டேன்.)

நினைவுகளின் ஓட்டம் நதியோட்டத்துக்குச் சமானமானது. என்னுடைய கதைக்கு 'நினைவு நதி' என்றேகூடத் தலைப்பு வைக்கலாம்...

என்று ஆரம்பித்தான் சுகவனம்.

...நான் சொல்கிற கதையில் வரும் அநேக சம்பவங்கள் ஞாபகத்தொகுப்பாக இருப்பதைக் கவனித்திருப்பாயே.

ஆமாம்.

நினைவுகூரல் என்பது, காலம் ஓர் இடமாக மாறும் சந்தர்ப்பம். சரீரம் ஓர் இடத்திலும் மனம் இன்னோர் இடத்திலுமாக நிலைகொள்ளும்போது, காலத்தில் மட்டுமே பிரயாணம் நடக்கிறது. நீ சொல்லும் கதையில் அந்தப் பத்திரிகையாளன் நிர்மாணிக்க முயலும் உலகம் இறந்த காலத்தில் மட்டுமே இருக்கிறது அல்லவா? அதேபோல, எந்தவிதமான அனுமானமும், யூகமும் எதிர்காலத்தில் மட்டுமே இருக்க முடியும்.

இந்த இடத்தில் இஸ்மாயில் குறுக்கிட்டான்:

ஜே கிருஷ்ணமூர்த்தியின் பிரதான தரிசனங்களில் ஒன்றாக இதைச் சொல்லலாம். மனித இருப்பை being, becoming என்ற இரண்டு நிலைகளாகப் பகுக்கிறார் அவர். அவற்றை எதிர்நிலைகளாக முன்னிறுத்துவதில்லை என்பதுதான் அவரது சிறப்பம்சம். Being என்பதை, 'இருத்தல்' அல்லது 'தன்னிலை' என்று சொல்லலாம். ஒருபோதும் மாறாது நிலைத்த தளம் அது. Becoming என்பதை 'ஆகுதல்' என்ற 'வருநிலை' எனலாம். தன்னிலைக்குக் காலம் என்ற அலகே கிடையாது – அதற்கு சலனம் என்ற இயக்கமே கிடையாது. வருநிலை என்பது காலம் தவிர வேறில்லை. சதா வந்துகொண்டேயிருக்கும் நிலை அது.

சற்றுத் தயங்கிவிட்டு, இஸ்மாயிலின் கண்களைச் சந்திக்காமல் சொன்னேன்:

இவ்வளவெல்லாம் இண்டலெக்சுவலாகப் பேசுகிறாய் இஸ்மாயில். ஆனால், நீ சொல்கிற சடகோபன் கதையை எழுதினால் தமிழ்ச் சூழலில் 'தயிர்சாதக் கதை' என்பார்கள்.

அவர்கள் இருவரும் பக்கென்று சிரித்துவிட்டார்கள். சிகரெட்டை ஒருமுறை ஆழ்ந்து இழுத்துவிட்டு இஸ்மாயில் சொன்னான்:

அப்படிச் சொல்வார்கள் என்பது எனக்கும் தெரியும். என் பெயரை 'இசுமாயில்' என்றுதான் எழுதவேண்டும் என்று பிடிவாதம் பிடிப்பவர்களைவிடத் தாங்கள் உயர்வானவர்கள் என்று கருதிக்கொள்கிறவர்கள் இவர்கள் என்பதும் தெரியும். நான் முன்பே சொன்ன பிரகாரம், சாதாரணமான, நடைமுறை அனுபவங்களின் மூலமே 'சிருஷ்டிகரம்' என்ற விசேஷத் தளத்தை ஒருவன் எட்டிவிட முடிகிறது என்பதை நிறுவுவதுதான் என் நோக்கம். ஆனால், மூல நோக்கத்தை வசதியாக விடுத்துவிட்டு, சில பெயர்கள் மற்றும் பேச்சுமொழியைச் சாக்காக வைத்து அனுபவங்களுக்கு நிறமேற்ற

அன்று தொடங்கிய ஓட்டம், அசுவபுரி சமஸ்தான எல்லையில் வந்துதான் ஓய்ந்தது. தமிழ்நாட்டுக் காவல்துறைக்கும் சமஸ்தானத்தின் காவல்துறைக்கும் இடையில் உறவுநிலை சீர்கெட்டிருந்த சமயம் அது. 'தீர கேசரி' திவான் திம்மையாவின் காலகட்டம். 'அடைக்கலம் புகுந்தவர்களைக் கைவிடாத சீலம் கொண்டவர்' என்று பேர் வாங்கியிருந்தவர் அவர்.

திவான் மாளிகையின் முற்றத்தில் வந்து நின்ற உருவத்தின் முன்பு, பக்கத்தில் நின்ற வைரமணியைக் குப்புறத் தள்ளிவிட்டு, தடாலென்று தானும் விழுந்தார் அப்பா. நாயர் மாமா விழுந்து கிடந்த கோலம் ஞாபகம் வந்தது சிறுவனுக்கு.

சமூகத்திடம் அந்தரங்கமாகப் பேச வேண்டும்.

என்று விண்ணப்பித்துக்கொண்டார். திவான் கண்ணசைத்தார். குத்தீட்டிகளுடன் காவல் நின்றிருந்த நாலைந்து பேரும் வெளியேறினார்கள். மனப்பாடம் செய்ததை ஒப்பிக்கிறவர் மாதிரி, குழறாமல் சொல்லிக்கொண்டே போனார் அப்பா. தியானம் செய்கிற மாதிரிக் கண்மூடி ஊஞ்சலில் அமர்ந்திருந்த திவான் குறுக்கே ஒரு சொல்லும் பேசாமல், வறண்ட முகத்துடன் பொறுமையாகக் கேட்டார். கதையின் இறுதிக் கட்டம் வந்த போது அப்பாவின் குரல் குமுறியது. கனத்த குரலில் திவான் சொன்னார்:

முயல்வதுமே ஒருவித அதிகாரச் செயல்பாடுதானே? அனுபவங்கள் தம்மளவில் நிறமற்றவை என்றுதான் நான் நம்புகிறேன். வேறு சாதி அடையாளங்களை அளிப்பதன் மூலம் நான் விவரித்த அனுபவங்களின் தாதுவை உருமாற்றிவிட முடியுமா என்ன?...

சிகரெட் முடிந்துவிட்டது. இன்னும் பாக்கியிருக்கிறது – சிகரெட் இல்லை, யோசனை! – என்கிற மாதிரி இஸ்மாயிலின் நெற்றியில் சுருக்கங்கள் கலையாமல் இருந்தன.

...ஒரு படைப்பாளியாக நீ கவனம்கொள்ள வேண்டிய விஷயம் இன்னொன்றும் இருக்கிறது கிருஷ்ணா. சமூகவியல் ஆயிரம் கேள்விகள் கேட்டுக்கொண்டேதான் இருக்கும் – நீதான் முடிவெடுக்க வேண்டும், நீ உத்தேசிப்பது எது, politically corect textடா, artistically correct text டா என்று...

அவனுடைய முகம் மெல்ல இளகியது.

...சுகவனம் தன் கதைக்குத் தலைப்பு வைத்துவிட்டான் இல்லையா? என்னுடைய கதைக்கு 'ஆகுதல்' என்று பெயர் வை.

என்றவன், இன்னொன்றும் சொன்னான்:

நீ எப்போது கெட்டிக்காரனாக இருக்கிறாய், எப்போது மடையனாக இருக்கிறாய் என்று தீர்மானிக்கவே முடியவில்லை கிருஷ்ணா.

எனக்கும்தான் அது தெரிவதில்லை!

என்றேன். மூன்றுபேரும் கொஞ்சநேரம் சிரித்துக்கொண்டிருந்தோம்.

ஆம்பளெடா நீ. சரியான வேலெதானே செஞ்சிருக்கே? அப்பறம் ஏண்டா பொட்டச்சியாட்டம் கலங்குறே. நானாச்சு ஒனக்கு. சமஸ்தான எல்கைக்குள்ளே எவன் வர்றான் பாக்குறேன்.

இயல்பான கொச்சைத் தமிழ் பேசினார் திவான். தெலுங்கு, கன்னடம், மராத்தி, துளு, ஹிந்துஸ்தானி என்று சகல பாஷைகளையும் இதே சரளத்துடன் அவர் பேசுவதைக் கேட்டுப் பின்னாட்களில் வியந்திருக்கிறான் வைரமணி.

அப்பா மறுபடியும் விழுந்து வணங்கினார். இந்தமுறை திவானின் கால்களைத் தொட்டுக் கண்களில் ஒற்றிக்கொண்டார்.

அப்பாவுக்குக் குதிரைவண்டி ஓட்டும் வேலை கொடுத்தார் திவான். இவர்கள் குடியிருக்க வீடும் கொடுத்தார். மறுமாதம், தில்லியில் ஜார்ஜ் மன்னர் முடிசூட்டிக்கொண்டதும், தர்பார் நடத்தியதும் சமஸ்தானம் முழுவதும் வெகு சிறப்பாகக் கொண்டாடப்பட்டது. அதையொட்டி நடந்த பிரம்மாண்டமான ஊர்வலத்தில், திவானுடைய அலங்கார சாரட் வண்டியை ஓட்டி வரும் பாக்கியம் அப்பாவுக்குக் கிடைத்தது. இதற்குள் வெங்கடாசலம் வேங்கட்டய்யா ஆகியிருந்தார். வைரமணி பைரப்பா ஆனான்.[87]

வைரமணியிடம் தகப்பன் சத்தியம் வாங்கிக்கொண்டார். 'அம்மாவைப் பற்றிய பேச்சையே எடுக்கக் கூடாது' — விவரம் தெரியாத வயதில் கொடுத்த வாக்குக்கு இறுதிவரை விசுவாசமாக இருந்தான் வைரம் — தகப்பனின் மரணம்வரை. அதன் பிறகும் கூட, ஒரேயொரு விதிவிலக்குத்தான் — லக்ஷ்மி பாய்.

மொத்தக் கதையையும் லக்ஷ்மி பாயிடம் சொல்கிற மாதிரி ஆன நாள்தான் வைரமணியின் வாழ்வை வடிவமைத்த மூன்றாவது தினம். அந்த நாளை நேரடியாக விவரித்துவிட முடியாது. கொஞ்சம் பூர்வ பீடிகை தேவை...

தகப்பன் வேங்கட்டய்யா என்ற வெங்கடாசலத்துக்கு வயதாகியபோது, தம்மால் முடியவில்லை என்று ஒதுங்கிக் கொண்டார். திம்மையா ஸ்வாமி இயற்கை மரணம் எய்திய பிறகு, ஆன்மபலம் குன்றியவராக ஆகியிருந்தார் அவர். மன உரம் உள்ளவர்களுமே மஞ்சுநாதாவிடம் குப்பை கொட்டுவது

87 'எந்த ஊர் எந்த மாநிலம் என்றெல்லாம் சொல்லமாட்டேன் என்றாயே, பெயர்கள் மாறுவதையெல்லாம் பார்த்தால் கர்நாடகா மாதிரித்தானே இருக்கிறது?' என்று கேட்டேன்.

உன் யூகத்துக்கெல்லாம் நான் எப்படிப் பொறுப்பாளியாவேன்? நான் சொல்லவில்லையே, கர்நாடகம் என்று?

சுகவனம் சிரித்தான். இஸ்மாயிலும்தான்.

கடினம். 'க்ஷணப் பித்தம் க்ஷணச் சித்தம்' என்று லக்ஷ்மி பாய் சொல்லிச் சிரிப்பாள்.

மஞ்சுநாதா புதிதாக வாங்கிய இளம் குதிரைகளைச் சமாளிக்கப் பெரிதும் சிரமப்பட்டார் வேங்கட்டய்யா. ஒரு முறை, வண்டியில் பூட்டும்போதே சண்டித்தனம் செய்த ஒரு குதிரை சில கஜ தூரம் ஓடிய பிறகு முன்னங்கால்களைத் தூக்கி உந்தியதில், கோச்சு வண்டி பின்னோக்கிக் கவிழ்ந்தது. நல்லவேளை, லக்ஷ்மி பாயை அழைத்துவரக் கிளம்பும்போது இது நடந்தது. திரும்பும்போது என்றால் என்ன ஆகியிருக்கும்?

தட்டிலிருந்து குதித்த கிழவர் சிராய்ப்புகளோடு தப்பித்தார். அன்றோடு, பூந்தோட்ட வேலைக்குப் போய்விட்டார். நுகத்தோடு தானும் செந்தூக்காய் உயர்ந்து மடேரென்ற ஓசையுடன் மல்லாந்து விழுந்த குதிரைக்கு முதுகுத் தண்டு முறிந்துவிட்டது. 'பொடிசெய்து நுணுக்கிய மயில்துத்தத்தைக் கொள்ளுடன் கலந்து கொடுத்து அதன் வாதையை முடித்து விடலாம்' என்று ஆஸ்தான மிருகவைத்தியர் ஆலோசனை சொன்னார்.

புதிய சாரதியாக நியமனமாகியிருந்த பைரப்பாவிடம் அந்தப் பணியை ஒப்படைத்தார், புதிய திவான் மஞ்சுநாதா. சாத்வீகமான தகப்பன் திம்மையாவுக்கு நேர் எதிரான விரியன் பாம்பு.

பிராயத்தின் வாளிப்புடன் இருந்த, காயம் பட்ட நிலையிலும் வீறாப்பு குன்றாத பாரிஜாதத்துக்குத் தன் கையால் விஷம் வைக்க நேர்ந்தது பற்றிக் கொஞ்சம் விசனப்பட்டான் பைரப்பா. 'அரசாங்க உத்தியோகம் என்று வந்துவிட்டால் தாட்சண்யம் பார்க்கக் கூடாது' என்று அறிவுரை சொன்னார் வைத்தியர். அதைவிட, அந்த மூர்க்கன் மஞ்சுநாதா சொன்னது தான் இன்னும் கொடுமையானது:

> ராஜாங்கத்தில் சண்டித்தனம் செய்யும் யாருக்கும் இந்தக் கதிதான்.

தன்னை உத்தேசித்துத்தான் இந்த எச்சரிக்கை என்பது வைரமணிக்குப் புரிந்தது. 'என்றைக்கிருந்தாலும் உனக்குச் சாவு குதிரைச் சவுக்கால்தானடா' என்று கறுவிக்கொண்டே, கைகளில் பட்டுவிடாமல், மயில்துத்தத்தைக் காணம் நிரப்பிய முறத்தில் கொட்டி மூங்கில் கழியால் நிரவிவிட்டு, கழிக்குத் தீவைத்து எரித்தான்.

வெற்றிலைச் சிவப்புடன் எச்சில் தெறிக்கப் பேசும் மஞ்சு நாதாவுக்கு, ஆதிநாளிலிருந்தே வைரமணியைப் பிடிக்காது. லக்ஷ்மி பாயுடன் இருக்கும் தருணங்களில் வேண்டுமென்றே இவனை அழைப்பான். நன்கு காற்று வீசுகிற நந்தவன ஊஞ்சலில்,

‘வியர்க்கிறது’ என்று சொல்லி, கவரி வீசச் சொல்வான். பொன்போலத் தேய்த்து மினுங்கும் பித்தளைப் படிக்கத்தைக் கையில் ஏந்தி வாகாகப் பிடித்துக்கொண்டு நிற்கச் சொல்வான். அரை நாழிகை சும்மா நிற்க வைத்துவிட்டு, முன்னங்கைகளில் தெறிக்கிற மாதிரிப் புளிச்சென்று துப்புவான். ஊஞ்சலிலிருந்து இறங்குவதற்கு முன்னால், தோட்டக் கதவருகில் கிடக்கும் காலணிகளைக் கையில் எடுத்துவரச் சொல்வான்.

இவனை அவன் அவமதிப்பதில் தனக்கு உண்டாகும் வேதனையை முகத்தில் காட்டிக்கொள்ளாமல் இருக்க லக்ஷ்மி பாய் அவஸ்தைப்படுவதைப் பார்ப்பதற்கு வைரமணிக்குச் சங்கடமாக இருக்கும்.

எவ்வளவோ யோசித்தும், இன்ன காரணத்தால் அவனுக்கு இவன்மீது குரோதம் என்று அறியவே முடியவில்லை. சம வயதுக்காரன் என்பதாலா? ‘அது மட்டும் இல்லை’ என்றாள் லக்ஷ்மி பாய். நெருக்கமான ஒரு தருணத்தில் விளக்கிச் சொன்னாள். இருவரில் அழகன் பைரப்பாதானாம். ‘இவனுடைய ஆகிருதியும் வேகமும் வீரமும் அவனுக்கு சுட்டுப் போட்டாலும் வருமா? ஐசுவரியம் இருந்தால் மட்டும் போதுமா, பைரப்பாவின் கால் தூசி பெறுவானா அவனெல்லாம்? நின்றாலும் கம்பீரம், படுத்தாலும் கம்பீரம் என்கிற பாக்கியம் எல்லா ஆண்பிள்ளைக்கும் வாய்க்குமா என்ன? குறைந்த பட்சம், லக்ஷ்மி பாய்க்கு வண்டியோட்ட வேறு ஆளை நியமிக்கவாவது தைரியம் இருக்கிறதா அவனுக்கு?’ லக்ஷ்மி பாயின் காதலைவிடவும் இதமாக இருந்தன அவளது வார்த்தைகள்.

தவிர, லக்ஷ்மி பாய்க்கென்று பிரத்தியேகமாக ஒதுக்கப்பட்ட குதிரைவண்டியின் நிரந்தர சாரதியாக வைரமணியை நியமித்திருக்கிறான் என்ற ஒரு காரணத்துக்காகவே மஞ்சு நாதாவை மன்னித்து விடலாமே — என்று லக்ஷ்மி பாய் அபிப்பிராயப்பட்டாள். எதிலுமே இவனுக்கு அவன் நிகராக மாட்டான் என்று இன்னொருதடவை சொல்லி இவனை மாரோடு இறுக்கிக்கொண்டாள்.

ஒரு நள்ளிரவில் வீடு திரும்பும்போது, அந்தக் கதவு திறந்தது. வண்டிப்பாதையின் இருபுறமும் தவளைகள் கொரகொரக்க, ஏதோவொரு மரத்தின் மறைப்புக்குள்ளிருந்து சீரான இடைவெளியில் ஆந்தை கூக்குரல் விடுத்த நள்ளிரவு. சாயங்காலம் அடித்துப் பெய்த மழை, காற்றில் அபாரமான குளிர்ச்சியை விடுத்துச் சென்றிருந்தது. எதிர்பாராதவிதமாகத் திறந்துகொண்டது கதவு. வைரமணியின் இன்றுவரையிலான வாழ்க்கையில் ரம்மியமான ஒரே நிகழ்வு.

இருள் திடப்பொருள்போலச் சாலையில் கனத்துக் கிடந்த இரவு அது. இத்தனைக்கும் அன்று பவுர்ணமி தினம். பொழிந்தது போக எஞ்சிய கருமேகங்களுக்குள் சிறைப்பட்ட நிலா, பிடிவாதமாகத் தன் இருப்பை வெளிக்காட்டியதில் சாம்பல் நிறமாக வெளிறியிருந்தது ஆகாயம். ஆனாலும், அதைவிடப் பிரகாசமான இன்னொரு இரவு வைரமணியின் வாழ்வில் வந்ததே இல்லை.

திவான் மாளிகையிலிருந்து மூன்று நாழிகைத் தொலைவிலிருந்தது லக்ஷ்மி பாய் வசித்த வீடு. அங்கொன்றும் இங்கொன்றுமாக சொற்ப வீடுகளே இருந்த பகுதியில். வேம்பவதிக் குன்றின் அடிவாரம் நோக்கி இட்டுச் செல்லும் பாதையில்.

தலைவிரிகோலமாக நெருங்கி நின்றிருக்கும் புளியமரங்களை இரண்டு சிறகிலும் கொண்ட பாதை. வண்டித் தட்டுக்குக் கீழே தொங்கி ஊசலாடும் அரிக்கேன் லாந்தர் தவிர, பொட்டு வெளிச்சம் இருக்காது — சாதாரண நாளிலேயே.

பழகிய குதிரை என்பதால், சவுக்கின் சொடுக்கோ, அதட்டும் குரலோ அவசியம் இன்றித் தானே வழியுணர்ந்து லக்ஷ்மி பாயின் வீட்டை நோக்கி நடந்தது. ஓட்டியையும் பயணியையும் போல, குதிரையும் தன் உலகத்துக்குள் மூழ்கியிருந்ததோ என்னவோ — தளர்நடை போட்டது.

வைரமணியின் மனத்தில், சமீப காலமாக வந்து சேர்ந்திருந்த சலிப்பும், அதையொட்டி உருவாகிய திட்டங்களும் போட்டி போட்டுக் கொந்தளித்தன. எங்கே பிறந்து, எப்படி வளர்ந்து, அந்நிய ஊரில் அடிமைச் சேவகம் புரிகிறோம் என்ற குமைச்சல் ஒருபுறம். அந்தப் பழிகார மஞ்சுநாதனைக் கூறுபோட்டுக் கிடத்த வேண்டும் என்று வெறியேறும்.

மறுபுறம், தகப்பன் காட்டிய பாதையில் வடக்கே கண் காணாத தொலைவுக்கு ஓடிப்போய் சுதந்திரத்தையும், தனக்கான உலகத்தையும் மீட்டுக்கொண்டாலென்ன என்ற ஏக்கம் குமிழியிடும். இந்த ஆசை தொற்றும் நாட்களில், மிகமிக விசித்திரமாக, மனம் மிருதுவாகிவிடும். மஞ்சுநாதாவில் தொடங்கி சகலரையும் மன்னித்துவிட வேண்டும், சகலரையும் சகல தருணங்களையும் மறந்துவிட்ட புது மனிதனாக ஆகிவிட வேண்டும் என்று தோன்றும்.

தாய் தகப்பனின் நினைவுடன் தவறாமல் வந்து அம்மணமாய்க் குப்புறக் கிடக்கும் மாதவன் நாயரின் உருவம் காரணமாக, பெண்ணுறவில் ஒருவித வெறுப்பு உண்டாகியிருந்த நாட்கள் அவை. ஆனாலும், மனமும் உடம்பும் ஒன்றேயல்ல

என்று அடிக்கடி நிரூபணமாகி வந்தது. உடம்பு தன்போக்கில் தினவுகொள்ளும். பின்னிரவுகளில் வந்து நரம்புகளில் முடிச்சு முடிச்சாய்ச் சிக்கிக்கொள்ளும் மானசீகப் பெண்ணுடம்பின் அழுத்தம் தாளாமல் தத்தளிப்பான் வைரமணி . . .

திடீரென்று, வண்டிக்குள்ளிருந்து விசிப்பொலி கேட்டது. சாதாரணமாக, உபசார வார்த்தைகள் தவிர வேறு எதுவும் லக்ஷ்மி பாயிடம் பேசியதில்லை வைரமணி. அவள் தொடர்பாக, சற்று உதாசீனமான அபிப்பிராயம்கூட உண்டு — உடம்பை மூலதனமாய் வைத்துப் பிழைக்கிறவள்தானே என்று.

சியாமளா பாய் இறந்து மூன்று வருடங்கள் ஓடியிருந்தன. கங்கா பாய் மூன்று மாதக் குழந்தை. மஞ்சுநாதா லக்ஷ்மி பாயை விட்டு சற்றே விலகியிருந்த சமயம். வித்வான் ஹனுமந்தப்பா, மந்திரி புட்டஸ்வாமி, வியாபாரி வரதராம் ஷெட்டி என்று பெரிய மனிதர்கள் பலரும் வந்துபோகும் இடமாகியிருந்தது லக்ஷ்மி பாயின் வீடு.

ஆனால், அவர்களைவிட மேலதிக உரிமை தமக்குத்தான் என்று அவ்வப்போது நிறுவிக்கொள்வான் மஞ்சுநாதா. மற்றவர்களிடமிருந்து அழைப்பு வந்தால், ‘இன்றைக்கு திவான் மாளிகைக்கு வரவேண்டியதுண்டா’ என்று ஆளனுப்பிக் கேட்டுவிட்டுத்தான் புறப்பட வேண்டும் என்று நிரந்தர உத்தரவிருந்தது இந்த ஒரு காரணத்துக்காகவே, லக்ஷ்மி பாய்க்கு வழங்கிய வீட்டையும், வண்டியையும், வண்டிக்காரனையும் பறிக்காமல் விட்டிருந்தான்.

இதெல்லாம், தானாகவே யூகித்து வைரமணி தெரிந்து கொண்ட தகவல்கள். லக்ஷ்மி பாய்க்குத் தன் மீது ஒரு நோக்கம் இருக்கிறது என்பதையும் யூகித்து வைத்திருந்தான். ‘தாசியிடம் நமக்கென்ன உறவு’ என்ற அலட்சியம் ஒருபுறமும், ‘அட, இந்தப் பேரழகியிடம் தொழில்முறையாய்த் தொடர்பு வைத்துக் கொள்ளலாம் என்றால், கொட்டிக் கொடுக்கத் தன்னிடம் வக்கில்லையே’ என்ற ஏக்கம் மறுபுறமுமாய் பெரும்பாலும் பாராமுகமாகவே இருந்துவிடுவான்...

வண்டிக்குள் திரும்பிப் பார்த்தான். கோட்டுருவம் போல முதலில் தெரிந்த முகம் சில நொடிகளில் சதைத் திரட்சி கொண்டது. மேகத்திலிருந்து வெளியேறியிருந்தது நிலா. வண்டிக் கூட்டின் பக்கவாட்டில், ஜன்னல் போல இருந்த சிறு திறப்பின் வழியாகக் கள்ளத்தனமாக நுழைந்துவிட்ட சந்திரரேகை பட்டு வைர மூக்குத்தி மின்னியது.

முகத்தை மூடிய கரங்களினூடே, இவன் பார்ப்பதை

அறிந்தாளோ என்னவோ, விசிப்பு விம்மலாகியது. கறுத்த மர வரிசைக்கிடையே ஓடும் பாதையில், நிசியின் அரவம் பயமுறுத்தும் அகாலத்தில், அழுகிற பெண்மணியிடம் பேசுவதற்குத் தன்னிடம் வார்த்தைகளே இல்லாமல் போயிற்றே என்று விரக்தியாய் உணர்ந்தான் வைரமணி. எச்சில் கூட்டி விழுங்கிக்கொண்டு கேட்டான்:

உடம்பு சுகமில்லையா அம்மணீ?

உடம்புக்கென்ன கேடு, அது லட்சணமாய் இருந்து தொலைப்பதனால்தானே இவ்வளவு தொந்தரவும்?

அவள் விம்மி விம்மி அழ ஆரம்பித்தாள்.

அவள் சம்பந்தமாகத் தனக்குள் கெட்டிப்பட்டுப் போயிருந்த ஏதோவொன்று நெகிழ்ந்து குழையத் தொடங்குகிற மாதிரி இருந்தது வைரமணிக்கு. 'ஹோவ் ஹோவ்' என்று குரல் கொடுத்துக் குதிரையை நிதானப்படுத்தினான். வண்டி நின்றதும், தட்டிலிருந்து குதித்திறங்கி, பாதையோரம் இருந்த சுமை தாங்கியருகில் குதிரையை நகர்த்தினான். குதிரையின் சேணத்தை விடுவித்தான். உள்ளேயிருப்பவளின் சுமையையும் தன் வலது முன்னங்கையில் ஏந்தியபோது விசித்திரமான ஆனந்தம் தனக்குள் நிறைவது வைரமணிக்கு ஆச்சரியமாய் இருந்தது. நுகத்தை சுமைதாங்கியில் அமரவைத்தான்.

வண்டி இப்போது ஓடும் நிலையில் இருக்கிற மாதிரியே, சாயாமல் சமனமாக, சக்கரம் பூட்டிய கட்டில்போல, நின்றது. தலைமாடு மட்டும் லேசாகச் சரிந்த கட்டில். குனிந்து அரிக்கேன் விளக்கைக் கொண்டியிலிருந்து கழற்றித் தட்டில் வைத்தான். வண்டியின் உட்புறம் நோக்கினான்.

அழுகை தணிந்து, இவன் என்ன செய்கிறான் என்று கவனிக்கத் தொடங்கிய முகத்தில் மஞ்சள் வெளிச்சம் படிந்து, தேவதைபோல மின்னினாள் லக்ஷ்மி பாய். இன்பவேதனையாக, பரபரவென்று வைரமணிக்குள் முறுக்கேறியது.

பக்கவாட்டில்தான் அரிக்கேன் வெளிச்சம் விழுகிறது என்பதால் இவன் முகம் அவளுக்குத் துலக்கமாகத் தெரிந்திருக்காது. அதுவும் ஒருவகைக்கு நல்லதுதான். இவன் முகத்தில் நிகழும் உணர்ச்சிக் களேபரம் அவளுக்குப் புலப்படாமலே யிருக்கட்டும்...

சொல்லுங்கள் அம்மணி.

சொல்வதற்கு என்ன இருக்கிறது? மனிதனா அவன். மிருகத்திலும் கேடுகெட்ட மிருகம். எங்கள் வீட்டுக்குப் பால்

ஊற்றும் யாதவர்கூட, கன்றுக்கு என்று விட்ட பாலைக் கறக்க மாட்டார்.

அவள் சம்பிரமமாக அழத் தொடங்கினாள். வைரமணிக்கு இன்ன செய்வதென்று விளங்கவில்லை.

அழாதீர்கள் அம்மணி.

ஆவேசமாக முகத்தை உயர்த்தினாள்.

காப்பாற்றுவார்கள் என்று நாம் நம்புகிறவர்களானால், எட்டியே நின்று கழுத்தறுக்கிறார்கள்...

குமுறினாள்.

அது யார் அம்மணி. என்னிடம் சொல்லலாம் என்றால் சொல்லுங்கள்.

அம்மணி அம்மணி என்று கூப்பிட்டு என்னைக் கொல்லாதீர்கள் பைரப்பா.

என்று குமுறினாள். சந்நதம் வந்தவள் மாதிரித் தன் முந்தானையை எடுத்துக் கீழே விசிறினாள். முலைக் குவடு பாலில் மஞ்சள் கலந்த நிறமாக ஒளிர்ந்தது. வைரமணிக்குக் கிறுகிறுத்தது.

லக்ஷ்மி பாய் ரவிக்கையின் மேல் முடிச்சை அவிழ்த்தாள். பளீரென்ற முலைகளில் அழுந்திய பற்தடம் ரத்தக் காயமாக மாறியிருந்தது. பகீரென்றது வைரமணிக்கு. முதன்முறையாக, அவள் தாசி என்ற நினைவு விலகி, தீனமான பெண்ஜென்மம் என்ற எண்ணம் தலைதூக்கியது.

எவ்வி வண்டித்தட்டில் அமர்ந்தான். அவள் தலையை வருடும் நோக்கத்துடன் வலதுகையை உயர்த்தினான். அதற்குள், அவள் இவனுடைய அகலமான மார்பில் முகத்தைப் புதைத்துக் கொண்டு விம்மினாள்.

...பைரப்பா... பைரப்பா...

என்று பிதற்றினாள். தான் பட்ட வேதனைகளையும் அவமானங்களையும் ஒப்பிக்கத் தொடங்கினாள். வேறு வழியில்லாமல் ஆயிற்று வைரமணிக்கு. 'தான் பைரப்பா இல்லை, வைரமணி' என்று விலாவரியாகச் சொன்னான், பதிலுக்கு. பவுர்ணமி நிலா மேகத்துக்குள் மறைந்தும் வெளியேறியும் இவர்களது அந்தரங்கத்தை ஒற்றறிய முயன்றது.

ஆனால், அன்று வெறுமனே தழுவிக்கொண்டு மட்டுமே இருந்தார்கள். முத்தமிடக்கூட அனுமதிக்கவில்லை லக்ஷ்மி பாய்.

> அந்தச் சண்டாளனின் எச்சில் வாடை என்மீது நிரம்பியிருக்கிறது, கண்ணா. இன்று மட்டும் பொறுத்துக்கொள்ளுங்கள். இனி நான் நிரந்தரமாக உங்களுடையவள்தானே.

என்றபடி இன்னமும் இறுக்கிக்கொண்டாள்…

அதன் பிறகு, குறிப்பிடத்தக்க ஐந்து மாற்றங்கள் நிகழ்ந்தன. ஒன்று, தனிமையில் 'நீங்கள்' என்றும், பிறர் முன்னிலையில் 'நீ' என்றும் லக்ஷ்மியும், அதற்கு நேர் எதிராக வைரமணியும் அழைத்துக்கொள்ளலானார்கள். இரண்டாவது, திவான் மாளிகையோ, மற்றவர்களின் ஸ்தலமோ, வந்த பணி முடிந்த பிறகு தலைக்குக் குளித்துவிட்டுத்தான் கிளம்புவது என்று நியதி ஏற்படுத்திக்கொண்டாள் லக்ஷ்மி பாய். மூன்றாவது, நள்ளிரவில் வீடு சேர்வது நின்றே போனது. தங்கள் ரகசியத் தாம்பத்தியத்தின் எதிர்காலத் திட்டங்கள், நிகழ்கால நடை முறைகள் என்று பேசிக் கழித்துவிட்டு நாலாம் ஜாம முடிவில் வீடு திரும்பினார்கள். நான்காவது, 'நீ, போ, வா' என்று வைரமணியிடம் பேசி வந்த ராமவ்வா, மரியாதைப் பன்மையில் விளிக்கத் தொடங்கினாள். ஐந்தாவது, நகரத்திலிருந்து திரும்பும் வழியில், எந்த சுமைதாங்கியின் அருகில் தானாகவே நிற்க வேண்டும் என்று கற்றுக்கொண்டது குதிரை…

அவளை அனுப்பிவிட்டுக் காத்திருக்கும் இதுபோன்ற நேரங்களில், என்றைக்காவது ஒருநாள், பழைய கதைகள் அத்தனையும் காட்சிகளாக வைரமணிக்குள் ஓடும்.

ஒரேயொரு வெளியாளுடன் உறவு வைத்ததற்காகப் பெண்டாட்டியைக் கொலை செய்த தகப்பனுக்குப் பிறந்து விட்டு, ஊரறிந்த தாசியின் தாலிகட்டாத கள்ளப்புருஷனாய் வாழ்க்கை நடத்த நேர்ந்திருக்கிறதே, இது எந்தக் கோமாளி செய்த ஏற்பாடு என்று கேள்வி எழும். சிரித்துக்கொள்வான் வைரமணி.

ஆனால், லக்ஷ்மி பாயைச் சும்மா சொல்லக் கூடாது. உள்ளூற, ரிஷிபத்தினியேதான் அவள். அவளுடைய அபிமானத்துக்கும் கரிசனத்துக்கும் ஈடே கிடையாது…

கல்தரையில் லக்ஷ்மி பாய் நடந்துவருகிறாள் என்று முன்னறிவித்த பாதசர ஒலி வைரமணியை நிகழ்காலத்துக்கு இழுத்து வந்தது. வழக்கமாக ஆசிரமம் வந்து திரும்பும்போது மலர்ந்திருக்கும் லக்ஷ்மியின் முகம் ஏன் இவ்வளவு கூம்பியிருக்கிறது என்று வியந்தவாறே, குதிரையின் கழுத்தில் மாட்டி, அதன் முகம் முழுவதையும் விழுங்கியிருந்த கொள்ளுப்பையைக் கழற்ற முனைந்தான்.

7

கியான்சந்த் மோகன்மல் சுக்ராஜுக்கு ஐந்து சகோதரிகள். முந்தின குழந்தை பிறந்து பால் வற்றிய மாத்திரத்தில் இரண்டாவது குழந்தையைக் கருக்கொள்வாளாம் தாயார். இத்தனை குழந்தைகள் பெற்றும் குடும்பத்தின் மூத்த சகோதரி என்று சொல்லும் விதமான உடல்வாகு கொண்டவள் என்பார்கள்.

சுக்ராஜை சூல் கொள்வதற்காகவென்றே காத்திருந்தவள் மாதிரி பிரசவத்தில் இறந்து போனாள். ஆறாவதாகப் பிறந்த இவனையும் பெண்குழந்தை மாதிரித்தான் வளர்த்தாள் தந்தைவழிப் பாட்டி. இரட்டைச் சடையும், கடுக்கன்களும், அபாரமான வெண்ணிறமும், நெய்யில் செய்த இனிப்புகளை சதா புசித்துப் பெருத்த புட்டமுமாகப் பள்ளிக்கூடம் போகும் சுக்ராஜைப் பின்புறத்திலிருந்து பார்த்தால் சட்டென்று பாலினம் புலப்படாது.

பள்ளிக்கூடம் என்றால் திண்ணைப் பள்ளிக்கூடம். மூத்தவர்களாகப் பிறந்த பெண்குழந்தைகளுக்கு வாய்க்காத பாக்கியம் அது. திண்ணைப் பள்ளிக்கூடத்தில் படித்து வரும் ஆண்களிடமும், குடும்பத்தின் மூத்த பெண்களிடமும் கொஞ்சம் எழுதப் படிக்கக் கற்றுக்கொள்வார்கள். ருதுவான பிறகு பால் கணக்கும், மாதவிடாய்க் கணக்கும் சுவரில் கோடுபோட்டுக் கணிக்கிற அளவு கல்வியறிவு வளர்ந்திருக்கும். இது போதாதா பெண்களுக்கு? உபரியாக, தலைக்கு இத்தனை சப்பாத்தி, இத்தனை சப்பாத்திக்கு இவ்வளவு

தொடுகறி என்கிற கணக்குகளெல்லாம் உள்ளுணர்விலேயே ஊறித் தெளிவுபெற்றுவிடும்.

தகப்பனார் தீப்சந்த் மோகன்மல் சுக்ராஜ் குழந்தையாக இருந்தபோதே சேலத்தில் வந்து குடியமர்ந்து விட்டார்கள். பரம்பரைத் தொழிலான வெள்ளி வியாபாரத்தில் கொழித்த குடும்பம். தீப்சந்த் மிகச் சிறந்த பக்திமான். வாழ்நாள் முழுக்க, வெங்காயத்தின் ருசி இன்னதென்றே தெரியாது வாழ்ந்து கழித்த உத்தமர்.

வழக்கமாக, சுக்ராஜின் இனத்தவரைப் பற்றி ஒரு சொல் வழக்கு உண்டு. 'பூமிக்குக் கீழ் விளைகிறவற்றை உண்ண மாட்டார்கள் — பூமிக்கு மேல் நடமாடும் மனிதர்களை ஒருவர் பாக்கியில்லாமல் சாப்பிட்டு விடுவார்கள்' என்று. அவ்வளவு கறாரான வியாபாரிகள் என்று அர்த்தமாம்.

தீப்சந்த் சுக்ராஜ் அப்படிப்பட்டவர் அல்ல. அவருடைய வம்சத்தில் நான்கு தலைமுறைக்கு முன்னால் ஒரு மகான் பிறந்து பதினாறாம் வயதில் தீட்சை பெற்று திகம்பரராகியிருந்தார். தீப்சந்துக்குமே அப்படியொரு விருப்பம் இருந்ததுதான். ஆனால், வாழ்வின் நுட்பமானதும் அழுத்தமானதுமான திருப்பங்கள் அவரை வெள்ளிவியாபாரியாகவே நிலைநிறுத்தின.

ஊழியர்கள் தவறு செய்தால் மஹான் தீப்சந்த் கொடுக்கும் தண்டனை விசித்திரமானது. அவர்களிடம் மூன்று நாட்கள் பேசமாட்டார். ஒரு முழு நாள் தாம் உபவாசம் இருப்பார். முதலாளி பட்டினி கிடப்பதை அறிந்ததும் குற்ற உணர்ச்சியில் குமைகிற தொழிலாளிகளின் சகாப்தம் அது.

சுமார் பன்னிரண்டு வயது வரை பெண்குழந்தைகளின் விளையாட்டுகளைத்தான் ஆடுவான் சுக்ராஜ். வெள்ளியில் சொப்பு சாமான்கள் செய்துகொடுத்திருந்தார் தகப்பனார். பளபளவென்ற பித்தளைப் பல்லாங்குழியும் வீட்டில் உண்டு. பள்ளி விட்டு வந்ததும், தம்பியை நடுவில் அமர்த்தி, சகோதரிகள் சூழ்ந்து உட்கார்வார்கள். மழலை பிரியாத குரலில் 'அறம் செய விரும்பு, ஆறுவது சினம்' என்று தன் மாணவியருக்குப் பாடம் சொல்லித்தருவான் சுக்ராஜ். அவ்வப்போது பிரம்படியும் உண்டு.

எல்லாம் நல்லபடியாகப் போய்க்கொண்டிருந்தபோது, இவனுடைய பனிரண்டாவது வயதில் நடந்தேறிய ஒரு சம்பவம் சுக்ராஜை வேறுமாதிரியான பிராணியாக மாற்றிவிட்டது. இத்தனைக்கும், அது ஒரு சுபகாரியம்தான். சுக்ராஜின் மூத்த சகோதரிக்கு நடந்த திருமணம். அன்றிரவே, சுக்ராஜைக் குழப்பம் தொற்றியது.

அந்நிய ஆடவர்கள் முன்னால் வரமாட்டாதவளும், வர வேண்டிய நிர்ப்பந்தம் ஏற்பட்டால் தன்னியல்பாக முக்காடு இட்டுக் கொள்கிறவளும், பருவம் எய்திய பிறகு வீட்டு வாசலைத் தாண்டி அறியாதவளுமான அக்கா, முன்பின் பழக்கமில்லாத ஆள் ஒருவனுடன் மாடியில் உள்ள நான்காவது அறைக்குள் நுழைந்து கதவைச் சாத்திக்கொண்டதை சுக்ராஜின் இளம் மனத்தால் பொறுத்துக்கொள்ளவே முடியவில்லை. அதைவிட, உள்ளே என்னதான் நடக்கிறது என்று தெரிந்துகொள்ளும் ஆர்வம் நமட்டியது.

அதிக நாள் காத்திருக்க வேண்டியிருக்கவில்லை. ஒரு மத்தியானத்தில், மாடியில் வேறு யாருடைய நடமாட்டமும் இல்லாத பொழுதில், கவனக்குறைவாகத் தாழிடாது விட்டதால் லேசாகத் திறந்திருந்த ஜன்னல் இடுக்கின் வழி வாழ்வின் முக்கியமான சூட்சுமம் ஒன்று புலப்பட்டது சுக்ராஜுக்கு. புதிதாக வந்த ஆள் அக்காவின்மீது கவிழ்ந்து கிடக்கிறான். அக்காவின் முகம் தெரியவில்லை. அவள் கைகள் அவனுடைய முதுகை இறுக்கிப் பிடித்திருப்பது தெரிகிறது. அவ்வப்போது முனகுகிறாள். அக்காவின் பளீரென்ற வெண்ணிறக் கால்கள் அவனுடைய கால்களை இறுக்கித் துவண்டபோது ஓசைப்படாமல் திரும்பிப் படியிறங்கினான் சுக்ராஜ்.

உடம்புக்குள் புதுவிதமாக ஒரு பரபரப்பு தொற்றியிருந்தது. எல்லாமே, எல்லாருமே மாறியாகிவிட்டது. கண்களின் உட்புறம் நிரந்தரமாக ஏதோ சுரப்பு இருக்கிற மாதிரிப் பிசுபிசுத்தது. அடிக்கடி கண்களைத் துடைத்துக்கொண்டான். காது மடல்களில் சதா ஒரு வெம்மை. தான் பார்த்ததை யாரிடமாவது சொல்லாவிட்டால் தலை வெடித்துவிடும்போல இருந்தது. சொல்வதற்கு பயமாகவும் இருந்தது — சொன்னால் அந்தக் காட்சி தனக்குள்ளிருந்து வெளியே குதித்து ஓடிவிடுமோ என்று.

ஆக, தான் பெண்குழந்தை அல்ல என்றும், தன் உடம்பிலேயே முக்கியமான விளையாட்டுப் பொருள் ஒன்று இருக்கிறது என்றும் சுக்ராஜ் கண்டறிந்ததற்குப் பொறுப்பு அவனில்லை — மேற்படித் திருமணம்தான்.

நாலைந்து மாதங்கள் கழித்து, இன்னும் அவஸ்தையான சங்கதி நடந்துவிட்டது. சுக்ராஜின் நெருங்கிய சொந்தக்காரியும், இவனைவிட இரண்டு வயது மூத்தவளும், விடுமுறைக்காக ஒன்றுவிட்ட மாமன் வீட்டுக்கு சேலம் வந்தவளுமான வசுந்தராவை நேருக்குநேர் பார்க்க நேர்ந்துவிட்டது. அவள் உள்ளே இருக்கிறாள் என்று தெரியாமல், குளியலறைக் கதவின் தாழ்ப்பாள் கழன்று வந்துவிட்ட தகவலும் அறியாமல், தகரக் கதவில் கை பதிக்கிறான்.

திறந்துவிட்டது. வசு நிமிர்ந்து நின்று உச்சந்தலைக்குச் சீயக்காய் தேய்க்கிறாள். மூடிய கண்களும் மூடாத உடம்புமாய் வசுவைப் பார்த்த கணத்தை பின்னர் தன் வாழ்நாளில் மறக்கவே முடியாமல் ஆனது சுக்ராஜுக்கு. பெயர் எதுவும் அற்ற, சிடுக்கவிழ்ந்த மாபெரும் ரகசியமாய் நின்றுகொண்டிருந்த பெண் உடல்.

வசு ஊர் திரும்புவதற்கு முதல்நாள் இருவரும் தனியாகச் சந்தித்தார்கள். அவளுக்குமே தன் உடம்பு சம்பந்தமாகவும், ஆண் உடம்பு சம்பந்தமாகவும் சில சந்தேகங்கள் இருந்தன. இருந்துமென்ன, இறுக்கக் கட்டிக்கொள்வதும், திரைகளை விலக்கிப் பார்ப்பதும், ஒருவர் உடம்பு முழுக்க மற்றவர் தயங்கித் தயங்கி வருடுவதும், கொசுறாய் நாலைந்து முத்தங்கள் பகிர்வதும் தவிர வேறெதுவும் செய்ய தைரியமில்லாமல் போய்விட்டது.

தொடர்ந்து வந்த நாளொன்றில், தற்செயலாக இன்னொரு சமாசாரம் நடந்தேறியது. உலர் கழிவறைக்குள் இருந்த திட்டுக்குப் பின்புறம் உலர்ந்தும் உலராமலும் குத்திட்டிருந்த மலக்குச்சங்கள் சாட்சியாய் இருக்க, சாவகாசமாகக் கால்நீட்டி அமர்ந்து, ஆர்வமாகத் தன் உடம்போடு சுக்ராஜ் விளையாடிக்கொண்டிருந்தபோது,[88] வாசலில் சாட்சியம் இருந்த தண்ணீர் வாளியைக் கவனிக்கவியலாத அவசரத்துடன் நுழைந்த தகப்பனார் தீப்சந்த் சுக்ராஜ் பார்த்துவிட்டார்.

மறுநாள் முதல், மூன்று நாட்களுக்கு உபவாசம் தொடங்கினார். வீட்டில் யாருக்குமே தெரியவில்லை — குடும்பத்தலைவரை நெருக்கடிக்கு ஆளாக்கிய உற்பாதம் எதுவென்று. முதல்நாள் முழுக்க ஒருவிதச் சங்கடத்தில் ஆழ்ந்திருந்த சுக்ராஜ், அன்றிரவில், படுக்கையில், பரபரக்கும் உடம்புடன் புரண்டுகொண்டிருக்கும்போது, மாபெரும் உண்மையொன்றைக் கண்டுபிடித்தான்.

தகப்பன் பட்டினி கிடப்பதால் தனக்கொன்றும் நஷ்டம் ஏற்படுவதில்லை என்பதுதான் அது. தீங்கு செய்யாத தண்டனை முறையைக் கைவசம் வைத்திருக்கும் தகப்பனுக்கு மானசீகமாக நன்றி சொன்னான்.

கட்டறுத்துக் கொண்டது பொலிகாளை. சுக்ராஜின் வகுப்புத் தோழனும், தீப்சந்த் சுக்ராஜிடம் சிறுவயது முதலே ஊழியம் செய்துவந்த மாரிமுத்துத் தட்டாரின் செல்வக்குமாரனும்,

88 பின்னர் இந்த இடத்தைப் பற்றி விரிவாக எடுத்துச் சொன்னான் இஸ்மாயில். சமஸ்கிருத அழகியல் தனது அடிப்படையாகக் கொள்வது நவரசங்கள் என்ற தொகுப்பை. அனுபவத்தின் ஒன்பது பாத்திகள் என இவற்றைச் சொல் கிறது அது. அவற்றில் 'பீபத்ஸம்' என்ற அருவருப்பை வெற்றிகரமாக நிகழ்த்துகிறது இந்தப் பத்தி என்று சிலாகித்தான்.

பிஞ்சிலே பழுத்தவனுமான ஆண்டியப்பன், உற்ற நண்பனாய் வந்து சேர்ந்தான். ஆண் உடம்பின் ரகசியச் சுனைகளையும் அவற்றில் ஊற்றெடுக்கும் பேரானந்தத்தையும் சரளமாகக் கையாள சுக்ராஜுக்கு உதவிகரமாக இருந்தான் அவன்.

ஆனால், ஆண்டியப்பன் எவ்வளவோ முயன்றும் நடைமுறைப்படுத்த இயலாமல் போன ஒரு விஷயமும் இருந்தது. சுக்ராஜ் தனக்குள்ளிருந்தே இன்பத்தைத் தேடி எடுக்க முயல்வதும், தான் வீட்டில் திருடிக் கொடையளித்த பணத்தில் ஆண்டியப்பன் மேற்கொண்ட பெண்யாத்திரைக் கதைகளை விலாவாரியாகக் கேட்டு இன்புறவுமாக இருந்தானே யொழிய, அந்நியப் பெண்களிடம் படுத்தெழுவதற்கான தைரியத்தை உருவாக்கிக்கொள்ளவேயில்லை.

மற்றபடி, சுக்ராஜிடம் இருந்த அளவற்ற பணவசதியும், ஆண்டியப்பனின் உத்வேகமும் ஒன்றிணைந்து தீப்சந்த் சுக்ராஜைப் பல நாட்கள் உபவாசத்தில் தள்ளிக்கொண்டிருந்தன.

மகனை நன்னெறிப்படுத்தப் பலவாறு முயன்று தோற்ற தகப்பன், பதினெட்டாவது வயதிலேயே அவனுக்குத் திருமணம் முடித்து, பக்கத்துக் கட்டடத்தில் தனியாகக் குடித்தனமும் வைத்தார்.

தன்னைவிட ஒரு வயது மட்டுமே இளையவளான கோமலிடம் சரணாகதியானான் சுக்ராஜ். அவளோ, இவனுடைய ஆவேசத்துக்கு ஈடுகொடுக்க முடியாமல் சோர்ந்து போனாள். அந்தி நெருங்கும்போதே பயத்தால் உடல் நடுங்க ஆரம்பித்தாள். பெற்ற தாயிடம் ரகசியமாகச் சொல்லி அழுதாள். பிரச்சினையின் தீவிரம் புரியாத தாயார்,

> ஆரம்பத்தில் அப்படித்தான் இருக்கும், போகப்போக எல்லாம் சரியாகிவிடும்.

என்று வழக்கமான தாய்மொழி ஆறுதல் வழங்கியதோடு, கோமலின் தகப்பன், இவள் வயிற்றிலிருந்த காலத்திலேயே தன்னை என்ன பாடுபடுத்தினார் என்பதற்கு ஓர் உதாரணக் கதை சொல்லிச் சிரித்தாள். இது கோமலின் பீதியைப் பலமடங்கு அதிகரிக்கச் செய்தது.

இது ஒருபுறமிருக்க, அளவற்ற வேட்கையும் அதற்குப் பொருத்தமற்ற விகிதத்தில் துணிவும் கொண்டிருந்த சுக்ராஜை தீரமும் வஞ்சகமும் நிரம்பிய முழு ஆண்மகனாக மாற்றிய ரசவாதம், அவர்கள் வீட்டில் பணிப்பெண்ணாக இருந்த அன்னத்தாயின் ரூபத்தில் நடந்தேறியது.

‘மணமாகி இரண்டு வருடங்களாயிற்றே, வம்சம் தழைக்குமா’ என்று கவலைப்பட்ட தீப்சந்திடம், கோமலுக்குப் பிள்ளைப் பேறு வேண்டுமானால், ஒன்பது மாதம் தம்முடைய சூரணங்களையும், கல்பங்களையும், லேகியங்களையும் பத்தியமிருந்து சாப்பிட வேண்டும், கிட்டத்தட்டப் படுத்தே கிடக்க வேண்டும் என்பதுடன், சிகிச்சைக்கு மொத்தமாக ஆயிரத்து எழுநூற்று நாற்பத்தெட்டு ரூபாய் செலவாகும் என்று சேலத்தின் பிரபலமான பரம்பரைச் சித்தவைத்தியர் ஆராய்ந்து அறிவித்தார். இவற்றுடன், கிருஷ்ணகிரிக்கு அருகிலுள்ள பிள்ளைமலையில் எழுந்தருளியிருக்கும் சூல்நாயகிக்கு தங்கச் சூலாயுதம் காணிக்கை சாத்த வேண்டும் என்றும் பரிந்துரைத்தார். இதைக் குழந்தை பிறந்த பிறகு செய்தால் போதும் என்று சொன்னார்.[89]

கோமலுக்கு ரத்த அழுத்தம் அதிகமாக இருப்பதாகவும் கண்டு சொன்னார். இழைப்பு நோயின் ஆரம்ப அறிகுறிகளும் தென்பட்டிருந்தன அவரது ஆராய்ச்சியில்.

வாரத்தில் இரண்டு நாட்கள் மட்டுமே தன்னைத் தொடலாம் என்று நிபந்தனை விதித்துவிட்டாள் கோமல். ஒரு வாரத்துக்கு ஏழு நாட்கள் என்று ஏற்பாடு செய்தவனை நொந்துகொண்டு, உறக்கம் வராமல் குப்புறப் படுத்துத் தவித்தான் சுக்ராஜ்.

இந்தச் சமயத்தில்தான், அன்னத்தின் வருகை நிகழ்ந்தது. சுக்ராஜ் பிறப்பதற்கு முன்பிருந்தே தீப்சந்தின் வீட்டில் பணிப் பெண்ணாக இருந்துவரும் சற்குணத்தின் மருமகளாக வந்து சேர்ந்தாள் அன்னம். மொடாக் குடிகாரனும், காசுவைத்து ஆடுபுலி ஆட்டம் ஆடுவதில் விற்பன்னனுமாகிய தனது ஒரே மகனை அவள் வந்துதான் திருத்த வேண்டும் என்று காத்திருந்த சற்குணம், மருமகளையும் வேலைக்கு எடுத்துக்கொள்ளும்படி முதலாளியிடம் முறையிட்டாள்.

கோமல் சம்பந்தமாக வியாகூலமுற்றிருந்த தீப்சந், உடனடியாக வேலைதரச் சம்மதித்தார். தனிக்குடித்தனத்தில் உழலும் தமது மருமகள் படுக்கையிலிருந்து எழுவதற்கு அவசியமில்லாதபடி அவளுக்குப் பணிவிடைகள் செய்ய வேண்டும் என்பதுதான் ஒரே நிபந்தனை.

---

89 சுக்ராஜ் கதையைச் சொல்லும்போது நினைத்து நினைத்துத் தகவல்களைச் சேர்த்துக்கொண்டேயிருந்தான் சுகவனம். குழப்பமான, நெடிய வாக்கியங்களில் சொல்லிக்கொண்டே போனான். ஒன்றுவிடாமல் குறிப்பெடுத்துக் கொள்ளவும், ஞாபகத்தில் பதித்துக்கொள்ளவும் மிகவும் சிரமப்பட்டுப் போனேன். சில தகவல்களை எழுதும்போது, அவன் சொன்னவைதானா, அவன் சொன்னதாக நினைத்துக்கொண்டு நானாகச் சேர்த்ததா என்ற குழப்பம் வரத்தான் செய்கிறது. மைய ஓட்டத்துக்குக் குந்தகம் வராத வகையில்தான் இருக்கின்றன என்று எனக்குத் தோன்றுவதால், இப்படியே இருக்கட்டும் என்று விட்டிருக்கிறேன்.

சுக்ராஜ் சம்பந்தமாக சற்குணத்துக்கு நல்ல அபிப்பிராயம் கிடையாது. என்றாலும் தன் ஒருத்தியின் சம்பாத்தியம் மகன் குடிப்பதற்கும் சூதில் பிணை வைப்பதற்குமே போதவில்லை என்பதால் சம்மதித்தாள். இந்த விஷயத்தில் அவள் பெரிதாக நம்பியது அன்னத்தின் சரும நிறத்தை.

வேலூரில் தையல்கடை வைத்து கஷ்ட ஜீவனம் நடத்தி வந்த தனது சொந்த அண்ணனின் மகள் என்பதாலும், குடியனான தன் மகனுக்கு வேறு யாருமே பெண் தர முன்வரவில்லை என்பதாலும் அன்னத்தை மருமகளாகத் தேர்ந்திருந்தாள் சற்குணம். அன்னத்துக்கு அவள் பிறந்த குடும்பத்திலேயே 'அண்டங்காக்காய்' என்றுதான் பட்டப்பெயர். குல வணிகத்துக்கேற்ப வெள்ளிக்கட்டிகளாய்த் திகழும் எஜமானர்களின் வீட்டில் அவளுக்குக் கேடு எதுவும் நேர்ந்துவிடாது என்று உறுதியாய் நம்பினாள் சற்குணம்.

பாவம், அவளுக்கு சுக்ராஜைப் பற்றி முழுசாகத் தெரிந்திருக்கவில்லை. பாக்கி இருந்த ஐந்து நாட்களில் ஒருநாள், தன்னுடைய அறையைக் கூட்டிச் சுத்தம் செய்ய நுழைந்த அன்னத்தின் முன்னங்கையைப் பற்றிக் கட்டிலுக்கு இழுத்தான் சுக்ராஜ். கூவென்று ஓலமிட்டாள் அவள்.

வைத்தியரின் கட்டளைக்கேற்ப மல்லாந்து கிடந்தபடி, பிள்ளைக் கனவில் மூழ்கியிருந்த கோமலின் செவிகளில் நாராசமாகத் துளைத்தது அந்தக் கூப்பாடு. எழுந்து விரைந்தோடி வந்தவள், சுக்ராஜின் அறைக் கதவை வெளித்தாழ்ப்பாள் போட்டுவிட்டு, தானும் கூவத் தொடங்கினாள்.

அக்கம்பக்கத்திலிருந்து ஆட்கள் குழுமி, ஆளாளுக்குப் பேசவும் ஏசவும் என்று மும்முரமானார்கள். வாசற்படியில் குத்தவைத்து உட்கார்ந்த சற்குணம் நெஞ்சில் அறைந்துகொண்டு பிலாக்கணம் வைத்தாள். சுவரில் சாய்ந்து, கறுத்த முகத்துடன் சிலைபோல நின்றார் பெரியவர் தீப்சந்த். எப்படித் தகவல் எட்டியதோ, அன்னத்தின் புருஷன் வியர்க்கவியர்க்க ஓடிவந்து சேர்ந்தான்.

அதன் பிறகுதான் கதவைத் திறக்கவேண்டும் என்று முடிவுகட்டியவள் மாதிரி, அடமாகத் தாழ்ப்பாளைப் பிடித்த படி நின்றிருந்த கோமல் தாழை நீக்கிவிட்டு, விலகி ஒதுங்கிக் கொண்டாள். மாணிக்கம் கதவை உதைத்துத் திறந்தான். கையில் பிடித்த செருப்புடன் அறைக்குள் நுழைந்தவனைத் தாண்டிக்கொண்டு, முந்தானைநுனியை வாயில் அடைத்துக் குமுறியவண்ணம் வெளியில் ஓடிவந்து தீப்சந்தின் கால்களில்

விழுந்தாள் அன்னம்.

கெட்டவார்த்தைகளும் செருப்படி ஓசையும் உரத்துக் கேட்பதைக் கேட்டு மகிழ்ந்த திருப்தியுடன் கூட்டம் கலைந்தது. சில நிமிடங்கள் கழித்து,

> மனுசனாங்க உங்க மயென்? எவ்வளவு வேணாலும் அடிச்சிக்கோன்னு காட்டிக்கிட்டு நிக்கிறான். ரத்தம் செத்த பய.

என்று தீப்சந்தை நோக்கி உறுமியபடி வெளியில் வந்த மாணிக்கம்,

> வாடீ முண்டே...

என்று பெண்டாட்டியை இழுத்துக்கொண்டு வேகமாகப் போனான்.

விஷயம் இத்தோடு முடிந்திருந்தால், எவ்வளவோ நன்றாயிருந்திருக்கும். ஆனால், இந்த மாதிரி விஷயங்களுக்கென்றே, மரபான தர்க்க முறிவு ஒன்று இருக்கிறதல்லவா?

மேற்படிச் சம்பவத்துக்கு மறுநாளிலிருந்து, தீப்சந்த் ஒருவார உபவாசத்தில் இறங்கினார். அவரது விரதம் முடிந்த மறுநாள் முற்பகல்பொழுது வேறொரு காட்சியை நிகழ்த்தத் தயாரானது.

அன்னம் தயங்கித் தயங்கி சுக்ராஜின் அறைக்குள் நுழைந்தாள். மேலதிகமாகக் குடிப்பதற்கும், ஆட்டத்தில் தோற்பதற்கும் உபரி வருமானத்துக்கு வழி கண்டுபிடித்திருந்தான் மாணிக்கம். சற்குணத்துக்கும், மாடியறையில் படுத்திருந்த கோமலின் கவனத்துக்கும் போகாமல், இன்னொரு பெண்ணின் உடம்புக்குள் நுழைந்து மீண்டான் சுக்ராஜ்.

அபிலாஷைகளைத் தீர்த்துக்கொள்ளும் முனைப்பிருக்கும் பட்சத்தில், மான அவமானங்களைப் பொருட்படுத்த வேண்டியதில்லை என்ற மகத்தான பாடம் சித்தித்தது அவனுக்கு.

இதெல்லாம் முப்பது வருடப் பழைய கதை.

பின் வந்த வருடங்களில் சுக்ராஜ் ஆடிய தாண்டவத்துக்கு, அவனைப் பெண்வியாதி எதுவும் தொற்றாதிருந்ததற்கு ஒரேயொரு காரணம்தான் சொல்லமுடியும் — தீப்சந்த் என்ற தர்மசீலருக்கு அவன் மகனாய்ப் பிறந்த புண்ணியம் . . .

இடையில்பலவருடங்கள்காணாமல்போயிருந்தஆண்டியப்பன் திரும்பி வந்து சேர்ந்தான். முன்பைவிடக் கறுத்திருந்தான். அநாவசியமாக அடிக்கடி சிரித்தான். சிங்கத்தின் பிடரிமயிர்

போன்று கேசமும், வெளுத்து வாங்கிய வேஷ்டி ஜிப்பாவும் வாய் நிரம்பக் குதப்பிய வெற்றிலையும் கக்கத்தில் இடுக்கிய செல்லமும் என ஆளே மாறியிருந்தான். கொஞ்சநாள் சும்மா சுற்றியவன், யாரையோ பிடித்து, நகரின் எல்லையில் இருந்த லக்ஷ்மண அய்யா தர்மசத்திரத்தில் நிர்வாகியாக வேலைக்கு அமர்ந்தான்.

இங்கிலாந்துக்குக் கப்பலில் மாம்பழம் அனுப்பிச் செல்வந்தரானவரும் (ஆங்கிலேய நிர்வாகத்துக்கு ஆள்காட்டியாக இருந்ததால் சேர்ந்த சொத்து என்று புறணி சொல்பவர்களும் உண்டு), ராவ்பகதூர் பட்டம் பெறும் முயற்சியில் அயராமல் ஈடுபட்டு, அது கிடைக்கும் முன்பே, பெருவியாதி தொற்றியதால் தூக்கிட்டுத் தற்கொலை செய்துகொண்டவரும், கொடைவள்ளலுமான லக்ஷ்மணப் படையாச்சி நிறுவிய சத்திரம் அது.

சுக்ராஜும் ஆண்டியப்பனும் சாயங்காலங்களில் சந்தித்து அளவளாவுவதற்கென்று தனியறையொன்று ஏற்பாடானது. முன்னிரவு தீரும் சமயத்தில் ஆண்டியப்பன் வெளியேறிவிடுவான். அதன்பிறகும் சுக்ராஜ் தனியாக இருப்பதில்லை.

இடைப்பட்ட வருடங்களை மதறாஸ் பட்டணத்தில் கழித்துத் திரும்பியிருந்த ஆண்டியப்பன் வசீகரமான திட்டங்களைக் கொண்டுவந்திருந்தான். புதிதாக வளரத் தொடங்கியிருந்த சினிமாத் துறையில் சுக்ராஜை இறக்குவதும் அவற்றில் ஒன்று.

சுக்ராஜின் ஐசுவரியமும், ஆண்டியப்பனின் அனுபவமும் திறமையும் ஒன்றுசேரும் பட்சத்தில், ‘யார் கண்டார், மதறாஸ் ராஜதானியின் ஒண்ணாம் நம்பர் செல்வந்தராக சுக்ராஜ் இருப்பதற்கும் வாய்ப்பிருக்கிறது’ என்றான் ஆண்டியப்பன். அது மட்டுமில்லை,

> உள்ளூர்ச் சரக்கெல்லாம் போதும் மொதலாளி. படு ஷோக்கான குட்டிக பட்டணத்திலே எத்தனெ திரியுதூண்றீக. அத்தனையையும் நம்ம ஊருக்கே வரவச்சு, ஒரு வளி பண்ணீறலாம்.

என்றும் சொன்னான். ஓடிப் போவதற்கு முன்னால் பெயர் சொல்லிக் கூப்பிட்ட அடாபுடா தோழன், ‘முதலாளி’ என்று அழைத்ததே சுக்ராஜுக்குப் போதுமாய் இருந்தது — அவன் வார்த்தைகளை சிரமேல் கொள்வதற்கு.

சுக்ராஜிடம் நாலு தலைமுறைச் சம்பாத்தியம் இருந்தது — முற்றாக அழித்துவிட்டுப் பராரியாவதற்கு.

8

வீட்டுக்கு வேண்டாம். நித்ய நர்த்தனர் கோவிலுக்குப் போங்கள்.

என்றாள் லக்ஷ்மி பாய். அடிவாரம் வரும்வரை மௌனமாக இருந்தவள் பேசிய முதல் வாக்கியம்.

‘எதற்கு’ என்று கேட்காமல் குதிரையை நடத்தினான் வைரமணி. லக்ஷ்மி பாயின் சொல்லை இதுவரை ஒரே ஒருமுறைதான் தட்டியிருக்கிறான்...

காதலைத் தெரிவித்த மறுவாரம், காற்றின் சலனமேயில்லாது புளிய மரங்கள் உறைந்திருந்த, சுமைதாங்கிக் கல்லில் கட்டிய குதிரை நிம்மதியற்றுக் கால்களை மாற்றி மாற்றி நின்று கனைத்துக்கொண்டிருந்த, தேய்பிறையின் மங்கல் வெளிச்சம் வண்டிக்குள் வேவு பார்க்கக் கசிந்திருந்த, யார் யாரோ கற்றுத்தந்த வித்தைகளை முற்றாக மறந்துவிட்டு புதுப் பெண்போலக் கூசிக்கூசி லக்ஷ்மி பாய் இசைந்த இரவில், பிணைந்து முயங்கி விலகிய உடல்களில் அயர்ச்சி ததும்ப அருகருகே மல்லாந்து படுத்துக் கைகோத்துக் கிடந்தபோது.

அன்று லக்ஷ்மிபாய் ஏதேதோ பிதற்றிக் கொண்டிருந்தாள். உச்சமாக, தன் வீட்டில், தன்னுடனே வந்து வசிக்கும்படி இவனைக் கோரினாள். வேங்கடய்யாவும் இல்லை, சியாமளா பாயும் இல்லை, இவர்கள் இருவரும் ஏன் தனித்தனியாக இருக்க வேண்டும் என்று ஆதங்கமாய்க் கேட்டாள். அவளுடைய கையில் சிக்கியிருந்த தன் வலதுகையை விடுவித்துக்கொண்டு எழுந்து உட்கார்ந்தான் வைரமணி.

மஞ்சுநாதா இருக்கிறானே?...

என்றான். அவள் பெருமூச்சு விட்டாள்.

...ஒரு நிமிஷம்கூடப் பொறுக்க மாட்டான். திவான் மாளிகையில் நான் இருப்பது பிடிக்காமல்தான் உன்னுடைய வண்டியோட்டியாக அனுப்பியிருக்கிறான். வேலைக்கார நாய்க்குப் பெண்டாட்டியாகவே ஆகிவிட்டாய் என்று தெரிந்தால், தொலைத்துவிடுவான், தொலைத்து. மற்றப் பயல்களும் உன்னைக் கைவிட்டு விடுவான்கள். ஊரைவிட்டே ஓடத்தான் வேண்டும்.

நீங்கள் கூலிவேலை செய்தாவது என்னைக் காப்பாற்ற மாட்டீர்களா, கண்ணாளா?

நான் காப்பாற்றுவேன், லக்ஷ்மீ. நிச்சயம் காப்பாற்றுவேன்.

பிறகென்ன?

உன்னால் குடிசையில் வசிக்க முடியாது. இத்தனை வருஷ மாளிகை வாசம் உன் உடம்பில் ஊறியிருக்கும். அதுதான் பிரச்சினை.

வண்டித்தட்டுக்கு அருகிலிருந்த வெள்ளிக் கூஜாவைத் தொட்டுக் காட்டி வைரமணி சிரித்தான். அவளும் எழுந்து உட்கார்ந்தாள். இவன் முகத்தோடு முகம் வைத்து உரசினாள்:

வாஸ்தவம்தான். நமக்கு விதித்தது இந்தப் புளியமரத்தடி தான்.

இவனுடைய நெஞ்சுமயிரை விரல்களால் அளைந்தபடி கிளுகிளுத்தாள். தான் சொன்னதை, ஒப்புக்குக்கூட அவள் மறுக்கவில்லையே என்று வைரமணிக்கு உறுத்தத்தான் செய்தது. 'சரி போ, தாம்பத்தியம் என்றால் உறுத்தல்கள் இல்லாமலிருக்குமா?' என்று தன்னைத்தானே தேற்றிக்கொண்டான்...

நித்ய நர்த்தனர் கோவில் வாசலில் பூ விற்கும் பெண்மணி லக்ஷ்மிபாயைப் பார்த்ததும் இரண்டு முழம் ஜாதிப்பூவை அளந்து கொண்டுவந்தாள். வேண்டாமென்று தலையை ஆட்டினாள் லக்ஷ்மி பாய்.

சாதாரணமாக, பூவை வாங்கிக்கொள்வாள். கோவிலுக்குள் போகும்வரை கையிலேயே வைத்திருந்து, ஆள் நடமாட்டம் இல்லாத இடத்தில் நின்று, வைரமணியிடம் கொடுத்து சூட்டிவிடச் சொல்வாள். இன்றுதான், அவள் வழக்கமான லக்ஷ்மி பாயாக இல்லையே.

இவ்வளவு ஏன், மலைக்கோவிலிலிருந்து நேரே இன்னொரு கோவிலுக்குப் போனதே கிடையாது அவள்.

> நமக்கு என்ன கொடுக்கவேண்டும் என்பதில் வேம்பவதிக்கும் மற்ற தெய்வங்களுக்கும் இடையில் தகராறு வந்து விடக் கூடாதல்லவா?

என்று சொல்லிச் சிரிப்பாள். இன்று முகம் இருண்டு கிடக்கிறது. இருவரும் மட்டும் இருக்கும்போது நடையில் வந்துவிடும் வழக்கமான துள்ளல் இல்லை. காக்காய் மாதிரி ஓயாமல் கழுத்தைத் திருப்பவில்லை. புட்டத்தைத் தாண்டி இறங்கும் சடையைக் குஞ்சலத்தோடு இடது முன்னங்கையில் ஏந்திக் கொள்ளும் உல்லாசம் இல்லை. மொத்தத்தில், பிற நாட்களில் லக்ஷ்மி பாயைப் பார்ப்பவர்கள், அவளுக்கு முப்பத்தைந்து வயது என்றோ பதினைந்து வயதில் அவளுக்கு ஒரு குழந்தை இருக்கிறாள் என்றோ சந்தேகப்படக்கூட வாய்ப்பிருக்காது. இன்றைக்கு அவ்வாறில்லை. அறுபது வயது சொல்லுமளவு தளர்ந்திருக்கிறாள்.

சந்நிதியில் சென்று நின்றார்கள். கைகளை நெஞ்சில் கட்டிக்கொண்டு, நித்ய நர்த்தனரின் சொரூபத்தை வெறித்தாள் லக்ஷ்மி பாய். வெண்பளிங்கில் செய்த ஆளுயரப் பாலகனின் உருவம். கவனமாகச் செதுக்கிய தலையின் சுருள்முடிக்குக் கறுப்பு வர்ணம் பூசியிருந்தது. திருத்தமான புருவங்களுக்கும், அசையாமல் நிற்கும் மயிற்பீலிக்கும்கூடக் கருநிறம்தான். வாசிக்கும் பாவனையில் நர்த்தனர் பிடித்திருந்த புல்லாங்குழலுக்கு மட்டும் உலோகக் குழல் மாதிரிப் பொற்சரிகை வர்ணம். காலடியில் மிதிபடும் காளிங்கனின் கண்களாக கெம்புக் கற்கள். அவனுடைய பிளந்த நாக்கு பழுப்பு நிறமாய் இருந்தது.

விசும்பினாள். வைரமணியின் கவனம் லக்ஷ்மி பாயிடம் திரும்பியது. சிலைபோல நின்றிருந்தவளின் நெஞ்சு சன்னமாக ஏறியிறங்க, திறந்து நிலைகுத்திய கண்களிலிருந்து தாரை தாரையாய்க் கண்ணீர் உகுத்தாள். தொங்கவிட்ட கைகளுடன் நெஞ்சை நிமிர்த்தி நின்று அவளையே பார்த்துக்கொண்டிருந்தான் வைரமணி.

வைரமணி நாஸ்திகன் கிடையாது. ஆஸ்திகனுமில்லை. இதுவரை வாழ்வில் நடந்த நல்லது கெட்டது எல்லாம் கடவுள் கொடுத்தது என்றால், இனிக் கொடுக்க வேண்டியதையும் தெரிந்துவைத்திருப்பார்தானே? அவருடைய கணக்குவழக்குகளை மாற்றச் சொல்லி, கூடக் கொஞ்சம் இனாம் கொடுக்கக் கேட்டு, அவரைத் துன்புறுத்துவது நியாயமா — என்ற கருத்துடையவன்.

நான் வண்டி ஓட்டும்போது, தட்டில் பக்கத்தில் உட்காந்து

> கொண்டு, சவுக்கைச் சொடுக்கு, ஆரத்தில் கம்பைக் கொடுத்து சத்தம் எழுப்பு, சேணத்தை இழுத்துப் பிடி, 'டுர்ரி டுர்ரி' என்று குரல் கொடு என்றெல்லாம் இம்சித்தால் எனக்குப் பிடிக்குமா?

என்று லக்ஷ்மி பாயிடம் ஒருநாள் கேட்டான்.

புளிய மரத்தடியில் ஆனந்தமும் ஆவேசமும் பொங்கிய நாள் அது. 'கோவிலுக்குப் போகிறோம்' என்று ராமவ்வாவிடம் பொய் சொல்லிவிட்டு, முன்னிரவு நேரத்திலேயே மரத்தடிக்கு வந்திருந்தார்கள். தாழம்பூப் பொடி தேய்த்துத் தலைகுளித்து, அத்தர் பூசி வந்திருந்த லக்ஷ்மி பாய் வாசனைச் சிமிழாகப் புரண்டு புரண்டு கொண்டாடினாள். வைரம் 'விஷத்தைக் குடி' என்று கொடுத்தாலும் சந்தோஷமாய்க் குடிக்கும் மனநிலையில் இருந்தாள். இவன் சொன்னதை ஆமோதித்துவிட்டு,

> உங்களுக்காக நான் பிரார்த்திப்பதில் ஆட்சேபணை யில்லையே நாதரே?

என்று குறும்பாகக் கேட்டாள். அதற்கு வைரமணி பதிலளித்த விதத்தைச் சொல்லுவது நாகரிகமாகாது. தம்பதியரின் அந்தரங் கத்துக்குள் வெளியாட்கள் பிரவேசிப்பது முறையாகுமா?...[90]

திடீரென, கண்ணை மூடிக்கொண்டாள் லக்ஷ்மி பாய். கண்ணீர் உருள்வது நின்றது. ஏதோ முடிவுக்கு வந்துவிட்டாள் போல. கண்ணைத் திறந்து நர்த்தனரை உறுத்துப் பார்த்தாள். விடு விடுவெனத் திரும்பி நடந்தாள். நின்ற இடத்திலேயே நின்றான் வைரமணி.

கோவில் மதிலின் உட்புறம் இருந்த நந்தவனத்தை நோக்கி லக்ஷ்மி பாய் செல்வது தூண்களின் இடைவெளியில் தெரிந்தது. அவளுடைய நடையின் வேகத்துக்குப் பின்னணி இசைக்கிற மாதிரிக் கோவில் நகரா முழங்கத் தொடங்கியது. உபவாத்தியமாக, ஆலாட்ச மணியின் ஓங்காரமும், தொடர்ந்த ரீங்காரமும். உச்சிகாலப் பூஜை தொடங்கவிருக்கிறது போலும்.

புதிதாய்ப் பறித்த செம்பருத்தி இலைகள் இரண்டைக் கையில்

90 இந்த இடத்தில் ஏதோ கேள்வி தோன்றியது. கதை சொல்லல் சம்பந்தமாகத்தான். வாய்ப்புக் கிடைக்கும்போது சுகவனத்திடம் கேட்க வேண்டும் என்று நினைத்துக்கொண்டேன். பிற்பாடு கேள்வியும் மறந்து விட்டது. கேட்கவேண்டும் என்று நினைத்ததும் மறந்துவிட்டது. இதோ, குறிப்புகளை ஒப்புநோக்கி இந்தப் பகுதியை எழுதும்போது, 'ஏதோ கேள்வி உதித்ததே?' என்று மட்டும் ஞாபகம் வருகிறது – கேள்வி போனது போனதுதான்.

கொண்டுவந்தாள் லக்ஷ்மி பாய். இதற்குள் தீபாராதனையைத் தொடங்கியிருந்தார் அர்ச்சகர். நர்த்தனரின் உருவத்தைச் சக்கரவட்டமாகச் சுற்றிவந்த தூபக்காலுடன் லக்ஷ்மி பாயின் விழிகளும் சுழன்றன. நாட்டியம் தெரிந்த விழிகள். அட, எப்பேர்ப்பட்ட அழகு முகம்!

அர்ச்சகர் நீட்டிய கற்பூரச் சுடரை பாவனையாகத் தொட்டுக் கண்களில் ஒற்றிக்கொண்டாள். இரண்டாவது சுற்றில் குங்குமம் வழங்கிவிட்டு உள்ளே சென்ற அர்ச்சகர் கனத்த சாவிக்கொத்து ஒன்றை எடுக்கும் ஒலி கேட்டது. சந்நிதியைப் பூட்டத் தயாராகிறார்.

லக்ஷ்மி பாய் ஓர் இலையில் குங்குமத்தை வைத்துப் பொட்டலம் கட்டினாள். மற்றதில், துவாரபாலகருக்குச் சாத்தியிருந்த சரத்திலிருந்து வெள்ளைப்பூ ஒன்றைப் பிய்த்துக் கட்டினாள்.

சுற்றுமுற்றும் பார்த்தாள். முக்கியமான வேலை ஒன்றை நிகழ்த்தும் தீவிரம் கொண்டிருந்தது முகம். எட்டத்தில், தாயுடன் நின்றிருந்த சிறுமியைக் கையாட்டி அழைத்தாள். அது மறுப்பாகத் தலையாட்டியது. கவனித்த தாய், ‘போ’ என்று சிறுமியின் முதுகில் லேசாக உந்தினாள்.

சிறுமி ஓடிவந்தாள். அர்ச்சகர் நிலைவாசலுக்கு வந்திருந்தார். கையில் இருந்த பொட்டலங்களைப் படியில் உருட்டினாள் லக்ஷ்மி பாய். ஒன்றை எடுக்கும்படி சிறுமியிடம் சொன்னாள். அது எடுத்து நீட்டியது. அர்ச்சகரிடம் கொடுக்கும்படி சைகை செய்தாள். அவர் வாங்கிக்கொண்டு உள்ளே போனார். நர்த்தனரின் பாதத்தில் வைத்துப் பிரார்த்தித்துவிட்டு, எடுத்துக் கொண்டுவந்து லக்ஷ்மி பாயிடம் நீட்டினார். இவள் அவரையே பிரித்துக் காட்டச் சொன்னாள்.

சிவப்பு வந்திருந்தது. லக்ஷ்மி பாயின் முகம் கூம்பியது. அடுத்த பொட்டலத்தையும் எடுத்துப் பிரித்து, வாடித் துவண்ட பூக்கள் கிடக்கும் குடலைக்குள் போட்டுவிட்டு, சந்நிதியின் அழிக்கதவைப் பூட்டத் தலைப்பட்டார் அர்ச்சகர்.

நந்தவனம் நோக்கி நடக்கத் தொடங்கினாள். மௌனமாகப் பின் தொடர்ந்தான் வைரமணி. செம்மண் தரையின் மத்தியில் பதிக்கப்பட்ட கருங்கல் இருக்கையில் பொத்தென்று உட்கார்ந்தாள் லக்ஷ்மி பாய். இரண்டு கைகளாலும் முகத்தை மூடிக்கொண்டாள். அவளது உடம்பு முழுவதும் துயரம் நிரம்பியிருப்பதைக் கையாலாகாமல் பார்த்துக்கொண்டு எதிரில் நின்றான் வைரமணி.

கொஞ்சநேரம் அதே நிலையில் இருந்தவள், எதுவுமே பேசாமல் எழுந்து ஆலய வாசலுக்கு நடந்தாள். வண்டியில் ஏறி

உட்கார்ந்த பிறகும் எதுவும் பேசவில்லை. வண்டிக்குள் திரும்பிப் பார்க்காமலே வீடுவரை ஓட்டிவந்தான்.

வாசல் மரத்தில் பழுப்புநிறக் குதிரை கட்டியிருந்தது. 'திவான் மாளிகை சிவய்யாவின் குதிரையல்லவா இது? இந்த நேரத்தில் இங்கே ஏன் வந்து நிற்கிறது' என்று வைரமணி ஆச்சரியப்பட்டு முடிப்பதற்குள், சிவய்யா வண்டியோசை கேட்டு வாசலுக்கு வந்தான்.

'திவான்ஸ்வாமி லக்ஷ்மி பாயைக் கையோடு கூட்டிவரச் சொல்லியிருக்கிறார்' என்றான்.

'பகல் நேரத்தில் எதற்காக அழைக்கிறான் பாவி?' என்ற வியப்பு விலகாமல் குதிரை வண்டியைத் திருப்பினான் வைரமணி. தாவிக் குதிரைமீது அமர்ந்த சிவய்யா வண்டியைத் தாண்டி வேகமாகக் குதிரையைச் செலுத்தினான்.

திவான் மாளிகை வாசலில் பிரம்மாண்டமான தேர்க்கோலம் போட்டிருந்தது. தினமுமே இவ்வளவு பெரிய கோலம் உண்டு. அதிகாலை நாலு மணிக்கெல்லாம் மூன்று பணிப்பெண்கள் சேர்ந்து கோலம் போட ஆரம்பிப்பார்கள்.

மூன்றாள் உயர நிலைக்கதவின் கீழ்ப்புறம் இருந்த கிட்டி வாசலைத் திறந்துவிட்டான் சிவய்யா. இருவரும் நுழைந்து கருங்கற் பாளங்கள் பதிக்கப்பட்ட நடைபாதையில் நடந்து திண்ணைபோல உயர்ந்திருந்த முற்றத்துக்கு ஏறினார்கள். நாலு கற்படிகள் கொண்ட முற்றம் அது.

சிம்மாசனத்தின் சாயலில் வடிவமைக்கப்பட்ட கருந்தேக்கு ஊஞ்சலில் சதைப்பொதியாக அமர்ந்திருந்தார் மஞ்சுநாதா. மஞ்சள் நிறம் மினுங்கும் பித்தளைச் சங்கிலிகள். கைப்பிடியாக அமைந்த தந்தக் குமிழ்கள். கல்தூண் அருகில் தரையில் வைக்கப்பட்ட படிக்கம். வாய் நிறையக் குதப்பிய வெற்றிலை. இவர்களை நோக்கி லேசாகத் தலையசைத்தார். இருவரும் தலைகுனிந்து வணங்கினார்கள்.

வைரமணியை நோக்கி, படிக்கத்தை எடுத்து நீட்டும்படி சைகை செய்தார். வைரமணிக்கு உள்ளூரக் குமுறியது. சிரமப்பட்டு அடக்கிக்கொண்டு ஏந்தி நின்றான். ஆசைதீரத் துப்பி முடித்தவர், வைரமணியை வெளியேறும்படித் தலையால் சுட்டினார்.

ஒரு நாழிகை கழிந்தபிறகு வண்டிக்குத் திரும்பிய லக்ஷ்மி பாயின் முகத்தில் பேய்க்களை தொற்றியிருந்தது.

வழக்கமான சுமைதாங்கி அருகில் நிற்பதற்காக, குதிரையின் நடைவேகம்குறைந்தது.தொண்டையைச்செருமிக்கொண்டாள் லக்ஷ்மி பாய்.

மறைவான இடம் ஏதும் கிடையாதா?

குதிரையின் வலது பின்னந்தொடையில் காலால் உந்தினான் வைரமணி. நடையில் வேகம் கூடியது. சுமைதாங்கியைத் தாண்டியதும், நாலு மரங்கள் தள்ளி, இடதுபுறம் ஒரு கிளைப் பாதை பிரிகிறது. அதில் அரை நாழிகை தூரம் சென்றால், அடர்த்தியான தோப்பு ஒன்று உண்டு. அரசாங்கப் புறம்போக்கு. குரங்குகள் மண்டிய தோப்பு.

மரங்களினூடாகச் செல்லும் பாதையில் சுமார் நூறு கஜம் ஓடியதும், சாலையிலிருந்து பார்த்தால் வண்டி நிற்பது தெரியாத இடத்தில் நிறுத்தினான் வைரமணி.

லக்ஷ்மி பாய் வண்டியிலிருந்து இறங்கினாள். பட்டுப் புடவையுடன் அவள் மண் தரையில் அமர்வதை வெறித்துப் பார்த்தான் வைரமணி. தன் எதிரில் தரையில் தட்டி அழைத்தாள். இவனும் உட்கார்ந்தான்.

திடீரென்று வைரமணியின் வலதுகையைத் தன் இரண்டு கைகளாலும் இறுக்கிப் பிடித்துக்கொண்டாள். குளிர் ஜுரம் கண்டதுபோலக் கைகள் நடுங்கின. வைரமணியைக் கண்ணுக்குக் கண் பார்த்துக் கேட்டாள்:

கண்ணா, எந்தச் சூழ்நிலையிலும் என்னைக் கைவிட்டு விட மாட்டீர்களே?

ஏங்கியது குரல். வைரமணி அவள் முகத்தை வெறித்துப் பார்த்தான்.

என்ன கேள்வி இது, லக்ஷ்மி? எத்தனை வருஷம் கழித்துக் கேட்கிறாய்?

வறட்டுச் சிரிப்பை உதிர்த்தான்.

இப்போது வந்திருக்கிற சூழ்நிலை அப்படி.

சொல்லு. காலையிலிருந்து நீ நிம்மதி இல்லாமல் தட்டழிவதைத்தான் பார்க்கிறேனே.

படபடவென்று சொல்லத் தொடங்கினாள் லக்ஷ்மி பாய்.

காலையில் ஆசிரமத்துக்குப் போயிருந்தபோது, குருவைப் பார்க்க இவளுக்கு அனுமதி மறுக்கப்பட்டது, முதலில் சாஸ்திரியைப் பார்த்துவிடுமாறு சொல்லப்பட்டது,

ஆற்றுக்கரைக்குத் தனியாகக் கூட்டிப்போய் சாஸ்திரி வைத்த கோரிக்கை, பிறகு அவருடனே குருவைப் பார்க்கப் போனபோது வழக்கமான இதத்தை இழந்து இறுகியிருந்த குருவின் முகம், விஷயத்தின் பதட்டத்தில் குழந்தையைப் பார்க்காமலே தான் திரும்பி வந்துவிட்டது என்று சகலத்தையும் சொல்லி முடித்தாள்.

சரி விடு. அதுதான் கோவிலில் சகுனம் தட்டிவிட்டதே...

வைரமணியை ஏக்கமாய் ஏறிட்டுப் பார்த்தாள்.

அதையே காரணமாய்ச் சொல்லித் தட்டிக்கழித்துவிடு. கட்டாயப்படுத்தவில்லையே அவர்கள்?

நிச்சயமாக மாட்டார்கள். ஆனால், இவ்வளவு நாளும் குழந்தையைப் பற்றிய கவலை இல்லாமல் இருந்தேனென்றால் ஆசிரமம்தானே காரணம்?... அந்த நன்றியை மறக்கலாமா?...

பதில் சொல்லத் தெரியாதவன் மாதிரி, அண்ணாந்து மாமர உச்சியைப் பார்த்தான் வைரமணி. சுமார் மூன்று முழ நீளம் இருக்கும் வாலைத் தொங்கவிட்டு, கிளையில் குத்திட்டு உட்கார்ந்திருந்த குரங்கை வெறித்தான். யாரோ தின்று போட்ட மாங்கொட்டையைக் கையில் பிடித்து, ஒரு தடவை கறுவுவதும், புருவம் உயர்த்தி மலங்க மலங்க விழிப்பதுமாய் இருந்தது அது.

இந்த ஆள் எதற்கு வரச்சொன்னான் என்று கேட்க வில்லையே?

சொல்லு.

காறி ஒருமுறை துப்பினாள் லக்ஷ்மிபாய்.

காலையில் ஆசிரமம் என்றால், மத்தியானம் ராஜாங்கம்.

என்ன சொல்கிறாய்?

லக்ஷ்மி பாய் சொல்லத் தொடங்கினாள். அவள் சொல்லச் சொல்ல, வைரமணியின் உடம்பில் ரத்தம் கொதித்துக்கொண்டே போனது.

திவான் மாளிகைக்கு ஒரு நம்பூதிரி வந்திருக்கிறாராம். சோழிகளை உருட்டிப் பிரஸ்னம் பார்ப்பதில் வல்லவர். லக்ஷ்மி பாயுமே, விரும்பினால், அவரிடம் ஆரூடம் கேட்கலாம். அடுத்த நூறு வருஷத்துக்கான பலன்களை டாண் டாண் என்று சொல்கிறாராம்.

திவான் குடும்பத்துக்கு அமோகமான பலன்களைச் சொல்லியிருக்கிறார். தக்ஷிண பாரதத்திலேயே முதன்மையான

குடும்பமாய் விளங்குவதற்கான சகல யோக்கியதைகளும் கொண்ட குடும்பமாம் அது. இதற்கு அடுத்து அவர் சொன்னதை லக்ஷ்மிபாய் திவான் மாளிகையின் வாசலைத் தாண்டுவதற்கு முன்னால் மறந்துவிடவேண்டும். ராஜரீக விவகாரங்களைப் பெண்களிடம் பகிர்ந்துகொள்வது திம்மையா வம்சத்தின் வழக்கமில்லை — என்றாலும் லக்ஷ்மி தம் உயிருக்கு உயிரானவள் என்பதால் சொல்கிறார் மஞ்சுநாதா.

அசுவதாசர்களின் வம்சத்துக்கு முடிவுகாலம் வந்தாகிவிட்டது. சமஸ்தானத்தின் அதிபதியாக மஞ்சுநாதாவை நியமிக்க வெள்ளைக்கார துரைத்தனத்தார் திட்டம் போட்டிருக்கிறார்கள். உரிய சந்தர்ப்பத்துக்காகவும், சரியான காரணத்துக்காகவும் காத்திருக்கிறார்கள். இது, மஞ்சுநாதாவுக்கே தெரியும். ஆனால், நம்பூதிரி சொல்லுவதுதான் புதிய விஷயம். மைசூர் ராஜ்யத்திற்கே சக்கரவர்த்தியாக முடிசூடும் ஜாதகராம் மஞ்சு நாதா. ஹைதரை மாதிரி, திப்புவை மாதிரி மஹாராஜாவாகும் யோகம் இருக்கிறதாம்.

'நல்லதுதானே ஸ்வாமி' என்று சொல்லி ஒதுங்கிக்கொள்வதற்கா இந்த வெய்யில் நேரத்தில் லக்ஷ்மியை வரவழைத்திருக்கிறார்? இவ்வளவு மகோன்னதமான காரியங்கள் நடப்பது என்றால், அது லேசுப்பட்ட விஷயமா? மந்திரத்தால் மாங்காய் வரவழைக்கிற சமாசாரமா?

சில சடங்குகள் செய்தாக வேண்டும். சில தானங்கள். சில பரிகாரங்கள். அசுவதாசனை முடித்துவைக்கிற விவகாரம் என்பதால், பதினேழு குதிரைகளைப் பலிகொடுத்து ஒரு யாகம். மூன்றாம் பேர் அறியாமல் செய்யவேண்டும் இதையெல்லாம். இன்னும் ரகசியமாகச் செய்யவேண்டிய இன்னொரு காரியம் இருக்கிறது. உள்ளதிலேயே தலையாயது அதுதான்.

நெறிகெட்ட தாய்க்குப் பிறந்த, பதினாறு பிராயம் நிறையாத, தந்த நிறமான கன்னியை மஞ்சுநாதா திருமணம் புரிந்துகொள்ள வேண்டும். வைதீக நெறிப்படி, ஹோமம் வளர்த்து முறையாக நடக்க வேண்டிய திருமணம். கையில் வெண்ணெயை வைத்துக்கொண்டு நெய்க்கு அலைவார்களா யாரும்? . . .

அடப் பாவி... லக்ஷ்மி பாயின் வயிற்றில் நெருப்புப் பந்து சுழன்றது. உடம்பு முழுக்க ஆயிரக்கணக்கான தேள்கள் அப்பி, ஓயாமல் கொட்டத்தொடங்கின. மஞ்சுநாதாவின் முன்னால், நிலை தடுமாறி, எதையும் உளறிவிடுவோமோ என்று அச்சமாக இருந்தது. அசந்தர்ப்பமாக, கண்வேறு சுரந்து நிரம்பியது. ஆனால், மற்றவர்களின் உணர்ச்சியை என்றைக்குக் கவனித்தான் அந்த அரக்கன்? தயக்கமில்லாமல் பேசிக்கொண்டே போனான்:

நம்பூதிரி சொல்கிற சடங்குகளை மஞ்சுநாதா தனியனாக நின்று செய்யக்கூடாதாம். மேற்படிக் கன்னியும் அவனும் தம்பதியாக நின்று சங்கல்பம் செய்துகொள்ள வேண்டும். திருமணத்திற்கு நாளும் பார்த்துக்கொடுத்திருக்கிறார் நம்பூதிரி. வருகிற வெள்ளிக்கிழமை உதயாதி நாழிகை பத்தரைக்கு நல்ல முகூர்த்தமாம். இன்று திங்கள் அல்லவா? புதன் கிழமை சாயங்காலம் கங்காவை மலையிறக்கிவிடலாம். 'பொன் கிடைத்தாலும் புதன் கிடைக்காது' என்று திவான் மாளிகைச் சமையல்காரரும், தமிழ்க்காரருமான சுப்பண்ணா அடிக்கடி சொல்வார்... கங்காவை எதற்காகக் கூட்டி வருகிறோம் என்பது ஆசிரமத்தில் யாருக்கும் தெரியவேண்டியதில்லை — குருவுக்கும்தான்...

கடைசியாக, இவள் புறப்படலாம் என்று உணர்த்துகிற மாதிரி, எழுந்து நின்றுகொண்டு மஞ்சுநாதா சொன்ன வாக்கியத்தில் சுருண்டே போனாள் லக்ஷ்மி பாய். மலக்கிடங்கில் மூழ்கி எழுந்த மாதிரி உணர்ந்தாள். அவன் சொன்னதை வைரமணியிடம் திரும்பச் சொல்லும்போது அவமானத்தில் கூசினாள். ஆனாலும், சொல்லாமல் இருக்க முடியுமா. மஞ்சுநாதா உல்லாசமாகச் சொன்ன வாக்கியம் இதுதான்:

> குதிரைக்காரனுக்கு மகளாகப் பிறந்தாலும், மஹாராணியாகும் அதிர்ஷ்டம் இருக்கிறது லக்ஷ்மீ. உன் மகள் சாமானியப் பிறவி இல்லை.

காறித் துப்பினான் வைரமணி. வெண்மஞ்சள் நிறமாய் மண்ணில் சுருண்ட கோழையை வெறுங்காலால் அழுத்தித் தேய்த்துக்கொண்டேயிருந்தான். லக்ஷ்மி பாய் மூக்கை உறிஞ்சுவதும் மூடிய வாய் பிரியாமல் முனகுவதுமாய்த் தனக்குள் மூழ்கியிருந்தாள். கைகள் மட்டும் அனிச்சையாய் அவ்வப்போது உயர்ந்து கன்னத்தையும் கண்களையும் துடைத்து மீண்டன.

லக்ஷ்மி பாயைப் பார்த்தான். எங்கோ நோக்கி உறைந்திருந்தாள். வேதனையில் கறுத்திருந்த முகத்தில் பொங்கும் வெறுமையை சகித்துக்கொள்ள முடியாமல் லேசாகக் கனைத்தான் வைரமணி.

சொல்லுங்கள்.

என்ன செய்யலாம் என்கிறாய்?

விரக்தியாய்ச் சிரித்தாள்.

வாணலிக்குப் பயந்துகொண்டு நர்த்தனரிடம் போனேன்.

அவர் என்னடாவென்றால், நெருப்பில் விழச் சொல்கிறார்.[91] *மலைமேல் நிற்கிறாளே, அவளை எவ்வளவு நம்பினேன், அவளெல்லாம் ஒரு பெண்பிள்ளைதானா என்றே சந்தேகமாய் இருக்கிறது.*

அடுத்த வாக்கியத்தில் அழ ஆரம்பிப்பாள் என்று தோன்றியது. வைரமணி அவசரமாய்ப் பேசினான்.

வசனங்களெல்லாம் இருக்கட்டும் லக்ஷ்மி. எந்த முடிவெடுத்தாலும் உடனடியாக எடுத்தாக வேண்டும்.

நீங்கள் என்ன நினைக்கிறீர்கள்?

குதிரையும் வண்டியும் இருக்கிறது. அவகாசம் இருக்கிறது. எனக்குத் தைரியமும் இருக்கிறது. நிறுத்தாமல் அறுபது நாழிகை வண்டி ஓட்டினால் தப்பித்துவிடலாம். நிறுத்தி நிறுத்தி ஓட்டினாலும் எழுபது எழுபத்தைந்துதானே. மதறாஸ் ராஜதானிக்குள் நுழைந்துவிட்டால் இந்தப் பயலால் ஒரு மயிரையும் பிடுங்க முடியாது.

ஓடிவிடலாம் என்கிறீர்களா?

வேறு வழி?

வந்தவழியிலேயே திரும்பிவிடப் பார்க்கிறீர்கள்?

அறை வாங்கிய மாதிரி உணர்ந்தான் வைரமணி. கோபப்படுவதற்கு இது நேரமில்லை. அமைதியாக இருந்தான். பொறுமையை முழுக்கச் சேகரித்துகொண்டு நிதானமாகச் சொன்னான்:

உன்னையும் கூட்டிக்கொண்டுதானே போகப் போகிறேன்.

---

91 'இது தமிழ்ப் பழமொழி மாதிரி இருக்கிறதே? லக்ஷ்மி பாய் தமிழ்ப் பெண்மணி கிடையாதே?' என்று கேட்டேன்.

> பழமொழிகளும் அவை முன்னிறுத்தும் விவேகமும் எந்த ஒரு மொழிக்கும் மட்டுமே சொந்தமானவை அல்ல. மனிதகுலம் தன்னுடைய வேதனையை, அதன் மூலம் பெற்ற ஞானத்தை கவிதார்த்தமாகப் பதிந்து வைக்கும் சிமிழ்கள். நாம் தமிழில் 'ஐயா வரும் வரை அமாவாசை காத்திருக்காது' என்று சொல்வோம், ஆங்கிலத்தில், time and tide wait for none என்று சொல்வார்கள். அவர்கள் ஊரில் ஐயர்கள் இல்லாததுதான் ஒரே காரணம்!

என்று சிரித்தான். இஸ்மாயில் வழக்கம்போலக் கடைசி வாக்கியம் சொன்னான்:

> ஐயர்கள் இல்லாத நாடோ சமூகமோ இருக்கவே முடியாது – பெயர் மட்டும்தான் மாறும்!

'சரி, இவ்வளவு காலம் ஒரு தமிழ்க்காரனுடன் ரகசியக் குடித்தனம் நடத்தியிருக்கிறாள், ஓரிரு தமிழ்ப் பழமொழிகள் தெரிந்திருக்காதா?' என்று எனக்குள் தாமதமாகத் தோன்றிய சமாதானத்தை எனக்குள்ளேயே பூட்டி வைத்துக்கொண்டேன்.

அதைக் கவனிக்காத தொனியில், விட்ட இடத்திலிருந்து லக்ஷ்மி பாய் தொடர்ந்தாள்:

நீங்கள் சொல்கிற பிரகாரம் செய்யலாம்தான். ஆனால், ராமவ்வாவை எப்படிச் சமாளிப்பது?

அவள் என்ன செய்துவிடப் போகிறாள் பாவம், அப்பிராணிப் பெண்பிள்ளை.

என்று நீங்கள் நினைத்துக்கொண்டிருக்கிறீர்கள். எனக்கென்னவோ, இங்கே நடப்பதையெல்லாம் திவான் மாளிகையில் கோள் சொல்வதற்காகவே அவள் என்னுடன் இருக்கிறாள் என்றுதான் படுகிறது.

சிறிதும் யோசிக்காமல் சொன்னான் வைரமணி:

அப்படியானால், அவளைப் போட்டுத்தள்ளிவிட்டுப் போய்விடலாம்.

அதெப்படி அவ்வளவு சுலபமாகச் சொல்கிறீர்கள்? என்ன இருந்தாலும் என்னை வளர்த்தவளில்லையா அவள்? அப்பனுக்குப் பிள்ளை தப்பாமல் பிறந்திருக்கிறீர்களே.

வைரமணிக்கு சுள்ளென்று கோபம் தலைக்கேறியது.

அப்படியென்றால் வேறு வழியேயில்லை. வம்ச வழக்கப் படி செய்துவிட வேண்டியதுதான். திவானுக்குக் கூத்தியாளாகவும் ஊர்க்காரனுக்குத் தேவடியாளாகவும் வாழ்க்கை நடத்துவதுதான் உன் மகளுக்கும் தலைவிதி. நான் என் அப்பனை மாதிரி இருக்கிறேன். உன் மகள் அவள் தாயாரை மாதிரி இருக்கட்டும்.

லக்ஷ்மி பாய் பொங்கிப்பொங்கி அழ ஆரம்பித்தாள். முதல் தடவையாக இருவருக்குமிடையில் உருவாகிவிட்ட உஷ்ணத்தில் பொசுங்குகிற மாதிரி உணர்ந்தாள்.

'நீ பெற்ற மகளென்றால் இப்படித் துடுக்காகப் பேசுவாயா?' என்று உள்ளுக்குள் பொருமினாள். 'மஞ்சுநாதாவுக்குப் பிறந்தவள்தான் கங்காபாய்' என்ற உண்மையை அவனிடம் உடைத்துச் சொல்லிவிட நாக்கு துடித்தது. அப்புறம் இவனைக் கட்டுப்படுத்த முடியாமலாகிவிடும், இருக்கிற ஒரே துணையையும் கைநழுவ விடுவது முட்டாள்தனம் என்று உள்ளுணர்வு எச்சரித்தது.

அதற்குள் வைரமணியும் சமனப்பட்டுவிட்டான். ஆதுரமாக அவள் தலையை வருடினான்.

நாம் இருவரும் இப்படி சண்டைபோட்டுக் கொண்டிருப்

பதில் பிரயோசனமில்லை லக்ஷ்மி. ஆக வேண்டியதைப் பார்ப்போம். ஊரைவிட்டுப் போவதைத் தவிர வேறு மார்க்கமில்லை.

அவள் வைரமணியின் தோளில் சாய்ந்துகொண்டாள். சிறு குழந்தை மாதிரி மூக்கை உறிஞ்சியபடி விசித்தாள்.

நீங்கள் சொல்கிற பிரகாரம் கேட்கிறேன்.

நாளை இரவு கிளம்பிவிடலாம். சாமான்கள் அதிகம் எடுத்துக்கொள்ளாதே. நகைகள், பணம் எவ்வளவு முடியுமோ எடுத்துக்கொள். ராமவ்வா தூங்கியபிறகு வெளி வாசலைப் பூட்டிக்கொண்டு பறந்துவிடலாம். ஆனால்...

சொல்லுங்கள்.

குழந்தையை என்ன செய்வது? என்ன காரணம் சொல்லி மலையிறக்குவாய்?

அவளைப் பற்றிக் கவலைப்பட வேண்டாம்.

என்ன?!

ஆமாம். நான் சம்மதிக்காமல் சாஸ்திரி அடுத்த அடி வைக்கமாட்டார். அசுவதாசரையும் குருவையும் மீறி ஆசிரமத்துக்குள் நுழைய மாட்டான் மஞ்சுநாதா. பிழைத்துக் கிடந்தால் என்றாவது ஒருநாள் திரும்பிவந்து என் குழந்தையை அழைத்துக்கொள்வேன்...

'என் குழந்தை' என்று இதுவரை அவள் சொன்னதேயில்லையே என்ற ஆதங்கம் ஒருபுறமும், 'சரி, கோபத்தில் நான் உன் மகள்' என்று சொல்லவில்லையா? லக்ஷ்மியும் வெகுவாகக் குழம்பியிருக்கிறாள் பாவம்' என்ற சமாதானம் மறுபுறமுமாய் ஒரு கணம் தடுமாறினான் வைரமணி. இதுவரை இல்லாத பறவைக்குரல் ஒன்று உரத்து எழும்பியது. காற்றில் ஆணியால் கீறுகிற மாதிரி நாராசமாக ஒலித்தது.

நாழியாகிறது, கிளம்புவோம்...

என்று எழுந்தாள் லக்ஷ்மிபாய். தானும் எழுந்தவன்,

லக்ஷ்மீ...

என்றான் மிருதுவாக. அவள் திரும்பிப் பார்த்தாள்.

ஏதோ தைரியத்தில் ஓடப் போகிறோம். தப்பித்துவிட்டால் பிழைத்தோம். சிக்கிக்கொண்டோம் என்றால்...

அவன் வாயைப் பொத்துவதற்காக உயர்ந்த அவளது கையைப் பாதிவழியில் பிடித்து நிறுத்தினான்.

நெருப்பென்றால் வாய் வெந்துவிடாது லக்ஷ்மி. பிடிபட்டோமானால், உன்னை யாரும் எதுவும் செய்யமாட்டார்கள். என்ன இருந்தாலும் நீ கங்கா பாயின் தாயில்லையா. ஆனால், என்னை ஒரு நிமிஷம்கூட விட்டுவைக்க மாட்டார்கள். ஆனால்...

சற்று நிறுத்தினான். குரல் கம்மத் தொடர்ந்தான்:

ஆனால், நான் சாகும்போதுகூட உன்னைத்தான் நினைத்துக்கொள்வேன் லக்ஷ்மி.

அவனை நெஞ்சோடு இறுக்கிக்கொண்டாள் லக்ஷ்மி பாய். முதன்முறை வண்டிக்கூட்டுக்குள் இணைந்தபோது இருந்த அதே இறுக்கம்.

மனசேயில்லாமல் பிரிந்து, வண்டியை நெருங்கினார்கள். வண்டிச் சக்கரத்துக்கு மறுபுறம், சாண் நீளக்குட்டி அடிவயிற்றில் தொற்றியிருக்க, பேன் எடுத்துத் தின்னும் ஆண்குரங்குக்குத் தலையைக் காட்டியபடி உட்கார்ந்திருந்த தாய்க் குரங்கைப் பார்த்ததும், பொத்தென்று தரையில் உட்கார்ந்தாள் லக்ஷ்மி பாய்.

நான் சண்டாளி, காலையில் போனேனே, என் குழந்தையைப் பார்த்து கடைசித் தடவையாக உச்சிமுகர்ந்து விட்டாவது வரமாட்டேனோ? சண்டாளி நான்... சண்டாளி.

என்று நெஞ்சில் ஓங்கி ஓங்கி அறைந்துகொண்டாள். கண்கள் நிரம்பி, செயலற்று அருகில் நின்றான் வைரமணி.

9

உறக்கம் பிடிக்கவில்லை. புரண்டு படுத்தாள் கங்கா பாய். பக்கத்துப் பாயில் அஜ்ஜிக் கிழவி வாயை முழுக்கத் திறந்துகொண்டு தூங்குகிறாள். ஆழ்ந்த உறக்கத்திலும், ஏதோ பேசுகிறமாதிரி அசைகிறது பொக்கைவாய். பேச்சொலிக்குப் பதில் ஆசிரம வாசல்வரை கேட்கும் குறட்டை.

அவளுடைய நிஜமான பெயர் ஒருத்தருக்கும் தெரியாது. வந்த புதிதில், ஒவ்வொரு நாள் ஒவ்வொரு பெயர் சொல்வாள். ஒரு நாள் லீலாவதி. இன்னொரு நாள் கமலா. மற்றொரு நாள் தாட்சாயணி. பிறிதொரு நாள் ரேணுகா. எல்லாப் பெயர்களுமே அவளுடைய பெயர்கள் மாதிரியும், எதுவுமே அவளுடைய பெயர் கிடையாது என்கிற மாதிரியும் இருக்கும்.

குழந்தையாய் இருந்த கங்கா 'அஜ்ஜி' என்று அழைத்ததால், எல்லாருக்குமே அஜ்ஜியாகி விட்டாள் அவள். 'ஆளுக்கு ஒரு பெயர் சொல்லும் தொந்தரவிலிருந்தும் தப்பித்துவிட்டாள்' என்று ரங்கநாத சாஸ்திரி ஒருதடவை சொல்லிச் சிரித்தார். அஜ்ஜியை வைத்துக்கொண்டுதான் சொன்னார். அஜ்ஜிக்கு அதுவும் கேட்டிருக்காது. அவளுக்குக் காது அறவே கேட்காது. இருந்தாலும், ஆசிரமத்தில் பொன்னப்பாவிடம் மட்டும் மணிக்கணக்காக உட்கார்ந்து பேசிகொண்டிருப்பாள். அவருக்கு இவளுடைய உண்மைப் பெயரும், பூர்விகமும் நிச்சயம் தெரிந்திருக்கும் என்று எல்லாருமே நம்பினார்கள். ஆனால், பொன்னப்பா யாரிடமும் எதுவும் சொல்லமாட்டார்.

பிரியமே உருவான ராமவ்வாவுக்கு நேர் எதிரான கிழவி அஜ்ஜி. மட்டியைக் கடித்துக்கொண்டு முறைப்பாள். குட்டுவாள். சொன்னபடி கேட்காவிட்டால் தோளருகே கையைப் பிடித்து உலுக்குவாள். விஷமம் செய்யக் கிளம்பினால் தொடையில் அழுத்தி நிமிண்டுவாள். ரத்தம் கட்டிவிடும்.

ஆனால், படுக்கைக்கு வந்தவுடன் பிரியமாகிவிடுவாள். புரண்டுகூடப் படுக்கவியலாதபடி இறுக்கிக் கட்டிக்கொள்வாள். மழை கொட்டும் ராத்திரிகளில் அஜ்ஜியின் இறுக்கத்துள் முடங்கியவுடன் பத்திரமாக உணர்வாள் கங்கா. இவள் பெரிய மனுஷியான பிறகு, அஜ்ஜி தனிப் பாயில் படுத்துக்கொள்ளத் தொடங்கினாள். அவளுடைய வலுத்த குறட்டையும் நிரந்தரமான அழுக்கு மணமும் இல்லாமல் ரொம்பநாள் சிரமப்பட்டாள் கங்கா.

நிம்மதியாய் உறங்கும் அஜ்ஜியைப் பார்த்துப் பொறாமை பொங்கியது. ஆண்களே இல்லாத உலகம் அஜ்ஜியுடையது. மேலாடை முழுக்க விலகி, ரவிக்கை அணியாத கிழ முலைகள் வெளித் தெரிவதைப் பொருட்படுத்தவே மாட்டாள். அழுகிக் கறுத்துத் தொங்கும் வாழைப்பழங்கள் போல இருக்கும் அவை.

கங்கா குழந்தையாக இருந்தபோது ராமவ்வா ஒரு கதை சொல்லியிருக்கிறாள். ஏழு மலைகள் ஏழு கடல்கள் தாண்டி ஒரு உலகம் இருக்கிறதாம். பெண்கள் மட்டுமே உள்ள உலகம். ஆண்களை உள்ளே அனுமதிக்க மாட்டார்கள். அங்குள்ள பெண்கள் பெண்களைத்தான் திருமணம் செய்து கொள்வார்களாம். வெளிப் பெண்களையும் உள்ளே அனுமதிக்க மாட்டார்கள். ஆனால், கன்னிப்பெண்களை மட்டும் ஏற்றுக்கொள்வார்கள் — ஒரு நிபந்தனையுடன். ஒருமுறை நுழைந்துவிட்டால், பிறகு வெளியேறும் எண்ணமே கூடாது. வருஷத்துக்கு ஒரு தடவை கடவுள் பிரசன்னமாகி, யார்யாருக்கு எத்தனை குழந்தைகள் வேண்டும் என்று கேட்டு வரமளித்துவிட்டுப் போவாராம். அத்தனையும் பெண்குழந்தைகள்...

ராமவ்வா சொன்னதில் அநேகமும் வெறும் கதைகள் என்று இப்போது புரிகிறது. ஆனால், பெண்ணுலகக் கதை மட்டும் நிஜம் என்றுதான் நம்பத் தோன்றுகிறது. அந்த உலகத்துக்குள் போய்விட்டால் எவ்வளவு நிம்மதியாக இருக்கும்?

இன்று காலையில் அம்மா வந்துபோனபிறகு, அந்நிய இடமாகி விட்டது ஆசிரமம். 'அவள் என்னைப் பார்க்காமலே திரும்பிவிட்டாளே. தன்னை சூழ்ந்துவரும் சதிவலையின் பகுதியாக அம்மாவுமே ஆகிவிட்டாளே' என்று தோன்றியது. நெஞ்சை அடைத்தது.

படுத்திருக்கும் அறையின் சுவர்கள் நகர்ந்துவந்து தன்னை எல்லாப் புறமும் நெருக்குகிற மாதிரி மூச்சு முட்டியது. வெளியில் நிரம்பியிருக்கும் இருளை வெறித்தாள் கங்கா பாய். இருட்டுக்குள்ளிருந்து ஆறுதலாக நீண்ட கைகள் தன்னை 'வா வா' என்று அழைக்கிற மாதிரி பிரமை தட்டியது.

ஒரு கணத்தில் முடிவெடுத்தாள். ராமவ்வாவின் கதையில் வந்த உலகத்தைத் தேடிப் புறப்பட்டுவிட வேண்டியதுதான். போகும் வழியை, எதிர்ப்படும் பெண்களிடம் விசாரித்துக் கொள்ளலாம். ஆண்களிடம் மட்டும் பேச்சுக் கொடுக்கக் கூடாது. ஒருவேளை, அப்படி ஒரு உலகம் தட்டுப்படாவிட்டால்?... அதை அப்போது பார்த்துக்கொள்ளலாம்.

கனவின் தன்மை கொண்டு மர்மமாய் விரிந்திருக்கும் இரவின் வெளியில் இறங்கினாள். விறுவிறுவென்று நடக்கத் தொடங்கினாள். அறையும் குறட்டையொலியும் மெல்லமெல்லப் பின் தங்கின.

ஆசிரமம் உறக்கத்தின் தியானத்தில் அமிழ்ந்திருந்தது. வாசலை நெருங்கும்போது, கிராதிக் கதவுக்குச் சற்றுத் தொலைவில் இருந்த விளக்குத் தூணில் சாய்ந்து லேசாகச் சரிந்த நிலையில் காவல்காரப் பொன்னப்பா உட்கார்ந்திருந்தது தென்பட்டது. கிழவர் பார்த்தால் பிடித்துக்கொண்டு விடுவார்.

மூச்சை அடக்கிக்கொண்டு, ஓசையெழாமல் எட்டு வைத்து நடந்து, பொன்னப்பாவுக்குப் பின்புறமாகத் தாண்டி, வெளியேறினாள் கங்கா பாய். அவ்வளவு மெனக்கெட்டிருக்க வேண்டியதில்லை, கிழவரால் இந்த உலகத்து சங்கதிகள் எதையுமே பார்க்க முடியாது, அவர் நிஜமாகவே வேறு உலகத்துக்குள் நுழைந்துவிட்டார் — என்று கங்கா பாய்க்குத் தெரியாது.

அவள் வெளியேறுவதை வேறு ஒரு ஜோடிக் கண்கள் பார்த்துக்கொண்டிருந்தன என்பதும் அவளுக்குத் தெரியாது.

வேம்பவதிக் குன்றுக்குப் போகும் சாலை, அடிவாரத்தை எட்டியதும் இரண்டாகப் பிரிகிறது. குன்றை அணைத்தபடி, வலதுபுறம் செல்லும் பாதையில் அறுபது நாழிகை — ஒரு முழு இரவும் ஒரு முழுப் பகலும் — பயணம் செய்தால் தமிழ்நாட்டு எல்லையை எட்டிவிடலாம்.

ஆறாம் பிறைச் சந்திரனின் அரைகுறை வெளிச்சத்தில் கனவேகமாக விரைகிறது குதிரை வண்டி. 'ஆசிரமத்தில் வரச் சொல்லியிருக்கிறார்கள். காலையில்தான் திரும்புவேன். கதவை

வெளியில் பூட்டிக்கொண்டு போய்விடுகிறேன். நீ நிம்மதியாய்த் தூங்கு அவ்வா.' என்று ராமவ்வாவிடம் சொன்னபோது, அவள் தன்னை நம்பவில்லையோ என்று தோன்றியது லக்ஷ்மி பாய்க்கு. இரவு நேரங்களில் புரவலர் வீடுகளுக்கு மட்டுமே செல்பவள், ஆசிரமத்துக்கு முற்பகல் வேளைகளில் மட்டுமே போகிறவள், அகாலத்தில் இப்படிச் சொல்லிக் கிளம்பினால் சந்தேகம் தட்டத்தானே செய்யும்?

ஆனால், ராமவ்வாவைப் பொருட்படுத்துகிற மனநிலையில் இல்லை லக்ஷ்மி பாய். சாயங்காலம் ராமவ்வா குளிக்கப் போயிருந்த இடைவெளியில், முன்னரே ஏற்பாடு செய்த பிரயாணப்பையை அவசரமாகக் கொண்டுபோய்க் குதிரை வண்டியில் வைத்தாள். வண்டியின் கீழ்ப்புறம் தொங்கிய தீவனச் சாக்கினுள் உடனடியாக அதை ஒளித்துவைத்தான் வைரமணி.

ராமவ்வா சீக்கிரமே படுக்கப் போய்விட்டாள். சமையலறையின் சாணத்தரையில் விரித்த கோணிப்படுதாவும் இரண்டங்குல உயரமுள்ள மணைப் பலகையும்தான் அவளது படுக்கை. சில நிமிஷங்களில் குறட்டை தொடங்கியது. உரத்த குறட்டை. லக்ஷ்மிபாய் வீட்டில் இரவின் நிரந்தர ஒலி அது . . .

ஆனாலும் இவர்கள் காத்திருந்தார்கள். வீட்டின் இடது திசையில், கூப்பிடு தூரத்தில் உள்ள, திவான் குடும்பத்துக்குப் பாத்தியமான துர்க்கா பரமேசுவரி ஆலயத்தின் ராக்கால பூஜை நடந்து, கண்டாமணி ஓசை தேய்ந்து ரீங்காரமும் ஓய்ந்ததும், வண்டியை எடுத்துக்கொண்டு சுற்றுச்சுவர்க் கதவை ஓசையெழாமல் வெளிப்புறம் பூட்டிவிட்டுக் கிளம்பினார்கள். வீட்டைவிட்டு சுமார் ஐம்பது கஜ தொலைவுவரை சுற்றுச் சுவரில் பொருத்திய எண்ணெய்ப் பந்தத்தின் ஒளி பரந்து கிடந்தது. வெளிச்சத்தின் விளிம்பைக் கடந்ததும், குதிரையை விரட்ட ஆரம்பித்தான் வைரமணி.

போகும் வண்டியைப் பார்த்தபடி, ஜன்னலுக்குப் பின்னால் ராமவ்வா நின்றுகொண்டிருந்ததையோ, ஆசீர்வாதம் செய்கிற மாதிரி வலதுகையை உயர்த்தியதையோ, வண்டிச்சத்தம் முற்றாக ஓய்ந்த பிறகு நிதானமாக சமையலறைக்குள் சென்று அண்டாவைக் கவிழ்த்துப் போட்டதையோ, கொல்லைப்புறம் சென்று, துணி உலர்த்தக் கட்டியிருந்த மணிக் கயிற்றை அவிழ்த்து வந்ததையோ இவர்கள் அறிய மாட்டார்கள்.

மஸ்லின் ஜிப்பாவும் மல் வேஷ்டியும் அணிந்துகொண்டு வாசலில் இறங்கினார் சுக்ராஜ். வராந்தாவில் மாட்டியிருந்த

சுவர்க்கடிகாரத்தில் யதேச்சையாகப் பார்வை படிந்தது. நாலரை மணி. அப்பா மாதிரி நாள்முழுவதும் வியாபாரத் தலத்தில் சுக்ராஜ் உட்கார்ந்திருப்பதில்லை. மதியச் சாப்பாட்டுக்கு வீடு வந்தால் திரும்பவும் அங்கே போகமாட்டார். அப்புறம் எதற்காக அவ்வளவு சம்பளம் கொடுத்து ஆட்களைப் போட்டிருக்கிறது?

வாசலில் கிடந்த கட் ஷூக்களுக்குள் காலை நுழைத்த போது உள்ளறையில் கோமல் இருமும் சப்தம் கேட்டது. இவர் வெளியேறுகிறார் என்பதை கவனித்துவிட்டாளாம். 'கவனியேன். தலையைச் சீவி விடுவாயா என்ன? எதை எதையெல்லாமோ பார்த்துவிட்டேன், கேவலம், க்ஷயரோகியின் இருமலுக்கா பயப்படுவேன்?' சன்னமாக முணுமுணுத்தபடி, டிரைவர் முத்துவேல் தட்டுப்படுகிறானா என்று பார்வையால் துழாவினார்.

ஆளைக் காணோம். பீடி குடிக்கப் போயிருப்பான். இன்றைக்கு சத்திரத்துக்குப் போகலாமா வேண்டாமா என்று சிறு குழப்பம் எழுந்தது. ஆண்டியப்பன் ஊரில் இல்லை. கல்கத்தாவில் சென்று படம் பிடிக்கப் போகிறார்களல்லவா. அதற்கு சமையல் ஆள் ஏற்பாடு செய்ய மதறாஸ் பட்டணத்துக்குப் போயிருக்கிறான்.

முத்துவேல் வருவதற்குள், உடம்பில் எல்லா நகைகளையும் பூட்டியாகிவிட்டதா என்று மீண்டும் ஒருமுறை பார்த்துக் கொண்டார். பகலில், வியாபாரத் தலத்தில் இருக்கும்போது நகைகள் அணிவதில்லை. மற்ற விஷயங்களில் அப்பா சொல்வதைத் தட்டிவிட்டாலும், இந்த ஒரு விஷயத்தில் கறாராகப் பின்பற்றுகிறார். அப்பா சொல்வார்:

> வியாபாரி நகையும் நட்டும் போட்டுக்கிட்டு உக்காந்திருந்தா
> பேரம் பேசும்போது எடுபடாது.

சத்திரத்துக்கு மோதிரமும் சங்கிலியும் கடிகாரமும் கைச்சங்கிலியும் இல்லாமல் போனாலும் எடுபடாது.

முத்துவேல் வந்துவிட்டான். இவரைப் பார்த்ததும் வேகமாய் ஓடி வருகிற மாதிரிப் பாவனை செய்தான். அவனைப் பார்த்துக்கொண்டே இறங்கியதில், கடைசிப்படியில் கால் இடறியது. குப்புறக் கவிழ்ந்தார். நல்லவேளை, கைககளை ஊன்றிவிட்டார். நிஜமாகவே நல்லவேளைதான். உடை அழுக்காகிவிடவில்லை.

புதிதாக வாங்கிய ப்யூக்கின் பின் இருக்கையில் நுழைந்து உட்கார்ந்தபோது, முன்பு தோன்றிய குழப்பம் மறந்தே போயிருந்தது.

சத்திரத்துக்குத்தானே மொதலாளீ?

என்றான் முத்துவேல்.

ம்.

என்றார்.

துறவிகளுக்கும் வெள்ளெழுத்து வருகிறது. பார்வை குலைகிறது. எட்டத்தில் உள்ளது தெரிகிறது — கிட்டத்தில் உள்ளது கலங்குகிறது. இரவில் தாண்டிப்போகும் உருவம் ஆணா பெண்ணா என்பதில் குழப்பம் மீறுகிறது.

எதிரில், பெருக்கல்குறி வடிவத் தாங்கி[92]யில் விரித்து வைத்த கிரந்தத்தின் எழுத்துக்களை வாசிக்கச் சிரமமாக இருந்தது. பர்மாவிலிருந்து வந்த பக்தர் ஒருவர் கொடுத்திருந்த பார்வை உபகரணத்தை உறையிலிருந்து எடுத்தார் குரு. புத்தக அளவில், தேக்கில் கைப்பிடி வைத்த, குவி வில்லை அது. முதல் தடவையாக உபயோகிக்கிறார். திறந்து கிடந்த இரட்டைப் பக்கங்களில் ஒன்றின்மீது வில்லையைப் பிடித்தார்.

மாயம் போல எழுத்துக்கள் தெளிவுற்றன. பிறப்பும் மரணமும் அற்ற, இரவும் பகலும் அற்ற, உருவமும் அருவமும் அற்ற, முதலும் முடிவும் அற்ற, மண்ணும் ஆகாசமும் அற்ற, நிலையும் சலனமும் அற்ற, வெளிச்சமும் இருளும் அற்ற, நீளமும் அகலமும் அற்ற, கடந்த காலமும் எதிர்காலமும் அற்ற, உயிரும் ஜடமும் அற்ற — ஆனால், இவையனைத்துமாக இருக்கின்ற பேரிருப்பின் மகாத்மியத்தை விவரிக்கிற சமஸ்கிருதச் செய்யுள்.

கண்ணை மூடிக்கொண்டார். பார்க்கக் கிடைக்கும் எல்லாமே ஒரே வியக்தியின் சாந்நித்தியம்தான் என்றால் இவ்வளவு குழப்பமும், சஞ்சலங்களும் எதற்காக? மனத்தில் அசாந்தியின் ஊழிக்கூத்து வழக்கம்போல நிகழ ஆரம்பித்தது. யுக முடிவில் யாவும் அழிந்து பஸ்பமாவதைக் காண விருப்பமின்றி, கண் திறந்தார்.

வாசலில் நிழலாடியது. ரங்கநாத சாஸ்திரி. உள்ளே வரும்படி தலையசைத்தார். திட்டின் மீது சம்மணமிட்டு அமர்ந்திருந்த குருவின் முன்பு வந்து, கைகட்டி வாய் பொத்தி நின்றார் சாஸ்திரி. முகம் கலங்கியிருந்தது. 'சொல்லும்' என்கிற மாதிரி குரு தலையாட்டினார்.

92 இதன் பெயரை 'விசிப்பலகை' என்று சொன்னான் சுகவனம். அது வேறு பலகை. 'ஊஞ்சல் பலகை' என்று பொருள்; படுக்க உதவுவது – என்று அகராதியில் உறுதி செய்துகொண்டேன். காட்சி முழுமையாக இருப்பதற்காக விளக்கமான ஒரு சொற்றொடரைப் பயன்படுத்தியிருக்கிறேன். இந்தத் தாங்கியின் பெயரைத் தெரிந்தவர்கள் சொன்னால் திருத்திக்கொள்கிறேன்.

சாஸ்திரி சொன்னார். 'ஓஹோ!' என்கிற மாதிரித் தலையாட்டியபடி, சிரித்தார் குரு.

சாஸ்திரி பின்வாங்கி வெளியேறினார். குருவின் உதடுகள் அனிச்சையாக சுலோகம் உச்சரித்தன:

ஓம் பூர்ணமதா பூர்ணமிதம்
பூர்ணாத் பூர்ணமுதாயச்யதே
பூர்ணஸ்ய பூர்ணமாதாய
பூர்ணமேவா வஷிஷ்யதே
ஓம் ஷாந்த்தி ஷாந்த்தி ஷாந்த்திஹி...[93]

வாசல் கதவு பூட்டியிருப்பதை ஆச்சரியமாய்ப் பார்த்தான் சிவய்யா. அறுபதை நெருங்கும் வயது. அழித்தால் இரண்டாள் செய்துவிடலாம் என்கிற ஆகிருதி. முறுக்கிய நரைமீசை. முகத்தில் மட்டும் விசித்திரமான குழந்தைத்தனம். வருஷக் கணக்கான அடிமைச் சேவகம் அவனைச் சிறுவனாகவே மீத்து வைத்திருந்தது.

தன் வாலை விழுங்கத்துடிக்கும் நாய்போலத் தனது ஆச்சரியத்துடன் கொஞ்சநேரம் அவஸ்தைப்பட்டான் சிவய்யா. இத்தனை வருடங்களில் இந்த வீடு வெளிப்புறம் பூட்டிக் கிடந்து பார்த்ததே கிடையாது. ராமவ்வாக் கிழவியாவது இருப்பாளே?

இளம் வயதில், இந்த வீட்டின் திறந்த கதவுகளினூடாய் நுழைந்து, உள்ளே வசிக்கும் பேரழகியை சுகிக்கவேண்டுமென்று சிவய்யா கனவு கண்டதுண்டு. அவளிடம் மோகம் கொள்ளாத வாலிபன் எவன் இருந்தான் சமஸ்தானத்தில்? அப்படி நுழையுமளவு ஐசுவரியம் இருந்தால், திவான் மாளிகையில் கூலிக்கு வேலை பார்த்துக்கொண்டு ஏன் இருக்கிறான் சிவய்யா? ஏதோ, கனவில் சம்போகம் செய்யவோ, 'சியாமளா, சியாமளா . . . என் சியாமளா' என்று வாய் பிரியாமல் பிதற்றவோ காசு தேவையில்லை என்பது நல்ல விஷயம்தானே?

---

93 வழக்கம் போல, தமிழிலும் சொன்னான் சுகவனம்:
ஓம்.
அதுவும் முழுமை. இதுவும் முழுமை.
முழுமையிலிருந்தே முழுமை உண்டாகிறது.
முழுமையிலிருந்து முழுமையைப் பிரித்தபின்
எஞ்சுவதும் முழுமையே.
அமைதி நிலவுக
அமைதி நிலவுக
அமைதியே நிலவுக...

அவள் செத்துப்போய், அவளுடைய மகள் தொழிலில் இறங்கி, அவளுக்கும் கிழடுதட்டுவதைத் திருப்தியாகப் பார்த்துக்கொண்டு வருகிறான் சிவய்யா. தான் மட்டுமில்லை, எல்லாமேதான் தேய்கிறது என்பது எவ்வளவு ஆறுதலாக இருக்கிறது?

வைரமணியோடு லக்ஷ்மிக்கு இருக்கும் நெருக்கத்தைப் பற்றி ஆரம்பத்தில் சிவய்யாவுக்குக் கொஞ்சம் பொறாமை இருந்தது வாஸ்தவம்தான். ஆனால், 'அசட்டுப்பயல், நல்ல பாம்புப் புற்றில் போய்க் கைவைத்திருக்கிறானே, என்றைக்குக் கொத்து வாங்கப் போகிறானோ, பாவம்' என்று பச்சாதாபம்தான் சமீபகாலமாக மீறி வருகிறது...

குதிரைக்குப் பக்கத்தில் வந்து குரைக்கத் தொடங்கிய நாய் சிவய்யாவின் கவனத்தை மீட்டது. கால்களை மாற்றி மாற்றி வைத்துக் கனைத்தது குதிரை. சிவய்யா கல்லெடுக்கும் பாவனையில் குனிந்தான். வாலைக் கால்களுக்கிடையில் செருகிக்கொண்டு ஓடிய நாய் சற்றுத் தொலைவில் நின்று திரும்பிப் பார்த்து ஓரிரு அசைகள் குரைத்துவிட்டு ஓடிப் போனது.

சிவய்யா சுவரேறிக் குதித்தான். வீட்டைச் சுற்றிவந்தான். சமையலறை ஜன்னலில் லேசான இடைவெளி இருந்தது. இடுப்பில் செருகிய குறுவாளால் லேசாக நெம்பினான். இடைவெளி அகலமாகியது.

ஒரு கண்ணை மூடி, மறு கண்ணை இடுக்கித் துழாவினான். இருள் பழகிய பிறகு தென்பட்ட காட்சி புத்திக்கு விளங்க ஓரிரு கணங்கள் பிடித்தது. நம்ப முடியாமல், கண்ணைக் கசக்கிக்கொண்டு இன்னும் ஒருமுறை பார்த்தான். நிஜம்தான், மனிதக் கால்கள்தான் தொங்குகின்றன.

யாருடைய கால்கள் என்று பிடிபட இன்னும் ஓரிரு கணங்கள் நேரம் எடுத்தது. ஆஹா, கிழவி.

சிவய்யா பொறுமை இழந்தான். குதிரையில் ஏறி திவான் மாளிகைக்குப் பறந்தான்.

தலை சுற்றுகிறது. இரவில் பம்மிப் பம்மி இறங்கி வரவேண்டி யிருந்தது. பகலில் அதைவிட கவனமாக வரவேண்டியிருந்தது. அடிவாரத்தில் இருந்த காவல் சாவடியை நெருங்கும்போது பயம் தட்டியது. ஜாக்கிரதையாகப் புதர்களுக்குள் நுழைந்து விலகி வந்தாள்.

பாம்புகள் நட்டுவாக்காலிகள் தேள்கள் அட்டைகள் என்று எதுவுமே குறுக்கிடாதது வேம்பவதியின் அருள்தான். ஒவ்வொரு

நிமிஷமும் அவளுடன் பேசிக்கொண்டேதானே நடக்கிறாள்? விடியும் தறுவாயில் செம்மண் சாலைக்கு இறங்கிவிட்டாள். அசுவபுரி நோக்கிப் போகும் சாலையிலிருந்து கிளைபிரியும் சாலையில் தொடர்ந்தாள்.

சாலையில் வழிப்போக்கர்கள் அதிகம் இல்லை என்பது ஆறுதலான விஷயம். ஆனால், நடைப்பழக்கமில்லாத கால்கள் சோர்ந்துவிட்டன. உட்கார்ந்தால் யாரோ பார்த்துவிடுவார்கள் என்று பயமாய் இருந்தது. கால்களை எட்டிப்போட்டு நடந்தாள். தொடைகள் கன்றிவிட்டன. முழங்கால் மூட்டுகள் கெஞ்சின. ஆடுசதையில் மெல்லிய நடுக்கம் தோன்றியிருந்தது. செல்லும் திசையும், சேரும் இடமும் தெரியாது வெதும்பியது மனம்.

உச்சி நெருங்கும்போது, சாலையின் இடது சிறகில் ஒரு மண்டபம் தென்பட்டது. பாழடைந்த, நாலு தூண்களும் கூரையும் மட்டும் எஞ்சியிருந்த கல்மண்டபம். சென்று அமரலாம் என்று தோன்றியது. கொஞ்சநேரம் அமர்ந்து எழுந்தால், இன்னும் வேகமாக நடக்கத் தெம்பு கூடிவிடும். படுக்க மட்டும் கூடாது, இல்லையா வேம்பவதி? இருக்கும் அலுப்புக்கு, படுத்தால் உடனே தூக்கம் வந்துவிடும் இல்லையா?

மண்டபத்தில் வேறு துயரம் காத்திருந்தது. யாரோ வழிப் போக்கர்கள் இருந்து போயிருக்கிறார்கள். அவர்கள் எறிந்துவிட்டுப் போன தையல் இலைகளையும், அவற்றில் ஒட்டியிருந்த வறண்ட சோற்றுப் பருக்கைகளையும் பார்த்த மாத்திரத்தில் வயிற்றில் அனல் கிளர்ந்தது. அடிவயிற்றில் காந்தியது. கண்கள் மங்குகிற மாதிரி இருந்தது. ம்ஹூம், இது சரியில்லை. இங்கே இருந்தால் பைத்தியம் பிடித்துவிடும். தொடர்ந்து நடக்க வேண்டியதுதான்.

நடையில் வேகம் குறைந்திருந்ததேயொழிய, உடம்பில் மிச்சமிருக்கும் திராணியனைத்தையும் திரட்டிக் கூட்டி நடந்து கொண்டேயிருந்தாள் கங்கா பாய்.

இரண்டாம் நாளின் அந்தி முற்றி இரவு கனிந்தபோது, எண்ணங்கள் முற்றாகக் காலியாகின. செம்மண் சாலையின் ஓரமாக உட்கார யத்தனித்தவள், பிரக்ஞை தவறிப் படுத்தாள். இருளில் கிடத்திய சாக்குமூட்டை மாதிரிச் சுருண்டு உறக்கத்தில் அமிழ்ந்தாள். உறக்கமா, மயக்கமா?

வண்டியை நிறுத்துங்கள். அடிவயிறு வலிக்கிறது.

என்றாள் லக்ஷ்மி பாய்.

நிறுத்தக் கூடாது லக்ஷ்மி. இத்தனை நாழிகை ஓடிய வண்டிக்

குதிரையைவிட திவான் மாளிகைக் குதிரைகள் வேகமாக வந்துகொண்டிருக்கும்.

நாம் போய்விட்டோம் என்பதே அவர்களுக்கு விடிந்த பிறகுதானே தெரியப் போகிறது?

நாம் அப்படி நினைக்கிறோம். வேறுவிதமாக இருந்தால்? ஏற்கனவே எனக்குக் குதிரைகள் துரத்திவருகிற மாதிரிச் சத்தம் கேட்டுக்கொண்டேயிருக்கிறது...

பிரமைதான் உங்களுக்கு...

உள்புறம் திரும்பி அவளைப் பார்த்தான். வண்டிக் கூட்டுக்குள் கசிந்த நிலாவெளிச்சத்தில் முகம் துலக்கமாய்த் தெரியவில்லை. மஞ்சுநாதா விரித்த வலைக்குள் தந்திரமாகத் தன்னை இழுத்து வருவதற்கு இவள் போடுகிற நாடகம்தானோ மொத்தமும்? என்று ஒரு சந்தேகம் உதித்தது. ‘சீச்சி. பயப்படுவதற்கு ஒரு அளவுதான் இல்லையா?’ என்று உடனடியாக அதை ரத்து செய்தான். மறுபடியும் உள்ளே பார்த்தபோது, அவள் அடிவயிற்றில் கையை வைத்து அழுத்திக்கொள்வது புலப்பட்டது.

வண்டியை நிறுத்தினான். தலைதெறிக்க ஓடிய குதிரையின் வேகம் தாளாமல் முன்னும் பின்னும் ஆடித் தடுமாறிய லாந்தர், ஏதோ ஒரு வளைவில் ஆரத்தில் மோதியிருக்க வேண்டும். கண்ணாடிக் கூடு உடைந்து, சுடர் இழந்து, எண்ணெய் முழுக்கச் சிந்தி பிசுக்கு மணம் நாறும் மூளியாகி யிருந்தது.

ஆறாம் பிறைச் சந்திரன் கொஞ்சம் பிரகாசமாகியிருந்தது. வழக்கமான நிமிர்ந்த நடை இல்லாது, சற்றே கூன் விழுந்த லக்ஷ்மி பாயின் உருவம் பரிதாபமாய் இருந்தது. பத்துப் பதினைந்தடி முன்னோக்கிச் சென்று, புடவையை வழித்துக்கொண்டு குத்தவைக்கப் போனவள் தீனமாக அலறியவாறு வீழ்ந்தாள்.

பதறிக்கொண்டு ஓடினான் வைரமணி...

இரண்டு உடம்புகளையும் ஒவ்வொன்றாகத் தூக்கிக் கொண்டு வந்து வண்டியில் சேர்த்தான்.

லக்ஷ்மி பாயின் புடவையோடு சிறுநீர் வழிந்து ஈரமும் நெடியுமாய் இருந்தது.

சுக்ராஜுக்கு ஆரம்பத்தில் குடிப்பழக்கம் கிடையாது. நடுவில் வந்து சேர்ந்ததுதான். கடுமையான வைத்தியம், ஏகப்பட்ட பிரார்த்தனைகள், நேர்த்திக் கடன்கள் என்று கோமல் எப்படியாவது பிள்ளைபெற்றுவிட முயற்சிசெய்துகொண்டிருந்த

நாட்களிலும், பின்னர் ஒரு சுபயோக சுபதினத்தில் அனுஜாவைப் பெற்றெடுத்த காலத்திலும், அவர் குடித்தது கிடையாது. அதன் பிறகு, தன் படுக்கையறைக்குள் கால் வைக்கவே கூடாது என்று கறாரான நிபந்தனையை கோமல் விதித்த நாட்களிலும் சுக்ராஜுக்குக் குடிமீது கவனம் செல்லவில்லை. பேரானந்தம் தரும் சமாசாரங்கள் எவ்வளவோ கொட்டிக்கிடக்கும்போது, இருக்கும்போது, வீணாகக் குடித்துவிட்டு உருள வேண்டிய அவசியமென்ன?

ஆனால், அனுஜா பெரிய மனுஷியான பிறகு, சிலவேளைகளில் அவள் வயதேயான பெண்களுடன் இருக்கவேண்டி வரும்போது, எல்லாச் சந்தர்ப்பங்களிலும் இல்லாவிட்டாலும் அபூர்வமாக ஓரிரு சந்தர்ப்பங்களில், மனம் கொள்ளும் குற்ற உணர்ச்சியைச் சகிக்க முடியாமல் ஆனது. குடி வழியாகத் தப்பித்துவிட முடியும் என்று யாரோ சொல்லித்தந்தார்கள். ரேஷன்கடை சரவணமுத்துவா, ஓமலூர்க்கார மிராசுதார் வெள்ளியங்கிரியா, ஜவுளி வியாபாரி சிதம்பரமா, அலோபதி மருத்துவர் சுந்தரலிங்கமா.[94] ஞாபகமில்லை. இவர்களில், சுந்தரலிங்கத்தோடு மட்டும்தான் இன்னமும் நட்பு இருக்கிறது.

சிவந்த கண்களுடனும், கிறங்கிய சிந்தையுடனும் அறையைவிட்டு வெளியேறி, வராந்தாவைக் கடந்து சத்திரத்தின் முற்றமாகப் பரந்திருந்த வெட்டவெளியில் இறங்கினார் சுக்ராஜ். இருளின் ஆரம்பச் சலனங்கள்கூடப் புலப்படவில்லை இன்னும். முப்பது நாற்பது எட்டுகள் நடந்து, சத்திரக் கட்டிடத்தைத் திரும்பிப் பார்த்தார். வராந்தாவின் இரண்டு கோடிகளிலும் தலா ஒவ்வொரு அறையும், நடுவில் பிரம்மாண்டமான மூன்று கூடங்களும் கொண்ட சிமெண்டுக் கட்டடம். ஆண்டியப்பன் சுக்ராஜ் வகையறாக்களின் அறைக்கு எதிர்க் கோடியில் இருந்த அலுவலக அறை பூட்டியிருந்தது.

ஆண்டியப்பன் ஊரிலிருந்தால் சத்திரம் இவ்வளவு வெறிச்சோடியிருக்காது. அவனுடைய சாமர்த்தியம் யாருக்கு வரும்?

ஆஸ்திரேலியாவிலிருந்து வந்த ஒருத்தனிடம் பேசி முடித்திருக்கிறான் — ‘படத்தை எடுத்துத் தருகிறேன்’ என்று அந்த ஆள் ஒத்துக்கொண்டுவிட்டானாம். கதையும் கிட்டத்தட்டத் தயார்தான். புலித்தோலைக் கட்டிக்கொண்டு திரியும் காட்டுராணியின் கதை. ‘வனதேவதா’ என்ற பெயர்

94 ‘நண்பர்களை நினைவுகூரும்போது தொழிலோடு சேர்த்தா ஞாபகம் வரும்?’ என்று கேட்டேன். ‘வாஸ்தவம்தான். என்றாலும், சுக்ராஜின் நண்பர் வட்டத்தை வாசகர்களுக்குத் தெரிவிப்பதற்காக இந்தச் சிறு சலுகையை எடுத்துக்கொண்டால் தப்பில்லை என்று நினைத்தேன்’ என்றான் சுகவனம்.

வைத்திருக்கிறார்கள். படம் பிடிக்க வங்காளி ஒருத்தனை ஏற்பாடு செய்திருக்கிறான். சங்கீதத்துக்கு ஒரு தெலுங்கர். அவர்களுடைய பெயர்களையும் சொல்லத்தான் செய்தான் ஆண்டியப்பன். ‘இதையெல்லாம் என்னிடம் ஏன் சொல்கிறாய்’ என்று ஒதுக்கி விட்டார் சுக்ராஜ். ‘நீ கேட்கக் கேட்கப் பணம் கொடுப்பேன், படம் மட்டும் நன்றாக வரவேண்டும். அவ்வளவுதான்’ என்று சொல்லிவிட்டார்...

வாசல் கதவைக் கடந்து உள்ளே வந்த குதிரை வண்டி தூசி நெடியுடன் சுக்ராஜைத் தாண்டிப் போனது. வெகு தூரத்திலிருந்து வருகிற வண்டி போல. வண்டிக்கூட்டில் ஏகமாய்ப் புழுதி படிந்திருக்கிறது. குதிரையின் வாயில் நுரை தள்ளியிருக்கிறது.

வேப்ப மரத்தடியில் சென்று வண்டி நின்றது. வண்டியோட்டி குதித்திறங்கி நின்றான். கைகளை நன்கு உயர்த்திச் சோம்பல் முறித்தான். பிறகு வண்டியின் பின்புறம் வந்து, தடுப்புக் கம்பியை விடுவித்தான். படுதாவைத் திறந்து, பாதந்தாங்கியில் கால் வைத்து, இரண்டு பொற்சிலைகள் இறங்கின. பயண அலுப்பு பூசணமாய்ப் படர்ந்திருந்த சிலைகள். அக்காளும் தங்கையும் போல இருந்தார்கள்.

இருவரையுமே தொட்டுப் பார்க்க வேண்டும் என்று ஆவல் உந்தியது சுக்ராஜுக்கு.

10

நல்லவராய்த்தானே தெரிகிறார்?...

என்றாள் லக்ஷ்மி பாய். அவ்வளவு பெரிய கூடத்தில் வேறு யாத்ரிகர்கள் எவரும் இல்லை. இவர்கள் மட்டுமே ஒரு மூலையில் அடைந்திருந்தார்கள். என்றாலும் கிசுகிசுப்பான குரலில்தான் பேசினாள். ஆனால், கூடத்தின் விஸ்தீரணம் காரணமாக, மூச்சுவிடுவதுகூடப் பெரிதாக எதிரொலிக்கிற மாதிரி இருந்தது.

லக்ஷ்மி பாயை வெறித்துப் பார்த்தான் வைரமணி. அவள் இவன் முகத்தைப் பார்க்காமலே தொடர்ந்தாள்:

...நாகரிகமாகப் பேசுகிறார்.

அவன் கண்ணில் பொய் இருக்கிறது லக்ஷ்மீ...

சுவரோரம் படுத்திருந்த கங்கா பாய் இருவரையும் மாறிமாறிப் பார்த்தாள். அம்மா ஒரு தீர்மானத்தில் இருக்கிற மாதிரியும், பைரப்பா பதற்றமாக இருக்கிற மாதிரியும் தோன்றியது. தவறு செய்துவிட்டோமோ, பீமனோ சின்னப் பட்டமோ, யாரானாலும் பரவாயில்லை என்று ஆசிரமத்திலேயே இருந்திருக்க வேண்டுமோ? வயிற்றின் உட்புறம் பள்ளமாகத் தொய்ந்தது. அசந்தர்ப்பமாக, தன் உள்ளம் கவர்ந்த தபலாக்காரனின் முகம் மின்னல் மாதிரிக் குறுக்கே ஓடி மறைந்தது. தொடைகளுக்கு இடையில் கைகள் இரண்டையும் கொடுத்து இறுக்கிச் சுருண்டு கொண்டாள். பைரப்பாவின் குரல் மீண்டும் கேட்டது:

...ஆமாம், பொய் இருக்கிறது.

விவரம் புரியாத வயதில், ஒரு தடவை பைரப்பாவை 'அப்பா' என்று அழைத்ததும், லக்ஷ்மி பாய் உடனடியாகக் கண்டித்துத் திருத்தியதும் நினைவு வந்தது. அதன் பிறகு, இன்றுவரை, 'பைரப்பா' என்றுதான் அழைக்கிறாள். ஆனால், அம்மாவுக்கு அவர் வெறும் பைரப்பா அல்ல என்று கங்கா பாய்க்கு நன்றாகவே தெரியும். இனம்தெரியாத சலிப்பு அவள் இமைகளை மூடியது.

உங்கள் கண்களுக்கு எல்லாமே தப்பாகத்தான் தெரியும்...

அலுத்துக்கொண்டாள் லக்ஷ்மி பாய். யதேச்சையாகப் பார்க்கிற மாதிரி கங்கா பாயின் புறம் திரும்பினாள். குழந்தை தூங்கிக் கொண்டுதான் இருக்கிறாள் என்று நினைத்துக்கொண்டாள்.

...என் வாழ்க்கையில் என் மாரைப் பார்க்காமல் பேசுகிற முதல் ஆள் இவர்தான்.

மொத்தமாகப் பிற்பாடு பார்த்துக்கொள்ளலாம் என்று நினைத்திருப்பான்.

கேலியாகச் சிரித்தான் வைரமணி.

எடுத்தெறிந்து பேசாதீர்கள். பார்க்கப்போனால், நான் உங்களிடம் வந்து சேர்வதற்கு முன்னால், நீங்கள்கூட என் மாரைத்தான் வெறித்து வெறித்துப் பார்ப்பீர்கள்.

ஆக, என்னைவிட நல்லவன் கிடைத்துவிட்டான் என்கிறாய்.

லக்ஷ்மி பாய் சலனமேயில்லாமல் நிமிர்ந்து பார்த்தாள்.

என்ன பேசுகிறோம் என்று தெரிந்துதான் பேசுகிறீர்களா?

பின்னே? வருஷக்கணக்காக உன்னோடு இருந்திருக்கிறேன். உயிரைப் பணயம் வைத்து உன்னை வெளியில் கொண்டு வந்திருக்கிறேன். நான் சொல்வதை நம்ப மாட்டேன் என்கிறாய்.

இதோ பாருங்கள் கண்ணா. இரண்டுபேருமே அவரை நேற்றுச் சாயங்காலம்தான் முதல்தடவையாய்ப் பார்த்திருக் கிறோம் உங்களுக்கு ஏனோ அவரைப் பிடிக்கவில்லை...

உனக்கு ஏதோ போதாத காலம், அவனைப் பிடித்திருக்கிறது.

என்று அவசரமாய் முடித்தான் வைரமணி. அவள் முறைத்தாள்.

நானென்ன அவருடன் குடும்பம் நடத்தவா போகிறேன்? ஏதோ, குழந்தைக்கு நல்ல வாழ்க்கை அமைத்துத் தருகிறேன் என்கிறார். முயற்சி செய்துதான் பார்ப்போமே.

ம்ஹும்..?

பயாஸ்கோப்பு என்று ஒன்று வந்திருக்கிறதாம். மனிதர்கள் நடப்பதையும் ஓடுவதையும் ஆடுவதையும் பாடுவதையும் தத்ரூபமாகப் படமாகப் பிடித்துத் திரையில் காட்டுகிற தொழிலாம் அது. இனிவரும் காலங்களில் வெறும் நாட்டியம் மட்டும் ஆடிப் பிழைப்பு நடத்த முடியாதாம். அழகான பெண்களுக்கு உரிய இடம் இனிமேல் பயாஸ் கோப்புதான் என்று எவ்வளவு தெளிவாக எடுத்துச் சொல்கிறார் தெரியுமா?

அவ்வளவுதான் சொன்னானா?

உடனடியாக பதில் சொல்லவில்லை லக்ஷ்மிபாய். வாய்விட்டுச் சொல்வதற்கு முன்னால், மனத்துக்குள் ஒருமுறை ஒத்திகை பார்த்துக்கொள்கிற மாதிரி இருந்தது.

அவர் எடுக்கிற படத்தில் கங்காவை முக்கியமான வேஷத்தில் நடிக்க வைக்கிறேன் என்கிறார்.

ம்.

நடிப்பதற்கெல்லாம் அவர்களே சொல்லித்தருவார்களாம். ஆனால்... ஆனால்...

சொல்லு. இன்னும் என்னவெல்லாம் சொன்னான்?

படம் பிடிப்பது ரொம்பச் செலவு பிடிக்கிற விஷயமாம். நம்மிடம் இருக்கிற பணத்தையும், நகைகளையும் கொடுத்தால்...

ஆஹா. பார்த்தவுடனே நினைத்தேன் — அவன் சரியான குள்ளநரி என்று.

அவர் ஒன்றும் சும்மா கேட்கவில்லை. படம் பிடிப்பதில் பங்குதார் ஆக்கிக்கொள்கிறேன் என்றார். நான் 'சரி' என்று சொல்லிவிட்டேன்.

'அடிப்பாவி' என்று பதறியது வைரமணிக்கு. பதில் சொல்லாமல் எழுந்து வெளியே போனான். அஷ்டமி நாள் நிலவு மேகத்துக்குள் ஒளிந்து கொண்டுவிட்டது. வெளிச்சமா இருளா என்று நிதானிக்க முடியாதபடி கலங்கிக் கிடந்தது ஆகாயம்.

எவ்வளவு நேரம் தனியாக நின்றானோ. உள்ளே திரும்பி வந்தபோது தாயும் மகளும் அயர்ந்து தூங்கிக்கொண்டிருந்தார்கள் ...அல்லது, வைரமணிக்கு அப்படித் தென்பட்டது...

விடிவதற்கு முன்பே விழிப்புத் தட்டிவிட்டது. புரண்டு படுத்தான். சுவரையொட்டிப் படுத்திருந்த கங்கா பாயைக் காணோம்.

அவளுடைய தலைமாட்டில் படுத்திருந்த தாயையும் காணோம். மூலைக்குப் பார்வை நகர்ந்தபோது,. பகீரென்றது. தீவனப் பையில் வைத்துக் கொண்டுவந்த பிரயாணப் பையையும் காணோம். தன்னைத் தவிர, யாருமே, எதுவுமே இல்லாத அந்த மாபெரும் கூடத்தில் நிரம்பியிருந்த வெறுமை மூச்சுத் திணறவைத்தது.

பரபரப்பாக எழுந்து வெளியில் வந்தான். துணி உலர்த்துவதற்காகக் கட்டியிருந்த கயிற்றுக்கொடியில் நேற்றுக் காயப் போட்டிருந்த துணிமணிகள் எதையும் காணவில்லை. இவனுடைய லங்கோடும், ஒரு நாலுமுழ வேஷ்டியும் மட்டும் தனியாய்க் கிடந்தன. முந்தின நாள் சாயங்காலம் கார் நின்றிருந்த இடத்தில், சினை எருமையொன்று படுத்து அசைபோட்டுக் கொண்டிருந்தது. படிக்கட்டில் அமர்ந்தான்.

சாம்பல் நிறமாகப் படர்ந்திருந்த அதிகாலையின் மீது குவிய மறுத்து ஏதேதோ நாட்களின் ஏதேதோ வேளைகளில் மின்னல் வேகத்தில் அமர்ந்தெழுந்து தாவியது மனம்.

அடிவயிற்றிலிருந்து எழுந்த குமுறல் நெஞ்சில் அடைத்தது. ‘அந்தப் பயலின் விலாசத்தை விசாரித்துக் கிளம்ப வேண்டும், அவர்கள் இருவரையும் போட்டுத் தள்ள வேண்டும்’ என்று கொதி ஏறியது...

கொஞ்ச நேரம்தான். மனம் மெல்லமெல்லப் பழைய நிலைக்கு மீள்கிறது. ‘சரி போ, எதிர்பார்க்காதது ஒன்றும் நடந்துவிடவில்லையே’ என்று தேற்றிக்கொள்கிறது. சத்திர வளாகத்துக்குள் பம்மிப்பம்மிப் படர்கிறது வெளிச்சம். வேப்ப மரத்தில் அடைந்து களேபரமாகக் கூச்சலிட்டுக்கொண்டிருந்த பறவைகள் ஒவ்வொன்றாய் வெளியேறிப் பகல்பொழுதை நோக்கி விரைகின்றன. ஒரேயொரு மரங்கொத்தி பிடிவாதமாக அதே இடத்தில் கொத்திக்கொண்டிருக்கிறது.

அருகிலிருந்த கிராமத்திலிருந்து நகருக்குள் பிழைப்பைத் தேடி ஓரிருவராகச் செல்வது சத்திரத்தின் அகலமான வெளி வாசல்வழி தென்படுகிறது. வைக்கோல் அடைத்து பாடம் செய்த கன்றைக் காவடிமாதிரி கழுத்தில், தாம்புக்கயிறையும் பால் கறக்கும் பித்தளைச் சருவத்தையும் ஒரு கையில் சுமந்து கொண்டு மறுகையை வீசியபடி முன்னே போகும் கோனாரின் தடத்தில் விசுவாசமாகத் தொடர்கிறது பால்மாடு.

வண்டியையும், வேப்பமரத்தில் கட்டியிருந்த குதிரையையும் வெறித்துப் பார்த்தான். நின்றவாறே தூங்கி வழிந்தது குதிரை. எவ்வளவு தூசி படிந்திருக்கிறது, உடல் குளிர அதைக் குளிப்பாட்ட

வேண்டும். வண்டியையும் தண்ணீர் ஊற்றிக் கழுவ வேண்டும். சத்திரத்தின் பின்புறம் நீர் நிரம்பிய கல் தொட்டிகள் மூன்று இருக்கின்றன. அதற்குமுன்னால் பல் துலக்கி விடலாம் . . . எழ முனைந்தான்.

தீர்த்த யாத்திரை போகும் காவிக்கூட்டம் சத்திரத்துக்குள் நுழைந்தது. பத்து இருபதுபேர் இருப்பார்கள். மத்தியில் வந்த கிழவன் மற்றவர்களைவிட உல்லாசமாய் இருந்தான். வாய்விட்டுப் பாடிக்கொண்டே வந்தான்:

மாடுமனை போனாலென்ன
மக்கள் சுற்றம் போனாலென்ன
கோடிச் செம்பொன் போனாலென்ன – கிளியே
குறு நகை போதுமடி – குமரன்
குறு நகை போதுமடி...

காட்டுக் கொடி படர்ந்த
கருவூரின் காட்டுக்குள்ளே
விட்டுப் பிரிந்தானடீ – கிளியே
வேலன் என்னும் பேரோனடி – கிளீ... யேஏஏ...
வேலன் என்னும் பேரோனடீ...

சங்கீதத்துக்கு ஏற்ற குரல் இல்லைதான். ஆனால், அபூர்வமான குழைவும், திறப்பும், உணர்ச்சியின் கரகரப்பும் கொண்ட குரல். திவான் மாளிகையிலும், ஆசிரமத்திலும் பாட வந்த தொழில்முறைப் பாடகர்கள் அநேகரைக் கேட்டிருக்கிறான் வைரமணி. இந்த யாத்ரீகனின் குரலிலும் பாட்டிலும் உள்ள வாஞ்சையும் பரிவும் துளிக்கூட இல்லாத குரல்கள் அவை.

அந்தக் குரல்களும், அவற்றைக் கேட்க நேர்ந்த நாட்களும் எத்தனையோ நூறு வருஷங்களுக்கு முன்னால் கேட்டவை மாதிரித் தென்படுவது ஆச்சரியமாய் இருந்தது.

வேப்பங்குச்சி ஒடிக்க மரத்தை நோக்கி நடந்தான். சத்திரத்தின் முள்கம்பி வேலியைத் தாண்டிப் பார்வை ஓடியது. பிரம்மாண்டமான சூரியன், கனிவான ஆரஞ்சு நிறத்தில் தகதகத்தது. தனக்காக மட்டுமே அது உதித்திருக்கிறது என்று தோன்றியது வைரமணிக்கு.[95]

---

95 ஊர் வந்து சேர்ந்து, இந்தப் பிரதியை நான் எழுதிவந்த நாட்களில், அலுவலகத்தில் பரபரப்பாக வேலைபார்த்துக்கொண்டிருந்த ஒரு முற்பகல் பொழுதில், சுகவனத்திடமிருந்து தொலைபேசி அழைப்பு வந்தது. தான் சொன்ன கதையின் முடிவு பற்றித் தீவிரமான மறுபரிசீலனை ஓடியதாகவும், கடைசியாக ஒரு பத்தி சேர்க்கவேண்டும் என்றும் சொன்னான்.

இப்போதே சொல்லப் போகிறாயா ?

என்று கேட்டேன்.

ஆமாம், அப்புறம் என்றால் மறந்துவிடும். நீ பிஸியாய் இருக்கிறாயா என்ன? என்றான். 'ஆமாம்' என்றா சொல்ல முடியும்?

பரவாயில்லை, சொல்லு.

என்றேன். ஏழெட்டு வாக்கியங்கள். கடைசிப் பத்திக்குப் பிறகு சிறு இடைவெளி விட்டு, கிட்டத்தட்டத் தனி அத்தியாயம் மாதிரி எழுத வேண்டும் என்ற குறிப்புடன் சொன்னான். இப்போதிருக்கும் காவியத் தன்மை இல்லாமல், அவன் சொன்ன கதையைத் தரைத்தளத்திற்குக் கொண்டு வந்துவிடும் அந்தப் பத்தி என்று தோன்றியது எனக்கு. ஆனால், அவனிடம் சொல்லவில்லை. ஏனோ, பிற்பாடு நேரில் பார்த்தபோது விவாதிக்கவும் தோன்றவில்லை. இஸ்மாயில் இல்லாத இடத்தில் நடந்த உரையாடல் என்பதால், அவனது மேலான அபிப்பிராயத்தைப் பெறவும் மறந்துவிட்டது.

'சுகவனம் சொல்லும் கதை, எந்த முடிவெடுக்கவும் அவனுக்கு மட்டும்தான் உரிமையுண்டு' என்பதெல்லாம் தெரியாத ஆளா நான்? இருந்தாலும், 'நூலாகக் கொண்டுவர ஏற்பாடுகள் நடக்கும் சமயத்தில் விவாதித்துக் கொள்ளலாம்' என்று இப்போது இருக்கிறவிதமாகவே பிரதியை முடித்துவிட்டேன்.

மூல ஆசிரியருக்கு நியாயம் செய்ய வேண்டுமென்பதால், அவன் சொன்ன இரண்டாவது முடிவையும் கீழே தருகிறேன்.

மிகச் சரியாக ஆறு மாதங்கள் கழித்து, கல்கத்தாவின் படப்பிடிப்புத் தளத்தில் அமைந்த செயற்கைத் தடாகத்தின் கரையில், முக்கால் உடம்பு வெளித்தெரிகிற மாதிரியான நீச்சல் உடையில், நீருக்குள் குதிக்கத் தயாராக நின்றிருந்தாள் காட்டுராணி கங்கா பாய். சுற்றிலும் நூறு ஜோடிக் கண்கள் தன்னை வேடிக்கை பார்ப்பதைப் பற்றிய கூச்சத்தையெல்லாம் அந்த உடம்பும் மனமும் இழந்து எவ்வளவோ நாளாகிறது... சம்பந்தமில்லாமல் மதுகாந்த் குண்டேச்சாவின் முகம் மனதுக்குள் வந்து போனது. தலையை உதறிக்கொண்டாள்.

படம் பிடிக்கும் கருவியின் எல்கைக்கு வெளியில், கூலியாள் உயர்த்திப் பிடித்த குடைக்குக் கீழ் கிடந்த பிரம்பு நாற்காலியில், 'கைவசம் இருந்த கடைசிக்கட்டுப் பணத்தையும் ஆண்டியப்பனிடம் கொடுத்தாகிவிட்டதே, அடுத்த வாரப் படப்பிடிப்புச் செலவுக்கு என்ன செய்யலாம், மேலும் கொஞ்சம் கடன் வாங்கலாமா, அல்லது குடியிருக்கும் வீட்டை விற்கும் ஏற்பாடுகளைத் தொடங்கிவிடலாமா' என்று தீவிரமான யோசனையில் ஆழ்ந்திருந்தார் கியான்சந்த் மோகன்மல் சுக்ராஜ்.

'தென்னிந்தியாவிலேயே நீச்சல் உடை அணிந்து நடித்த முதல் திரை நடிகை' என்ற புகழ் தன் மகளுக்குக் கிடைக்கவிருக்கும் பூரிப்பையும், வாய் நிரம்ப அதக்கியிருந்த வாசனைப் புகையிலைத் தாம்பூலத்தையும் அசைபோட்டவாறு பக்கத்து நாற்காலியில் அமர்ந்திருந்தாள் லக்ஷ்மி பாய்.

அவர்கள் மூவருக்குமே தெரியாது, அவர்கள் விட்டு நீங்கி வந்த அதே ஊரில், 'மாடர்ன் தியேட்டர்ஸ்' என்ற பெயரில் இயங்கிவரும் படப்பிடிப்பு நிறுவனத்தின் புதிய உரிமையாளர் அன்றைக்குச் சாயங்காலம் பத்திரிகையாளர் கூட்டம் நடத்தவிருக்கிறார் – நீச்சலுடையில் நடித்த முதல் நடிகையின் புகைப்படத்தை வெளியிட இருக்கிறார் என்பது. அந்த நடிகையும் தமிழ்நாட்டைப் பூர்விகமாகக் கொள்ளாதவர்தாம். இலங்கையைச் சேர்ந்தவர். பெயர் – கே ஆர் தவமணி தேவி.

ஆசிரியரின் பிற நூல்கள்

நாவல்

குள்ளச்சித்தன் சரித்திரம் (2002)
பகடையாட்டம் (2004)
கானல் நதி (2006)
வெளியேற்றம் (2009)
பயணக்கதை (2011)
நினைவுதிர் காலம் (2013)
ஊர்சுற்றி (2016)
வேதாளம் சொன்ன கதை (2019)
எண்கோண மனிதன் (2021)
எதிர்க்கரை (2023)
ஆறு தாரகைகள் (2024)

சிறுகதை

ஒளிவிலகல் (2001)
ஏற்கனவே (2003)
கடல் கொண்ட நிலம் (2009)
நீர்ப்பறவைகளின் தியானம் (2009)
ஏமாறும் கலை (2012)
ஒற்றறிதல் (2017)
கடலில் எறிந்தவை (2021)
சரிசெய்ய முடியாத சிறு தவறுகள் (2023)
ரசவாதம் (2024)

குறுங்கதை

மணற்கேணி (2008)
தலைப்பில்லாதவை (2021)

கவிதை

ஒற்றை உலகம் (1996)
வேறொரு உலகம் (1999)
புகைச்சுவருக்கு அப்பால் (2002)
கைமறதியாய் வைத்த நாள் (2005)
தோற்றப் பிழை (2009)
தீராப் பகல் (முழுத் தொகுப்பு)

(முதல் இரண்டு தொகுப்புகளும் 'முதல் 74 கவிதைகள்' என ஒரே நூலாக 2005இல் வெளிவந்துள்ளன.)
இதுவும்தான், அதுவும்தான் (2023)

மொழிபெயர்ப்பு

பெயரற்ற யாத்ரீகன் - ஜென் கவிதைகள் (2003)
ஜிம் கார்பெட் 'எனது இந்தியா' (2005)
குதிரை வேட்டை (2013)
பொம்மை அறை (2015)
கூட்டுவிழிகள் கொண்ட மனிதன் (2019)
நிழல் - மொழியாக்கக் கதைகள் (2023)
இஸ்ஸாவும் பூஸனும் - இரு ஜென் கவிகள் (2025)

கட்டுரை

நிலவைச் சுட்டும் விரல் (2023)
செவிமொழியும் மனமொழியும் (2024)

www.ingramcontent.com/pod-product-compliance
Ingram Content Group UK Ltd.
Pitfield, Milton Keynes, MK11 3LW, UK
UKHW042137021026
15589UKWH00003B/881

9 789348 439079